அடித்தள மக்கள் வரலாறு

ஆ.சிவசுப்பிரமணியன்

நியூ செஞ்சுரி புக் ஹவுஸ் (பி) லிட்.,
41- பி, சிட்கோ இண்டஸ்டிரியல் எஸ்டேட்,
அம்பத்தூர், சென்னை- 600 050.
☎: 044 - 26251968, 26258410, 48601884

Language: Tamil
Adithala Makkal Varalaaru
Author: A. Sivasubramanian
N.C.B.H. First Edition: May, 2016
Third Edition: November, 2021
Fourth Edition: September, 2023
Copyright: Author
No. of pages: xvi + 300 + Pictures 8 = 324
Publisher:
New Century Book House Pvt. Ltd.,
41-B, SIDCO Industrial Estate,
Ambattur, Chennai - 600 050.
Tamilnadu State, India.
Email : info@ncbh.in
Online:www.ncbhpublisher.in

ISBN: 978 - 81 - 2343 - 178 - 9
Code No. A 3480
₹ 330/-

Branches
Ambattur 044 - 26359906 **Spenzer Plaza (Chennai)** 044-28490027
Trichy 0431-2700885 **Pudukkottai** 04322- 227773 **Thanjavur** 04362-231371
Tirunelveli 0462-4210990, 2323990 **Madurai** 0452 2344106, 4374106
Dindigul 0451-2432172 **Coimbatore** 0422-2380554 **Erode** 0424-2256667
Salem 0427-2450817 **Hosur** 04344-245726 **Krishnagiri** 04343-234387
Ooty 0423 - 2441743 **Vellore** 0416-2234495 **Villupuram** 04146-227800
Pondicherry 0413-2280101 **Nagercoil** 04652 - 234990

அடித்தள மக்கள் வரலாறு
ஆசிரியர்: ஆ.சிவசுப்பிரமணியன்
என்.சி.பி.எச். முதல் பதிப்பு: மே, 2016
மூன்றாம் பதிப்பு: நவம்பர், 2021
நான்காம் பதிப்பு: செப்டம்பர், 2023

அச்சிட்டோர்: **பாவை பிரிண்டர்ஸ் (பி) லிட்.,**
16 (142), ஜானி ஜான் கான் சாலை, இராயப்பேட்டை, சென்னை - 14
☎: 044-28482441

All rights reserved. No part of this book may be reprinted or reproduced or utilised in any form or by any electronic, mechanical, or other means, now known or hereafter invented, including photocopying and recording, or in any information storage or retrieval system, without permission in writing from the publishers.

அன்பு அண்ணாச்சி
தொ.மு.சி. ரகுநாதன்
அவர்களின் நினைவுக்கு......

v

பொருளடக்கம்

	முதற் பதிப்பின் முன்னுரை	vii
	இரண்டாம் பதிப்பின் முன்னுரை	xv
	என்.சி.பி.எச். முதல் பதிப்பிற்கான முன்னுரை	xvi
1.	வாய்மொழி வழக்காறுகளும் வரலாறும்	1
2.	பண்பாட்டு அடையாளப் போராட்டங்கள்	29
3.	கணக்கன் வழக்காறுகள்	69
4.	தாது வருடப் பஞ்சம்	100
5.	சமூகம்சார் கொள்ளையரும் நாட்டார் வழக்காறும்	110
6.	பரதவர்களின் மேசை எதிர்ப்புப் போராட்டம்	124
7.	துவிக் குத்தகைப் போராட்டம்	141
8.	தமிழில் குறுநூல்கள்	163
9.	மறைந்து வரும் தானியங்கள்	178
10.	பூப்புச் சடங்குகளும் நம்பிக்கைகளும்	185
11.	சாமியாடும் மனைவி	208
12.	எரிமூழ்கு பெண்டிர்	248
13.	பாலியல் வன்முறையும் நாட்டார் வழக்காறுகளும்	260
	துணை நூற்பட்டியல்	294
	படங்கள்	303

முதற் பதிப்பின்

முன்னுரை

மாற்று வரலாற்றைத் தேடி

ஏழு நுழைவாயில்கள் கொண்ட தேபன் நகரைக் கட்டியது யார்?
வரலாற்றுப் புத்தகங்களில் உள்ளன அரசர்களின் பெயர்கள்
அரசர்களா சுமந்து வந்தனர் கட்டிட வேலைகளுக்கான கற்களை?
பலமுறை நிர்மூலமாக்கப்பட்டது பாபிலோன் நகர்
மீண்டும் மீண்டும் அதை நிர்மாணித்தவர் யார்?
பொன்கதிர் வீசும் லிமாநகரத்தில்
எவ்விதமான வீடுகளில் வாழ்ந்தனர் தொழிலாளிகள்?
சீனச்சுவர் கட்டி முடித்ததும் கொத்தர்கள்
மாலையில் எங்கே சென்றனர்?
மாபெரும் ரோம் நகரத்தில் எங்கும் வெற்றி வளைவுகள்
அவற்றைக் கட்டியவர் யார்?
யாரை வென்றனர் சீஸர் பேரரசர்கள்?
பெருமளவில் புகழப்பட்ட பைஸான்ஸ் நகரத்தில்
குடிமக்கள் எல்லாரும் மாட மாளிகைகளிலா இருந்தனர்?
இதிகாசப் புகழ் அட்லாண்டிஸ்ஸைக்
கடல் விழுங்கிய இரவில் மரணத்தின் பிடியிலிருந்தோர்
அடிமைகளின் உதவியை நாடி கூக்குரல் இடவில்லையா?
காளை அலெக்ஸாண்டர் இந்தியாவை வென்றான்
அவன் தனியாகவா?
அப்போது ஒரு சமையல்காரன் கூடவா இல்லை அவனோடு?
ஸ்பெயின் நாட்டு அரசன் அழுதான்
அவனுடைய கப்பல் சாகரத்தில் மூழ்கும்போது
வேறு யாருமே அழவில்லையா?
இரண்டாவது ஃபிரடரிக் ஏழு ஆண்டுப் போரில் வென்றான்
அவனைத் தவிர வேறு யார் வென்றார்கள்?
ஒவ்வொரு பக்கத்திலும் ஒரு வெற்றி
வெற்றிவிழா உணவு சமைத்தவர் யார்?

பத்து ஆண்டுகளுக்கொருமுறை ஒரு மாவீரன்
இவர்களின் செலவுக்கு முதலீடு செய்தவர் யார்?
கணக்கில் அடங்கா சாதனைக் கட்டுரைகள்
கணக்கில் அடங்காக் கேள்விகள்

படிப்பறிவுள்ள பாட்டாளியின் கேள்விகள் என்ற தலைப்பில் ஜெர்மானிய நாட்டு நாடக ஆசிரியரும் கவிஞருமான பெர்ட் டோல்ட் பிரெஷ்ட் (Bertold Brecht) எழுதிய இக்கவிதை, சாதிய மேலாண்மையும் ஒடுக்கு முறையும் மேலோங்கி இருந்த - இருக்கும் தமிழக மற்றும் இந்திய சமூகத்திலும் ஆழமாக வாசிக்க வேண்டிய ஒன்று. தமிழக மற்றும் இந்திய வரலாற்றைப் படிக்கும் போது பிரெஷ்டின் கேள்விகளைப் போல் நம்மிடமும் கேள்விகள் எழ வேண்டும். ஆனால் நமது மரபுவழி வரலாற்றாசிரியர்கள் இக்கேள்விகள் எழும்போதே தவிர்த்து விட்டனர். எனவேதான் ஒரு மாற்று வரலாற்றைத் தேடவேண்டிய கட்டாயம் நமக்கு உள்ளது.

மற்றொரு புறம் உலக அரங்கில் உருவான, 'அடித்தளத் திலிருந்து வரலாறு' என்ற கருத்து நிலையின் தாக்கத்தால் உருவான, 'அடித்தள மக்கள் வரலாறும்', சமூகவியல் - மானிடவியல் - பொருளாதாரம், உளவியல் போன்ற அறிவுத் துறைகளின் துணை யுடன் வரலாற்றைக் காணத் தொடங்கிய பிரெஞ்சு அனெல்ஸ் பள்ளியின் 'புதிய வரலாறும்' இந்திய வரலாற்று வரைவில் புதிய அணுகுமுறையையும் சிந்தனையையும் ஏற்படுத்தி யுள்ளன. எனவே 'மாற்று வரலாறு' என்று இங்குக் குறிப்பிடும் போது அடித்தள மக்கள் வரலாறு - புதிய வரலாறு என்று இரண்டு புதிய வரலாற்றுப் பள்ளிகளுக்கும் முக்கிய இடமுண்டு.

இப்புதிய வரலாற்றுப் பள்ளிகள் மட்டுமின்றி சமூக வரலாறு என்ற மரபு வழியிலான வரலாற்றுப் பிரிவும் கூட ஆளுவோர் மற்றும் அவர்களைச் சார்ந்தோரை மையமாகக் கொண்டு எழுதப்படும் மரபு வழி வரலாற்றுப் போக்கிலிருந்து மாறுபட்டு நிற்கும் தன்மையது. ஆனாலும் கூட சுமித் சர்க்கார் (1990) குறிப்பிடுவது போல் 'துரதிஷ்டவசமாக சமூக வரலாறு என்பது புறக்கணிக்கப்பட்ட ஒன்றாக இந்தியாவில் உள்ளது.' மேலும் சமூகத்தின் வளர்ச்சிப் போக்கையும், அதில் நிலவிய, நிலவும் முரண்பாடுகளையும் வெளிப்படுத்துவதில் கவனம் செலுத்தாது கலை இலக்கியம், சமயம் குறித்த செய்திகளை மேலெழுந்த வாரியாகத் தொகுத்துக் கூறும் தன்மையிலேயே நம் சமூக வரலாறு எழுதப்படுகிறது. ஹாப்ஸ்பாம் (1972:14) என்ற இங்கிலாந்து நாட்டுச் சமூக வரலாற்றறிஞர் சமூக வரலாற்றின் ஆய்வுக்குரிய அம்சங்களாக,

1. மக்கள் தொகையியலும் உறவுகளும்.
2. நகர்ப்புறம் குறித்த ஆய்வுகள்.
3. வர்க்கங்களும் சமூகக் குழுக்களும்.
4. மனப்பாங்கு குறித்த வரலாறு அல்லது கூட்டு நனவரைவு அல்லது மானிடவியலனின் நோக்கில் பண்பாடு.
5. சமூகங்களின்மாற்றம் (எடுத்துக்காட்டாக நவீன மயமாக்கம் அல்லது தொழில்வயமாதல்).
6. சமூக இயக்கங்களும், சமூக எதிர்ப்பு நிகழ்வுகளும்.

ஆகியனவற்றைக் குறிப்பிட்டுள்ளார். இதனடிப்படையில் நோக்கினால் சமூக வரலாறு என்பது பரவலாகவும் ஆழமாகவும் பல உட்பிரிவு களைக் கொண்டுள்ளமை விளங்கும்.

இவ்வாறு மாற்று வரலாறு என்ற ஒன்றை நாம் உருவாக்கும் போது மாற்று வரலாற்றுக்கான சான்றுகளைக் குறித்த கேள்வி உருவாகிறது. ஏனெனில் மரபு வழி வரலாற்றில் பயன்படுத்தப்படும் பல்வேறு வகையான ஆவணங்களும் ஆளுவோரால் உருவாக்கப் பட்டவை. இவற்றிலிருந்து ஓரளவுக்கே மாற்று வரலாறு தொடர் பான சான்றுகளைப் பெறமுடியும். எனவே மாற்று வரலாற்றை உருவாக்கும்பொழுது மாற்று வரலாற்றுக்கான தரவுகளையும் நாம் தேட வேண்டியுள்ளது. மேலும் இந்தியா போன்ற எழுத்தறிவின்மை மிகுதியாக உள்ள நாட்டில் எழுத்து வடிவிலான சான்றுகளின் வாயிலாக மட்டும் பெரும்பான்மையினரான அடித்தள மக்களை மையப்படுத்தும் வரலாறை எழுத முடியாது. இத்தகைய நிலையில் வாய்மொழி வழக்காறுகளே முக்கியச் சான்றுகளாக அமைகின்றன.

பிரெஞ்சு வரலாற்றறிஞர் ஒருவர், பாடல்கள், நடனங்கள், பழமொழிகள், கதைகள் ஆகியனவற்றின் மூலம் குடியானவர்களின் உள நிலையைப் புரிந்து கொள்ளலாமென்று குறிப்பிட்டுள்ளார் (சுமித் சர்க்கார் 1990:10)

வாய்மொழியாக வழங்கும் வழக்காறுகள் மட்டுமின்றி சில சடங்குகளும் கூட மாற்று வரலாற்றிற்குத் துணைபுரியும் தன்மை யின. இ.பி. தாம்சன் (1977: 252-253). குறிப்பிடும் நிகழ்ச்சி ஒன்றை இதற்குச் சான்றாகக் குறிப்பிடலாம்.

இங்கிலாந்து நாட்டில் 18,19ஆம் நூற்றாண்டுகளில் மனைவியை விற்கும் சடங்கு அடித்தள மக்களிடையே நிகழ்ந்துள்ளது. இதன்படி

சந்தை வெளியில் மனைவியை நிறுத்தி, கணவன் ஏலம் விடுவான். பணம் கைமாறியதும் ஏலம் எடுத்தவனுடன் மனைவி சென்று விடுவாள். இதை ஆராய்ந்த தாம்ஸன், உண்மையில் ஒருவகையான விவாகரத்து என்று இந்நிகழ்ச்சியைக் குறிப்பிடுகிறார். விவாகரத்து உரிமையில்லாதிருந்த இங்கிலாந்து சமூகத்தில் மனைவியின் சம்மதத்துடனே இவ்விற்பனை நிகழ்ந்துள்ளது. மேலும், ஒருவனது மனைவியை ஏலத்தில் எடுப்பவன் யாரென்பதை முன்னதாகவே ஏற்பாடு செய்து விடுவார்கள் என்றும், பல நிகழ்வுகளில் மனைவியின் காதலனே ஏலம் எடுப்பவனாக இருப் பான் என்பதும் தெரிய வந்தது. இவ்வாறு புறத் தோற்றத்திற்கும் உண்மைக்கு மிடையே பெரிய இடைவெளி உள்ளது.

தமிழ்நாட்டில் இதுபோன்ற சடங்கு, கோவில்களை மைய மாகக் கொண்டு நிகழ்கிறது. திருச்செந்தூர் முருகன் கோவிலில் குழந்தையை ஏலம் விடுவதாக வேண்டிக் கொள்ளும் பெற்றோர்கள் கோவில் முன் மண்டபப் பகுதியில் வைத்து ஏலமிடுவார்கள். முன்னதாகச் செய்த ஏற்பாட்டின்படி நெருங்கிய உறவினர் ஒருவர் பணம் கொடுத்து ஏலம் எடுப்பார். பின்னர் பெற்றோர்கள் அப்பணத்தைக் கோவில் உண்டியலில் போட்டு விட்டு ஏலம் எடுத்தவரிடமிருந்து குழந்தையைப் பெற்றுக் கொள்வார்கள்.

இத்தகைய ஏலம் கூறும் நேர்த்திக்கடன் நெல்லை - தூத்துக்குடி மாவட்டங்களின் கடற்கரைப் பகுதிகளில் உள்ள கத்தோலிக்கத் தேவாலயங்களிலும் நிகழ்கிறது. சமயம் சார்ந்த இந்நிகழ்ச்சி மக்களை அடிமைகளாக ஏலம் விட்டதன் அடிப் படையில் உருவான சடங்கியல் நிகழ்வாக இன்றும் வழக்கில் உள்ளது.

தமிழ்நாட்டில் பரவலாக வழக்கிலிருந்த சமணம், சைவத்துடன் நிகழ்த்திய மோதலை அடுத்து தேய்ந்து மறைந்து போனது. (தமிழ் நாட்டின் வடமாவட்டங்களில் மட்டும் பாரம்பரியமான சமண குடும்பங்கள் நிலை பெற்றுள்ளன). தத்துவ மோதலினால் மட்டும் சமணம் அழிக்கப்படவில்லை. வன்முறையினாலும் சமணம் அழிக்கப்பட்டது. மதுரையில் எண்ணாயிரம் சமண முனிவர் களைப் பாண்டிய மன்னன் கழுவேற்றியதாகத் திருத்தொண்டர் புராணம் குறிப்பிடும். இந் நிகழ்வை உறுதிப் படுத்துவது போல மதுரை, திருநெல்வேலி, சீர்காழி ஆகிய திருத்தலங்களில் உள்ள கோவில்களில் 'கழுவேற்று உற்சவம்' நடைபெறுவது சான்றாகும்.

சமயம் சார்ந்த இச்சடங்கு சமணர்கள் கழுவேற்றிக் கொல்லப் பட்டதை உணர்த்துகிறது. 'போம் பழியெல்லாம் அமணர்

தலையோடே' என்ற பழமொழியில் அடங்கியுள்ள கதை மிக எளிதாகக் கொலைத் தண்டனைக்கு ஆளாகுபவர்களாகச் சமணர்கள் இருந்துள்ளதை உணர்த்துகிறது. இப்பழமொழி யையும் இதில் அடங்கியுள்ள கதையையும் திருவாய்மொழி விளக்கவுரை ஆசிரியர் தமது உரையில் எடுத்தாண்டுள்ளார்.

ஒரு கள்ளன் ஒரு பிராமணக் கிருஹகத்திலே கன்னமிட, அது ஈரச்சுவராகையாலே இருத்திக் கொண்டு மரிக்க, அவ்வளவில் அவன் பந்துக்கள் வந்து பிராமணனைப் பழிதரவேணுமென்ன, இரண்டு திறத்தாரும் ராஜாவின் பாடேபாக, அந்த ராஜாவும் அவிவேகியாய் மூர்க்கனு மாகையாலே, 'ப்ராஹ்மணா! நீர் ஈரச்சுவரை வைக்கையா லேயன்றோ அவன் மரித்தான். ஆகையாலே நீ பழி கொடுக்க வேணும்' என்ன, அவன் 'எனக்கு தெரியாது. சுவரை வைத்த கூலியாளைக் கேட்க வேணும்' என்ன, அவனை அழைத்து, 'நீயன்றோ ஈரச்சுவர் வைத்தாய்; நீ பழி கொடுக்க வேணும்' என்ன, அவனும் 'தண்ணீரை விடுகிறவள் போரவிட்டாள்; என்னா செய்யவாவது என்? என்ன, அவளை அழைத்துக் கேட்க, அவளும் 'குசவன் பெரும்பானையைத் தந்தான்; அதனாலே நீர் ஏறிற்று' என்ன, அவனை அழைத்துக் கேட்க, அவனும் 'என்னால் வந்ததன்று; ஒரு வேஸ்யை போகவரத் திரிந்தாள்; அவளைப் பார்க்கவே பானை பெருத்தது' என்ன, அவளையழைத்துக் கேட்க, அவளும் 'என்னால் அன்று; வண்ணான் புடவை தராமை யாலே போக வரத் திரிந்தேன்' என்ன, அவனை யழைத்துக் கேட்க, அவனும் 'என்னால் அன்று; துறையில் கல்லிலே ஓர் அமணன் வந்திருந்தான்; அவன் போகவிட்டுத் தப்ப வேண்டியதாயிற்று' என்ன, அந்த அமண னைத் தேடிப் பிடித்துக் கொண்டு வந்து, 'நீயன்றோ இத்தனையும் செய்தாய்; நீ பழிகொடுக்க வேணும்' என்ன, அவனும் மௌனி யாகை யாலே பேசாதிருக்க, என்ன, 'உண்மைக்குத் தரமில்லை என்றிருக்கிறான்; இவனே எல்லாம் செய்தான்' என்று ராஜா அவன் தலையை யரிந்தான்.''

கிழக்கிந்தியக் கம்பெனியார் நம்மை ஆளத் தொடங்கிய போது அவர்கள் ஆட்சியை எதிர்த்துப் பாளையக்காரர்கள் போரிட்டனர். இவர்களுள் ஒருவர் வீரபாண்டிய கட்டபொம்மன்.

போரில் தோற்றுப்போய் புதுக்கோட்டையில் அடைக்கலம் புகுந்திருந்த இவரைக் கைது செய்து கயத்தாறில் தூக்கிலிட்ட

பின்னர் இவர் வணக்கத்திற்கும் போற்றுதலுக்குமுரிய வீரராகி இன்றுவரை மக்கள் மனத்தில் நிலை பெற்றுள்ளார். ஆயினும் இவர் போராடிய காலத்தில் இவரது கட்டுப்பாட்டிலுள்ள படை வீரர்களைத் தவிர சுற்றியுள்ள பகுதிகளில் வாழும் மக்கள் இப்போராட்டத்தில் கலந்து கொள்ளவில்லை. இதற்கான காரணத் தைக் கிழக்கிந்தியக் கம்பெனி ஆவணங்கள் எவையும் நமக்குக் குறிப்பிடவில்லை. ஆனால் நட்டாத்தி, குரும்பூர் பகுதியில் வாழும் நாடார் சாதியினரிடமும் ஆழ்வார் திருநகரி பிராமணர் மற்றும் கோனார் சாதியினரிடமும் வழங்கும் வாய்மொழிக் கதைகள் வழக்கமான குறுநில மன்னர்களின் நடைமுறைகளிலிருந்து கட்டபொம்மன் மாறுபடவில்லை என்பதை உணர்த்துகின்றன. இதனால்தான் கட்டபொம்மனுக்கும் கிழக்கிந்தியக் கம்பெனியின் படைகளுக்கு மிடையே நிகழ்ந்த சண்டையை ஜமீன்தார்களுக் கிடையில் அவ்வப்போது நிகழும் மோதலாகக் கருதினார்கள். விடுதலைப் போராட்டமாக அவர்கள் கருதவில்லை.

ஆங்கிலேயரின் வரவால் இந்தியப் பொருளாதாரத்தில் ஏற்பட்ட முக்கிய மாற்றம் இந்திய விவசாயி, தான் விளைவித்த பொருளுக்கு விலை நிர்ணயம் செய்யும் உரிமையை இழந்ததுதான். இதை மிக எளிதாக நாட்டார் பாடலொன்று,

ஊரான் ஊரான் தோட்டத்திலே
ஒருத்தன் போட்டான் வெள்ளரிக்கா
காசுக்கு ரெண்டு விக்கச் சொல்லி
காகிதம் போட்டான் வெள்ளைக்காரன்

என்று குறிப்பிடுகிறது. சிறுவர்கள் விளையாடும் விளையாட்டில்,

தை தக்கா தை
ஒரு பக்கா நெய்
வெள்ளக்காரன் தலையிலே
விளக்கேத்தி வை

என்று பாடும் பாடல் அடித்தள மக்களிடம் நிலவிய வெள்ளையர் எதிர்ப்புணர்வைக் காட்டுகிறது.

இதுபோன்று வெள்ளையர் ஆட்சி உருவாக்கிய சட்ட மன்றங்கள், மருத்துவமனைகள், காவல்துறை, நீதிமன்றங்கள் ஆகியன குறித்து இந்தியாவின் பல்வேறு மொழிகளில் வழங்கிய பாடல்களும் கதைகளும் மக்களின் எதிர்ப்புணர்வை வெளிப் படுத்தி நிற்கின்றன.

இந்திய சமூகச் சீர்திருத்தவாதிகளின் முயற்சியினால் உருவான பல்வேறு சமூகச் சீர்திருத்தங்களை நம் வரலாற்றுடன் ஏற்று விதவை மறுமணம் ஒரு முற்போக்கான முயற்சி என்பதை நமது தேசிய வாதிகள் எடுத்துக் கூறியுள்ளார்கள். ஆனால் உண்மையில் இவை பெரும்பாலான அடித்தள மக்களிடம் ஏற்கனவே வழக்கிலிருந்த ஒன்றுதான். இத்தகைய சாதியினரை மேட்டிமை சாதியினர் 'அறுத்துக்கட்டும் சாதி' என்று இழிவாக அழைத்து வந்துள்ளனர். ஆங்கிலக் கல்வியைத் தொடக்க நிலையிலே பெற்று அரசு வேலை வாய்ப்புகளில் இடம்பெற்ற மேட்டிமை சாதியினர் தங்கள் சாதிப் பெண்களுக்கு இழைக்கப்பட்ட கொடுமையை மாற்றி அமைக்கும் முறையில் விதவை மறுமணத்தை வரவேற்றனர். கைமைக் கொடுமை களைக் கண்டித்தனர். ஆனால் கைமைக் கொடுமையோ மறுமணத் தடையோ விவாகரத்துத் தடையோ இல்லாதிருந்த அடித்தள மக்கள் பிரிவைச் சார்ந்த பெண்களுக்கு இச்சீர்திருத்தங்கள் தேவை யற்றவை. இச்சமூக உண்மையைப் புரிந்து கொள்ளாமல் பொத்தாம் பொதுவாக மேற்கூறிய சீர்திருத்தங்கள் வாயிலாகத்தான் தமிழ்ச் சமூகப் பெண்கள் அனைவர்க்கும் மணவிலக்கு உரிமையும் மறுமண உரிமையும் கிட்டியதென்று கூறுவது பொருத்தமற்றது.

இதுபோன்றே தமிழ்நாட்டில் அடித்தள மக்கட்பிரிவைச் சார்ந்த பெரும்பாலான சாதியினரின் திருமணச் சடங்குகளை அந்தந்தச் சாதிப் பிரிவுகளிலுள்ள குருக்களோ சாதியத் தலைவர் களோ நடத்தி வந்தனர். ஆனால் பிராமண குருக்களின் துணை கொண்டு திருமணம் நடத்தும்முறை மேட்டிமை சாதியின் விரல் விட்டு எண்ணத்தக்க அளவிலேயே நடந்துள்ளது. ஆயினும் சுயமரியாதை இயக்கம் வருவதற்கு முன்னர் பிராமணர்கள் வாயி லாகவே தமிழர் திருமணம் நிகழ்ந்தது என்ற கருத்து பரவலாக வழக்கிலுள்ளது. ஆனால் எழுதப்படாத வழக்காறுகளின் அடிப் படையை நோக்கினால் இக்கருத்து பொருத்தமற்றது என்பது புலனாகும்.

இவ்வாறு மாற்று வரலாற்றுக்கான தரவுகளாக வாய்மொழி வழக்காறுகளும், சடங்குகளும் அமைகின்றன. இவற்றை நாம் அப்படியே வரலாற்றில் ஏற்றுக் கொள்ள முடியாது என்பதில் ஐயமில்லை. மரபு வழி வரலாற்றுக்கான தரவுகளை எவ்வாறு ஏனைய தரவுகளுடன் ஒப்பிட்டுப் பார்த்து ஒரு முடிவுக்கு வருகிறோமோ அதே போன்று இத்தரவுகளையும் பயன்படுத்தி உண்மையைக் கண்டறியலாம்.

எழுத்தாவணங்களையும் வாய்மொழி வழக்காறுகளையும் இணைத்து இந்நூலில் இடம்பெற்றுள்ள கட்டுரைகள் உருப் பெற்றுள்ளன.

இந்நூலுக்கான தரவுகள் சேகரிப்பில் துணை நின்ற பணி. ச.தே.செல்வராசு அடிகள், அருட்கடல் இறையியலாளர்கள் பணி. ஆரோக்கியதாஸ், பணி. ஆலன், பேரா. ரகு அந்தோனி, முனைவர் ஆறு. ராமநாதன், தோழர். பெகணபதி சுப்பிரமணியன் ஆகியோருக்கு என் நன்றி உரியது.

கையெழுத்துப் பிரதியைத் தயாரித்து உதவிய அன்பு மாணவர் திரு. செ.மாரிமுத்து, திரு. ஜெரார்டுராயன், கணினியாக்கம் செய்து உதவிய திருமதி. உமா வைத்தி மற்றும் செல்வி. அருள் மேரிக்கும் என் நன்றி உரியது. எனது எழுத்துப்பணிகள் அனைத்திலும் ஏதாவது ஒரு வகையில் துணைநிற்கும் முனைவர் மே.து. ராசுமகுமார் (பொதுப் பதிப்பாசிரியர், மக்கள் வெளியீடு, சென்னை), முனைவர் ந.முத்துமோகன் (மதுரை காமராசர் பல்கலைக்கழகம்), முனைவர் நா.இராமச்சந்திரன் (நாட்டார் வழக்காற்றியல் ஆய்வு மையம், பாளையங்கோட்டை), பேராசிரியர் என். வெங்கடாசலம் (வ.உ.சி. கல்லூரி, தூத்துக்குடி), முனைவர் ஆ.இரா. வேங்கடாசலபதி, பணி. பிரான்சிஸ் செயபதி சே.ச. (நாட்டார் வழக்காற்றியல் ஆய்வு மையத்தின் முன்னாள் இயக்குநர்), நாட்டார் வழக்காற்றியல் ஆய்வு மையத்தின் இந்நாள் இயக்குநர் பணி பிரிட்டோ வின்சென்ட் சே.ச., தூத்துக்குடி வ.உ.சி. கல்லூரி முதல்வர் பேராசிரியர் இரா.சூரிய நாராயணன், பேராசிரியர் வ.முத்தையா ஆகியோருக்கும் என் நன்றி உரியது. இந்நூலை சிறப்புறப் பதிப்பித்து உதவிய மக்கள் வெளியீடு உரிமையாளர் திருமதி. வசந்தா ராசுகுமார் அவர்களுக்கும் நன்றி உரியது.

அறிவுத்துறையில் அடியெடுத்துவைத்த நாள்களில் எனக்கு ஆசானாகவும் வழிகாட்டியாகவும் விளங்கிய அன்பு அண்ணாச்சி தொ.மு.சி. ரகுநாதன் அவர்களுக்கு இந்நூலினைக் காணிக்கையாக்கு வதில் மனநிறைவு கொள்கின்றேன்.

ஆ. சிவசுப்பிரமணியன்
'பாரதி'
2F/94 (2/36A), மூன்றாவது குறுக்குத் தெரு
தபால் தந்தி குடியிருப்பு (மேற்கு)
தூத்துக்குடி - 628 008.

இரண்டாம் பதிப்பின்
முன்னுரை

இந்நூலின் முதற்பதிப்பு 2002 இல் வெளியாகி விற்றுத் தீர்ந்து நீண்ட காலமாகியும் மறுபதிப்பு வராதநிலை நீடித்தது. தற்போது சென்னை பாவை பப்ளிகேஷன்ஸ் இரண்டாவது பதிப்பைக் கொண்டு வந்துள்ளது.

நூலில் இடம்பெற்றுள்ள கட்டுரைகளுடன் தொடர்புடைய படங்கள் இப்பதிப்பில் புதிதாக இணைக்கப்பட்டுள்ளன. மராத்தியரின், 'கல்யாண மகால்' 'மங்கள விலாசம்' அரண்மனைகளின் புகைப்படங்களை எடுத்துதவிய பொறியாளர் மோகன சுந்தரம் (த.மு.எ.க.சங்கம்) அவர்களுக்கும், பரதவ சாதித் தலைவர் தொடர்பான படங்களைச் சேகரித்துத்தந்த பேராசிரியர் ரகு அந்தோனி (வ.உ.சி. கல்லூரி) அவர்களுக்கும் என் நன்றி, உரியது. புகைப்படங்களைக் கணினியில் வடிவமைத்த என் மகன் சி. ஆழ்வார், மெய்ப்புப் பார்த்துதவிய பேராசிரியை க.சுப்புலட்சுமி (ஏ.பி.சி. மகாலட்சுமி கல்லூரி), கையெழுத்துப்படியை ஒழுங்கு செய்வதில் துணை நின்ற செல்வி ஞா. மெர்சி ஆகியோருக்கும் என் நன்றி உரியது.

இந்நூலின் இரண்டாம் பதிப்பைக் கொண்டுவருவதில் என்னை விட அதிக ஆர்வம் காட்டியதுடன் அழகுற அச்சிட்டு வெளியிட்டுள்ள பாவை பப்ளிகேஷன்ஸின் பொதுமேலாளர் அன்பிற்குரிய தோழர் ரத்தின சபாபதி அவர்களுக்கும் என் நன்றி உரியது.

ஆ. சிவசுப்பிரமணியன்
'பாரதி'
2F/94 (2/36A), மூன்றாவது குறுக்குத் தெரு
தபால் தந்தி குடியிருப்பு (மேற்கு)
தூத்துக்குடி - 628 008.

என்.சி.பி.எச். முதல் பதிப்பிற்கான

முன்னுரை

இந்நூலின் முதலாம் பதிப்பை மக்கள் வெளியீடும், இரண்டாம், மூன்றாம் பதிப்புகளை பாவை பப்ளிகேஷன்ஸும் வெளியிட்டது. முதற்பதிப்பு வெளியிட்ட அன்புத்தோழர் மே.து. ராசுக்குமாரையும், இரண்டாம் மூன்றாம் பதிப்பை வெளிக்கொணர்ந்த தோழர் தி.ரத்தினசபாபதியையும் இவ்வேளையில் நன்றியுடன் நினைவு கூர்கிறேன்.

இப்போது நான்காம் பதிப்பு வெளிவருகின்றது. இப்பதிப்பில் முந்தைய பதிப்புக்களில் நேர்ந்துவிட்ட பிழைகளைக் களைந்து உள்ளேன். சில புதிய புகைப்படங்களும் இடம்பெற்றுள்ளன. குறிப்பாக, தாது வருடப் பஞ்சம் குறித்த இரு படங்கள் புதிதாக இடம் பெற்றுள்ளன. இலண்டன் நியூஸ் நாளிதழில் வெளியான 1877-இல் சென்னை மாகாணத்தில் பெங்களூர் நகரத்தில் பஞ்சத்தால் பாதிக்கப்பட்ட மக்களைச் சித்தரிக்கும் கோட்டு ஓவியமும், பெல்லாரி மாவட்டத்தில் பிரிட்டிஷ் அரசு நிவாரணப் பணியைச் சித்தரிக்கும் கோட்டோவியம் விக்கிப்பீடியாவிலிருந்து எடுக்கப்பட்டவை. விக்கிப்பீடியாவிற்கு நன்றிகள். இப்பதிப்பின் பதிப்பாசிரியர் போல் செயல்பட்ட அன்புத் தோழரும் ஆய்வாளருமான க.காமராசனுக்கும், உரிய காலத்தில் இந்நூலை நன் முறையில் வெளிக்கொணரத் துணைநின்ற ச.துர்காதேவிக்கும், பனுவல் வடிவமைப்பாளர் விக்னேஷுக்கும், என்.சி.பி.எச். பணியாளருக்கும் நன்றி.

இந்நூலை வெளிக்கொணர்வதில் மிகுந்த ஆர்வம் காட்டிய அன்புத் தோழரும் என்.சி.பி.எச். மேலாண் இயக்குநரும் கவிஞருமான சண்முகம் சரவணனுக்கு என் நன்றி உரியது.

ஆ. சிவசுப்பிரமணியன்
'பாரதி'
2F/94 (2/36A), மூன்றாவது குறுக்குத் தெரு
தபால் தந்தி குடியிருப்பு (மேற்கு)
தூத்துக்குடி - 628 008.

1. வாய்மொழி வழக்காறுகளும் வரலாறும்

மக்களிடம் வழக்கிலுள்ள வழக்காறுகளை (Lore) வாய்மொழி வழக்காறுகள் (Verbal lore) வாய்மொழி சாரா வழக்காறுகள் (Non verbal lore) என நாட்டார் வழக்காற்றியலர் பகுப்பர்.

வாய்மொழியாகக் கூறப்படும் மற்றும் வாய் மொழியாகப் பரவும் வழக்காறுகளே வாய்மொழி வழக்காறுகளாகும்.

1. நாட்டார் பாடல்கள்
2. நாட்டார் கதைப் பாடல்கள்
3. பழமொழிகள்
4. விடுகதைகள்
5. வாய்மொழிக் கதைகள்

ஆகியன வாய்மொழி வழக்காறுகளின் முக்கிய வகைமைகள் (Genres) ஆகும்.

வாய்மொழி மரபுகள்

வாய்மொழி வழக்காறுகளை 'வாய்மொழி மரபுகள்' (Oral Traditions) என்று ஜான் வான்சினா (1961: 19) குறிப்பிடுவார். வாய்மொழியாகக் கூறப்படும் சான்றுகளை வாய்மொழிச் சான்றுகள் என்று குறிப்பிடும் ஜான் வான்சினா அதை

1. கண்ணால் கண்டவர் கூற்று (Eye witness account)
2. வாய்மொழி மரபு (Oral Tradition)
3. வதந்தி (Rumour)

என்று மூவகையாகப் பகுப்பார்.

இவற்றுள் கண்ணால் கண்டவரின் கூற்று வாய்மொழியாகக் கூறப்பட்டாலும் அதை வாய்மொழி மரபாக ஜான் வான்சினா ஏற்றுக் கொள்ளவில்லை.

வாய்மொழி மரபு குறித்தும் அதன் இயல்புகள் குறித்தும் பின்வரும் வரையறைகளை ஜான் வான்சினா குறிப்பிடுகிறார்.

1. எழுத்து வடிவம் பெறாதவை
2. கடந்த காலம் குறித்த செய்திகளை உள்ளடக்கிய வாய் மொழிச் சான்றுகளை (Verbal Testimonism) கொண்டவை.
3. வாய்மொழிச் சான்றுகள் பேசப்படலாம் அல்லது பாடப் படலாம்.
4. எழுத்து வடிவம் பெற்ற அறிக்கைகளில் இருந்து இவை வேறுபடுவதுடன் கடந்த காலத்தை ஆராய பயன்படும் பொருள்களிடமிருந்தும் வேறுபடும்.

இவ்வாறு வரையறை செய்யும் ஜான் வான்சினா (1961: 19) "எல்லா வாய்மொழி ஆதாரங்களும் வாய்மொழி மரபாகி விடாது" என்று குறிப்பிடுகிறார். அவரது கருத்துப்படி ஒரு நிகழ்ச்சியை நேரில் கண்டவர்களது கூற்று வாய்மொழி மரபாகாது. மாறாக ஒரு நிகழ்ச்சியை நேரில் பார்த்திராத ஒருவர் அது குறித்து செவிவழியாக அறிந்த செய்தியைக் கூறும் போதுதான் அது வாய்மொழி மரபாகும்.

வாய்மொழி மரபொன்று உருப்பெற்று அது எழுத்தாவணமாக மாறுவதைப் பின்வரும் வரைபடத்தின் வாயிலாக அவர் விளக்கு கிறார்.

உண்மை அல்லது நிகழ்ச்சி (நோக்கர்) → தொடக்க அல்லது தொன்மைச் சான்று

↓

செய்திப் பரவலின் சங்கிலி → செவி வழிச் செய்தி அல்லது செய்திச் சங்கிலித் தொடரில் ஒரு கண்ணி

↓

இறுதித் தகவலாளர் → கடைசி அல்லது இறுதிச் சான்று

↓

பதிவு செய்பவர் → முதல் எழுத்து ஆவணம்

வாய்மொழி மரபு குறித்த ஜான் வான்சினா தரும் இவ்விளக் கத்தின் மையக் கருத்தாக வாய்மொழிப் பரவல் (Oral transmission)

அமைந்துள்ளது. அதே நேரத்தில் இது எழுத்து வடிவம் பெற்று வரலாற்று ஆவணம் என்ற நிலையையும் அடைகிறது.

வதந்தி

வாய்மொழிச் சான்று வரிசையில் மூன்றாவதாக இடம் பெறும் வதந்தி பழமையைச் சார்ந்ததல்ல. செய்தியைப் போன்று வதந்தியும் நிகழ்காலம் சார்ந்ததாக அமையும்.

ஒரு குறிப்பிட்ட சமுதாயத்தில் அமைதியின்மை மற்றும் பதட்ட நிலை நிலவும் போதும், இக்கட்டான சூழ்நிலைகளின் போதும், வழக்கமான தகவல் சாதனங்கள் தடைபடும் போதும், அவற்றின் நம்பகத் தன்மையில் சந்தேகம் தோன்றும் போதும் வதந்திகள் உருவாகுவதாகக் குறிப்பிடும் ஜான் வான்சினா (1961: 20, 118) மேலும் குறிப்பிடுவர்.

இந்திய வரலாற்றில் வதந்தி

நம் நாட்டின் வரலாற்றிலும் வதந்திகளுக்கு முக்கிய இடம் இருந்துள்ளது. பாரதப் போர்க்களத்தில் அசுவத்தாமன் இறந்ததாகப் பரப்பப்பட்ட வதந்தியும், அதனைத் தருமர் நிரூபித்த முறையும் அனைவரும் அறிந்த ஒன்றுதான்.

1801 ஆம் ஆண்டில் மருது சகோதரர்களும், ஊமைத் துரையும் சங்கரபதிக் காடுகளில் மறைந்து வாழ்ந்த போது அக்காடுகளை அழித்து அவர்களைப் பிடிக்கக் கிழக்கிந்தியக் கம்பெனி வதந்தி ஒன்றைப் பரப்பியது. மருது சகோதரர் மிகுந்த பணத்தைப் பாலை மரப் பொந்துகளில் வைத்திருப்பதாகவும், அம்மரங்களை யார் வேண்டுமானாலும் குத்தகைக்கு எடுத்துப் பணம் சம்பாதிக்கலா மென்றும் கூறினார்கள் (ஆரோக்கியசாமி; 1963; 249 - 50). இதன் விளைவாக சங்கரபதி காடுகள் நம்மவர்களால் அழிக்கப்பட மருது சகோதரர்களைப் பிடிப்பது எளிதானது.

இந்திய தேசிய காங்கிரஸின் தலைவர்களில் ஒருவரான காந்தி மகாத்மாவாக மக்களிடம் உருப்பெற்றதை வெளிப்படுத்தும் வதந்தி களும் (Shahid Amin: 1989: 1 - 61), ப்ளேக் நோய் 1896-1900 ஆண்டுகளில் இந்தியாவில் பரவிய போது வெள்ளை அரசு மேற்கொண்ட ப்ளேக் தடுப்பு முறைகளுக்கு எதிராக உருவான வதந்திகளும் (David Hardiman: 1989: 1 - 54) இந்திய பொதுமக்களிடையே உருவான வதந்திகளுக்கு எடுத்துக்காட்டுகளாகும்.

இன்றும் கூட ஆங்காங்கே மக்கள் நடத்தும் போராட்டங் களின் போது உருவாகும் அல்லது உருவாக்கப்படும் வதந்திகள் போராட்டங்கள் தீவிரமடையவும் திசை மாறவும் காரணமாக அமைகின்றன. வலுவான எதிர்க்கட்சிகளை உடைப்பதற்கும்கூட திட்டமிட்டு பரப்பப்படும் வதந்திகள் துணைபுரிகின்றன.

வாய்மொழி வரலாறு (Oral History)

வாய்மொழி மரபை வரலாற்றுச் சான்றாகப் பயன்படுத்தும் போக்கின் வளர்ச்சி நிலையே வாய்மொழி வரலாறு. கடந்த காலத்தைக் குறித்து நிகழ்காலத்தில் வாழும் மக்களின் நினைவலைகளே வாய்மொழி வரலாற்றின் அடிப்படைத் தரவுகளாக அமைகின்றன. சுகோ (Zhukov) என்பவர், வாய்மொழி வரலாறு என்பதற்குப் பின்வருமாறு விளக்கம் அளிப்பார்.

> ஆவணங்களாகப் பதியப்படாத, வரலாற்று நிகழ்ச்சிகளில் பங்கு கொண்டவர்களின் வாய்மொழிச் சான்றுகளைப் பயன் படுத்துவது வாய்மொழி வரலாறாகும். சுருக்கெழுத்து, ஒலிப் பதிவு ஆகியவற்றின் காரணமாக வாய்மொழி வரலாறானது பல்வேறு வரலாற்றாவணங்களாக மாற்றப்படுகிறது. எழுத்து வடிவம் அல்லாத மொழியினைப் பேசும் மக்களின் வரலாற்றை அறிய வாய்மொழி வரலாறு குறிப்பிடத்தகுந்த முக்கியத்து வத்தைக் கொண்டுள்ளது... வாய்மொழி குறித்த ஆய்வானது தங்களுக்கென ஒரு எழுத்து வடிவம் இல்லாத மக்களுக்கு மட்டும் முக்கியத்துவம் உடையதன்று. உலகின் பல்வேறு நாடுகளிலும் பல எழுத்துச் சான்றுகள் பல்வேறு காரணங் களால் அழிந்து போனதையும் நினைவில் கொள்ள வேண்டும். இவ்வாறு அழிந்து போன சான்றுகள் வாய்மொழியாக நிலைத்து நிற்கும் வாய்ப்புண்டு. இவ்வாறு நிலைத்து நிற்காத சான்றுகளின் சாரம், வாய்மொழியாக வழங்கும் பழமரபுக் கதைகளில் எஞ்சி நிற்பதற்குச் சாத்தியக் கூறுபாடு இருக்கிறது. அதே நேரத்தில் மிகுந்த எச்சரிக்கை உணர்வுடன் ஆய்வாளர்கள் இவற்றைப் பயன்படுத்த வேண்டும் (Zhukov, 1983 192-193).

வாய்மொழி வரலாறு என்பது அரசியல் வரலாறு, சமுதாய வரலாறு, பொருளாதார வரலாறு போன்று வரலாற்றின் ஒரு பிரிவன்று. இது ஒரு வரலாற்று முறையியல் (methodology) ஆகும் (Lummis, 1989: 229) என்ற கருத்து ஒரு பக்கம் இருந்தாலும், வரலாற்று ஆவணப்படுத்தலில் நவீனயுத்தியாக வாய்மொழி வரலாறு இன்று நிலைபெற்றுள்ளது. 'நம் காலத்திய வாய்மொழி

வரலாறு' (Oral History of our Times) என்ற நூலாசிரியரின் கருத்துப் படி 'ஒரு நாட்டின் வரலாறு என்பது பாராளுமன்றத்திலோ போர்க்களங்களிலோ இல்லை. ஆனால் விழா நாட்களிலும் சந்தை நாட்களிலும் மக்கள் தங்களுக்குள் என்ன கூறிக் கொள்கிறார்கள். யாத்திரை போகிறார்கள் என்பதில் இருக்கிறது'.

இவரது சம காலத்தவரான கொலம்பியா பல்கலைக்கழகப் பேராசிரியர் ஆலம் நீவின் என்பவர் 1948 ஆம் ஆண்டில் 'வாய் மொழி வரலாறு' என்ற கலைச் சொல்லை உருவாக்கினார்.

'விஞ்ஞானத் தொழில்நுட்ப வளர்ச்சியின் விளைவாக மக்கள் அதிக அளவில் பயணம் செய்வதும், தொலைபேசியில் பேசுவவதும் நிகழ்கிறது. இது பரவலான தொடர்பு முறையாக ஆனதால் நாட்குறிப்பு எழுதுவதும் கடிதம் எழுதுவதும் மக்களிடையே குறைந்து விட்டது. இவ்விரண்டு முக்கியச் சான்றுகளையும் வரலாற்றியலார் இழந்து விட்டனர். இந்த இழப்பைச் சரிகட்டும் வகையில் ஆற்றல் வாய்ந்த நேர் காண்போர் (interviewers), ஒலிப்பதிவுக் கருவிகளின் துணையுடன் அறிவார்ந்த மக்களின் நினைவலைகளைச் சேகரிக்கச் செய்யலாம்' என்று ஆலன் நீவின் கருதுகிறார் (Kirpalsing, 1985:). ஒரு நிகழ்ச்சியை நேரில் பாத்திராத ஒருவர் செவி வழியாக அறிந்த செய்திகளே வாய்மொழி மரபாகும் என்ற ஜான்வான்சினாவின் கருத்துக்கு நேர் மாறாக ஆலன் நீவினின் இக்கருத்து அமைந்துள்ளது.

ஆலன் நீவினுடன் பணிபுரிந்த லூயிஸ் எம். ஸ்டார் (Louis M. Starr 1917 - 1980) என்பவர், 'ஒலிப்பதிவுக் கருவிகளின் துணை யுடன் திட்டமிட்டு நிகழ்த்திய நேர் காணலின் வாயிலாகத் திரட்டப் பட்டு, பாதுகாக்கத் தகுதியுள்ள தரவுகளைக் கொண்டதாக வாய் மொழி வரலாற்றை வரையறுக்கிறார். அதே நேரத்தில் வாய்மொழி வரலாறு 'ஒரு கருவியைவிட மேலானது ஓர் அறிவுத் துறையை விடக் குறைவானது' (It is more than a tool and less than a discipline) என்றும் மதிப்பிடுகிறார்.

இவ்வாறு ஒரு முறையியலாகவும், கருவியாகவும் அறிவுத் துறையாகவும் காட்சியளிக்கும் வாய்மொழி வரலாறு பின்வரும் உண்மைகளை அறிந்துகொள்ளத் துணைபுரிகிறது.

1. வரலாற்றாவணங்கள் புறக்கணித்த அல்லது அவற்றில் இடம்பெறாத செய்திகளை அறிய,
2. வரலாற்றாவணங்களின் ஒரு பக்கச் சார்பான செய்தி களுக்கு மாறான செய்திகளை அறிந்துகொள்ள

3. ஒரு குறிப்பிட்ட வரலாற்று நிகழ்ச்சிகளின் மன உணர்வு களை அறிய,
4. வரலாற்று நாயகர்களின் செயல்பாடுகள் மற்றும் குணாம் சங்கள் தொடர்பான எதிர்மறையான செய்திகளையும் அறியத் துணைபுரிகிறது.

வாய்மொழி வரலாற்று முறையியல்

வரலாறு என்ற அறிவியல் துறையில் கல்வெட்டு, செப்பேடு, வெளி நாட்டார் பயணக் குறிப்புகள், தொல்பொருள் ஆய்வுச் சான்றுகள், நாணயவியல் ஆகியன வரலாற்றை எழுத உதவும் அடிப்படைத் தரவுகளாக அமைகின்றன. இச்சான்றுகள் வரிசை யில் வாய்மொழி மரபும் இணைகிறது.

வாய்மொழியாக வழங்கும் தரவுகளைப் பயன்படுத்தி வரலாறு எழுதும் முறை மிகவும் பழமையான ஒன்று. ஏதென்ஸ் மற்றும் ஸ்பார்ட்டா குடியரசுகளுக்கிடையே கி.மு. 431 தொடங்கி கி.மு. 404 முடிய நிகழ்ந்த பெலப்பனீசிய போர் குறித்து தூஸிடைஸ் என்ற கிரேக்க வரலாற்று ஆசிரியர் 'பெலப்பனீசிய போர் வரலாறு, என்ற நூலை எழுதியுள்ளார். அந்நூலை எழுதுவதற்கு வாய்மொழிச் சான்றுகளைப் பயன்படுத்தியுள்ளதைக் குறிப்பிட்டுள்ளார்:

> நான் நேரில் பார்த்ததிலிருந்தும் பிறர் பார்த்ததாக நான் அறிந்ததிலிருந்துமே அது எழுதப்படுகிறது. மேலும் அது பல கடுமையான சோதனைகளுக்கு உட்படுத்தப்பட்டு அதன் உண்மை அறியப்படுகிறது.
>
> போர் நிகழ்ச்சிகளை நேரில் கண்ட பலர் ஒரே நிகழ்ச்சியைப் பற்றித் தருகின்ற குறிப்புகள் அவர்கள் மறதியின் காரண மாகவும், ஒரு கட்சியின் சார்பின் காரணமாகவும் ஒன்றுக் கொன்று வேறுபடுவதால் அவற்றை ஆராய்ந்து சரியான முடிவுக்கு வருவதில் எனக்குச் சிறிது தாமதம் ஏற்பட்டது (தூஸிடைஸ் : 1960: 22).

அவரது இக்கூற்றில் வாய்மொழி மரபுகளைக் கேட்டறிந்து அவற்றை ஆராய்ந்து எழுதியுள்ளதை வெளிப்படுத்தியுள்ளார். 'வரலாற்றின் தந்தை' எனப்படும் ஹிரோடாட்டசும் (Herodotus) வாய்மொழிச் சான்றுகளைப் பயன்படுத்தியுள்ளார்.

இச்சான்றுகளை ஹிரோடாட்டஸ் விமர்சனமின்றி பயன் படுத்தவில்லை என்று கூறும் காலிங்உட் கிரேக்கர்களிடம் நிலவிய

பின்வரும் நடைமுறைக்கு அவர் விதிவிலக்கல்ல என்கிறார். அவர் கருத்துப்படி:

> கிரேக்கர்கள் அனைவர்க்கும் நீதிமன்ற நடைமுறைகளில் நல்ல பயிற்சி உண்டு. நீதிமன்ற சாட்சிகளின் கூற்றுக்களை விமர்சனத் தன்மையுடன் பார்ப்பது போன்றே வரலாற்றுச் சான்றுகளையும் பார்ப்பதில் ஒரு கிரேக்கனுக்குச் சிரமம் எதுவுமில்லை.

கி. பி. 12 ஆவது நூற்றாண்டில் இந்தியாவில் வாழ்ந்த கல்கனன் என்ற வரலாற்றாசிரியர் 'ராஜதரங்கிணி' என்ற நூலை எழுதி யுள்ளார். சுல்தான்கள் ஆட்சிக் காலத்திற்கு முந்திய மத்தியக் கால வரலாற்றைக் கூறும் இந்நூலில் புராணங்கள் மற்றும் வாய்மொழி மரபுகளை வரலாற்றுத் தரவுகளாக அவர் பயன்படுத்தியுள்ளார்.

ஆட்சி புரிந்த அரசர்கள், குறுநில மன்னர்கள், ஜமீன்தார்கள் அவர்களைச் சுற்றியிருந்த அமைச்சர்கள், தளபதிகள் மற்றும் இவர்களைச் சார்ந்திருந்த கவிஞர்கள், மத குருக்கள், கலைஞர்கள் ஆகியோரை மையமாகக் கொண்டு எழுதப்பட்ட மரபு வழி வரலாறு இன்று காலம் கடந்ததாகி விட்டது. மையத்தை விட்டு விலகி விளிம்பு நிலையினரைக் குறித்து எழுதப்படும் வரலாறு இன்று உருப்பெற்றுள்ளது.

மேட்டிமையோரால் உருவாக்கப்பட்ட கல்வெட்டுக்கள், பட்டயங்கள், நாணயங்கள், இலக்கியங்கள் ஆகியனவற்றில் விளிம்பு நிலையினர் அல்லது அடித்தள மக்களைக் குறித்த செய்திகளைக் குறிப்பிடத்தக்க வகையில் கண்டறிய முடியாது. எனவே மக்களிட மிருந்தே மக்கள் வரலாற்றுக்கான சான்றுகளை நாம் திரட்ட வேண்டும். ஓலைச் சுவடிகள், ஆவணக் காப்பகத்தில் உள்ள ஒரு துண்டுக் கடிதம் ஆகியன வரலாற்று ஆவணமாக ஏற்கப்படுவது போல் கர்ண பரம்பரையாகக் கூறப்படும் கதை - பழமொழி - பாடல் ஆகியனவும் வரலாற்று ஆவணமாக ஏற்றுக் கொள்ளப்பட வேண்டும்.

இதுவரை எழுதப்பட்ட வரலாறுகள் அனைத்தும் ஆளுவோரின் வரலாறாகும். ஆளுவோர் உருவாக்கிய இத்தரவுகளின் அடிப் படையில் உருவாகும் வரலாறுகள் சாதாரணப் பொதுமக்களின் வரலாற்றை எடுத்துரைப்பதில்லை. இந்நிலையில் பின்வரும் வினாக் களுக்கு விடை காண வேண்டிய அவசியம் ஏற்பட்டிருக்கிறது.

1. ஒரு குறிப்பிட்ட காலக்கட்டத்தில் ஒடுக்குமுறைக்கு ஆளான சமூகம் அல்லது இனத்தின் வரலாற்றை எப்படி எழுதப் போகிறோம்?

2. தனக்கென அதிகாரப் பூர்வமான, மரபு வழிப்பட்ட ஆவணங்கள் இல்லாமல் போன ஒரு குழுவின் வரலாற்றை எவ்வாறு எழுதப் போகிறோம்? ஆவணங்கள் இல்லை யென்ற ஒரே காரணத்திற்காக ஓர் இனத்தின் வரலாற்றைப் புறக்கணித்து விட முடியுமா?

இக்கேள்விகளுக்கு விடை காண நம் மரபு வழி வரலாற் றாய்வுகள் தவறி விட்ட நிலையில், இரண்டாம் உலகப் போருக்குப் பின்னர் ஜனநாயகவாதிகள் பலரும் இவ்வினாக்களுக்கு விடை காணும் முயற்சியில் ஈடுபட்டனர். இதன் முதற் கட்டமாக இதுவரை வரலாற்றில் இடம்பெறாத அடித்தள சமூகக் குழுக்கள் மற்றும் வர்க்கங்களின் பட்டியல் ஒன்று உருவாக்கப்பட்டது. இதில்,

1. முன்னாள் அடிமைகள்
2. பாட்டாளிகள்
3. சிறைக் கைதிகள்
4. பெண்கள்

போன்றோர் இடம்பெற்றனர்.

இதன் பின்னர் நடந்த கலந்துரையாடலின் அடிப்படையில் 1970-இல் 'அடித்தளத்திலிருந்து வரலாறு' (History from the Below) என்ற கருத்தாக்கம் தோன்றியது. 1970-லும் 1980-லும் பன்முகப் பண்பாடு குறித்து நிகழ்ந்த விவாதங்களின் அடிப்படையில்,

1. இனக்குழுக்கள்
2. தொல் குடிகள்
3. குழந்தைகள்
4. முதியோர்
5. லெஸ்பியன்கள் (ஒரு பாலுறவு)

ஆகியோர் இப்பட்டியலில் சேர்க்கப்பட்டார்கள். இது 'சிறுபான்மை யினர் வரலாற்றியல்' எனப்பட்டது. இதன் மூலம் ஒரு நாட்டின் கடந்த காலம் குறித்த அதிகாரப் பூர்வமான வரலாறுகள் கேள்விக் குள்ளாக்கப்பட்டன (Dipesh Chakrabarty 1998: 473).

பன்முகத் தன்மை வாய்ந்த பண்பாடுகளையும், தேசிய இனங் களையும், மதங்களையும், சாதிகளையும் கொண்ட இந்திய நாட்டில் ஒற்றைத் தன்மை வாய்ந்த வரலாற்றுப் போக்கே நிலவி வந்த

நிலையில் 'அடித்தளத்திலிருந்தே வரலாறு' என்ற வரலாற்று அணுகுமுறை தாக்கத்தை ஏற்படுத்தியது. இதன் விளைவாக 1980-களின் தொடக்கத்தில் 'அடித்தள மக்களின் வரலாற்றாய்வு' என்ற கருத்தாக்கம் உருவாகியது. அடித்தளத்திலிருந்து வரலாறு என்பதை முன்னிலைப்படுத்தி இந்திய வரலாறு குறித்த கட்டுரைகள் அடங்கிய தொகுப்பு வரிசையை ரணஜித் குஹா உருவாக்கினார்.

அடித்தள மக்கள் பிரிவின் வரலாற்றை எழுதும் பொழுது மரபு வழிச் சான்றுகள் ஓரளவிற்கே கிட்டுகின்றன. ஏனெனில் பண்பாட்டு அடையாளங்கள் பறிக்கப்பட்டும், மறுக்கப்பட்டும் வாழந்த ஒரு குழுவானது, வரலாற்றுச் சான்றுகளைக் கொண்டிருக்க இயலாது. அதே நேரத்தில் ஒரு குழு அல்லது குலம் குறிப்பிட்ட ஒரு நிலப் பரப்பில் பல்வேறு இடங்களில் பரவி வாழ்ந்தால் ஓரிடத்தில் கிட்டாத சான்றுகள் மற்றொரு இடத்தில் கிட்டும் வாய்ப்பு உண்டு. மேலும் ஒரு சமூகத்தின் தொன்மை, தொழில், பண்பாடு ஆகியன குறித்த தரவுகளை வாய்மொழி வழக்காறுகள் கொண்டுள்ளன. ஓர் இனத்தின் வரலாறும் வாய்மொழி வழக்காறுகளை உள்ளடக்கிய நாட்டார் வழக்காறும் ஒன்றோடொன்று நெருங்கிய பிணைப்பைக் கொண்டவை. சுருங்கக் கூறின் இன வரலாற்றின் (Ethno History) ஓர் அங்கம் நாட்டார் வழக்காறுதான். இவையிரண்டும் ஒன்றை யொன்று பிரிக்க முடியாதவாறு பின்னிப் பிணைந்துள்ளன. ஓர் இனத்தின் வாய்மொழி வழக்காறுகளிலும், சடங்குகளிலும், பழக்க வழக்கங்கள் மற்றும் தட்டு முட்டுச் சாமான்களிலும் அதன் சமூகப் பண்பாட்டு வரலாற்றுக்கானச் சான்றுகள் காணப்படுகின்றன.

மார்க் பிளாங்க்ஸ் (1886 - 1944) என்ற பிரெஞ்ச் வரலாற்றியலர் குறுக்கு விசாரணை - பகுப்பாராய்ச்சி - ஒப்பிடுதல் என்ற மூன்றும் வரலாற்றாசிரியனது தொழில் என்று கூறிவிட்டு, ஆவணம் என்பது ஒரு சாட்சி. மனித சாட்சிகளைப் போன்று கேள்விகள் கேட்டால் தான் ஆவணமும் பேசும். குறுக்கு விசாரணை செய்வதே வரலாற்றா சிரியனது முக்கியமான தொழில்" என்று வலியுறுத்தியுள்ளார். மரபு வழியான வரலாற்று ஆவணங்களை வரலாற்றியலர் ஆய்வுக்கு உட்படுத்தாது அப்படியே ஏற்றுக் கொள்வதில்லை. மார்க் பிளாங்ஸ் கூறுவது போல நமக்குக் கிடைக்கும் பலவகைச் சான்றுகளும், கச்சாப் பொருட்கள் போன்றவை.

இக்கச்சாப் பொருட்களில் ஒன்றாகவே வாய்மொழி வழக்காறு கள் அமைகின்றன. ஆனால் நமது மரபு வழி வரலாற்றறிஞர்கள் வாய்மொழி வழக்காறுகளைக் கச்சாப் பொருளாக ஏற்றுக்

கொள்ள மறுக்கிறார்கள். அடித்தளத்தில் இருந்து வரலாறு (History from the Below), அடித்தள மக்கள் வரலாறு (Subaltern Studies), புதிய வரலாறு (New History) என்ற வரலாற்றுப் பள்ளிகள் வாய்மொழி வழக்காறுகளைப் புறக்கணிக்காது ஏற்றுக் கொண்டுள்ளன. வரலாற்று நிகழ்வுகளில் பொதுமக்களை வெறும் பார்வையாளராக மட்டும் சித்தரிக்கும் போக்கிலிருந்து விலகி அவர்களது வாழ்க்கையின் பன்முகங்களை வரலாற்றுக் கருப்பொருளாகக் கொள்ளும் இப்புதிய வரலாற்றுப் பள்ளியினர் வாய்மொழிச் சான்றுகளைக் குறிப்பிடத்தக்க அளவில் சான்றுகளாகப் பயன்படுத்துகின்றனர். அதே நேரத்தில் அவற்றை விமர்சனமின்றி ஏற்றுக் கொள்வதுமில்லை.

வழக்கின் வெற்றியை நோக்கமாகக் கொண்டு வழக்கறிஞரால் பயிற்சியளிக்கப்பட்ட ஒருவர் நீதிமன்றத்தில் வாய்மொழியாக அளித்த சாட்சியம் எழுத்து வடிவில் பதிவு செய்யப்பட்டு நீதிமன்ற ஆவணம் என்ற மதிப்பைப் பெறுகிறது. பின்னர் அது வரலாற்றாவணமாகவும் ஏற்றுக் கொள்ளப்படுகிறது. இது போன்றே ஒருவர் வாய்மொழியாகக் கூறும் வழக்காறும் எழுத்து வடிவில் பதிவு செய்யப்பட்டுப் பனுவலாக (Text) மாறுகிறது. இப்பனுவலுக்கும் வரலாற்று ஆவணம் என்ற மதிப்பும் உண்டு. ஆவணம் என்று அழைக்கப்படுவதன் காரணமாக அனைத்து ஆவணங்களும் அப்படியே வரலாற்றுச் சான்றுகளாக ஏற்றுக் கொள்ளப்படுவதில்லை. அவற்றின் நம்பகத்தன்மை ஆய்வுக்கு உட்படுத்தப்பட்டு உறுதி செய்யப்பட்ட பின்னரே அது ஏற்றுக் கொள்ளப்படுகிறது. இவ்விதி வாய்மொழி வழக்காறுகளுக்கும் பொருந்தும்.

மரபு வழி வரலாற்று வரைவில் எவ்வாறு பல்வேறு சான்றுகளை ஒன்றுடன் ஒன்று பொருத்திப் பார்த்து ஒரு முடிவுக்கு வருகிறோமோ அதே போன்று வாய்மொழிச் சான்றுகளையும் பயன்படுத்த முடியும்.

இதற்குச் சான்றாகப் பச்சை மலை மலையாளிகளின் இன வரலாறு குறித்த மகேஸ்வரனின் கட்டுரையும் (ஆராய்ச்சி 6:4), கோவைப் பகுதி இருளர்கள் குறித்த செல்லப்பெருமாளின் கட்டுரையும் அமைகின்றன.

திருச்சி மாவட்டத்தின் வடபுறமுள்ள பச்சை மலையில் 'பச்சை மலை மலையாளிகள்' என்ற ஆதிவாசிகள் வாழ்கின்றனர். இவர்களின் தோற்றம் குறித்து இவர்களிடையே வழங்கும் பழமரபுக் கதைகளின் ஏழு வடிவங்களில் இடம்பெறும் மையக் கருத்தின்

துணையோடு இவர்களின் இன வரலாற்றை மகேஸ்வரன் *(1991: 228-35)* மீட்டுருவாக்கம் செய்துள்ளார். அதன்படி காஞ்சிபுரத்திலிருந்து வந்த 'காராள வெள்ளாளர்' பச்சை மலையில் வாழ்ந்து வந்த வேடுவர்களை அழித்து வேடுவர் பெண்களை மணந்து கொண்டு அங்கேயே தங்கினர். அவர்களது வழித் தோன்றல்களே இன்றையப் பச்சைமலை மலையாளிகள். எனவே இவர்கள் தொல் பழங்குடிகள் (Aborigianl Tribes) அல்லர். மேற்கூறிய பழமரபுக் கதையின் ஏழு வடிவங்களை மட்டும் முற்றிலும் நம்பி அவர் இம்முடிவுக்கு வரவில்லை. அக்கதைகளில் இடம்பெறும் பல கதைக்கூறுகளை அவர் ஒதுக்கியுள்ளார். ஆயினும் அக்கதைகளின் மையக் கருத்தை உறுதி செய்ய அவர்களின் வாழ்க்கை வட்டச் சடங்குகள் உணவு பரிமாறும் முறை தொல்பொருள் சான்றுகள் ஆகியவற்றைப் பயன்படுத்தியுள்ளனர்.

இது போன்றே கோவை மாவட்டத்தின் மலைப் பகுதியில் வாழும் இருளர்கள் சமவெளிப் பகுதியிலிருந்து இடம்பெயர்ந்து வந்தவர்கள் என்ற கருத்தை, செல்லப்பெருமாள் *(1991: 13-17)* நிறுவியுள்ளார். இருளர்களின் இடப்பெயர்ச்சியைக் குறிப்பிடும் பழமரபுக் கதை ஒன்றை எடுத்துக் கொண்டு அக்கதை நிகழ்வு களுடன் தொடர் புடைய அவர்களின் பழக்க வழக்கங்கள், நம்பிக் கைகள் ஆகிய வற்றின் துணையோடும் கொங்கு வெள்ளாளர் களிடம் வழங்கும் ஒரு மரபுக் கதையோடு ஒப்பிட்டும் இம்முடிவுக்கு வருகிறார்.

கேரள மாநிலத்தின் பாலக்காடு பகுதியில் வாழும் மன்னாடி யார் என்னும் சாதியின் இனவரலாறு குறித்த ராசுவின் *(1985)* ஆய்வும் குறிப்பிடத்தக்க ஒன்றாகும். எம்.ஜி.ஆர் தமிழர் என்று நிறுவுவதை அடிப்படை நோக்கமாகக் கொண்டு அவரது ஆய்வு அமைந்த காரணத்தால் அதை ஆய்வுலகம் கண்டு கொள்ளாமல் விட்டு விட்டது. அவரது ஆய்வு நோக்கத்தை ஒதுக்கிவிட்டுப் பார்த்தோ மானால் கொங்கு நாட்டிலிருந்து இடம்பெயர்ந்து சென்ற கொங்கு வேளாளரே மன்னாடிகள் என்ற பெயரில் வாழ்ந்து வருகிறார்கள் என்ற உண்மையை நாட்டார் வழக்காறுகள் மற்றும் பிற வரலாற்றுச் சான்றுகளின் துணையுடன் அவர் நன்கு நிறுவியுள்ளதை அறிய முடியும். மன்னாடிகளின் இடப்பெயர்ச்சி குறித்து அவர்களிடையே வழங்கும் செய்திகள், அவர்களின் வாழ்க்கை வட்டச் சடங்குகள் - பட்டப் பெயர்கள் - வழிபடும் தெய்வங்கள் - ஊர்ப் பெயர்கள் - பழக்க வழக்கங்கள் ஆகியனவற்றைத் தமது ஆய்வுக்குப் பொருத்த மாகப் பயன்படுத்தியுள்ளார். தமிழ்நாட்டு மக்கள் பிரிவொன்று

இடம்பெயர்ந்து மலையாளம் பேசும் பகுதியில் குடியேறி பல தலைமுறைகள் கடந்த பின்னரும் அது தனது பாரம்பரிய அடையாளங்களைத் தக்க வைத்துக் கொண்டுள்ளதை ராசுவின் ஆய்வு வெளிப்படுத்துகிறது.

எழுத்து வடிவிலான ஆவணங்களுடன் மட்டுமின்றி நாட்டார் வழக்காற்றியலின் பல்வேறு வகைமைகளுடனும் (அவை வாய் மொழி சாராதவையாக இருந்தாலும் கூட) அவற்றை பொருத்தியும் ஒப்பிட்டும் பார்த்து சில முடிவுகளுக்கு வர முடியும்.

மேலும் சில நேரங்களில் வேறு ஆவணங்கள் கிட்டாத நிலையில் வாய்மொழி வழக்காறுகளை மட்டுமே பயன்படுத்தி சில முடிவுகளுக்கு நாம் வர நேரிடலாம். சில நேரங்களில் வரலாற்றாய்வு முழுமை பெற வாய்மொழிச் சான்றுகள் அவசியம் தேவைப்படு கின்றன. சான்றாக ஆவணங்களின் துணையுடன் மட்டும் எழுதப் படும் சிறைச்சாலை அல்லது ஒரு தொழிற்சாலையின் வரலாறு முழுமையான வரலாறாகாது. சிறைச் சாலையில் வாழ்ந்த கைதி களிடமும் தொழிற்சாலையில் பணிபுரியும் தொழிலாளர்களிடமும் அவர்கள் கேட்டறிந்த பட்டறிந்த செய்திகளைப் பதிவு செய்து உருவாக்கப்பட்ட ஆவணங்களைப் பயன்படுத்தும்போதுதான் மேற்கூறிய நிறுவனங்களைக் குறித்த வரலாறு முழுமை பெறும்.

சான்றாக - தமிழ்நாட்டில் பழமையான நூற்பாலைகளில் ஒன்றான கோரல்மில் (தற்போது மதுரை கோட்ஸ்) குறித்த நாட்டார் பாடல்களைக் குறிப்பிடலாம். 1888 - ஆம் ஆண்டில், ஆண்டு ஹார்வி, பிராங் ஹார்வி என்ற வெள்ளையர்களால் உருவாக்கப் பட்ட இவ்வாலையின் ஆவணங்களும், அரசின் ஆவணங்களும் கூறாத செய்தியை இங்குப் பணியாற்றிய தொழிலாளர்களிடம் வழங்கிய பாடல்கள் கூறுகின்றன.

எந்திரங்கள் நூல் நூற்கும் பொழுது நூலில் பஞ்சு திரட்சியாக சில வேளைகளில் ஒட்டிக் கொள்ளும். அவ்வாறு நிகழ்வதனை அண்டி விழுதல் என்று கூறுவார்கள். எந்திரத்துடன் எந்திரமாக மணிக்கணக்கில் நின்று கொண்டிருக்கும் தொழிலாளி ஒரு வினாடி கண்ணைத் திருப்பிவிட்டாலும், அண்டி விழுவதைத் தடுக்க முடியாது போய்விடும். சூசை முத்து என்ற மேற்பார்வையாளன் இதற்காகத் தெங்கமலம் என்ற பெண் தொழிலாளியை அடிப்பதை யும் அடி பொறுக்க முடியாது எதிரில் இருக்கும் கடற்கரைக்கு அப்பெண் தொழிலாளி ஓடிச் செல்வதையும் ஒரு நாட்டார் பாடல் இவ்வாறு சித்தரிக்கிறது.

அண்டி விழுகுதுண்ணு
அடிக்கிறானே சூசைமுத்து
அடிபொறுக்க முடியாமலே
ஓடுறாளே தெங்கமலம் கடற்கரைக்கு

துரை (வெள்ளையன்) வருவதை எச்சரித்துத் தொழிலாளர் பாடிய பாடல்:

தொங்கலில்* வாரான் தொரை
தள்ளிப்போ மூணு அடி
கிட்டப் போனா எட்டி
உதைப்பான் மூணு நாளு (சிவசுப்பிரமணியன் 1980)

வெள்ளையர்களுக்கு உரிமையான மலைத் தோட்டங்களில் பணி புரியக் கடல் கடந்து சென்ற தமிழ்ப் பெண்கள் மீது வெள்ளையர்கள் நிகழ்த்திய பாலியல் வன்முறையை ஆங்கில அரசின் ஆவணங்கள் பதிவு செய்யவில்லை. ஆனால் நாட்டார் பாடல்கள் இதைப் பதிவு செய்துள்ளன. எடுத்துக்காட்டாக பர்மா (மியான்மர்) நாட்டிற்குத் தோட்டத் தொழிலாளியாகச் சென்று திரும்பிய பெண் ஒருத்தி பாடிய பாடலில் இடம்பெற்றுள்ள பின்வரும் பகுதிகளைக் கூறலாம்.

ராத்திரி வேலைக்கு ராச்சம் பளம் வேறே
ராசா என் டங்கன்துரை
சேத்துக் கொடுத்தாலும் சேட்டை பண்ணுவாரே
சின்னப் பெண்ணைக் கண்டுட்டால்

காலுச்சட்டைப்போட்டுக் கையை உள்ளே விட்டுக்
கண்ணை நல்லாச் சிமிட்டிக்
காங்காணிமாரைத்தான் கைக்குள்ளேதான் போட்டுக்
காசுகளை யிறைச்சு

காடுண்ணு மில்லை மேடுண்ணு மில்லை
வீடுண்ணும் இல்லையம்மா
கண்ட இடமெல்லாம் கண்ட கண்ட பொண்ணைக்
கையைப் பிடிச்சிழுப்பார்

இவ்வாறு வாய்மொழி வழக்காறுகள் வரலாற்றுச் செய்தி களைக் கூறினாலும் போலி வரலாற்று ஆவணங்கள் போல், போலி வாய்மொழி வழக்காறுகளும் உண்டு என்பதையும் நாம் கவனத்தில் கொள்ள வேண்டும். மேலும் தகவலாளர்களின் சார்பு நிலையையும் கணக்கில் கொள்ள வேண்டும்.

★ தொங்கலில் - தூரத்தில், தொலைவில்

பேச்சு, சரித்திரம் என்ற பல பொருள் தரும் 'ஹதீஸ்' அல்லது 'ஹதீது' என்ற அரபிச் சொல் ஒன்றுண்டு. முகமது நபி வாழ்ந்த காலத்தில் கூறிய வசனங்களையும் வழங்கிய தீர்ப்புகளையும் குறிப்பிடும் நூலுக்கு 'ஹதீஸ்' என்று பெயர். இஸ்லாமிய சமயத்தில் குரானுக்கு அடுத்த நிலை ஹதீசுக்கு உண்டு. நபிகள் நாயகம் இறந்த பின்னரே ஹதீஸ் தொகுக்கப்பட்டது. நபிகள் நாயகம் தீர்ப்பு வழங்கும் போதும் உரையாற்றும் போதும் நேரடியாகக் கேட்டவர் களைச் சந்தித்து அவர்கள் கூறிய வாய்மொழிச் செய்தியின் அடிப்படையிலேயே ஹதீஸ் உருவாக்கப்பட்டது. இம்முயற்சியில் ஈடுபட்டவர்கள் அறுவர். இத்தொகுப்பு முயற்சியில் அவர்கள் மேற் கொண்ட எச்சரிக்கை உணர்விற்கு எடுத்துக்காட்டாக ஒரு செய்தியை இசுலாமியர்கள் குறிப்பிடுவார்கள். அறுவருள் ஒருவரான இமாம் புகாரி வாழ்வில் நிகழ்ந்ததாகப் பின்வரும் செய்தி கூறப்படுகிறது:

> நூற்றுக்கணக்கான மைல்கள் தூரமுள்ள ஓர் ஊரில் ஹதீஸ் தெரிந்த பக்திமான் இருப்பதாகக் கேள்விப்பட்டு, இமாம் புகாரி அவர்கள், அந்த ஊருக்குச் சென்று அவரைச் சந்தித் தார்கள். அப்போது அவருடைய குதிரை, கொஞ்சத் தூரத்திற் கப்பால் மேய்ந்து கொண்டிருந்தது. அவர் குதிரைக்குத் தீனி போட்டுக் கொடுக்கும் பையைக் காட்டிக் குதிரையைச் சைக்கினையால் (சைகையால்) கூப்பிட்டார். குதிரை சமீபமாக வந்ததும், அவர் தீனி கொடுக்கவில்லை என்பதும், பை வெறும் பை என்பதும் இமாம் புகாரி அவர்களுக்குத் தெரிந்து, அவர் உண்மையானவர் அல்லர் என்று தீர்மானித்து, அவருடன் ஒரு வார்த்தை கூடப் பேசாமல் உடனேயே திரும்பி விட்டார்கள் (முஹம்மத் சாஹிப் 1949: 417 - 418).

வாய்மொழி வழக்காறுகளைச் சேகரிக்கும் பொழுது இத்தகைய கறார் நிலையை மேற்கொள்ளாவிட்டாலும் வழக்காறுகளைக் கூறுபவர்களின் சமூகச் சார்பு நிலையை ஓரளவுக்காவது கண்டறிவது அவசியம். ஏனெனில் அவரது சமூகச் சார்பு அவர் கூறும் வழக்காறு களில் தாக்கத்தை ஏற்படுத்தும் சாத்தியமுண்டு.

பழமரபுக் கதைகளும் வரலாறும்

வாய்மொழிக் கதைகளை அவற்றின் அமைப்பு - உள்ளடக்கம் மற்றும் பண்பாட்டின் அடிப்படையில் பல்வேறு வகைமைகளாகப் பகுப்பர். இவ் வகைமைகளுள் ஒன்றே பழமரபுக் கதைகள் (legends)

அண்மைப் பழங்காலத்தில் நிகழ்ந்த உண்மையான நிகழ்ச்சி களையோ, கற்பனையான நிகழ்ச்சிகளையோ கருப்பொருளாகக் கொண்டு, மக்கள் கூறும் கதைகளே பழமரபுக் கதைகளாகும். இக்கதைகளின் முக்கியப் பாத்திரங்கள் மனிதர்களே என்றாலும் பேய்கள், இறந்து உயிர்த்தெழுந்தவர்கள், தெய்வங்கள், புனிதர்கள் ஆகியோரும் இதில் இடம்பெறுவர். இக்கதைகள் நிகழ்ந்த இடங்கள் இவ்வுலகமாகவே அமையும். இக்கதைகளை உண்மையானது என்று நம்பினாலும் இவை அனைத்தையும் புராணக் கதைகள் போல் புனிதமானதாகக் கருதுவதில்லை. பல கதைகளைச் சாதாரணமான தாகவே கருதுகின்றனர்.

கிரீம் சகோதரர்களின் கருத்துப்படி, இன்னாரென்று சுட்டிக் காட்டப்படும் (உண்மையான அல்லது கற்பனையான) ஒரு மனிதனைக் குறித்தோ ஒரு நிகழ்ச்சியைக் குறித்தோ அல்லது வரையறுக்கப்பட்ட இடத்தைக் குறித்தோ கூறப்படும் கதையே பழமரபுக் கதையாகும். இது உண்மையென்று மக்கள் நம்பு கிறார்கள்.

கிரீம் சகோதரர்களின் இவ்வரையறையில் மூன்று முக்கிய உண்மைகள் உள்ளதாக ஹெடாஜேஸன் (134) விளக்கமளித்துள்ளார்.

1. பழமரபுக் கதையில் இடம் பெறும் வரலாற்றுக் காலமானது கதை கூறுபவரின் கருத்துக்கு ஏற்ப இசைந்து வருகிறது.

    அ. உறுதியான ஒரு வரலாற்று நிகழ்ச்சியுடன் (உண்மை யான அல்லது கற்பனையான) தொடர்புபடுத்தப்படுகிறது.

    ஆ. பெயர் சுட்டிக் கூறப்படும் (உண்மையான அல்லது கற்பனையான) பாத்திரமான ஒரு குறிப்பிட்ட மனிதருடன் பழமரபுக் கதை தொடர்புபடுத்தப்படுகிறது.

2. புவியியல் தளம் குறித்த கதை கூறுபவரின் கருத்துடன் பழ மரபுக் கதை பொருந்தி நிற்கும். அதாவது ஒரு குறிப்பிட்ட இடத்துடன் தொடர்புபடுத்தப்படும்.

3. இயற்கை பிறழ்ந்த நிகழ்ச்சிகள் இடம்பெற்றாலும் பழ மரபுக் கதையானது உண்மையான கதையாகும். அதைக் கேட்பவர்கள் அதை உண்மையென்று நம்புகிறார்கள். கதை கூறுபவர்களும் கேட்பவர்களும், நடைமுறை உலகத் துடன் தொடர்புடையதாய்ப் பழமரபுக் கதையை மதிக் கிறார்கள்.

இப்பண்புகளின் காரணமாகப் பழமரபுக் கதை வரலாற்றுடன் நெருக்கமாகிறது. கோந்த்ரதோவ் (1981: 11) கூற்றுப்படி:

> பல்வேறு மக்கட் பகுதியினரிடை வழங்கிய புராணக் கதைகள், கிராமியக் கதைகள், கற்பனைக் கதைகள் இவற்றிலிருந்து கற்பனை, பொய் இவற்றை நீக்கி வடித்தெடுப்போமானால் காலத்தை மறைத்து நிற்கும் திரை ஊடே வரலாற்று நிகழ்ச்சி களைக் காண முடியும்.

வரலாற்றுக் கூறுகளை உள்ளடக்கிய பழமரபுக் கதைக்கு எடுத்துக்காட்டாக, சீன மொழியில் வழங்கும் பழமரபுக் கதை ஒன்றைக் காண்போம். உலக அதிசயங்களுள் ஒன்றாக, சீனப் பெருஞ்சுவர் குறிப்பிடப்படுகின்றது. ஹூனர்களின் தாக்குதலி லிருந்து பாதுகாப்பதற்காக Qin Shihuangdi என்ற சீனப் பேரரசன் சீனாவின் வடபகுதியில் சீனப் பெருஞ்சுவரைக் கட்டினான். ஐந்து குதிரை வீரர்கள் ஒரே நேரத்தில் அணி வகுத்து செல்லும் அளவுக்கு அகலமான இச்சுவர் 1500 மைல் நீளம் கொண்டது. இதைக் கட்டும் பணியில் குடியானவர்கள், அடிமைகள், போர் வீரர்கள், கடுங்குற்ற வாளிகள் ஆகியோர் கட்டாயமாக ஈடுபடுத்தப்பட்டனர். இப்பணியில் ஈடுபட்டவர்கள் இறந்த போது அவர்களது சடலங்கள் பெருஞ்சு வருக்குள் புதைக்கப்பட்டன. இப்பெருஞ் சுவரை மையமாக வைத்து பழமரபுக் கதையொன்று சீன மொழியில் வழங்குகிறது. அக்கதை வருமாறு:

> இரண்டாயிரம் ஆண்டுகளுக்கு முன்னர் சீனா, குயின் மரபின் முதற் பேரரசனான ஆட்சியின் கீழ் வந்தது. கொடூரமான இம்மன்னன் நாட்டின் வட பகுதியில் தன் பேரரசைப் பாதுகாப்பதற்காகப் பெருஞ்சுவர் ஒன்றைக் கட்டத் தொடங்கினான்.
>
> இப்பணியில் ஈடுபடும்படித் தன் நாட்டின் அனைத்துப் பகுதியிலும் வாழும் மக்களைக் கட்டாயப்படுத்தினான். அவ்வாறு பணிபுரியச் சென்ற மக்கள் கனமான மண்ணையும், கற்களையும் கங்காணிகளின் சவுக்கடிகளுக்கும் வசவுகளுக்கும் இடையில் சுமந்து இரவும் பகலும் உழைத்தனர். இக்கடின உழைப்பில் ஈடுபட்ட மக்களுக்குக் குறைந்த அளவு உணவும் குளிரைத் தாங்காத ஆடைகளும்தான் கிடைத்தன. இதன் காரணமாக, நூற்றுக்கணக்கானோர் நாள்தோறும் இறந்தனர்.
>
> பெருஞ் சுவரைக் கட்டும் பணியில் கட்டாயமாக அனுப்பப் பட்டவர்களில் வான்-ஷிலாங் (Wan Xiliang) என்ற இளைஞனும்

அடித்தள மக்கள் வரலாறு   17

ஒருவன். அவனுக்கு அழகும் நற்குணங்களும் நிரம்பிய மென்ங்-ஜி யாங்கு (Meng jiaugnu) என்ற பெயருடைய மனைவி இருந்தாள். அவளை விட்டுப் பிரியும்படிக் கட்டாயப்படுத்தி அனுப்பப்பட்ட வான்-ஷிலாங் சென்று, நீண்ட காலமாகியும் அவனிடமிருந்து எந்தத் தகவலும் அவளுக்கு வரவில்லை.

வசந்தமும் முடிந்து குளிர் காலமும் வந்தது. பெருஞ்சுவர் கட்டப்படும் வடபகுதியில் குளிர் மிகவும் அதிகம் என்ற செய்தி பரவியது. இதைக் கேட்ட மென்ங்- ஜியாங்கு குளிரைத் தாங்கும் உடைகளையும் காலணிகளையும் தன் கணவனுக்காக தைத்தாள். பெருஞ்சுவர் கட்டப்படும் பகுதி நீண்ட தொலைவிலிருந்ததால் அவற்றைக் கொண்டு சேர்க்க யாரும் கிட்டவில்லை. எனவே, தானே அதைக் கொண்டு சேர்த்து விடுவதென்று முடிவு செய்தாள்.

சிறியதும் பெரியதுமான பல மலைகளையும் ஆறுகளையும் கடந்து பெருஞ்சுவர் இருக்கும் பகுதியை வந்தடைந்தாள். கொடும் குளிர் காற்று அங்கு வீசியது. ஒரு மரம் கூட இல்லாமல் வறண்ட புற்களால் மூடப்பட்டு மலைகள் காட்சியளித்தன. பெருஞ்சுவர் கட்டும் பணிக்கு அடிமைகளாக அனுப்பப்பட்ட மக்கள் பெருஞ் சுவர் அருகே கூட்டம் கூட்டமாகக் குவிந்திருந்தனர். அக்கூட்டத் தினரிடையே தன் கணவனைத் தேடிய மென்ங்ஜியாங்கு அங்கு இருந்தவர்களிடம் தன் கணவனைக் குறித்து விசாரித்தாள். ஆனால் ஒருவருக்கும் அவனைக் குறித்துத் தெரியவில்லை. எனவே ஒவ்வொரு கூட்டத்தினரிடம் தன் கணவனைக் குறித்து விசாரித்துக் கொண்டே சென்றாள். தன் கணவனுக்கு என்ன நேர்ந்தது என்பதை அறிய முடியாத நிலையில் கடும் துயருற்று கண்ணீர் உகுக்க ஆரம்பித்தாள்.

இறுதியில் துயர்மிகு உண்மையை அறிந்தாள். தாங்க முடியாத கடின உழைப்பின் காரணமாக அவளது கணவன் நீண்ட காலத்திற்கு முன்பே இறந்து போனான். அவன் இறந்து விழுந்த இடத்திலேயே அவனது உடல் பெருஞ்சுவரினடியில் புதைக்கப்பட்டு விட்டது.

இச்சோகச் செய்தியைக் கேட்டதும் மென்ங்-ஜியாங்கு மயங்கி விழுந்து விட்டாள். அங்கிருந்தவர்கள் அவள் மயக்கத்தைத் தெளிவித்தார்கள். மயக்கத்திலிருந்து விடுபட்டதும் கண்ணீர் வடித்தவாறே பல நாட்கள் இருந்தாள். பின்னர் தொடர்ந்து

ஏங்கி அழ ஆரம்பித்தாள். அங்குப் பணி செய்திருந்த உழவர்களும் அவ்வழுகையால் பாதிக்கப்பட்டு அவளுடன் சேர்ந்து அழ ஆரம்பித்தனர்.

அவளுடைய துயரப் புலம்பலுக்கு எதிர்வினை போல் 200 மைல் நீளத்துக்குப் பெருஞ்சுவர் நொறுங்கி தரையில் வீழ்ந்தது. பெரும் சூறாவளி வீசியது போன்று மணலும் கற்களும் காற்றில் பறந்தன.

மென்ங் ஜியாங்குவின் முடிவற்ற கண்ணீர் பெருஞ்சுவர் இடியக் காரணமாயிற்று என்ற செய்தி மக்களிடம் பரவி மன்னனை எட்டியது. அவள் யாரென்றறிய பேரரசன் அங்கு வந்தான். அவளுடைய அழகான தோற்றத்தைக் கண்டதும் தன்னுடைய வைப்பாட்டியாகும்படிக் கேட்டான். எனக்காக மூன்று காரியங்களைச் செய்தால் நான் உடன்படுகிறேன் என்று மென்ங்ஜியாங்கு கூறியதும் மிகக் கவனமாக அவள் கூறியதைப் பேரரசன் கேட்கலானான்.

முதலாவதாக வெள்ளி மூடியுடன் கூடிய தங்கச் சவப்பெட்டியில் என் கணவனைப் புதைக்க வேண்டும். இரண்டாவதாக உன்னுடைய அனைத்து அமைச்சர்களும் தளபதிகளும் என்னுடைய கணவனுக்காகத் துக்கம் அனுசரிப்பதுடன், இறுதிச் சடங்கிலும் பங்கு கொள்ள வேண்டும். மூன்றாவதாக, பேரரசனும் வான்- ஷிலாங்கைத் தனது மகனைப் போன்று கருதி, துக்க ஆடை அணிந்து இறுதிச் சடங்கில் கலந்து கொள்ள வேண்டும்.

அவள் அழகில் மயங்கிய மன்னன் மூன்று வேண்டுகோள்களையும் ஏற்றுக் கொண்டான். வான்ஷிலாங்கின் இறுதி ஊர்வல சவப்பெட்டியின் பின்னால் பேரரசன் நடந்துவர அவரைப் பின் தொடர்ந்து அரச சபையினரும் படைத் தளபதிகளும் வந்தனர். அழகான, புதிய வைப்பாட்டி தரப்போகும் சுகத்தை எதிர்நோக்கி பேரரசன் மகிழ்ச்சியாக இருந்தான்.

தன் கணவன் முறைப்படி அடக்கம் செய்யப்பட்டதும் சீன மரபுப்படி நெற்றித் தரையில் படும்படி கல்லறையின் முன்பு குனிந்து வணங்கி இறுதி மரியாதை செய்தாள். பின் கல்லறையின் அருகில் ஓடிக் கொண்டிருந்த ஆற்றில் திடீரென்று குதித்தாள். தனது விருப்பம் நிறைவேறாத கோபத்தில்

தண்ணீரிலிருந்து அவளை இழுத்துப் போடும்படி தன் பணியாளர்களுக்குப் பேரரசன் கட்டளையிட்டான். ஆனால் அவர்கள் அவளைக் காப்பாற்றும் முன்னர் மென்ங்ஜியாங்கு அழகிய வெள்ளி மீனாக மாறி நீரின் ஆழத்திற்குச் சென்று பார்வையிலிருந்து மறைந்து விட்டாள் (ஆசிரியர் பெயர் இல்லை 1983: 47).

இக்கதைக்குப் பல்வேறு வடிவங்கள் சீன மொழியில் உள்ளன. இவற்றுள் ஒரு கதையில் பேரரசனிடம், தன் கணவனுக்கு முறை யான சவ அடக்கத்துடன் கல்லறைக் கட்டும்படிக் கேட்டதுடன், பெருஞ்சுவர் கட்டும் பணியில் உயிர் துறந்த தொழிலாளிகள் அனைவர்க்கும் நினைவுச் சின்னம் கட்டும்படி மென்ங்ஜியாங்கு கேட்டதாகக் கூறப்பட்டுள்ளது. இறுதிச் சடங்கு முடிந்ததும் அவள் கடலில் குதித்து விட்டாளென்றும் இதே கதை வடிவம் குறிப்பிடு கிறது. வேறு சில கதை வடிவங்களில் தன் கணவன் உடலைக் கண்டதுமே அவள் கடலில் குதித்து விட்டதாகக் கூறப்பட்டுள்ளது.

பெருஞ் சுவரின் கிழக்கு முனையிலிருந்து ஆறு கிலோ மீட்டர் தொலைவில் இது நிகழ்ந்திருக்கலாம் என்று Wei Taug (1984: 83-84) என்பவர் கருதுகிறார். அங்குள்ள பாறை ஒன்று மென்ங்ஜியாங்கு அமர்ந்திருந்த பாறையாகக் கருதப்படுகிறது. தன் கணவனைத் தேடிய பெண்ணின் பாறை என்ற பொருளில் வாங்ஃபுசி என்றழைக்கப் படுகிறது. அவள் நினைவாகக் கோவிலொன்றும் கட்டப்பட்டுள்ளது. கடலருகிலுள்ள மற்றொரு பாறை புதைகுழி மேடு போல உள்ளது. அதுவே வான்ஷிலாங்கின் கல்லறை என்று கருதப்படுகிறது. இக்கதை நாட்டார் பாடல்களாகவும், நாட்டார் நிகழ்த்து கலை யாகவும் மக்களிடையே வழங்கி பின் நாட்டிய நாடகமாகவும் வடிவெடுத்தது. நாட்டிய நாடகம் இன்றும் கூட நிகழ்த்தப்படு கிறது (Wei Taug 1984: 83-84).

சீன நாட்டார் பாடலொன்று பெருஞ்சுவரை நோக்கிச் செல்லும் பெண்ணின் கூற்றாக அமைந்து பெருஞ் சுவருக்குப் பின்னாலுள்ள கொடுமையை உணர்த்துகிறது.

பூக்கள் பூக்கின்ற பறவைகள் பாடுகின்ற
வசந்தமானது நண்பர்களையும்
நெருங்கியவர்களையும் காண அழைக்கிறது
எல்லாப் பெண்களும் தங்கள் கணவனுடனும்
குழந்தைகளுடனும் இருக்கிறார்கள்
அந்தோ! எளியேன்!

எனது கணவரது
எலும்புகள் புதைக்கப்பட்ட சுவரை நோக்கி
நான் போக வேண்டும்
பெருஞ்சுவரே! பெருஞ்சுவரே!
எங்கள் பகைவர்களிடமிருந்து
எங்களைக் காப்பாற்ற முடியுமென்றால்
எங்கள் அன்பிற்குரியவர்களை ஏன் காப்பாற்றக் கூடாது?

உலக அதிசயங்களுள் ஒன்றாகக் கருதப்படும் பெருஞ்சுவர் கட்டி முடிக்கப்பட்ட காலத்தில் சீன மக்களுக்கு ஏற்பட்ட பாதிப்பும் பெருஞ்சுவரால் ஏற்பட்ட சோக நிகழ்வுகளும் மேற்கூறிய கதை மற்றும் பாடல் வாயிலாக வெளிப்படுகின்றன.

எது நடந்ததோ அதை ஏறத்தாழக் கூறுவதே வரலாறு. அவ்வாறு நடந்த ஒன்றை மனிதர்கள் எவ்வாறு நினைவு கூறு கிறார்களோ அல்லது அதை விளக்க முற்படுகிறார்களோ அல்லது யதார்த்த வாழ்வில் அடைய முடியாததைக் கதையில் தேடி அடைய முற்படுகிறார்களோ அதுவே பழமரபுக் கதை (Wei Taug 1984: 5) என்ற கருத்து இச் சீனக் கதைக்கு முற்றிலும் பொருந்தும்.

கொடூரமான முறையில் வேலையாட்களின் உயிரைப் பறித்துக் கட்டப்பட்ட சீனப் பெருஞ்சுவர், இடிந்து விழ வேண்டும். முறை யான சவ அடக்கமின்றி மாண்டு போன மனிதர்களுக்கு மரியாதை செய்ய வேண்டும் என்ற சீனப் பொதுமக்களின் விருப்பம் இக்கதையில் வெளிப்பட்டுள்ளது. அத்துடன் அம்மன்னனை முட்டாளாக்கி மகிழ்ந்துள்ளனர். எல்லாவற்றிற்கும் மேலாக சீனப் பெருஞ்சுவரின் பின்னால் உள்ள கொடூரம் இக்கதையின் வாயிலாக வெளிப்படுகிறது.

உள்ளூர் வீரர்கள்

தமிழ்நாட்டின் பல்வேறு பகுதிகளிலும் பெரும்பாலும் தாழ்த்தப்பட்ட மற்றும் பின் தங்கிய சாதியைச் சேர்ந்தவர்கள் ஆதிக்க சக்திகளுக்கும் அவர்கள் உருவாக்கிய சமூக மரபுகளுக்கும் எதிராகச் செயல்பட்டுள்ளார்கள். இதன் விளைவாக அவர்களின் ஆத்திரத்திற்கு ஆளாகிக் கொலை செய்யப்பட்டுள்ளார்கள். இவர்களில் பெரும்பாலோர் தெய்வமாக வணங்கப்படுகிறார்கள். இவர்களை உள்ளூர் வீரர்கள் (Local Heros) என்று அழைக்கலாம். இவர்களைக் குறித்து பழமரபுக் கதைகள் அவ்வப் பகுதியில் வழங்கி வருகின்றன. சில இடங்களில் இவர்களை மையமாகக் கொண்டு கதைப்பாடல்களும் உருவாகியுள்ளன. பரந்துபட்ட எல்லைக்குள்

மேட்டிமையோரால் நிகழ்த்தப்படும் மாபெரும் நிகழ்ச்சிகளே வரலாறு என்ற கண்ணோட்டம் நம்மிடையே நிலைபெற்றுள்ளது.

எனவே உள்ளூர் அளவிலான மக்கள் வீரர்களைக் குறித்து நாம் கண்டுகொள்வதில்லை. ஆனால் அடித்தள மக்கள் வரலாற்று ஆய்வில் இவ்வீரர்களுக்கும் அவர்களது செயல்பாடுகளுக்கும் முக்கிய இடமுண்டு. இந்திய மக்கள் சகிப்புத் தன்மை கொண்டவர்கள்; பொறுமைசாலிகள்; அஹிம்சைவாதிகள் என்று நம் மனத்தில் பதிய வைக்கப்பட்டுள்ள கருத்து எவ்வளவு போலியானது என்பதை வட்டார வீரர்களின் வரலாறு நமக்கு உணர்த்தும்.

தீமை அல்லது கொடுமையோடு இணங்கியோ, பணிந்தோ போகாது அதை எதிர்த்து நின்றமையாலேயே அவர்களில் சிலர் கொலை செய்யப்பட்டுள்ளனர். அது போன்றே ஆதிக்கச் சக்திகள் எவ்வளவு கொடூரமாக நடந்து கொண்டுள்ளார்கள் என்பதையும் இவ்வீரர்களின் சோக முடிவுகள் வெளிப் படுத்துகின்றன. எனவே தமிழ் நாட்டில் நிலவிய நிலவுடைமைக் கொடுமைகளையும் அவற்றிற்குப் பலியானவர்களையும் அறிந்து கொள்ள வாய்மொழிக் கதைகளே பெரிதும் துணைபுரிகின்றன. இக்கதைகளை மட்டுமின்றி இக் கதைகளுடன் தொடர்புடைய வீரர் வழிபாடு - வழிபாட்டுச் சடங்குகள் - நம்பிக்கைகள் போன்றவற்றையும் சேகரித்து ஆய்வு நிகழ்த்தும் பொழுது பல புதிய வரலாற்று வீரர்களை இனங்காண முடியும்.

நாம் வாழும் இன்றைய காலகட்டமானது ஒவ்வொரு சாதியும் தனக்கென ஒரு சமூக அங்கீகாரத்தையும், அடையாளத்தையும் நிலைநாட்ட விரும்பும் காலமாகும். மேட்டிமையோராக விளங்கி ஆதிக்கம் செலுத்தி வந்த பிராமணர்களும், வேளாளர்களும் பிற்படுத்தப்பட்ட மற்றும் ஒடுக்கப்பட்ட சமூகங்களின் இருப்பை உரிய முறையில் ஏற்றுக் கொள்ளவில்லை.

விடுதலைக்குப் பின்னருங்கூட இந்நிலை தொடர்ந்தது. ஆனால் கடந்து 10 அல்லது 15 ஆண்டுக் காலங்களில் ஒவ்வொரு சமூகமும் தனது அடையாளத்தைத் தேடும் பணியில் ஈடுபட்டுள்ளது. இம்முயற்சியின் ஓர் அங்கமாகவே கட்டக் கருத்தையன் சுந்தர லிங்கம் - ஒண்டி வீரன் - தீரன் சின்னமலை - வீரன் அழகு முத்துக் கோன் - பெரும்பிடுகு முத்திரையர் என்ற வீரர்கள் இன்று அறிமுகமாகி யுள்ளனர். இவர்களைப் பற்றிய செய்திகள் வாய்மொழி வழக்காறா கவே இடம் பெற்றுள்ளன. எனவே வாய்மொழி வழக்காறுகளின் துணையுடன்தான் தல வீரர்களை இனங்கண்டு வெளிப்படுத்த முடியும்.

நொடிக் கதைகளும் (Anecdoes) வரலாறும்

சுருக்கமானதும் பெரும்பாலும் தனிப்பட்ட மனிதர்களை மையமாகக் கொண்டதுமான பழமரபுக் கதை வடிவமே நொடிக் கதை ஆகும் (சில நேரங்களில் கதை வடிவிலின்றி துணுக்குச் செய்தியாகவும் அமையும்). ஓரளவுக்கு உண்மைத் தன்மையையும் பெரும்பாலும் கற்பனைத் தன்மையையும் கொண்ட நொடிக் கதையானது புகழ்பெற்ற தனி மனிதர்கள் அல்லது ஒரு குறிப்பிட்ட வட்டாரத்தில் வாழ்ந்த முக்கியமானவர்கள் அல்லது ஒரு நிறுவனத்தில் உயர் பதவி வகிப்பவர்கள் ஆகியோரின் வாழ்வில் நிகழ்ந்ததாகக் கருதப்படும் நிகழ்ச்சிகளை மையமாகக் கொண்டிருக்கும். இதன் காரணமாகத் தனிமனிதனின் அந்தரங்க விவகாரங்களை அறிவதில் ஆர்வமுடையவர்களுக்கும் வதந்திகள் மற்றும் அவதூறு பரப்புபவர்களுக்கும் நொடிக் கதைகள் நன்கு பயன்படுகின்றன. அத்துடன் நலிந்தோரின் ஆயுதம் ஆக அமைந்து எதிர்ப் புணர்வை வெளிப்படுத்தவும் பயன்படுகின்றன.

தனி மனிதனின் பெயரை நேரடியாகக் கூறுவதாலும் நிகழ்ச்சி நடைபெற்ற காலத்தையும் களத்தையும் தெளிவாகக் கூறுவதாலும் நொடிக் கதைகளை உண்மையென்று பெரும்பாலோர் கருதுகின்றனர். ஒரு நாட்டில் உருவான நொடிக் கதையானது மற்றொரு நாட்டில் சிற்சில மாறுதல்களுடன் வழங்குவதுமுண்டு. ஒரு மனிதனை மையமாகக் கொண்டு உருவான நொடிக்கதை மற்றொரு மனிதனை மையமாகக் கொண்டு வேறு மாற்றங்கள் இல்லாமல் வழங்குவதுமுண்டு.

வெறும் கற்பனை மட்டுமின்றி சில கருதுகோள்களும் நொடிக் கதையில் ஏற்படலாம். இதனடிப்படையில் ஆய்வாளர்கள் ஆய்வு மேற்கொள்ளவும் இடமுண்டு. இதற்குச் சான்றாக நெப்போலியனின் மரணம் குறித்தத் துணுக்குச் செய்தியைக் குறிப்பிடலாம்.

ஆங்கிலேயர்களால் ஹெலினாத் தீவில் சிறை வைக்கப் பட்டிருந்த நெப்போலியன் போனபார்ட் 1821 ஆம் ஆண்டில் இறந்து போனான். வயிற்றில் புற்று நோய் காரணமாக அவன் இறந்து போனதாகப் பிரேத பரிசோதனை விளக்கியது. ஆனால் அவனது ஆதரவாளர்கள் நம்ப மறுத்தனர். நஞ்சூட்டி அவன் கொல்லப் பட்டதாக அவர்கள் கூறினர். இக்கூற்றை அவர்கள் நிரூபிக்க வில்லை. ஆயினும் உறுதி செய்யப்படாத இக்கூற்று பிரெஞ்சு மக்களிடம் வாய்மொழியாகப் பரவியது. பெரும்பாலோர் அது உண்மையென்று நம்பினர். நெப்போலியன் இறந்து ஒரு நூற்றாண்டு கழிந்த பின்னரும்கூட இக்கருத்து தொடர்ந்து நிலவியது.

நெப்போலியன் மரணமடைந்து 140 ஆண்டுகள் கழித்து ஸ்மித், ஃபார்ஷப்வுட் என்ற இரு மருத்துவர்கள் நெப்போலியன் இறந்த பின்னர் சேகரித்தத் தலைமுடியைப் பொருட்காட்சி ஒன்றில் தேடிப்பிடித்து ஆய்வு செய்தனர். சிறிய அளவில் தொடர்ச்சியாகக் கொடுக்கப்பட்டு வந்த ஆர்சானிக் நஞ்சுதான் நெப்போலியன் மரணத்துக்குக் காரணமென்பதை அறிவியல் அடிப்படையில் நிலை நாட்டினர்.

ஒடுக்கப்பட்டோரின் எதிர்ப்புணர்வின் வெளிப்பாடாகவும் நொடிக்கதை அமையுமென்பதற்குக் கன்னியாகுமரி மாவட்டத்தில் வழங்கும் மூலம் திருநாள் குறித்த கதை ஒன்று சான்றாகும். திருவிதாங்கூரை ஆண்ட மன்னர்கள் அவர்கள் பிறந்த நட்சத் திரத்தின் பெயரால் அழைக்கப்படுவார்கள். மூல நட்சத்திரத்தில் பிறந்த மன்னர் ஒருவர் ஸ்ரீமூலம் திருநாள் எனப்பட்டார். இவரை மையமாகக் கொண்ட நொடிக் கதைகள் பல இன்றும் வழக் கிலுள்ளன. அவரைக் குறித்த கதை ஒன்று வருமாறு:

> இன்றைய குமரி மாவட்டத்தின் மேற்கே உள்ள விளவங்கோடு பகுதியைச் சுற்றிப் பார்க்க மூலம் திருநாள் மன்னர் வந்தார். மன்னரின் வருகைக்கு முன்னேற்பாடு செய்ய அப்பகுதிக்கு வந்த பேஷ்கார், நன்றாகக் குளித்து சுத்தமாக ஆடை அணிந்து மன்னரை வரவேற்கும்படிக் கூறிச் சென்றார். குறித்த நாளில் மன்னரும் அங்கு வந்தார். ஒடுக்கப்பட்ட சாதிகளைச் சேர்ந்த பெண்கள் மன்னரை வரவேற்கக் கூட்டமாக நின்றனர். அப்பெண்கள் கூட்டத்தை மன்னர் கடக்கும் போது இடுப்பு ஆடையைத் தூக்கிப் பெண் உறுப்பைக் காட்டினார்கள்.
>
> மன்னர் அக்காட்சியைப் பார்த்தாலும் ஒன்றும் கூறாது அமைதியாகச் சென்று விட்டார். கோபமாக வந்த பேஷ்கார் இப்படி அசிங்கமாக நடந்து கொண்டீர்களே என்று சத்தமிட, அம்மக்களும் பதட்டமின்றி இதுவரை வெள்ளாளர்களுக்கும், நாயர்களுக்கும் திறந்த மார்பைக் காட்டி வந்தோம். அவர் களைவிட மேலான மகாராஜா வரும் போது அவர்களுக்குக் காட்டாத ஒன்றைக் காட்டுவதுதானே மரியாதை அதனால் தான் மரியாதைக்காக இப்படிச் செய்தோம் என்று கூறினார்கள். பேஷ்கார் பதில் எதுவும் கூறாமல் திரும்பிச் சென்று விட்டார் (அ.கா. பெருமாள்: 6-6-99).

மேலெழுந்தவாறு நோக்கினால் இக்கதை, மூலம் திருநாள் வாழ்வில் நிகழ்ந்த ஒரு நிகழ்ச்சியாகத் தோன்றும். சிலர் கொச்சையான அல்லது அசிங்கமானக் கதையாக இதைக் கருதலாம். ஆனால் வரலாற்றுப் பின்புலத்தில் இக்கதையை நோக்கினால் சமூக எதிர்ப்புத் தன்மையுடன் நலிந்தோரின் ஆயுதமாக இக்கதை அமைந்துள்ளதைக் காணலாம்.

திருவாங்கூர் மாவட்டத்தின் ஒரு பகுதியாகக் குமரி மாவட்டம் இருந்தபோது மிகவும் இழிவான பண்பாட்டு ஒடுக்குமுறைகள் அங்கு நிலவின. அவற்றுள் ஒன்றாகப் பல்வேறு சாதிகளைச் சார்ந்த பெண்கள் மார்பை மறைக்கும் உரிமை இல்லாதிருந்தனர். அரை நிர்வாணக் கோலத்திலேயே இப்பெண்கள் பொதுஇடங்களில் நடக்க வேண்டிய அவலம் நிலவியது. ஆதிக்கச் சக்திகளாக அன்று விளங்கிய நாயர்களும் வெள்ளாளர்களும் இவ்விதி முறையைக் கடைப்பிடிக்கும்படி உறுதியாகப் பார்த்துக் கொண்டனர்.

இக்கொடுமையை எதிர்த்து கி.பி. 1822, கி.பி. 1828 - 1829, 1858 என மூன்று கட்டங்களில் தென்திருவிதாங்கூர்ப் பகுதி நாடார் சமூகத்தினர் கிறித்தவ மிஷினரிகளின் ஆதரவோடு போராட்டம் நடத்தி வெற்றிப் பெற்றனர். அதன் பின்னர் இக்கொடுமை ஒழிந்தது.

'தோள்ச் சீலைப் போராட்டம்' என்று அழைக்கப்படும் மேற்கூறிய போராட்டம் நடந்து முடிந்த பின்னர்தான், 1885-இல் மூலம் திருநாள் பட்டத்திற்கு வந்தார். ஆயினும் பழைய கோப உணர்வின் வெளிப்பாடாக இக்கதை உருவாகியுள்ளது. மனித மாண்புகளை நீண்ட காலமாகச் சிதைத்து வந்த மன்னர் பரம்பரையைப் பழி தீர்த்துக் கொள்ளும் வழிமுறையாக இக்கதையை உருவாக்கியுள்ளனர்.

இது போன்று ஆதிக்கச் சக்திகளின் மீதான சினத்தை வெளிப்படுத்தும் ஒரு கதை யாழ்ப்பாணத் தமிழர்களிடம் வழங்கி வருகிறது. ஸ்ரீலங்காவின் குடியரசுத் தலைவராகயிருந்த ஜெயவர்த்தனே, தான் இறந்த பிறகு தன் உடலை அடக்கஞ் செய்யப் பயன்படுத்தும் சவப்பெட்டி, சிறப்பான முறையிலிருக்க வேண்டு மென எண்ணினார். தான் உயிரோடு இருக்கும் பொழுதே அதை உருவாக்கி வைத்துக் கொள்ள விரும்பி வேலைப்பாட்டுடன் கூடிய சவப்பெட்டி ஒன்றின் மாதிரி வடிவைத் தயாரித்து அனுப்பும் படியும் சிறந்த மாதிரிக்குப் பரிசளிக்கப்படும் என்றும் விளம்பரம் செய்தார். இதன் அடிப்படையில் சவப்பெட்டியின் மாதிரிகள் பல அவர் பார்வைக்கு

வந்தன. அவ்வாறு வந்தவைகளுள் ஒரு பெட்டி அவரது கவனத்தைக் கவர்ந்தது. எனவே அதைத் தயாரித்தவரை, தன்னைக் காண வரும்படி அழைத்தார். தன் முன் வந்த சவப்பெட்டித் தயாரிப்பாளரிடம் அவர் செய்த சவப்பெட்டியின் வேலைப்பாட்டைப் பாராட்டிவிட்டு, 'ஒரு சந்தேகம்' என்றார்.

என்ன சந்தேகம்?

சவப்பெட்டி மூடியின் தலைப்பக்கம் ஏன் கண்ணாடியைப் பதித்துள்ளீர்கள்?

நீங்கள் இறந்த பின்னர் உங்கள் உடல் காட்சிக்கு வைக்கப்படும் பொழுது பெட்டியை மூடிவிட்டாலும் முகத்தைத் தெளிவாகப் பார்ப்பதற்கு.

சரி, அதன் வெளிப்பகுதியில் பேட்டரியால் இயங்கும் வைப்பர் பொருத்தியுள்ளது ஏன்?

உங்கள் சடலத்தைப் பார்க்க வருபவர்கள் காறித் துப்புவார்களே அதைத் துடைக்கத்தான்!

இந்நொடிக் கதை கற்பனை என்றாலும் ஜெயவர்த்தனே மீது ஈழத் தமிழர்கள் கொண்டிருந்த வெறுப்புணர்வை வெளிப்படுத்தி நிற்கிறது.

அமெரிக்காவில் ஆப்ரகாம் லிங்கனைக் குறித்து வழங்கும் நொடிக் கதைகளைத் தொகுத்து நூலாக்கியுள்ளனர். நம் நாட்டிலும் விடுதலைப் போராட்ட காலத் தலைவர்கள், ஆட்சிப் பீடத்தில் இருந்தோர் மற்றும் ஜமீன்தார்கள், உயர் அதிகாரிகள் ஆகியோரை மையமாகக் கொண்ட நொடிக் கதைகள் வாய்மொழியாக வழக்கிலுள்ளன.

இவை இன்னும் சேரிக்கப்படவில்லை. இவையெல்லாம் தொகுக்கப்பட்டால் பொது மக்களின் மதிப்பீடுகளை நாம் புரிந்து கொள்ள முடியும்.

வாய்மொழி வரலாற்றுக் களங்கள்

தமிழ்நாட்டைப் பொறுத்த அளவில் பிரமிப்பூட்டும் பல்லவர் மற்றும் பிற்காலச் சோழர் வரலாற்று மாயையிலிருந்து சராசரித் தமிழன் இன்னும் மீளவில்லை. கல்கியும், சாண்டில்யனும், விக்ரமனும் உருவாக்கிய வெகுசன வரலாற்று நாவல்களின் தாக்கம் நம் வரலாற்றுணர்வை மிகவும் குறுக்கிவிட்டது.

சாதிய மேலாண்மையும் அதன் அடிப்படையில் உருவாக்கப் பட்டப் பண்பாட்டு ஒடுக்குமுறைகளும், பொருளாதாரச் சுரண்டல் களும் ‘ஆசியக் கொடுங்கோன்மை’ (Asian Despatism) என்றழைக்கப் படும் உடன்கட்டை, குழந்தை மணம், நரபலி, தீண்டாமை, தேவதாசி முறை போன்ற சமூகக் கொடுமைகளும் தமிழ்ச் சமூகத்தில் இடம் பெற்றிருந்தன. இன்றும்கூட இவற்றுள் சில நம் சமூக வாழ்வில் பழைய வடிவிலோ புதிய வடிவிலோ இடம் பெற்றுள்ளன.

இக்கொடுமைகளை மக்கள் எதிர் கொண்டமையும் அவற்றி லிருந்து விடுபட அவர்கள் நடத்திய போராட்டங்களையும் நமது வரலாற்று நூல்கள் இன்னும் முறையாகப் பதிவு செய்யவில்லை. தமிழ்நாட்டில் குறிப்பாகத் தென் மாவட்டங்களில் நிகழ்ந்த கிறித்தவ மதமாற்றங்கள் கூட ஒரு வகையில் ஆதிக்க சாதியினருக்கு எதிரான போராட்ட வடிவம்தான். பல்வேறு பண்பாட்டு ஒடுக்குமுறை களுக்கும் சுரண்டலுக்கும் ஆளான ஒடுக்கப்பட்ட மக்கள் அதிலிருந்து விடுபடும் வழிமுறைகளில் ஒன்றாக, குழும மத மாற்றத்தை மேற் கொண்டுள்ளனர். மதமாற்றம் தொடர்பாக வழங்கும் வாய்மொழி வழக்காறுகளில் மதமாற்றத்துக்கான உண்மையான காரணங்கள் இடம்பெற்றுள்ளன.

பண்ணை அடிமைகளாக வாழ்ந்த பல்வேறு தரப்பு மக்கள் ஒடுக்கப்பட்டமையும் சங்கம் வைத்து அதிலிருந்து விடுபட்டச் செய்தியும் இன்னும் வரலாறாக ஏற்றுக் கொள்ளப்படவில்லை. பெண்களுக்கு விதிக்கப்பட்ட தடைகள், விலக்குகள் அவர்கள் மீது ஏவப்பட்ட பாலியல் வன்முறைகள் ஆகியனவும் ஆவணங்களில் பதியப்படவில்லை.

ராபின் ஹுட் போன்று இம் மண்ணில் உருவாகிய சமூகம் சார் கொள்ளையர் (Social Bandit) குறித்த பழமரபுக் கதைகளும் பாடல் களும் இன்னும் தொகுக்கப்படவில்லை. ஜமீன் நிலப்பகுதிகளில் நிலவிய பாலியல் கொடுமைகள், சித்திரவதைகள் ஆகியனவும் இன்னும் பதிவு செய்யப்படவில்லை.

தமிழ்நாட்டில் உழவர் இயக்கம் குறித்த வரலாற்றை எழுத ஆங்கில மற்றும் காங்கிரஸ் அரசுகளின் ஆவணங்களும் அக் காலத்தில் வெளியான செய்தித் தாள்களும் மட்டும் பயன்படா. சாணிப்பால் - சவுக்கடி - கொக்கு பிடித்தல் போன்ற தண்டனை களுக்கும், கள்ள மரக்கால் - பண்பாட்டு ஒடுக்குமுறைகள் போன்ற கொடுமைகளுக்கும் ஆளான பண்ணை ஆட்களின் வாய்மொழி வழக்காறுகளையும் பதிவு செய்து பயன்படுத்தும் போதுதான் உண்மையான உழவர் இயக்க வரலாற்றை எழுத முடியும். சோமு

சுப்பையா, இராமகிருஷ்ணன், வீரய்யன், சுபாஷ் சந்திர போஸ் ஆகியோர் எழுதியுள்ள நூல்களில் தஞ்சை மாவட்ட பண்ணை ஆட்கள் அனுபவித்த கொடுமைகள் விரிவாக இடம்பெற்றுள்ளன. மக்களிடம் வழங்கும் வாய்மொழி வழக்காறுகளின் துணையுடன் தான் இக்கொடூரங்களை தம் நூல்களில் இவர்கள் பதிவு செய் துள்ளனர். இவற்றை நீக்கிவிட்டு அரசு ஆவணங்களை மட்டுமே நம்பி எழுதும் உழவர் இயக்க வரலாறு முழுமையான வரலாறு அல்ல.

மேற்கூறிய செய்திகளெல்லாம் பாடல்களாகவும், கதை களாகவும், துணுக்குச் செய்திகளாகவும் மக்களிடையே வழங்கி வருகின்றன. இவற்றைத் தம் நினைவுப் பெட்டகத்தில் கொண் டுள்ளவர்கள் ஒவ்வொருவராக மறைய பதிவு செய்யப்படாத இச்செய்திகள் ஆவணமாகாது அழிந்து போகின்றன. பைனம் டேவிட் (1973: 11) கூறுவது போல 'வாய்மொழி வழக்காற்றுக்கு ஆதாரம் மக்களே. குறிப்பிட்ட காலத்தில் மக்கள் மாண்டுவிடு கின்றனர். அவர்கள் இறந்த பின் அவர்களைக் கலந்து ஆலோசிக்க முடியாது'. எனவே வரலாற்று நிகழ்ச்சிகள் தொடர்பான வாய்மொழிச் சான்றுகளைக் காலங் கடந்து தொகுக்க முயலும் பொழுது பல அரிய சான்றுகள் மாண்டு போன மக்களுடன் அடக்கம் செய்யப்பட்டுவிடுகின்றன.

வாய்மொழி வழக்காறுகள் ஒரு பக்கச் சார்புடையன என்றும், எனவே அதன் நம்பகத் தன்மை கேள்விக்குரியது என்றும் ஒரு கருத்து நிலவுகிறது. ஆராய்ந்து பார்த்தால் எல்லா ஆவணங் களும் ஏதேனும் ஒரு வகையில், ஒரு பக்கச் சார்புடையனவாகவே இருக்கும். மேலும் சில அரசு ஆவணங்கள் உண்மைகளை மறைக்கவும் செய்யும்.

திட்டமிட்டு சுட்டுக் கொல்லப்பட்டவர்களை நேரடி மோதலில் இறந்து போனவர்களாக அரசு ஆவணங்கள் குறிப்பிடுவது வழக்கமான ஒன்றாகும். சான்றாகச் சீவலப்பேரி பாண்டி என்பவன் நேரடி அரசு மோதலில் சுட்டுக் கொல்லப்பட்டதாக அரசு ஆவணங்களும் செய்தித் தாள்களும் குறிப்பிடுகின்றன. ஆனால் அவனைப் பற்றிய நூல் எழுதிய சௌபா (1994: 128, 130 - 134) காவல்துறை வாகனத்தில் அவனை ஏற்றிச் சென்று திட்டமிட்டே சுட்டுக் கொன்ற உண்மையை வாய்மொழி வழக்காறுகளின் துணைகொண்டு எழுதியுள்ளார்.

மேலும் பஞ்சம் - கொள்ளை நோய்கள் - புயல் வெள்ளம் போன்றவற்றால் பாதிப்புக்குள்ளாக்கும் மக்களின் துயரை அரசு ஆவணங்கள் விரிவாகப் பதிவு செய்வதில்லை. ஒரு சடங்கு போல்

புள்ளி விவரங்களுடன் அவை பதிவு செய்யப்படுமே தவிர பாதிப்புக்குள்ளான மனிதர்களின் உணர்வுகளை அவற்றில் எதிர் பார்க்க முடியாது. ஆனால் வாய்மொழி வழக்காறுகள் பாதிக்கப் பட்டவர்களின் மன உணர்ச்சிகளைப் பதிவு செய்துள்ளன.

பிரமிக்கச் செய்யும் வரலாற்றுச் சான்றுகளை விட்டு விலகி, நம்மை அதிர்ச்சியடையச் செய்யும், கோபங் கொள்ளத் தூண்டும் பல்வேறு வாய்மொழித் தரவுகளைச் சேகரிக்கும் பணியை நாம் இன்றே தொடங்க வேண்டும். இதற்கடுத்த கட்டமாக இவற்றைப் பயன்படுத்தித் தமிழ்நாட்டின் உண்மையான சமூக வரலாற்றினை எழுதும் பணியை மேற்கொள்ள வேண்டும்.

பண்பாட்டு அடையாளப் போராட்டங்கள்

இந்தியச் சமூக அமைப்பில் பாரம்பரியமாக மூன்று வகையான ஆதிக்கங்கள் நிலைபெற்றுள்ளன. அவை அரசியல் ஆதிக்கம், பொருளியல் ஆதிக்கம், பண்பாட்டு ஆதிக்கம் இந்த மூன்று வகை ஆதிக்கங்களுள், மூன்றாவதாக அமையும் பண்பாட்டு ஆதிக்கம் சாதி வேறுபாடுகளை ஆழமாகக் கொண்ட இந்தியச் சமூகத்தில் வலுவாக வேரூன்றியுள்ளது. இந்திய மற்றும் தமிழ்நாட்டு வரலாற்றைக் கற்கும்போது, ஆட்சிப் பொறுப்பை ஏற்று அரசியல் ஆதிக்கம் செலுத்தியவர்களைக் குறித்தும் அவர்கள் வருவாய் ஈட்டிய முறை குறித்தும் அறிந்து கொள்ளும் அளவுக்குப் பெரும்பான்மையான மக்கள் கூட்டத்தின்மீது திணிக்கப்பட்ட பண்பாட்டு ஆதிக்கத்தையும் ஒடுக்குமுறைகளையும் நாம் அறிந்து கொள்வதில்லை. அவற்றை மிக எளிதாக ஒதுக்கிவிடுகிறோம்.

ஆனால் உண்மையான சமூக வரலாறு என்பது பண்பாட்டு ஒடுக்குமுறைகளையும் அவற்றிற்கு எதிராக நிகழ்ந்த போராட்டங்களையும் உள்ளடக்கியதாகும். எனவே இத்தகைய போராட்டங்களைக் குறித்து விரிவாக அறிந்துகொள்வது சமூக வரலாற்றில் முக்கிய இடத்தைப் பெறுகிறது. நம் சமூகத்தில் உழைக்கும் மக்கள் பிரிவினர் நிகழ்த்திய பண்பாட்டு அடையாளப் போராட்டங்களை இவ்வியல் அறிமுகப்படுத்துகிறது. இவ் அறிமுகத்தைப் பண்பாடு - பண்பாட்டு அடையாளம் என்ற அடிப்படைச் செய்திகளிலிருந்து தொடங்குவது பயனுடையதாகும்.

பண்பாடு

Culture என்ற ஆங்கிலச் சொல்லுக்கு ஈடாக, 'கலாசாரம்', 'பண்பாடு' என்ற இரண்டு சொற்கள் தமிழில் வழங்கி வருகின்றன. இவற்றுள் நல்லதொரு தமிழ்ச்சொல் என்ற அடிப்படையிலும் முழுமையான பொருளை உணர்த்தும் சொல் என்ற அடிப்படையிலும் 'பண்பாடு' என்ற சொல், இவ்வியல் முழுவதிலும் கையாளப்பெறுகிறது.

எட்வர்ட் பர்னட் டைலர் (E.B. Tylor) என்ற ஆங்கில நாட்டு மானுடவியலறிஞர் 'தொன்மைப் பண்பாடு' (Primitive Culture) என்ற நூலை கி.பி.1871-இல் வெளியிட்டார். அந்நூலில்,

> பண்பாடு என்பது அறிவு, நம்பிக்கை, கலை, ஒழுக்க நெறிகள், சட்டம், வழக்கம் முதலானவையும், மனிதன் சமுதாயத்தில் ஓர் உறுப்பினராக இருந்து கற்கும் பிற திறமைகளும் பழக்கங் களும் அடங்கிய முழுமைத் தொகுதியாகும்.

என்று பண்பாடு குறித்து விளக்கம் அளித்துள்ளார் (பக்தவத்சல பாரதி 1999: 152).

இந்நூற்றாண்டின் நடுப்பகுதியில் குரோபரும் கிளக்ஹானும் 'பண்பாடு' என்ற கருத்தாக்கத்தில் இதுவரை நிலவி வந்த குழப்பத்தைக் களைவதற்காகப் பண்பாடு குறித்த ஏறத்தாழ முந்நூறு வரையறைகளைப் பரிசீலித்தனர். இவ்விருவரும் பரிசீலித்த வரையறைகளில் பெரும்பாலானவை டைலரின் மேற்கூறிய வரையறையை எதிரொலிப்பனவாகவே அமைந்தன. ***'பண்பாடு'-என்பது ஒரு சமூகத்தில் கற்றறியப்படும் நடவடிக்கை*** என்ற கருத்தையே அவர்கள் முன்வைத்தனர். இந்த அடிப்படையிலேயே ராபர்ட் ஹேலூவி என்பாரின் வரையறையும் அமைந்தது. அவர் கூற்றுப்படி,

> பண்பாடு என்பது ஒரு தனிநபர், தனது சமூகத்தினிடமிருந்து கற்றறியும் நம்பிக்கைகள்; வழக்கங்கள்; கலை நெறிகள்; உணவுப் பழக்கவழக்கங்கள்; கைவினைகள் போன்றவற்றின் ஒட்டுமொத்தத் தொகுப்பாகும். இவற்றை அந்தத் தனிநபர் தனது சுய படைப்புத் திறன்மூலம் அறியாமல், கடந்த காலத்தின் மரபுத் தொடர்ச்சியாக முறைசார் மற்றும் முறைசாராக் கல்வி முறைகளின் மூலம் அறிந்து கொள்கிறார் (Louis Luzbetak 1993 : 134).

மானிடவியலர் குரோபர் பண்பாட்டைப் பின்வருமாறு வரையறை செய்கின்றார்:

> உணர்வுகள், பழக்கங்கள், தொழில்நுட்பங்கள், கருத்துகள், விழுமியங்கள் போன்றவற்றின் தூண்டப்படும் நடத்தைகள்; கற்றறிவதாலும் மரபுத் தொடர்ச்சியாலும் பெறும் ஒட்டு மொத்தத் தொகுப்பு.

குரோபர் காலத்தில் வாழ்ந்த இன்னொரு புகழ்பெற்ற மானுடவியலாளரான லிண்டன் *'சமூகப் பாரம்பரியம்'* என்று மிக எளிதாக, பண்பாட்டை விவரிக்கிறார். லிண்டனின் கருத்து

டைலரின் வரையறையை அப்படியே எதிரொலிப்பதாகவே உள்ளது.

கிளக்ஹானும் பண்பாடு பற்றிய தன்னுடைய வரையறையில், *'மக்களின் ஒட்டுமொத்த வாழ்க்கை', 'குழுவிலிருந்து தனிநபர் பெறும் சமூக மரபுத் தொடர்ச்சி', 'கற்றலின் மூலம் பெறும் நடத்தை'* என்றெல்லாம் குறிப்பிடுகிறார். டைலரின் வரையறை களிலிருந்து கிளக்ஹானும் பெரிய அளவில் மாறுபடாததை இது உணர்த்து கிறது (மேலது 134).

நாடு - புவிபரப்பு; மொழி - இனம் சார்ந்ததாகப் பண்பாடு வெளிப்படும் என்று கூறும் பக்தவத்சலபாரதி (1999: 154) இவை அனைத்தையும் கடந்து இவற்றோடு சார்ந்த மக்களைக் குறித்துப் பண்பாடு நிற்கிறது என்று குறிப்பிடுகிறார். பண்பாடு என்பதற்கு, இதுவரை நாம் பார்த்த மானிடவியலரின் விளக்கங்களுடன், பண்பாடு தொடர்பான மற்றொரு உண்மையையும் நாம் புரிந்து கொள்ள வேண்டும்.

புராதனச் சமுதாயம், அடிமைச் சமுதாயம், நிலவுடமைச் சமுதாயம், முதலாளித்துவச் சமுதாயம் என நான்கு வகையான சமூக அமைப்புகள் வரலாற்றில் இடம்பெற்றுள்ளன. இச்சமூக அமைப்புகளின் தோற்றத்திற்கு, பொருளுற்பத்தி முறையும் அதையொட்டி உருவாகும் வர்க்கங்களும் முக்கிய காரணிகளாக அமைகின்றன. இச்சமூகங்களில் நிலவும் பண்பாடானது குறிப் பிட்ட சமூக அமைப்பில் நிலவும் பொருள் உற்பத்தி முறை, அங்கு உருவான வர்க்கங்கள் ஆகியவற்றின் தாக்கத்திற்கு உட்படுகிறது. இதன் அடிப்படையில் குறிப்பிட்ட சமூகத்தில் வாழும் வர்க்கங் களைச் சார்ந்தே பண்பாடு தன்னை வெளிப்படுத்தி நிற்கிறது. ஆயினும் இச்சார்பின் விளைவாகப் பண்பாடு என்பதை முற்றிலும் பொதுமைப்படுத்திப் பேசமுடியாது.

ஒட்டுமொத்த சமூகத்தின் பல்வேறு நிலைகளிலும் ஊடுருவி நிற்கும் பண்பாடானது அதிகாரத்தின் வெளிப்பாடாகவும், அடிமைத்தனத்தின் வெளிப்பாடாகவும் அமையும். வர்க்க வேறு பாடுகளையும், ஏற்றத்தாழ்வுகளையும் மிகுதியாகக் கொண்ட ஒரு சமூக அமைப்பில் 'ஆளுவோர் பண்பாடு' - 'ஆளப்படுவோர் பண்பாடு' என ஒன்றுக்கொன்று முரணான பண்பாடுகள் நிலை பெற்றிருப்பது தவிர்க்க முடியாததாகும். மேலும் இந்தியா போன்று 'வேற்றுமையில் ஒற்றுமையை' உள்ளடக்கிய சமூகத்தில் பல்வேறு விதமான பண்பாட்டுக் கோலங்கள் உருவாகி, பன்முகத் தன்மை வாய்ந்த பண்பாடுகள் நிலைபெற்றுள்ளன. ஆயினும்

இந்தியாவின் அதிகார அரசியல், பல சந்தர்ப்பங்களில் பன்முகத் தன்மையை ஒருமுகத்தன்மை ஆக்குவதை நோக்கமாகக் கொண்டு இயங்குவதையும் காணமுடிகிறது.

பண்பாட்டு அடையாளங்கள்

மக்களுடன் பிணைந்து நிற்கும் பண்பாடானது பல்வேறு அடையாளங்கள் வாயிலாக வெளிப்பட்டு நிற்கும், இதனையே, பண்பாட்டு அடையாளம் என்று குறிக்கலாம். இப்பண்பாட்டு அடையாளம், உடை - அணிகலன் போன்ற புழங்கு பொருளா கவோ, கல்வி - தத்துவம் - மருத்துவம் போன்ற அறிவுத் துறை யாகவோ அமையலாம். இவற்றோடு மட்டுமின்றி பயன்படுத்தும் சொற்கள், சொற்களின் தொனி, முகபாவனைகள், சைகைகள் வாயிலாகவும் கூட பண்பாட்டு அடையாளம் வெளிப்படும்.

மொத்தத்தில் சமயம் - சாதி - மொழி - வழிபாடு - ஆடை - அணிகலன் - உணவு - உணவு உண்ணும் முறை - மக்கட்பெயர் இவையெல்லாம் பண்பாட்டு அடையாளங்களாகும். இப்பண் பாட்டு அடையாளங்கள் வெறும் அடையாளங்களாக மட்டு மின்றி அதிகாரம் குறித்த கருத்துருவாக்கமாகவும் அமைகின்றன.

இனி, பண்பாட்டு அடையாளங்கள் அதிகாரத்தின் வெளிப் பாடாக அமைவதை ஆராய்வோம். இதன் முதற்படியாக,

மேட்டிமையோர் (Elite)

அடித்தள மக்கள் (Subalterns)

பண்பாட்டு மேலாண்மை (Cultural Hegemony)

என்ற மூன்றைக் குறித்து அறிந்து கொள்வது அவசியம்.

மேட்டிமையோர் - மேட்டிமைக்குழு

பெயர் அறியப்படாத மக்கள் கூட்டத்தைக் காலந்தோறும் நாகரிகச் சமுதாயங்கள் தம்மகத்தே கொண்டுள்ளன. எண்ணிக் கையில் அதிகமான இக்கூட்டமானது மனிதர்களாக விளங்க நேரமின்றி சுமை தாங்கும் மிருகங்களாகக் காட்சியளிக் கின்றது. சமூகத்தின் வளங்களிலிருந்து தமது பங்காகக் குறைந்த அளவிலான உணவு, உடை, கல்வி ஆகியனவற்றைப் பெற்று ஏனையோர்க்கு ஊழியம் செய்து வருகிறது. மிகவும் கடுமையாக உழைத்து உழன்றாலும் அவர்கட்குக் கிடைப்ப தென்னவோ ஏளனமும் அவமதிப்பும்தான். விளக்குத் தண்டைப் போன்று நாகரிக விளக்கினைத் தலையில் சுமந்து கொண்டு இக்கூட்டம் இருக்கிறது. விளக்கிலிருந்து கசிகின்ற

> எண்ணெயானது விளக்கைச் சுமப்பவர் மீது கசிந்து கொண்டிருக்க, மேல்நிலை மக்கள் விளக்கின் ஒளியைப் பெறுகின்றனர்

என்று தாகூர் குறிப்பிடுவார் (Osipov 1969. 151). இத்தாலிய நாட்டு கிராம்ஸ்கியின் மொழியில் குறிப்பிடுவதானால் விளக்கின் ஒளியைப் பெறுபவர்களை 'மேட்டிமையர்' என்றும் விளக்குத் தண்டு போன்றவர்களை 'அடித்தள மக்கள்' என்றும் குறிப்பிடலாம். சமூகவியல் அகராதி ஒன்று மேட்டிமையோர் (Elite) என்பது குறித்துப் பின்வருமாறு வரையறுக்கும்.

> மேட்டிமையோர்: ஒரு சமுதாயத்தின் தனி மனிதர்களைக் கொண்ட ஒரு சிறுபான்மைக் குழு அல்லது ஒரு வகைப் பிரிவு. இக் குழு சில வகையில் மேலதிகாரம் உடையதாகச் சமூகத்தால் அங்கீகரிக்கப்பட்டு, சமுதாயத்தின் பல்வேறு பகுதிகளின்மீது தன் செல்வாக்கையோ, கட்டுப்பாட்டையோ செலுத்தும்.

இவ்வரையறையானது மேட்டிமையோர் எவ்வாறு உருவாகின்றனர் என்பதைக் குறிப்பிடவில்லை. உற்பத்தியையும், மூலதனத்தையும் ஒரு சிலரது கையில் குவிக்கும் பொருளாதார விதிகளைப் பின்பற்றி இயங்கும் சமூக அமைப்பில் மேட்டிமைக்குழு உருவாகிறது என்ற உண்மையை மேற்கத்திய சமூகவியலாளர்கள் வசதியாக மறந்து விடுகிறார்கள். மற்றவர்களுக்கு இல்லாத அறிவுக் கூர்மை, படைப்பாற்றல், வாணிப நுணுக்கம் போன்றவைதான் மேட்டிமை குழுவின் உருவாக்கத்திற்குக் காரணம் என்ற மாயத் தோற்றத்தை அவர்கள் உருவாக்குகிறார்கள். இந்த இடத்தில் ஏங்கல்சின் பின்வரும் கூற்றை மேற்கோளாகக் காட்டுவது பொருத்தமாயிருக்கும்:

> முழுமையான உழைக்கும் மக்கள் கூட்டமானது அவர்தம் இன்றியமையாத உழைப்பில் முழுக்கவனம் செலுத்தி வருங்கால், அவர்களுக்கு உழைப்பின் தன்மை, அரசு விவகாரங்கள், சட்டப் பிரச்சனைகள், கலை, அறிவியல் போன்ற சமூகத்தின் பொதுவான விவகாரங்களைக் கவனிக்க நேரமில்லாது போகிறது. இத்தகைய நிலையில் ஒரு தனி வர்க்கம் தன்னை உழைப்பிலிருந்து முழுமையாக விடுவித்துக் கொண்டு மேற்கண்ட விவகாரங்களை நிர்வகிக்கும் உரிமையைத் தனதாக்கிக் கொள்கிறது. அத்துடன் தன்னுடைய சொந்த நலனுக்காக, உழைக்கும் கூட்டத்தின் மீது மேலும் மேலும் உழைப்புச் சுமையைத் திணிக்கிறது (Osipov 1969. 151).

ஏங்கல்சின் இக்கூற்றின் அடிப்படையில் நோக்கினால் உடல் உழைப்பிலிருந்து தன்னை விடுவித்துக் கொண்ட ஒரு கூட்டமே மேட்டிமைக் குழுவாக உருப்பெற்றுள்ளதை உணரலாம்.

இந்தியச் சமூக அமைப்பில் இறுக்கமாக இடம்பெற்றுள்ள சாதிய முறையானது பிறவியினால் மேட்டிமை நிலையை ஒருவருக்கு வழங்குகிறது. இது ஐரோப்பியச் சமூக அமைப்பிலிருந்து வேறு பாடான அம்சமாகும். இவ்வுண்மையைக் கணக்கில் எடுத்துக் கொண்டே இந்தியச் சமூக வரலாற்றாய்வை நிகழ்த்த வேண்டும்.

சாதியின் அடிப்படையில் உருவான இந்திய மேட்டிமைக்குழு கடினமான உடல் உழைப்பிலிருந்து தன்னை விடுவித்துக் கொண்ட தற்குச் சான்றாகப் பின்வரும் மனுதர்ம ஸ்லோகத்தைக் குறிப்பிட லாம்.

பிராமண ஷத்திரியர்கள் வாணிபம் செய்து பிழைத்த போதும், உடல்முயற்சியும் பிறர் தயவை நாடத்தக்கதாயுமுள்ள விவசாயத் தொழிலை மேற்கொள்ளக் கூடாது (மனு 10: 83).

தஞ்சை மாவட்டம் ஆச்சாள்புரம் கிராம சபையார், 'பிராமணர் ஏர்பிடித்து உழக்கூடாது' என்ற முடிவு செய்ததை 'பிராமணர் எருது கட்டி ஆண்டு உழக்கடவதல்லாததாகவும்' என்று இரண்டாம் இராஜாதி இராஜனின் பதினான்காவது ஆட்சியாண்டுக் கல்வெட்டு குறிப்பிடுகிறது (Tirumalai 1987: 183).

மனுவின் தாக்கம் இருபதாம் நூற்றாண்டிலும் தொடர்ந்துள்ளதைப் பின்வரும் செய்தியால் அறிய முடிகிறது.

1921-ஆம் ஆண்டில் தஞ்சை மாவட்டத்துக் கிராமம் ஒன்றில் உழவுத்தொழில் செய்தமைக்காக இரண்டு பிராமணர்கள் சாதிநீக்கம் செய்யப்பட்டனர். கும்பகோணம் சங்கராச்சாரியார் அப்பகுதிக்கு வந்தபோது மேற்கூறிய பிராமணர்கள் இருவரும் காணிக்கை கொடுக்கச் சென்றனர். அவரோ, பிழைப்புக்காக உடலால் உழைப்பது என்ற பாவத்தைச் செய்த பிராமணர் களிடமிருந்து காணிக்கை ஏதும் தான் பெற்றுக் கொள்ள முடியாது என்று கூறி அதை ஏற்க மறுத்துவிட்டார் (இராமசாமி 1969: 378).

உடலுழைப்பைப் புறக்கணித்து அதை இழிவாகக் கருதும் மனநிலையைத் திட்டமிட்டே மேட்டிமையோர் உருவாக்கியமைக்கு மேற்கூறிய செய்திகள் சான்றுகளாகும்.

அடித்தள மக்கள் (Subalterns)

மேட்டிமைக் குழுவிற்கு நேர் மாறாக எண்ணிக்கையில் அதிகமானவர்களாகவும், சமுதாயத்தின் வளங்களில் உரிய பங்கு பெற முடியாதவர்களாகவும், 'குறைந்த அளவு உணவு, குறைந்த அளவு உடை, குறைந்த கல்வி பெற்று' வாழும் மக்கள் பிரிவினரே அடித்தள மக்கள் எனப்படுகின்றனர். இந்தியச் சூழலில் அடித்தள மக்கள் என்பதற்கு, சாதி, செய்யும் தொழில், அரசியல் ஆதிக்கம், பாலியல் நிலை, பொருளாதார நிலை ஆகியவற்றில் ஏதேனும் ஒன்றில் அல்லது அனைத்து நிலைகளிலும் தாழ்ந்திருக்கும் மக்கள் என ஓர் எளிய வரையறை செய்யலாம்.

பண்பாட்டு மேலாண்மை

இவ்வாறு சமூகத்தில் மேட்டிமையோர், அடித்தள மக்கள் என்ற இரு பிரிவுகள் நிலவி, அதில் மேலாண்மை செலுத்துவோராக மேட்டிமைக்குழு விளங்கினாலும் அது எல்லா நிலைகளிலும் தன்னை நேரடியாக வெளிக்காட்டிக் கொண்டு, தன் மேலாண் மையை நிலைநாட்டுவதில்லை.

வழக்கமாக ஆளுவோர் மற்றும் ஆதிக்கச் சாதியினர், வன்முறையைப் பயன்படுத்தியே அடித்தள மக்கள்மீது தம் மேலாண்மையை நிலைநாட்டுவர். காவல்துறை, இராணுவம் போன்ற அரசின் அடக்குமுறை இயந்திரங்கள், வருவாய்த் துறை - நீதித்துறை போன்ற நிர்வாக அமைப்புகள் இம்முயற்சியில் இவர் களுக்குத் துணைபுரிகின்றன. பாராளுமன்றம் - சட்ட மன்றம் போன்ற மக்களாட்சி அமைப்புகளைக் கைப்பற்றுவதன் வாயிலா கவும், அவற்றைத் தம் கட்டுப்பாட்டிற்குள் கொண்டு வருவதன் வாயிலாகவும் தம் மேலாண்மையைப் பெருந்திரளான அடித்தள மக்கள் மீது மேட்டிமையோர் நிலைநாட்டுகின்றனர்.

இவ்வுண்மைகளைக் கிராம்ஸ்கி மறுக்கவில்லை. ஆனால் இவற்றால் மட்டுமே மேலாண்மை மற்றும் ஆட்சி ஆதிகாரம் நிலை நாட்டப்படுவதாக அவர் கருதவில்லை. மாறாக, மேட்டிமை யாளர்களின் மேலாண்மையை ஏற்றுக்கொள்ளும் சமூக ஒப்புதலை (Social consensus) அடித்தள மக்களிடமிருந்து பெற்றுக் கொள்வதன் வாயிலாகவும் மேலாண்மை நிலைநாட்டப்படுகிறது என்கிறார்.

இச்சமூக ஒப்புதலைப் பெறும் முக்கிய வழிமுறையாகப் பண்பாட்டு மேலாண்மை அமைகிறது என்பது கிராம்ஸ்கியின் கருத்தாகும்.

கிராம்ஸ்கியின் கூற்றுக்கு எடுத்துக்காட்டாக ஆர்.எஸ்.எஸ். தலைவர் குருகோல்வால்கரின் 'ஞான கங்கை' என்ற நூலில் இடம் பெற்றுள்ள செய்தி ஒன்றைக் குறிப்பிடலாம்.

> தெற்கே ஓர் ஆங்கிலேய அதிகாரி இருந்தார். அவருக்கு உள்ளூர்வாசியான, நாயுடு சமூகத்தைச் சேர்ந்த ஒரு துணை அதிகாரி இருந்தார். அந்த ஆங்கிலேயருடைய ஏவலாளராக ஒரு பிராமணர் வேலை பார்த்து வந்தார். ஒருநாள் ஏவலாளர் பின்னே வர, அந்த ஆங்கிலேயர் தெரு வழியே சென்று கொண்டிருந்தார். துணை அதிகாரி எதிர்த் திசையிலிருந்து வந்து கொண்டிருந்தார். இரு அதிகாரிகளும் தங்களுக்குள் நலம் விசாரித்து, கைகுலுக்கிக் கொண்டார்கள். ஆனால் அந்தத் துணை அதிகாரி, ஏவலரைக் கண்டதும் தாம் அணிந் திருந்த தலைப்பாகையை எடுத்து விட்டு, அவரது காலைத் தொட்டு வணங்கினார். அந்த ஆங்கிலேய அதிகாரி ஆச்சரியம் அடைந்தார்; என்ன இது? நான் உனக்கு மேலதிகாரி; ஆனால், என்னிடம் நீ நிமிர்ந்து நின்று வெறுமனே கைமட்டும் குலுக்கினாய். அந்த மனிதரோ எனது வேலைக்காரர்; இவ்வளவு ஜனநடமாட்டம் உள்ள வீதியிலும் அவர் முன்னே விழுந்து வணங்குகிறாயே! என்ன காரணம்? என்று கேட்டார். அதற்கு அந்தத் துணை அதிகாரி, நீங்கள் என்னுடைய மேலாதிகாரியாக இருக்கலாம். இருப்பினும், நீங்கள் மிலேச்சர். இவர் உங்கள் வேலைக்காரராக இருக்கலாம். ஆனால், இவர் எங்கள் மக்களிடையே இத்தனை நூற்றாண்டு களாகப் பெரிதும் மதிக்கப்பட்டு வருகிற வகுப்பைச் சார்ந் தவர். அவர்முன் வணங்குவது என்னுடைய கடமை என்று பதில் கூறினார். (கோல்வால்கர், 1991: 87-88)

இங்கு யாருடைய தூண்டுதலுமின்றி நாயுடு வகுப்பைச் சேர்ந்தவர் வெகு இயல்பாகப் பிராமணரின் காலைத் தொட்டு வணங்குகிறார். தனது சமூகநிலை தாழ்ந்தது, பிராமணர்களின் சமூகநிலை உயர்ந்தது என்பதை அவர் தயக்கமின்றி ஒப்புக் கொண்டுள்ளார். இதுபோன்று தாழ்த்தப்பட்ட சாதியினர் வீட்டில் உயர்சாதியினரென்று கருதப்படுபவர்கள் உணவு உண்ணக் கூடாதென்ற கருத்து வெகு இயல்பாகத் தாழ்த்தப் பட்ட மக்களின் உள்ளத்தில் பதிய வைக்கப்பட்டிருந்தது. தம் வீட்டில், உயர் சாதியினர் உணவருந்தினாலோ, நீர் பருகினாலோ தங்களுக்குப் பாவம் வந்து சேருமென்று அவர்கள் நம்பினார்கள். தஞ்சை மாவட்டத்தில் விவசாய சங்கங்களை உருவாக்கி, விவசாயிகளின்

பேரெழுச்சிக்கு அடிக்கல் நாட்டிய கன்னடத்து பிராமணரான சீனிவாசராவ், சேரிப் பெண்ணொருத்தியிடம் தண்ணீர் கேட்டபோது அப்பெண்ணின் பிரதிபலிப்பு இவ்வாறு இருந்தது:

> சாமி நங்க நத்த திம்போம், நண்டு திம்போம், செத்தமாடு திம்போம், எங்கக் குடிசயிலே நீங்கத் தண்ணி கேக்கலாமா? கொடுத்தா எங்களுக்குப் பாவம் இல்லையா சாமி? (சுபாஷ் சந்திர போஸ் 1999, 95).

பண்பாடு தொடர்ச்சியாக வருவது என்று பண்பாடு குறித்த வரையறையின் போது தெரிந்து கொண்டோம். பண்பாடு மற்றும் பண்பாட்டு அடையாளங்களின் வாயிலாக நிலைநிறுத்தப்படும் சமூக ஒப்புதலும் தொடர்ச்சியானதுதான். எனவே மேட்டிமை யோர் தமது சமூக மேலாண்மைக்கான சமூக ஒப்புதலை, பண் பாட்டு மேலாண்மையின் வாயிலாகப் பெற்றுவிடுகின்றனர். **'பொருளாதாரம் அல்லாத சுரண்டல் முறை'** என்று மார்க்ஸ் குறிப்பிடுவதை மனதிற் கொண்டு ஒடுக்குமுறை மற்றும் சுரண்டலுக்கு எதிராக வர்க்கப் போராட்டக் களத்தை கிராம்ஸ்கி விரிவுபடுத்து கிறார்.

வர்க்கப் போராட்டம் என்பது உடைமையாளர்களான முதலாளிகளுக்கும் உற்பத்தியில் ஈடுபடும் பாட்டாளிகளுக்கும் இடையே வேலைத் தளத்தில் நிகழும் யுத்தம் மட்டுமல்ல. அது பண்பாட்டிலும் சமயத்திலும் கூட வெளிப்படும். பண்பாடு, சமயம் தொடர்பான கண்ணோட்டம், தகவு (Value), நம்பிக்கை போன்ற வற்றிலும் சிக்கலைத் தோற்றுவித்து, மக்களின் சிந்தனை யிலும், நடத்தையிலும் தாக்கத்தை ஏற்படுத்தும் (Clarke: 1998 41).

பொருளாதாரமே வரலாற்றை நிர்ணயிக்கும் என்ற பொருளா தார நிர்ணயவாதம் (economic determinism) ஒற்றைத் தன்மை வாய்ந்த அணுகுமுறையாகும். இதிலிருந்து விலகி நின்றே கிராம்ஸ்கி மேற்கூறியவாறு குறிப்பிட்டுள்ளார். ஒரு குறிப்பிட்ட சமூகத்தின் பொளுற்பத்தி முறை என்ற அடித்தளமானது (basis) அச்சமூகத்தின் மேற்கோப்பில் (superstructure) இடம்பெற்றுள்ள, கலை - இலக்கியம் - சமுதாயம் - சமயம் - நீதிமுறை போன்ற பண் பாட்டுக் கூறுகளைப் பாதிக்கும் என்ற உண்மையை மார்க்ஸியம் எடுத்துரைக்கிறது. அதே நேரத்தில் மேற்கோப்பில் இடம் பெற்றுள்ள பண்பாட்டுக் கூறுகளும் தம் பங்கிற்கு அடித்தளத்தைப் பாதிக் கின்றன என்பதையும் மார்க்ஸியம் குறிப்பிடுகிறது. ஜோசப் பிளாக்

என்பவருக்கு 1890 இல் எழுதிய கடிதத்தில் ஏங்கல்ஸ், இதைத் தெளிவாகவே குறிப்பிட்டுள்ளார்.

... இறுதியிலும் இறுதியாய், மூலத்துக்கு மூலமாய் வரலாற்றை நிர்ணயிக்கும் காரணி பௌதீக வாழ்க்கையின் பொருள் உற்பத்தியும், அதன் மறு உற்பத்தியும் தான். இதற்குமேல் நானும் மார்க்சும் எதுவும் கூறவில்லை. இதனைத் திரித்துக் கொச்சைப்படுத்திப் பொருளாதாரக் காரணி மட்டுமே வரலாற்றை நிர்ணயிக்கிறது என்று யாராகிலும் ஒருவர் சொன்னால் அவர் மார்க்சின் கூற்றைப் பொருளற்ற, அரூபமான, அபத்தமான சொற்றொடராக மாற்றிவிடுகிறார் என்று தான் கூற வேண்டும். பொருளாதார நிலை என்பது அடித்தளம். ஆனால் மேல் தளத்தைச் சேர்ந்த பல்வேறு கூறுகள் வரலாற்றுப் போராட்டங்கள் எத்திசையிலே எந்தப் போக்கிலே செல்லவேண்டும் என்பதில் தமது செல்வாக்கைக் காட்டத் தான் செய்கின்றன. பல நேரங்களின் அப்போராட்டங்களின் வடிவத்தை முடிவு செய்வதில் அவையே முக்கிய பங்கு வகிக்கின்றன. இந்த மேல்தளத்துக் கூறுகள் எல்லாம் இணைத்து செயல்பட்டு வினையும் எதிர்வினையும் நிகழ்த்திக் கொண்டேயிருக்கின்றன... இந்த வினை எதிர்வினைச் சூழலில் பொருளாதார இயக்கமானது ஓர் அவசியத் தேவை என்று தன்னை நிலைநிறுத்திக் கொள்கிறது." (Marx, Engels: 1976, 56).

போர்ஜியஸ் என்பவருக்கு 25 ஜனவரி 1894 இல் எழுதிய கடிதத்தில்,

அரசியல்-நீதிமுறை-தத்துவம்-சமயம்-இலக்கியம்- கலை ஆகியவற்றின் வளர்ச்சியானது பொருளாதார வளர்ச்சியை அடிப்படையாகக் கொண்டுள்ளது. ஆனால் இவையனைத்தும் தங்களுக்குள் ஒன்றுக்கொன்று எதிர்வினை புரிவதுடன் பொருளாதார அடித்தளத்தின் மீதும் எதிர்வினை புரிகின்றன.

என்று எங்கெல்ஸ் குறிப்பிட்டுள்ளார் (மேலது 58). 'வரலாறு என்பது வர்க்கங்களுக்கிடையே நிகழும் போராட்டம்' என்ற மார்க்சின் கூற்றை அரசியல் பொருளாதாரத் தளத்தில் மட்டுமின்றிப் பண்பாட்டுத் தளத்திலும் பொருத்திப் பார்ப்பதன் அவசியத்தை எங்கெல்சின் மேற்கூறிய கடிதங்கள் உணர்த்துகின்றன.

சொத்துடைமை - சமூக உயர்நிலை - அதிகாரம் என்ற மூன்றும் நம்நாட்டைப் பொருத்த அளவில் சாதியத்துடன் நெருங்கிய தொடர்பு கொண்டவை. எனவே நம் நாட்டின் சமூக வரலாற்றில்

இடம்பெற்றுள்ள பண்பாட்டு மேலாண்மை குறித்த ஆய்வை, சாதிய உறவுகளையும் மோதல்களையும் மையமாகக் கொண்டே நிகழ்த்த வேண்டியுள்ளது. பொருளாதாரப் போராட்டங்களை மட்டுமே முன்னிலைப்படுத்தி நிகழ்த்தும் ஆய்வுகள் முழுமையான சமூகச் சித்திரத்தை நமக்கு வழங்குவதில்லை. அதே நேரத்தில் பண்பாட்டு நிர்ணயவாதத்திற்கு (Cultural determinism) ஆளாகி, பொருளாதார முரண்பாடுகளையும் வர்க்கப் போராட்டங்களையும் புறந்தள்ளி விட்டு மேற்கொள்ளும் ஆய்வுகளும் முழுமையான பயனைத் தரா என்பதையும் நாம் நினைவில் கொள்ளவேண்டும்.

மேலாண்மையும் சாதியமும் இணைந்து காணப்படும் நம் சமூகத்தில் பண்பாட்டு மேலாண்மை பின்வரும் மூன்று வழி முறைகளில் நிலைநாட்டப்பட்டுள்ளது.

★ பண்பாட்டு அடையாளங்களை மறுத்தல்
★ இழிவான பண்பாட்டு அடையாளங்களை வழங்குதல்
★ வழக்கிலிருக்கும் பண்பாட்டு அடையாளங்களை இழிவு படுத்தல் அல்லது மாற்றி அமைத்தல்.

பண்பாட்டு அடையாள மறுப்பு

பண்பாட்டு அடையாள மறுப்பானது நம் சமூகத்தில், கல்வி - பெயரிடல் - உணவு - ஆடை - குடியிருப்பு - ஒப்பனை - புழங்கு பொருட்கள் - வாகனங்களைப் பயன்படுத்துதல் எனப் பல்வேறு நிலைகளில் வெளிப்பட்டது. இந்தியச் சமூகத்தில் நிலவிய பண்பாட்டு அடையாள மறுப்புத் தொடர்பான சில செய்திகளை இனிக் காண்போம்.

'பெயரில் என்ன இருக்கிறது' என்பார் ஷேக்ஸ்பியர். ஆனால் மனிதனின் பெயரிலும் பண்பாடு இருக்கிறது. பிரபஞ்சன் (1990: 233) எழுதிய 'மானுடம் வெல்லும்' என்ற நாவலில் அம்பலக்காரரின் காரியக்காரர் நாராயணப் பட்டனிடம் தனக்கு மகன் பிறந்த செய்தியைப் பண்ணையாள் தெரிவிக்கிறான். கொடுக்காப் புளி மரத்தடியில் அமர்ந்திருந்த நாராயணப்பட்டன், "சின்னப் பறையன் பிறந்திருக்கிறானா? கொடுக்காப்புளின்னு பெயர் வையடா" என்று சொல்ல, அதன்படியே கொடுக்காப்புளி என்று பெயரிடப்படுகிறது. தன் மகனுக்குத் தன் தந்தையின் நினைவாகச் சுப்பன் என்ற பெயரை இடவேண்டுமென்ற அவனது விருப்பம் நிறைவேறவில்லை. இது நாவலாசிரியரின் மட்டுமீறிய கற்பனையல்ல. பழைய தமிழ்ச்

சமூகத்தின் நிலையே இங்கு வெளிப்பட்டுள்ளது. பெயரிடுதல் தொடர்பாக மனுதர்ம சாஸ்திரம் (2: 31, 32) பின்வரும் விதிமுறை களை வகுத்துள்ளது.

> நாமகரணத்தினால் பிராமணனுக்கு மங்களமும் ஷத்திரியனுக்கு பலமும், வைஸ்யனுக்கு தனமும், ஏனையோருக்கு அவர் தம் பணியையும் குறித்தும் பெயர்களை இட வேண்டும்".
>
> பிராமணனுடைய பெயர் மேன்மையைக் குறிக்கும் சர்மன், ஷத்திரியனுக்குப் பலத்தைக் குறிக்கும் வர்மன், வைசியனுக்கு வளத்தைக் குறிக்கும் பூபதி, நாலாமவனுக்குப் பணிவிடையைக் குறிக்கும் தாசன் என்றிவ்வாறு அவரவர் பெயர்களுடன் பட்டங்கள் வழங்கிவர வேண்டியது (தாசன் - அடிமை).

இவ்விதிமுறை கறாராகக் கடைபிடிக்கப்பட்டதற்குப் பல சான்றுகளைக் குறிப்பிடலாம். சுப்பிரமணியன் என்ற பெயரினைச் சுப்பன் என்றுதான் ஒடுக்கப்பட்ட மக்கள் இட வேண்டும். மாடசாமி, கந்தசாமி என்று முடியும் பெயர்களை ஆண்களும், மாடத்தி அம்மாள், மாரி அம்மாள் என்று முடியும் பெயர்களைப் பெண் களும் இடக்கூடாது. இதனடிப்படையில்தான் ஒடுக்கப்பட்ட வகுப்பைச் சார்ந்தவர்கள் மாடன், கந்தன், கருப்பன், மாடத்தி, மாரி என்று சுருக்கமாகப் பெயர் இடப்பட்டிருந்தனர்.

மக்கள் பெயரிடும் முறையில் நீண்ட காலமாகக் கொங்குப் பகுதியில் நிலவி வந்த தடை, விலக்குகளை (Taboo) அன்பிற்குரிய மாணவர் சு.முத்துக்குமரவேல் குறிப்பிட்டார். இதன் எச்சங்களை இன்றும் ஓரளவு காண முடியும் என்று கூறிய அவர், சான்றாகச் சில பெயர்களைக் கூறினார். அவற்றைப் பின்வருமாறு பட்டிய லிட்டுள்ளேன்.

ஆதிக்க சாதியினரின் பெயர்	அதற்கு இணையாக ஒடுக்கப்பட்ட சாதியினர் இடவேண்டிய பெயர்
1. ஆறுமுகசாமி	ஆராண்
2. கருப்பசாமி	கருப்பன்
3. குப்புசாமி	குப்பன்
4. சின்னச்சாமி	சின்னான்
5. நாச்சம்மாள்	நாச்சாள்
6. பழனாத்தாள்	பழனாள்
7. பழனிச்சாமி	பழனி
8. மாரப்பன்	மாரன்
9. வீரசாமி	வீரன்
10. வேலுசாமி	வேலான்

இச்சமூக நடப்பியலின் தாக்கத்தினால்தான் சமூகத்தின் கடைகோடி மனிதர்களைக் குறிப்பிட "குப்பனும், சுப்பனும்" என்று சொல்லாட்சி இன்றும் வழக்கில் உள்ளது.

காமராசர் முதலமைச்சராக இருந்தபோது அவரது அமைச்சரவையில் சி.சுப்பிரமணியம், ஆர்.வெங்கட்ராமன், கக்கன் ஆகியோர் அமைச்சர்களாக இருந்தனர். தி.மு.க.வின் முன்னணித் தலைவர்களில் ஒருவர் அரசியல் மேடைகளில் மேற்கூறியவர்களைப் பகடி செய்ய 'காமன்', 'கக்கன்', 'சுப்பன்', 'வெங்கன்' என்று நீட்டி முக்கி முழக்குவார். அவரது மேட்டிமை உணர்வின் வெளிப்பாடாக இக்கூற்று அமைந்தது.

இது ஒருபுறம் இருந்தாலும் தமிழ் உணர்வை வெளிப்படுத்தி வந்ததன் அடிப்படையில் பண்டைய இலக்கிய, வரலாற்றுப் பாத்திரங்களின் பெயர்களை, ஒடுக்கப்பட்ட மக்கள் தம் குழந்தைகளுக்கு இடும் மரபை தி.மு.க. தோற்றுவித்தது என்பதையும் மறுப்பதற்கு இல்லை.

மக்கட் பெயரிடுதலின் வாயிலாக வெளிப்படுத்தப்படும் **பண்பாட்டு** இழிவில் இருந்து ஒடுக்கப்பட்ட மக்கள் பிரிவை **விடு**விப்பதில் திராவிட இயக்கமும், பொதுவுடைமை இயக்கமும் தம் பங்களிப்பைச் செய்துள்ளன.

பெயர் என்ற பண்பாட்டு அடையாளம் மட்டுமின்றி, மலர்கள், கோலமிடுதல், ஆடை ஆணிதல், மணப் பொருட்களைப் பூசுதல், வாகனங்களைப் பயன்படுத்துதல் போன்ற பண்பாட்டு அடையாளங்களும்கூட இன்றைய அட்டவணைச் சாதியினரின் முன்னோர்களுக்கு மறுக்கப்பட்டிருந்தன.

குடுமி வைத்தலும் பேரிகை கொட்டலும் சோழர் காலத்தில் உயர் குடியினரின் பண்பாட்டு அடையாளமாகக் கருதப்பட்டன. இவ்வடையாளங்களை மற்றவர்கள் பயன்படுத்தக் கூடாது என்பதை "உவச்சரும் சாலிகளும் பணவரும் குடுமி வைக்கக் கடவர்கள் அல்லாதாராகவும் இவர்கள் நன்மைத் தீமைக்கு பேரிகை கொட்டக் கடவதல்லாதாகவும்" என்று முன்னர் குறிப்பிட்ட ஆச்சாள்புரம் கல்வெட்டு குறிப்பிடுகின்றது (Tirumalai 1987: 183).

மூன்றாம் இராஜராஜனின் ஐந்தாம் ஆட்சி ஆண்டுக் கல்வெட்டு மேளமும், பறையும் பயன்படுத்தக் கூடாது, ஒரே தண்ணீர்த் துறையில் நீராடக் கூடாது என்ற கட்டுப்பாட்டை ஒரு சாதியினருக்கு விதித்துள்ளது. இக்கல்வெட்டு சேதமடைந்துள்ளதால்

இத்தடை எச்சாதியினருக்கு விதிக்கப்பட்டது என்பது தெரிய வில்லை (S.I.I 7:885).

★ பெண்கள் கூந்தலில் மலர் சூடிக்கொள்ளக் கூடாது. தாலியில் மட்டும் சூடிக் கொள்ளலாம்.

★ வீட்டு வாயிலில் தாமரை மலர், தேர் போன்ற வடிவிலமைந்த புள்ளிக் கோலங்களைப் போடக் கூடாது. கம்பிக் கோலம் மட்டும் போட்டுக் கொள்ளலாம்.

★ பின் கொசுவம் வைத்துச் சேலை கட்டும் போது கொசுவம் தொங்க வேண்டும்.

★ சந்தனத்தை மார்பிலோ முழங்கையிலோ பூசக்கூடாது. தொண்டைப் பகுதியில் மட்டுமே பூச வேண்டும்.

★ பல்லக்கு, குதிரை போன்றவற்றைப் பயணம் செய்யப் பயன்படுத்தக்கூடாது.

★ பொது நீர்நிலைகளைப் பயன்படுத்தக்கூடாது.

என்ற கட்டுப்பாடுகள், ஒடுக்கப்பட்ட மக்கள் பிரிவினர் மீது இருபதாம் நூற்றாண்டின் தொடக்கத்தில் கூட தமிழ்நாட்டில் ஆங்காங்கே நடைமுறையில் இருந்தன.

ஆங்கில அரசில் பணிபுரிந்த ஆதிதிராவிடர்கள்கூட இத்தகைய ஒடுக்குமுறையிலிருந்து விடுபட முடியவில்லை. அருப்புக் கோட்டை காவலர் குடியிருப்பின் கிணற்றிலிருந்து நீரெடுக்க ஆதிதிராவிடர் வகுப்பைச் சார்ந்த தலைமைக் காவலரை அனுமதிக்கவில்லை. இராவ்சாகிப் முனிசாமிப் பிள்ளை என்பவர் 30.1.1931 இல் தமிழக சட்டமன்றத்தில் ஆற்றிய உரையில் இச் செய்தியைக் குறிப்பிட்டுள்ளார் (இராசதுரை 1991 : 151 - 153).

ஜெய்ப்பூர் மன்னராட்சிப் பகுதியைச் சேர்ந்த சக்வாரா என்ற கிராமத்தில் 1936 ஏப்ரல் முதல் தேதியன்று நடந்த ஒரு நிகழ்ச்சியை அம்பேத்கர் குறிப்பிட்டுள்ளார். தீர்த்த யாத்திரை சென்று வந்த தீண்டாதார் ஒருவர் தமது சாதியினருக்கு விருந்து வைத்தார். இவ்விருந்து நடந்து கொண்டிருந்தபோது நூற்றுக்கணக்கான இந்துக்கள் தடிகளுடன் நுழைந்து உணவைக் கொட்டிக் கவிழ்த் தனர். விருந்து உண்டவர்களைத் தடிகளால் நையப் புடைத்தனர். இதற்கான காரணம் என்ன தெரியுமா? விருந்தில் நெய் பறிமாறப் பட்டதுதான். இதுகுறித்து அம்பேத்கர் (1995:57),

நெய் பணக்காரர் பயன்படுத்துவதற்குரிய ஆடம்பரப் பொருள் என்றால் ஒத்துக் கொள்ளலாம். ஆனால் நெய் உண்ணுதல் சமூக அந்தஸ்தை உயர்த்திக்காட்டக்கூடியது என்பதனை யாராவது நினைத்தற் கூடுமோ? ஆனால் சக்வாரா இந்துக்கள் அப்படித்தான் நினைத்தனர். அதாவது, தீண்டாதார் அவர்களின் உணவில் நெய்விட்டுக் கொண்டதன் மூலம் தங்களை அவமதித்துவிட்டதாக நினைத்தனர். நெய் என்பது இந்துக்களின் கௌரவத்தோடு தொடர்புடையது. தீண்டாதார் நெய் வாங்கும் அளவுக்கு வசதி படைத்தவர்களாக இருந்த போதிலும் அதை அவர்கள் பயன்படுத்தக்கூடாது. நெய் அவர்களுக்கு உரியது அன்று. இதை உணராமல் தீண்டாதார் இறுமாப்புடன் நடந்து கொண்டதற்காகவே இவ்வாறு தண்டித்தனர் என்று கூறியுள்ளார். பழைய இராமநாதபுர மாவட்டத்தில் ஆதி திராவிடர்களுக்கு எதிராக அப்பகுதியின் ஆதிக்க சாதியாகத் திகழும் நாட்டார் சாதியினர் பின்வரும் எட்டுத் தடைகளை 1930 ஆம் ஆண்டு விதித்துள்ளனர் (Hutton, 1969: 205).

★ பொன் மற்றும் வெள்ளியிலான அணிகலன்களை ஆதி திராவிடர் அணியக்கூடாது.

★ ஆடவர்கள் இடுப்புக்கு மேலும் முழங்காலுக்குக் கீழும் ஆடை அணியக்கூடாது.

★ கோட், சட்டை, பனியன் ஆகியவற்றை அணியக் கூடாது. தங்கள் தலை மயிரைக் கத்திரிக்கக்கூடாது.

★ வீடுகளில் மட்பாண்டங்களைத் தவிர ஏனைய பாத்திரங் களைப் பயன்படுத்தக்கூடாது.

★ துணி, ரவிக்கை, தாவணி ஆகியவற்றைப் பயன்படுத்தி பெண்கள் தம் மார்பை மறைக்கக்கூடாது.

★ மலர்கள், சந்தனம் ஆகியவற்றைப் பெண்கள் பயன் படுத்தக்கூடாது.

★ வெயில், மழையிலிருந்து பாதுகாத்துக் கொள்ள ஆடவர்கள் குடைபிடிக்கக்கூடாது. காலில் செருப்பு அணியக்கூடாது.

மேற்கூறிய எட்டுக் கட்டுப்பாடுகளும் பண்பாட்டு அடையாள மறுப்பை வெளிப்படுத்தி நிற்பதை எளிதில் புரிந்துகொள்ள முடியும். இக்கட்டுப்பாடுகளை ஏற்றுக்கொள்ளாததால் ஆதி திராவிடர்களின் குடிசைகளுக்கு நெருப்பு வைத்ததுடன் அவர்களின்

தானியக் களஞ்சியங்களையும் ஏனைய பொருட்களையும் அழித்துக் கால்நடைகளைக் கொள்ளை அடித்தனர். 1931-ஆம் ஆண்டில் 17 கட்டுப்பாடுகள் விதிக்கப்பட்டன. அவற்றுள் மேற்கூறிய எட்டுக் கட்டுப்பாடுகளும் அடங்கும். சில பொருளாதாரம் தொடர்பானவை. பண்பாடு அடையாள மறுப்பாகப் பின்வரும் நான்கு புதிய கட்டுப்பாடுகள் விதிக்கப்பட்டன (மேலது: 205, 206).

★ செம்பு அல்லது பித்தளைப் பாத்திரங்களைப் பயன்படுத்தாமல் மட்பாண்டங்களிலேயே பெண்கள் தண்ணீர் எடுக்க வேண்டும். தலையில் சும்மாடாக வைக்கோலைப் பயன்படுத்த வேண்டும். துணியைப் பயன்படுத்தக் கூடாது.

★ அவர்களது குழந்தைகள் படிக்கக்கூடாது.

★ மங்கல, அமங்கல நிகழ்ச்சிகளில் மேளம் போன்ற இசைக் கருவிகளைப் பயன்படுத்தக்கூடாது.

★ திருமண நிகழ்ச்சிகளில் குதிரை மீது ஏறி ஊர்வலமாகச் செல்லக்கூடாது. வீட்டுக் கதவுகளையே பல்லக்காகப் பயன்படுத்த வேண்டும். வேறு வாகனங்களைப் பயன்படுத்தக்கூடாது.

ஆதிதிராவிடர் வகுப்பைச் சேர்ந்த பொன்னையா என்பவர் இராமநாதபுரம் - திருநெல்வேலி ஆதிதிராவிட அமைப்பின் சார்பில் லார்டு இர்வின் என்ற ஆங்கில வைசிராய்க்கு அனுப்பிய மனு ஒன்றில் இக்கட்டுப்பாடுகளைப் பட்டியலிட்டுள்ளார். அம்மனுவில் மேற்கூறிய கட்டுப்பாடுகளை மட்டுமின்றி, ஆதி திராவிடப் பெண்கள் விதவைகளைப்போல வெள்ளைச் சேலை மட்டும்தான் உடுத்த வேண்டும், முகத்தில் மஞ்சள் பூசக்கூடாது என்ற இரு கட்டுப்பாடுகளையும் குறிப்பிட்டுள்ளார்.

> 'கள்ளர், மறவர்க்கும் ஆதிதிராவிடர்களுக்கும் வெளிப்படையாக வித்தியாசம் தெரிய வேண்டும்' என்பதுதான் இக்கட்டுப்பாடுகளை விதிப்பதற்குக் காரணம் என்று பொன்னையா தம் மனுவில் குறிப்பிட்டுள்ளார் (இளங்குமரன்: 1996, 14-15).

இத்தகைய அடையாள மறுப்பென்பது தொல்காப்பியர் காலத்திலேயே தமிழ்நாட்டில் உருவாகிவிட்டது. தலைமாலை, கழுத்துமலை அணியும் உரிமை வணிகர்க்கு உண்டு என்பதை, 'கண்ணியுத தாரும் எண்ணினர் ஆண்டே' என்ற தொல்காப்பிய

நூற்பா (மரபியல்: 80) எடுத்துரைக்கிறது. மன்னரிடம் பணிபுரியும் வேளாளர், கண்ணி (தலைமாலை) சூடும் உரிமையுடையவர் என்ற சிறப்பு விதியும் மற்றொரு நூற்பாவில் (மரபியல்: 82) இடம் பெற்றுள்ளது.

வில்லும் வேலுங் கழலுங் கண்ணியும்
தாரும் ஆரமுந் தேருமாவும்
மன்பெறு மரபின் ஏனோர்க்குரிய

என்ற தொல்காப்பிய நூற்பா (மரபியல்: 84) வில் - வேல் - வீரக் கழல் - கண்ணி - தார் - ஆரம் (பொன் அல்லது முத்தினாலான மாலை) - தேர் - குதிரை ஆகியன குறுநில மன்னர்களுக்கும் உரியது என்று உரைக்கிறது. குறுநில மன்னர் என்போர் வட்டார அளவில் ஆட்சி புரிபவர்கள். மேற்கூறிய அடையாளங்கள் இவர்களுக்கும் உரிய தென்று கூறும் இந்நூற்பாவை அடுத்துவரும் (மரபியல்: 85) 'அன்னராயினும் இழிந்தோர்க்கில்லை' என்ற நூற்பாவிற்கு 'நான்கு குலத்திலும் இழிந்த மாந்தர்க்கு அவை உளவாகக் கூறப்படா வென்றாவது' என்று இளம்பூரணரும், 'மன்னவர் போலுஞ் செல்வத் தாராகிய இழிகுலத்தோர் நாடாண்டாராயினும் அவர்க்கு இவை கூறலமையாது' என்று பேராசிரியரும் உரை எழுதியுள்ளனர். இவ்வாறு மாலை, அணிகலன் மற்றும் படைக்கலம் தாங்கும் உரிமை இன்ன சாதிகளுக்கு உரியது என்று வரையறுக்கப்பட்டுள்ளது (மேற்கூறிய தொல்காப்பிய நூற் பாக்கள் இடைச் செருகல்கள் என்று தமிழறிஞர் தமிழண்ணல் கருதுகிறார்).

பல்லக்கு தமிழ்நாட்டின் தொன்மையான வாகனம். இதில் பயணம் செய்வதென்பது சமூக உயர் மதிப்பின் குறியீடாக இருந்தது.

அறத்தா றிதுவென வேண்டா சிவிகை
பொறுத்தானோ டூர்ந்தா னிடை

என்ற குறள் பல்லக்கில் (சிவிகை) அமர்ந்து செல்பவர்கள் முற் பிறவியில் செய்த அறத்தின் பயனை நுகர்பவர்கள், அதைச் சுமந்து செல்பவர்கள் முற்பிறவியல் அறம் செய்யாதவர்கள் என்றும் குறிப்பிடுகிறது. இக்குறளின் அடிப்படையில் பல்லக்கில் அமர் பவர்கள் அதை சுமப்பவர்கள் என்ற இரு சாராருக்குமிடையில் நிலவிய சமூக வேறுபாட்டை நாம் உய்த்துணர்கிறோம்.

இராணி மங்கம்மாளின் அமைச்சரும் தளபதியுமான நரசப் பையர், கத்தோலிக்கக் குருக்கள் பயணம் செய்ய பல்லக்கு வழங்கி யுள்ள செய்தி 1708- ஆம் ஆண்டு சேசுசபை மடலில் இடம் பெற்றுள்ளது. இம்மடலை எழுதிய அந்தோணி டயஸ் (1766: 1724)

என்ற போர்க்சுக்கீறிய சேசுசபைத் துறவி, பல்லக்கு வழங்குவது மிகப் பெரிய மரியாதையாகும் என்று குறிப்பிட்டுள்ளார் (M.P.J.A.; 1708:5).

இவ்வாறு மரியாதைக்குரிய வாகனமான பல்லக்கை எல்லோரும் பயன்படுத்த முடியாதவாறு சமூகத் தடை இருந்தது. பல்லக்கு ஏறும் உரிமையை மன்னர்களிடம் கேட்டுக் கைவினைஞர் வகுப்பினர் பெற்றுள்ளனர். ஆனாலும் கூட அவர்களால் அவ்வுரிமையை நிறைவுடன் அனுபவிக்க முடியவில்லை என்பதை "கம்மாளன் பல்லக்கு ஏறினால் கண்டவர்க்கெல்லாம் கீழே இறங்க வேண்டும்" என்ற பழமொழி உணர்த்துகிறது. பல்லக்கில் பயணம் செய்த கம்மாளர், மேட்டிமைக் குடியினர் எதிரே வந்தால் கீழே இறங்கி மரியாதை செய்து விட்டுப் பயணத்தைத் தொடர்ந்தனர். இதனால் பல்லக்கிலிருந்து இறங்குவதும், மீண்டும் பல்லக்கில் ஏறி அமர்வதும் எனப் பயணம் தொடரும். இதைவிட நடந்தே சென்றுவிடலாம்.

தச்சர் ஒருவர் தம் மகன் திருமணத்தின்போது 'மாப்பிள்ளையும் பெண்ணும் பல்லக்கிலே' ஊர்வலம் வர தஞ்சையை ஆண்ட துளசி மகாராசரிடம் அனுமதி பெற்றார். ஆனால் இதை அங்குள்ள ஆதிக்க சாதியினர் விரும்பவில்லை. இதனால் பல்லக்கு ஊர்வலம் தொடங்கும் முன்னரே கம்மாளருடன் சண்டையிட்டனர். இதனால்,

> கம்மாளரெல்லாங் குமுக்குப் பண்ணிக்கொண்டு பல்லக்கிலே யெங்கள் பெண்ணு மாப்பிளையும் பட்டணப் பிறவேசம் வந்தாலொழிய, நாங்கள் பட்டணத்திலேயொரு வேலையுஞ் செய்மாட்டோமென்று சொல்லி யெல்லாருங் குடிவாங்கி, மேற்கே பத்து நாழிகை வழிக்கப்புறம் பட்டிக்காட்டுகளிலே போய்க் குடியிருந்தார்கள். (*சௌந்திரபாண்டியன், 1995:93*)

இதனை அறிந்த துளசி மகாராசா படை வீரர்களை அனுப்பி அவர்களின் பாதுகாப்புடன் பல்லக்கு ஊர்வலத்தை நடத்த உத்தரவிட்டார்.

> கம்மாளர்கள் "மஞ்சப் பாவாடை போட்டுக் கொண்டு, பெண்ணையு மாப்பிள்ளையையும் பல்லக்கில் வைத்துக் கொண்டு மிகுந்த சந்தோஷத்தோடும் அனேகம் ஆடம்பரத்தோடுஞ் தஞ்சாவூருக் கோட்டைக்கு வந்தார்கள். ஊர் வலம் வரும் வழியில் ஆதிக்க சாதியினர் கூட்டங் கூடி, தடிகளையுஞ் சிலம்பக் கம்புகளையுங் கத்திகளையு மீட்டிகளையும் பிடித்துக் கொண்டு விருந்துபண்ணிச் சாராயங் கள்ளுங் குடித்துக் கொண்டு, கொம்புத் தப்பட்டைச் சகலமும்

> பிடித்துக்கொண்டு, வடக்குக் கோட்டை வாசலுக்கு வெளியே வந்து தானைய மிறங்கியிருந்தார்கள். கம்மாளருடன் சண்டையிட்டு மாப்பிள்ளையும் பிள்ளையுஞ் சில கம்மாளரையும் வெட்டி அவர்கள் தலைகளையீட்டி முனையிலேயுங் காலிலேயுங் கட்டிக் கொண்டு தெருவுக்குத் தெரு கடைக்குக் கடை திரிந்து காசு வாங்கினார்கள் (மேலது 94-95).

பொன், பித்தளை, இரும்பு, மரம், கல் ஆகியவற்றை மூலப் பொருளாகக் கொண்டு தொழில் புரியும் கைவினைஞர்களாகிய கம்மாளர் நிலையே இப்படி இருந்ததென்றால், உழும் அடித்தள மக்களின் நிலை எப்படி இருந்திருக்குமென்பதைக் கற்பனை செய்து கொள்ளலாம். இந்தியாவில் தாழ்த்தப்பட்டவர்களுக்கு மேட்டிமை யோர் வகுத்துள்ள விதிமுறைகளை அம்பேத்கர் பட்டியலிட்டுள்ளார். அப்பட்டியலில் இடம் பெற்றுள்ள ஒரு விதிமுறை 'கிராமத்திற்குள் தாழ்த்தப்பட்டோர் குதிரைச் சவாரி செய்வதோ, பல்லக்கில் பயணம் செய்வதோ குற்றமாகும் என்பதாகும்' (அண்ணல் அம்பேத்கார், 1995: 43). இவ்விதி முறையை மீறியவர்கள் பட்ட பாடுகள் குறித்து செய்தித் தாள்களில் வெளியான செய்திகளையும் அவர் குறிப்பிட்டுள்ளார் (மேலது 103, 104).

திருநெல்வேலி மாவட்டம் வடக்கன்குளத்தைச் சேர்ந்த கத்தோலிக்க வேளாளர்கள் 1910-ஆம் ஆண்டில் திருநெல்வேலி மாவட்டத் துணை நீதிமன்றத்தில் தாக்கல் செய்த மனுவில்,

> வாதிகள் (வெள்ளாளர்கள் வகையறா) வடக்கன்குளம் மேல்ஜாதிக்காரர் தெருக்களில் பிரதிவாதிகள் (நாடார் வகையறாக்கள்) கல்யாண பல்லக்கு, பட்டணப் பிரவேசம் போகப் பாத்தியதையில்லை என்று ஸ்தாபித்து அப்படிச் செய்யாமலிருக்க... பிரதிவாதிகளுக்கு சாஸ்வத (நிரந்தர) இன்ஜெக்ஷன் (தடை) கொடுக்கும்படி...

என்ற வாசகம் இடம்பெற்றுள்ளது (M.P.J.A. 1910). இதில் குறிப் பிடும் மேல்சாதிக்காரத் தெரு என்பது பொதுமக்கள் அனை வருக்கும் உரிமையுடைய அரசாங்கச் சாலை என்பது குறிப்பிடத் தக்கது.

பல்லக்கின் பயன்பாடு மறைந்து பேருந்துகள் அறிமுகமான போதும்கூட, பயணம் செய்வதற்கான தடைகள் தொடர்ந்தன. பயணச் சீட்டின் பின்புறம் 'பஞ்சமர்கள் பயணம் செய்யக் கூடாது' என்ற வாசகம் இடம்பெற்றிருந்தது. சாதியை மறைத்துப் பயணம்

செய்வது கண்டுபிடிக்கப்பட்டால் அவர்கள் கீழே இறக்கிவிடப் பட்டனர். 19.12.1926 'குடியரசு' இதழில் வெளியான பின்வரும் செய்தி இதற்குச் சான்றாகும்.

> சமீபத்தில் ஜான்பால் உபாத்தியாயர் என்பவர் காங்கே யத்தில் ஊத்துக்குளி போகும் சர்வீஸ் கார் நெ. 425 மோட்டாரில் டிக்கெட் வாங்கி உட்கார்ந்து கொண்டிருக்கும் போது, மேற்படி காரில் டிக்கெட் கொடுத்துக் கொண்டு வருபவர் எவ்விதத்திலோ ஆதிதிராவிடர் என்பதை அறிந்து மேற்படி காரில் உட்கார்ந்து கொண்டிருந்த ஜாதி இந்துக்களின் உதவி கொண்டு மேற்படிக் காரில் உட்கார்ந்திருந்த உபாத்தியா யரைப் பலவந்தப்படுத்தி இறக்கி விட்டுவிட்டார் (ஆடலரசன், 1992: 15-16).

பேருந்தில் பயணம் செய்வதற்கான உரிமையைப் பெற்ற பின்னரும் அதில் அமர்ந்து பயணம் செய்யும் நிலை தமிழ்நாட்டின் எல்லாப் பகுதிகளிலும் உருவாகவில்லை. 1981 பிப்ரவரியில் திருநெல்வேலி மாவட்டம் மீனாட்சிபுரத்தில் தேவேந்திரகுல வேளாளர்கள் இசுலாமியர்களாக மதம் மாறினர். மதம் மாறிய முதியவர் ஒருவர் மதமாற்றத்தால் கிடைத்த பயன்களைக் குறித்த போது,

> முன்னையெல்லாம் நாங்க பஸ்ல ஏறியெடம் புடிச்சி உக்காந்தா... தேவமாரு வந்தா அவங்க எங்களவிட எவ்வளவு வயசுல கொறஞ்ச ஆளா இருந்தாலும் யெடத்தக் குடுத்துட்டு நின்னுட்டு வர்னும். இப்பல்லாம் சீட்டப் புடிச்சா புடிச்சது தான். நாங்க எந்திரிக்க மாட்டோம். எந்திரிக்கும் படி யாரும் சொல்ல மாட்டாங்க

என்று குறிப்பிட்டார். இத்தகைய அனுபவத்தை எழுத்தாளர் பாமாவும் தம் பள்ளி நாட்களில் அனுபவித்துள்ளார். ஆறுகளைக் கடக்கப் படகுகளைப் பயன்படுத்தும் போது, தம்முடன் அட்டவணை சாதியினர், உடன்பயணம் செய்ய ஆதிக்கச் சாதியினர் அனுமதிக்கவில்லை. 1918ஆம் ஆண்டில் திருச்சி மாவட்டத்தில் பிராமணர் சிலர் காவிரியாற்றைப் படகு மூலம் கடந்து கொண்டி ருக்கும் போது தம்முடன் பறையர் ஒருவர் பயணம் செய்வதை அறிந்தனர். உடனே படகோட்டியை வற்புறுத்தி ஆற்றின் நடுவே இருந்த மணல் திட்டு ஒன்றில் அவரை இறக்கிவிட்டனர். பின்னர் அப்பகுதியின் துணைக் குற்றவியல் நீதிபதி, படகில் சென்று அவரை மீட்டு வந்தார். படகோட்டிகள் மீது வழக்குத் தொடரப்பட்டுத்

தண்டனை வழங்கப்பட்டது. ஆனால் முசிறியிலிருந்த பிராமணத் துணை ஆட்சியர் இத் தண்டனையை மாற்றிவிட்டார் என்ற செய்தி ஆங்கில அரசின் ஆவணம் ஒன்றில் இடம்பெற்றுள்ளது (இராசதுரை 1991 : 191 - 192).

பண்பாட்டு அடையாளங்களில் ஒன்றான கல்வியை, அடித்தள மக்கள் பெற்றுவிடாதவாறு மேட்டிமையார் கவனமாகப் பார்த்துக் கொண்டனர். ஓதல் (கல்வி கற்றல்), போர்புரிதல், தூது செல்லுதல் என்ற மூன்றின் காரணமாகத் தலைமகன் தலைவியைப் பிரியலாம் என்று கூறும் தொல்காப்பியர், அவற்றுள் ‘ஓதலுந் தூதும் உயர்ந் தோர் மேன’ என்கிறார் (தொல் அகத்திணையியல் 28) - “ஓதல் காரணமாகப் பிரியும் பிரிவும், தூதாகிப் பிரியும் பிரிவும் நால்வகை வருணத்திலும் உயர்ந்த அந்தணர்க்கும் அரசர்க்கும் உரிய” என்று இளம்பூரணரும், “அந்தணர், அரசர் என்போருடன் வணிகரையும் சேர்த்து ஓதற்பிரிவும், தூதிற் பிரிவும் அந்தணர் முதலிய மூவரிடத்தன” என்று நச்சினார்க்கினியரும் உரை எழுதியுள்ளனர்.

‘உயர்ந்தோர்க்குரிய ஓத்தினான’ என்ற தொல்காப்பிய நூற்பா (அகத்திணையியல் 33) வணிகர்க்கு ஓதுதலின் பொருட்டுப் பிரிவு நிகழும் என்றுரைக்கிறது. அப்படியாயின் உயர்ந்தோர் என்ற பிரிவுக்குள் வராதோர்க்கு ஓதுதல் பிரிவு இல்லை என்றாகிறது. ஓதும் (கற்கும்) உரிமை இல்லாதோர்க்கு ஓதற்பிரிவு இல்லை யென்பது வெளிப்படை

இவ்வாறு அடித்தள மக்களுக்குக் கல்வியை மறுத்துவிட்டு, பின்னர் கல்வி இல்லாமையைக் காரணம் காட்டி அடித்தள மக்களை இழிவுபடுத்தியுள்ளனர்.

‘தொன்னெறி மொழிவயின்ஆ அகுநவும்’ என்ற சொல்லதிகார நூற்பா, வரிக்கு உரை எழுதும் சேனாவரையர் ‘யாட்டுளான் இன்னுரை தாரான் என்றது இடையன் எழுத்தொடு புணராது பொருளறிவுறுக்கும் மொழியைக் கூறுதலின்றி, எழுத்தொடு புணர்ந்து பொருளறிவுறுக்கும் மொழியைக் கூறான்’ என்று விளக்கம் தருகிறார். சங்க இலக்கியங்களில் ‘கல்லாக் கோவலர்’ (அகம்; 74: 16, நற்: 367: 8, ஐங்: 304: 1) என்றும் திருப்பாவையில் ‘அறிவொன்றுமில்லாத ஆய்க்குலம்’ என்றும், குறிப்பிடப்படுகிறது. ஆநிரைச் செல்வங்களை உடைய ஆயர்குலமே இவ்வாறு இழிவு படுத்தப்பட்டதென்றால் உடைமையற்ற ஏனையோரின் நிலையைப் பற்றிக் கூறவேண்டியதில்லை.

1940 ஆம் ஆண்டுக்கான சென்னை மாநிலத்தின் காவல் துறை நிர்வாக அறிக்கையில் (பக்.10) குறிப்பிடப்பட்டுள்ள செய்தி வருமாறு:

> படித்த ஆதிதிராவிட இளைஞன் ஒருவன் பூட்ஸ் அணிந்தது, திருநெல்வேலி மாவட்டத்திலுள்ள ஒரு கிராமத்தின் பிற சாதியினரைக் கோபம் கொள்ளச் செய்தது. ஒரு நாள் அந்த ஆதிதிராவிட இளைஞன் கிணற்றில் குளித்துக் கொண்டிருக்கும்போது கிராம வாசிகள் பதினோரு பேர் அவனைத் தாக்கினர். முதலடி தலையில் விழுந்ததும் அந்த இளைஞன் தப்பிக்க முயன்றான். ஆனால் அதிக எண்ணிக்கையில் இருந்தவர்கள் அவனைக் கல்லால் அடித்துக் கொன்றார்கள். அவனைக் காப்பாற்ற வந்த அவனது இரு சகோதாரர்களும் கொல்லப்பட்டனர். இந்த வழக்கில் முக்கிய குற்றவாளிகள் இன்னும் தலைமறைவாக உள்ளனர். குற்றஞ் சாட்டப்பட்ட ஒன்பது பேரை நாடு கடத்தும்படி தீர்ப்பாகியுள்ளது. ஒருவனுக்கு மூன்றாண்டு கடுங்காவல் தண்டனை விதிக்கப்பட்டுள்ளது.

இன்றும்கூட அட்டவணை சாதியினர் மீது சில பண்பாட்டு அடையாள மறுப்புச் செயல்கள் திட்டமிட்டு நிகழ்த்தப் பெறுகின்றன. தேநீர் விடுதிகளில் தனிக் குவளை வழங்குதல், ஆதிக்கச் சாதியினர் வாழும் பகுதிகளைக் கடக்கும்போது செருப்பைக் கையில் எடுத்துக் கொள்ளுதல், சைக்கிளில் சென்றால் இறங்கி உருட்டிக் கொண்டு செல்லுதல் எனக் கட்டுப்பாடுகள் விதிக்கப்பட்டுள்ளன.

திருவண்ணாமலை மாவட்டத்திலுள்ள நெய்வானந்தம் என்ற கிராமத்தில், 'ஆதிதிராவிட வகுப்பைச் சார்ந்தவர்கள் ஊருக்குள் சைக்கிளில் போகக் கூடாது. செருப்பு போட்டுக் கொண்டு போகக் கூடாது. வெளியூரில் மிகப்பெரிய பதவியிலிருக்கும் இந்த ஊரைச் சேர்ந்தவர்கள் ஊருக்குள் வந்தால்கூட இந்த விதி பொருந்தும் (ஜெயா சம்பத் 1997: 14) என்ற நிலை இன்றும் உள்ளது. இத்தகைய ஆதிக்க உணர்வு இன்றும் தொடர்கிறது. மதுரை மாவட்டம் உசிலம்பட்டி அருகில் உள்ள வடுகப்பட்டி என்ற கிராமத்தில் ஆறாம் வகுப்புப் படிக்கும் பதினொரு வயது தலித் மாணவன், கள்ளர் சமூகத்தினர் வாழும் தெரு வழியாக 3-6-2013 அன்று செருப்பணிந்து சென்றான். இதற்காக, தன் செருப்பைத் தலையில் சுமந்து செல்லும்படிச் செய்தனர். இதைத் தட்டிக் கேட்ட அச்சிறுவனின் தாய் மிரட்டப் பட்டாள்.

அட்டவணை சாதியினருக்கான தேசிய ஆணையத்தின் தலையீட்டால் 11-6-2013 அன்று வழக்கு பதிவு செய்யப்பட்டுள்ளது. இந்நிகழ்வைக் குறித்த விரிவான கட்டுரையை வெளியிட்டுள்ள ஃபிரண்ட்லைன் இதழ் (2013 சூலை 12, பக்கம் 105-108) இது போன்று செருப்பணிந்து சென்ற சிறுமியொருத்தி துடைப்பத்தால் அடிக்கப் பட்ட நிகழ்வையும், அரசு அலுவலகங்களிலும் பள்ளிகளிலும் அம்பேத்கர் படம் இடம்பெறாத நிலையையும் இருச் சக்கர வாகனங்களில் அமர்ந்து செல்வது சில பகுதிகளில் தடை செய்யப் பட்டுள்ளதையும் குறிப்பிட்டுள்ளது. செருப்பு, குவளை, சைக்கிள் ஆகியன வெறும் புழங்கு பொருட்கள் மட்டுமில்லை. மாறாக, பண்பாட்டு அடையாளமாகவும் விளங்குகின்றன. எனவே இவற்றைப் பயன்படுத்துவது தொடர்பாகக் கட்டுப்பாடுகள் விதிக்கப்பட்டுள்ளன.

1997-ஆம் ஆண்டு நிகழ்ந்த தென் மாவட்டச் சாதிக் கலவரங் களின் போது கலவரப் பகுதிகளில் சுற்றுப் பயணம் செய்த ‘சமூக அக்கறையுள்ள எழுத்தாளர்கள், அறிஞர்கள் குழு’ வெளியிட்டுள்ள அறிக்கையில்,

> ‘... மம்சாபுரத்து மறவர்கள் அப்பகுதியைச் சுற்றியுள்ள எல்லா தேநீர்க்கடைகளிலும் கட்டாயமாகச் சிரட்டைகளைத் தொங்க விட்டு தேவேந்திரர்களுக்கு அதில்தான் தேநீர் கொடுக்க வேண்டும் எனக் கட்டாயப்படுத்தியதையும் இதனை தேவேந்திரர் ஏற்றுக் கொள்ள மறுத்ததற்காக அமைச்சியார்பட்டி தீக்கிரையாக்கப்பட்டுச் சூறையாடப் பட்டுள்ளதையும் நேரில் கண்டோம். பல ஆண்டுகள் நிறுத்தப் பட்டிருந்த இந்தத் தீண்டாமைக் கொடுமையை மீண்டும் நிலை நிறுத்தும் முயற்சியாக மறவர்களின் சாதி உணர்வு வெளிப்பட்டுள்ளது

என்ற செய்தி இடம்பெற்றுள்ளது. இதுபோன்றே இராஜ பாளையம் அருகிலுள்ள மீனாட்சிபுரம் என்ற கிராமத்தில், அங்கு வாழும் கிறித்துவ நாடார்கள் ஊர்வலமாகச் சென்று ஊரிலுள்ள தேனீர் விடுதிகளில் சிரட்டைகளைக் கட்டித் தொங்கவிட்டனர் (தகவல்: பணி. அ. மாற்கு ஸ்டீபன்).

இழிவான பண்பாட்டு அடையாளங்களை வழங்குதல்

ஒடுக்குமுறைக்கு ஆளான அடித்தள மக்களை ஏனைய மக்களி லிருந்து பிரித்துக் காட்டும் முறையில் அவர்களுக்கென்று சில இழிவான அடையாளங்களை வழங்கும் அல்லது இடும் வழக்கம்

மிகவும் தொன்மையானது. கிறிஸ்துவுக்கு முந்தைய உரோம் நாட்டில் அடிமைகள் மீது அடையாளக் குறிகள் இடும் பழக்கம் நிலவியது. தமிழ்நாட்டில் பிற்காலச் சோழர் காலத்தில் அடிமை களின் மீது முத்திரையிடும் வழக்கம் நிலவியது. அரண்மனைப் பணியாளர்களுக்குப் புலிச் சின்னமும், சைவக் கோயில் அடிமை களுக்கு திரிசூலச் சின்னமும், வைணவக் கோயில் அடிமைகளுக்குத் திருநாமச் சின்னமும் சூட்டுக் கோலால் பொறிக்கப்பட்டன. அடிமைகள் மட்டுமின்றி தேவரடியார்களுக்கும்கூட இத்தகைய சின்னம் பொறிக்கும் வழக்கம் இருந்தது. பாபிலோனில் அடிமை களின் தலைமுடி தனிவிதத்தில் கத்திரிக்கப் பட்டது. ஒடுக்கப் பட்டவர்கள் தங்களை மற்றவர்கள் அடையாளம் காணும் விதத்தில் கழுத்தில் ஒரு கலயத்தையும் இடுப்பின் பின்பகுதியில் ஒரு துடைப்பத்தையும் கட்டிக் கொள்ளும் வழக்கம் வட இந்தியாவில் நிலவியது. இதை மீறியவர்கள் கடுமையாகத் தண்டிக்கப்பட்டார்கள்.

யாழ்பாணத் தமிழர்களிடையேயும் இத்தகைய இழிவான பண்பாட்டு அடையாளங்களை வழங்கும்முறை வழக்கிலிருந்தது. தாழ்த்தப்பட்ட மக்களின் வண்ணார்களான துறும்பர்கள், இடுப்பு வேட்டியில் பனை ஓலையைக் கட்டிக் கொண்டு வரவேண்டு மென்ற விதி யாழ்ப்பாண பகுதியில் வழக்கிலிருந்தது.

இறந்தவர்களை எரிப்பது அல்லது புதைப்பது என்ற பணியை, ஆதிதிராவிடர்கள், நாவிதர் மற்றும் அருந்ததியர் சாதிகளில் ஒரு பிரிவினர் செய்து வருகின்றனர். ஏதோ ஒரு வழியில் இறந்தவர்களின் உடலை அடக்கம் செய்யும் இப்பணி, இறந்த உடலுக்குச் செய்யும் மரியாதையாக மட்டுமின்றி சுற்றுப் புறச் சூழலைப் பாதுகாக்கும் பணியாகவும் அமைகின்றது. ஆனால், இதை ஒரு சீரிய பணியாகக் கருதாது இழிவான செயலாக ஏனையோர் கருதுகின்றனர். அதோடு மட்டுமின்றி இச்செயலைச் செய்வதன் காரணமாக இழிவுக்குரியவர்கள் என்ற கருத்தாக்கத்தையும் உருவாக்கியுள்ளனர். இழிவானதாக அவர்கள் கருதும் இப் பணியினைக் குறிப்பிட்ட சாதியினர் மட்டும் செய்ய வேண்டுமென்று நியமித்துள்ளனர். இதன் காரணமாக ஒரு சமூகப் பணி இழிவான அடையாளமாக மாற்றப்பட்டுள்ளது. இறந்து போனவரின் உடலை நீராட்டி சுடுகாடு வரை கொண்டு செல்லும் உரிமையை ஒவ்வொரு சாதியும் தன் சாதி வட்டத்துக்குள்ளேயே வைத்துள்ளது. ஆனால் அதை அடக்கம் செய்ய புதை குழி வெட்டும் செயலைச் செய்யவும், எரிக்கும் செயலைச் செய்யவும் மட்டும் வேறு சாதியினரை நியமிக்கிறது. அத்துடன் அவர்களை இழிவானவர்களாகவும்

ஒதுக்கி வைக்கிறது. இறந்தவர்களை அடக்கம் செய்யும் தொழிலானது இழிவான பண்பாட்டு அடையாளமாக்கப்பட்டுள்ளது. இதுபோன்றே இறந்த மாடுகளை அப்புறப்படுத்தும் பணியும் இழிந்த அடையாளமாக அமைகின்றது.

சுருங்கக்கூறின் சமூகத்தின் தேவைக்கான பணிகளில் ஈடுபடும் உடலுழைப்பு அனைத்துமே இழிவானது என்ற கருத்தாக்கம் மேட்டிமையோரால் உருவாக்கப்பட்டுள்ளது. சாதி வட்டத்திற்கு வெளியில் சண்டாளர்கள், பஞ்சமர்கள் என்ற பொதுப் பெயருக்குள் பல்வேறு சாதிகளை உள்ளடக்கி, இழிவானதென்று தாம் கருதும் தொழில்களையெல்லாம் அவர்கள் செய்யும்படி மேட்டிமையோர் கட்டாயப்படுத்தினர். பின் இத்தொழில்களையே காரணம் காட்டி அவர்களைத் தீண்டத்தகாதவர்களாக்கினர்.

பண்பாட்டு அடையாளங்களை இழிவுபடுத்தல் – மாற்றியமைத்தல்

தமிழர்களின் பாரம்பரிய இசைக் கருவிகளுள் பறையும் ஒன்றாகும். தமிழர்களின் ஐவகை நிலப்பிரிவுகளில் இடம் பெறும் கருப்பொருளில் பறையும் இடம்பெற்றுள்ளது. ஐவகை நிலத்துக்கும் தனித்தனியாகப் பறை இருந்ததாக அறிகிறோம். பயன் படுத்தும் சூழலின் அடிப்படையில் சங்க இலக்கியங்களில் பறை பகுக்கப்பட்டுள்ளது.

‘செருப்பறை’ (போர்ப்பறை), ‘பிணப்பறை’, ‘மணப்பறை’, ‘காவற்பறை’, ‘ஏறுகோட்பறை’, ‘தொண்டகப்பறை’ எனப் பல்வேறு வகையான பறைகள் வழக்கில் இருந்ததாக அறிகிறோம். ‘செருப் பறை கேட்டு விருப்புற்று மயங்கி’ என்று புறநானூறு குறிப்பிடு கிறது

டுண்டுண்டுண் டென்னும் உணர்வினாற் சாற்றுமே
டொண்டொண்டொடென்னும்

என்று நாலடியார் (25) பறை எழுப்பும் ஒலியைக் குறிப்பிடுகிறது.

சோழர் காலத்தில் சைவக் கோவில்களில் பறை இசைக்கப் பட்டுள்ளது. கோவில் சிற்பங்களில் பறை இசைக்கும் காட்சி இடம்பெற்றுள்ளது. நன்மை தீமைக்குப் ‘பறை கொட்டிக் கொள்வது சிறப்புக்குரிய ஒன்றாகயிருந்தது. செக்கு வணிகர் பறை கொட்டத் தடையிருந்ததாக திருக்கோயிலூரில் உள்ள சோழர் காலக் கல்வெட்டொன்று குறிப்பிடுகிறது (நாகசாமி; ராட்சத 23-24).

மேற்கூறிய செய்திகளெல்லாம் தமிழர்களின் பண்பாட்டு வாழ்வில் பறை பெற்றிருந்த சிறப்பான இடத்தை வெளிப்படுத்துகின்றன. பறை என்னும் இசைக்கருவி இறந்த மாட்டின் தோலால் செய்யப்படுகிறது. விதிவிலக்காக ஆடு, மான் போன்ற விலங்குகளின் தோல் பயன்படுத்தப்படுகிறது. பறை என்ற இசைக் கருவியை இயக்குபவர்கள் பறையர் எனப்பட்டனர் என்ற ஆய்வுக்குரிய கருத்தும் உண்டு. தமிழ்நாட்டின் பூர்வீகக் குடியினராகப் பறையர் குறிப்பிடப்பட்டுள்ளனர். ஆனால் இறந்த மாட்டின் தோலை உரிப்பவர்கள் அதன் இறைச்சியை உண்ணுபவர்கள் என்று கூறி இச்சாதியைத் தீண்டத்தகாதவர்களாக ஒதுக்கி வைத்ததுடன் அவர்கள் இயக்கிய பறை என்ற கருவியையும் ஒதுக்கி வைத்துள்ளனர். மங்கல நிகழ்ச்சிகளுக்குப் பயன்பட்ட பறை சாவுக்கு மட்டுமே பயன்படுத்தும் இசைக் கருவியாக்கப்பட்டது. 'பறை மேளம்' என்று இழிவுடன் குறிப்பிடுகின்றனர். இவ்வாறு தமிழர்களின் அற்புதமான இசைக் கருவியான பறை என்ற பண்பாட்டு அடையாளம் இழிவானதாக மாற்றியமைக்கப்பட்டது.

இதுபோன்றே ஒவ்வொரு பகுதி மக்களும் செய்யும் தொழிலால் பிரிவுபட்டதன் அடிப்படையில் பேச்சுமொழியில் சில மாறுபாடுகள் உருவாயின. அவர்கள் ஒவ்வொருவரும் பயன்படுத்தும் சொற்களிலும் தனித்தன்மை இருந்தது. ஆனால் இவை எல்லாம் 'இழிசினர் வழக்கு' என்ற பெயரில் ஒதுக்கி வைக்கப்பட்டன.

பண்பாட்டு அடையாளங்களை இழிவானதாக மாற்றியமைப்பதன் வாயிலாக மட்டுமின்றி, உயர்வானதாக அல்லது புனிதமானதாக மாற்றுவதன் வாயிலாகவும், பண்பாட்டு மேலாண்மை நிலைநாட்டப் படுவதுண்டு. இதற்குச் சான்றாக மதுரைவீரன், காத்தவராயன் என்ற நாட்டார் தெய்வங்களின் பிறப்பில் ஏற்படுத்திய மாற்றங்களைக் குறிப்பிடலாம்.

அருந்ததியர் (சக்கிலியர்) சாதியில் பிறந்த வீரப்பன் (வீரையன்) என்ற இளைஞன் தன் பெயருக்கேற்றவாறு வீரனாகத் திகழ்ந்து கொலையுண்டு இறந்து போனான். பின் மதுரைவீரன் என்ற பெயரில் இவனைத் தெய்வமாக வணங்கி வந்தனர். அருந்ததியர் சமூகத்து வீரன் ஒருவன் தெய்வமானதை ஏற்றுக் கொள்ளவும் முடியாமல், தடுத்து நிறுத்தவும் முடியாமல் மேட்டிமையோர் மதுரைவீரன் வரலாற்றில் பின்வரும் மாறுதல்களைச் செய்துள்ளனர்.

★ காசியை ஆண்ட மன்னனுக்குப் பிறந்த குழந்தையைச் சோதிடரின் அறிவுரைப்படி காட்டில் கொண்டுவிட அக்குழந்தையை அருந்ததி சாதிப் பெண்ணொருத்தி எடுத்து வளர்க்கிறாள். இக்குழந்தையே மதுரைவீரன்.

★ சிவனின் வியர்வையில் தோன்றிய வீரபத்திரரே மதுரை வீரனாகப் பிறந்தார்.

★ முருகனின் தளபதியான வீரபாகு தேவர் பார்வதியின் சாபத்தால் மதுரை வீரனாகப் பிறந்தார்.

இவற்றுள் முதல் மாறுதல் மதுரைவீரனது சாதியிலிருந்து அவனைத் துண்டித்து அரசகுடும்பப் பிறப்பை வழங்குகின்றது. அடுத்த இரண்டு மாறுதல்களும் அருந்ததியர் சமூகத்தின் வீரத்திற்கு எடுத்துக்காட்டாக விளங்கிய மதுரைவீரனை அவனது சாதியிலிருந்து துண்டித்துப் புராணப் பாத்திரமாக மாற்றிவிடுகின்றன.

பறையர் சாதியில் பிறந்த பரிமளம் என்ற காத்தவராயன், தன் சாதிப் பெண் ஒருத்தியைத் திருமணம் செய்து வாழ்ந்து வந்தான். ஒருநாள் ஆற்றில் நீராடும்போது, புத்தூர் சோமாசிப் பட்டர் மகளான ஆரியமாலை அவனது அழகில் ஈடுபட்டு அவனைக் காதலிக்கிறாள். காத்தவராயனும் அதை ஏற்று, அவளை அழைத்துச் சென்று விடுகின்றான். இது குறித்துப் பிராமணர்கள் மன்னரிடம் முறையிட்டனர். அவனது வளர்ப்புத் தந்தையும் நாடு காவல் அதிகாரியுமான சேப்பிள்ளையான் மன்னனது கட்டளைப் படி அவனைக் கைது செய்து கழுவிலேற்றிக் கொன்றான். பின் காத்தவராயன் தெய்வமானான். பறைச்சாதி மனைவி ஒருபுறமும் பிராமணச் சாதி மனைவி மற்றொரு புறமுமாக அமைந்த காத்தவராயன் சிலை, பிராமணிய மேலாண்மைக்கு அறைகூவல் விடுவது போல் அமைந்தது. எனவே இதை மாற்றியமைக்கும் முறையில் காத்தவராயனுக்கு முற்பிறவி உருவாக்கப்பட்டது.

இதன்படி மான் வயிற்றில் பிறந்த காத்தவராயன் தேவலோகத்தில் நந்தவனம் காக்கும் பொறுப்பில் ஈடுபட்டிருந்தான். அங்கு நீராடவந்த ஏழு தேவகன்னியரின் சாபத்திற்கு ஆளாகிப் பறையனாகப் பிறந்தான். நந்தவனத்திற்கு நீராடவந்த ஏழு தேவ கன்னியரில் ஒருத்தியே ஆரியமாலாவாகப் பிறந்தாள். கழுவிலேற்றிக் கொல்லப்பட்ட பின்னர் காத்தவராயன் மீண்டும் தேவ லோகத்திற்கு வந்து சேர்வான் என்று சாபவிமோசனத்தையும் சிவபெருமான் வழங்கியிருந்தார்.

அடித்தள மக்களிடையே உருவான வீரர்களைத் தம் பண்பாட்டு அடையாளமாக, அம்மக்கள் உரிமை கொண்டாடி விடக்கூடாது என்ற எச்சரிக்கை உணர்வின் அடிப்படையில் தான் மதுரை வீரனுக்கும், காத்தவராயனுக்கும் முற்பிறவி வழங்கப்பட்டுள்ளது.

பண்பாட்டு அடையாளப் போராட்டங்கள்

இவ்வாறு பண்பாட்டு ஒடுக்குமுறை பல்வேறு வடிவங்களில் அடித்தள மக்கள் மீது விதிக்கப்பட்டிருந்தது - விதிக்கப்பட்டுள்ளது. சகிப்புத் தன்மை என்ற பெயரில் அடித்தள மக்கள் எப்பொழுதும் இதை ஏற்றுக் கொண்டிருந்தார்களென்று கூற முடியாது. தமிழக வரலாற்றில் ஒவ்வொரு காலகட்டத்திலும் பண்பாட்டு ஒடுக்கு முறைக்கு எதிரான போராட்டங்கள் பின்வரும் நிலைகளில் நிகழ்ந்துள்ளன.

* மறுக்கப்பட்ட பண்பாட்டு அடையாளங்களைப் போராடிப் பெறுதல்.
* தம் மீது திணிக்கப்பட்ட இழிவான பண்பாட்டு அடையாளங்களைக் கைவிடுதல்
* இழிவுபடுத்தப்பட்ட அல்லது மாற்றியமைக்கப்பட்ட தங்களது பாரம்பரிய பண்பாட்டு அடையாளங்களை மீட்டுருவாக்கம் செய்தல்.
* மேட்டிமையோரின் பண்பாட்டு அடையாளங்களைக் கேலிக்குரியதாக்குதல் அல்லது கேள்விக்குறியாக்குதல்

போராடிப் பெறுதல்

பிற்காலச் சோழர் காலத்தில் கம்மாளர்களும் குயவர்களும் இடையர்களும் பெற்ற புதிய உரிமைகள் குறித்த கல்வெட்டுச் செய்திகள் சில உள்ளன. முதற் குலோத்துங்கச் சோழனின் 48-ஆவது ஆட்சியாண்டில் பூணூலணிதல், அக்னி ஹோத்ரம், ஹௌபாஸகம் செய்தல் ஆகிய உரிமைகளைக் கம்மாளர் வேண்டினர். இவர்கள் கேட்ட மூன்று உரிமைகளில், உபநயத்தின்போது மந்திரங்களின்றி செய்ய வேண்டுமென்ற நிபந்தனையின் பேரில் பூணூல் அணியும் உரிமையை மட்டும் கம்மாளர்கள் பெற்றுள்ளனர் (சதாசிவ பண்டாரத்தார் 1971 : 95).

கருவூர் பசுபதிஈஸ்வரர் கோவில் வடக்குச் சுவரில் இடம் பெற்றுள்ள கல்வெட்டு ஒன்று.

> தங்களுக்கு நன்மை தின்மைகளுக்கு இரட்டைச் சங்கும் ஊதி பேரிகை உள்ளிட்டவை கொட்டுவித்துக் கொள்ளவும், தாங்கள் புறப்படவேண்டும் இடங்களுக்கு பாதரட்சைக் கோர்த்துக் கொள்ளவும். தங்கள் வீடுகளுக்கு சாந்து இட்டுக் கொள்ளவும்

என்று குறிப்பிடுகிறது (SII தொகுதி *3* க.எ. *25*). மதுரை மாவட்டம் வேலூர் வட்டம் கீரனூரில் உள்ள வாகீஸ்வரர் கோவில் எதிரில் உள்ள மண்டபத்தின் வடக்குச் சுவரில்,

> கீரனூரான கொழுமங்கொண்ட சோழ நல்லூர் இடை யற்கு நம் பெயரால் கொடுத்த தருமம் ஆவது, தாங்கள் வீடெடுக்கும் இடத்து, இரண்டு நிலமும் வாசல் மதியமும் வைத்து சாந்துமிட்டுக் கொள்ளப்பெறுவார்களாகவும், நன்மைக்கு தண்டேறப் பெறுபவர்களாகவும், தீமைக்குப் பாடை கட்டிக்கொள்ளப் பெறுபவர்களாகவும், பாடை போடுமிடத்து பச்சைப் பட்டு புலியூர் பட்டு வளப்பட்டு சுட்டிக்கொள்ளப் பெறுபவர்களாகவும், பட்டை போர்க்கப் பெறுவார்களாகவும், நன்மை தீமைக்கு உவச்சிக் கொட்டப் பெறுபவர்களாகவும்

என்ற கல்வெட்டு இடம்பெற்றுள்ளது (SII தொகுதி *5* க.எ. *283*). இக்கல்வெட்டில் 'நம் பெயரால் கொடுத்த தருமமாவது' என்று குறிப்பிட்டுவிட்டு மேற்கூறிய புதிய உரிமைகள் குறிப்பிடப் பட்டுள்ளன. வாசல் அமைத்தல், வீட்டிற்குச் சாந்து பூசுதல், பல்லக்கு ஏறுதல், பாடை கட்டுதல், பட்டு போர்த்திக் கொள்ளல், மேளம் பயன்படுத்தல் போன்ற சாதாரண உரிமைகளை வழங்குவதைக் கூட, தருமமாகவே மன்னர்கள் கருதியுள்ளதை இக்கல்வெட்டு உணர்த்து கிறது.

மேற்கூறிய சாதாரண உரிமைகள் மறுக்கப்பட்டிருந்த சூழ்நிலையில் ஒரு குறிப்பிட்ட கால கட்டத்தில் கம்மாளர், குயவர், இடையர் ஆகியோர் புதிதாக இவ்வுரிமைகளைப் பெற்றுள்ள செய்தியை இக்கல்வெட்டுக்கள் உணர்த்துகின்றன. பண்பாட்டு அடையாள மறுப்பு என்பது ஆதிக்கத்தை நிலை நாட்டும் ஒரு வழிமுறை என்பதன் அடிப்படையில் மேற்கூறிய நிகழ்ச்சிகளை நோக்க வேண்டும். பண்பாட்டு அடையாள மறுப்புக்கு ஆளான சமூகத்தினர் எழுச்சி பெறும் பொழுது அவ்வெழுச்சிகளைக் கட்டுப்படுத்தும் வழிமுறைகளில் ஒன்றாகவே சோழ மன்னர்கள் பண்பாட்டு அடையாளங்களைச் சலுகைகளாக வழங்கியுள்ளனர்.

திருவாங்கூர் மாநிலத்தின் ஒரு பகுதியாகக் குமரி மாவட்டம் இருந்தபோது பல்வேறு சாதிகளைச் சார்ந்த பெண்கள் மார்பை மறைக்கும் உரிமையற்றிருந்தனர். அரை நிர்வாணக் கோலத்தி லேயே இப்பெண்கள் பொது இடங்களில் நடக்க வேண்டிய அவலம் நிலவியது. அக்காலத்தில், ஆதிக்கச் சக்திகளாக விளங்கிய நாயர்களும் வெள்ளாளர்களும் இந்த விதிமுறையை நிலை நிறுத்துவதில் உறுதியாக நின்றனர். இக்கொடுமையை எதிர்த்து, கி.பி.1822, கி.பி.1828, 1858 என மூன்று கட்டங்களில் தென் திருவிதாங்கூர்ப் பகுதி நாடார் சமூகத்தினர் கிறித்தவ மிஷினரிகளின ஆதரவோடு போராட்டம் நடத்தி வெற்றி பெற்றனர்.

தமிழ்நாட்டின் தென்மாவட்டங்களில் வாழ்ந்த நாடார் சாதியினருக்குக் கோவிலில் நுழைந்து வழிபடும் உரிமை இல்லா திருந்தது. இதை எதிர்த்து 1872, 1874 ஆம் ஆண்டுகளின் மதுரை மீனாட்சி அம்மன் கோவிலிலும், 1878 ஆம் ஆண்டில் திருத்தங் கலிலும், 1897இல் கமுதியிலும், 1899 இல் சிவகாசியிலும் கோவில் நுழைவுப் போராட்டங்களை இச்சமூகத்தினர் தாங்களாகவே முன்னின்று நடத்தினர். கோவில் நுழைவுப் போராட்டங்களை இந்திய தேசிய காங்கிரஸ் அறிவிப்பதற்கு முன்னரே இப்போராட் டங்கள் நிகழ்ந்துள்ளன என்பது குறிப்பிடத்தக்கது.

பொதுச்சாலைகளில் நடமாடக் கூடாது. வாகனங்களில் செல்லக் கூடாது. மேலாடை மற்றும் தலைப்பாகை அணியக் கூடாது. இடுப்பில் சிறு துண்டு மட்டுமே அணிய வேண்டும் என்ற பண்பாட்டு ஒடுக்குமுறைக்குப் புலையர்கள் ஆளாகியிருந்தார்கள். இதை எதிர்த்து 19ஆம் நூற்றாண்டின் இறுதிப் பகுதியில் கேரளத்து சமூக சீர்திருத்தவாதியான அய்யன்காளி, வேட்டி கட்டி, அங்கியும் தலைப்பாகையும் அணிந்து வில் வண்டியில் பயணம் செய்தார். அக்கால கட்டத்தில் இது ஒரு புரட்சிகரமான செயலாக அமைந்தது.

மகாராஷ்டிர மாநிலத்தில் மஹார் என்ற நகரில் சௌதார் என்ற பொதுக்குளம் ஒன்றிருந்தது. இதில் தலித்துகள் இறங்கி நீரெடுக்க உரிமையில்லை. இதை எதிர்த்து 20.3.1927இல் அம்பேத்கர் தலைமையில் ஏறத்தாழ 5000 பேர் ஊர்வலமாகச் சென்று தண்ணீ ரைப் பருகி தங்கள் உரிமையை நிலை நாட்டினர். இந்நிகழ்ச்சி முடிந்த பின்னர் சாதி இந்துக்கள் மஹார் நகரில் நடைபெற்றுக் கொண்டிருந்த தலித் மாநாட்டிற்குள் நுழைந்து இலத்திக் கம்பு களால் தலித்துக்களைத் தாக்கினர். பின் தலித்துகளால் தீட்டுப் பட்ட சௌதார் குளத்தைச் சுத்திகரித்தனர். இது குறித்து வசந்த் மூன் (1995: 49) குறிப்பிடுவதாவது:

> பிராமண சமூகத்தினர் பெருமாள் கோயிலில் கூட்டம் நடத்தினார்கள். சௌதார் குளத்தைச் சுத்திகரிக்க வேண்டுமென்று கூட்டத்தில் நிச்சயிக்கப்பட்டது. அதன்படி அக்குளத்திலிருந்து 108 குடம் தண்ணீர் வெளியே எடுக்கப்பட்டது. ஒவ்வொருவர் வீட்டிலிருந்தும் சாணம், பசுவின் சிறுநீர் பெற்றுக் கலந்து கெட்டிப்படுத்தி, பாலும் தயிரும் கலந்து பானைகளில் வைக்கப்பட்டது. பிறகு தண்ணீர்க் குடங்களில் அக்கலவையை ஊற்றி அனைத்தையும் மீண்டும் குளத்தில் கொட்டிவிட்டார்கள்!

இங்குக் குளத்தை அசுத்தப்படுத்தியது யார் என்று கூறத் தேவை இல்லை.

இழிவான பண்பாட்டு அடையாளங்களுக்கு எதிரான போராட்டங்கள்

இழிவான பண்பாட்டு அடையாளங்களை எதிர்த்துச் சில சமூகப் பிரிவினர் குரல் கொடுத்து வெற்றி பெற்றமையைச் சில கல்வெட்டுக்கள் உணர்த்துகின்றன. குடுமியான் மலைப்பகுதியில் யாரேனும் இறந்து போனால் வலையர் ஒருவர் முக்காடிட்டுக் கொண்டு நெருப்புச் சட்டியைச் சுமந்து கொண்டு செல்வதுடன் பிணம் எரியும் வரை அருகில் இருக்க வேண்டும். கி.பி.1580-81 அல்லது கி.பி.1640-41 ஆம் ஆண்டுக் காலத்தைச் சார்ந்ததாகக் கருதப்படும் கல்வெட்டு ஒன்று இச்செயலைச் செய்ய, வலையர்கள் மறுத்ததையும் அது ஏற்றுக் கொள்ளப்பட்டு இச்செயலிலிருந்து அவர்கள் விடுவிக்கப்பட்டதையும் குறிப்பிடுகிறது. ஆயினும் வலையர் சாதியைச் சேர்ந்த இருவர் தொடர்ந்து இச் செயலை மேற்கொண்டதற்காக ஏனைய வலையர்கள் அவர்களைச் "சாதி நீக்கி ஈனம் பண்ணின படியினாலே" அவர்கள் ஊரைவிட்டு வெளியேறியதாகக் கல்வெட்டு குறிப்பிடுகிறது (Tirumalai, 1981: 95 - 96).

நெல்லை மாவட்டம் ரெட்டியார்பட்டி, மூலக்கரைப் பட்டி, முனைஞ்சிப்பட்டி ஆகிய் கிராமங்களில் வாழ்ந்த யாதவர்கள் அங்கிருந்த ரெட்டியார் நிலக்கிழார்களைச் சார்ந்தே வாழ வேண்டிய நிலையிருந்தது. ரெட்டியார் நிலக்கிழார்களின் வீட்டில் இறப்பு நேர்ந்தால் பிணத்தை எடுக்கும் முன்னர் அதைச் சுற்றி வந்து மாரடிப்பது யாதவ ஆண்களின் கடமையாக இருந்தது.

ரெட்டியார்பட்டிக்கு அருகிலுள்ள பாளையங்கோட்டையில் வாழும் யாதவர்கள் பொருளாதாரத்திலும், கல்வியிலும் உயர்ந்தவர் களாயிருந்தனர். யாதவர் சமூகத்திற்கு இழிவைத் தரும் மாரடிக்கும் செயலை நிறுத்திவிடும்படி மேற்கூறிய மூன்று ஊர்களிலும் இருந்த யாதவர்களை இவர்கள் தூண்டினர். ஏற்கனவே இந்த இழிச் செயலிலிருந்து விடுபட வேண்டும் என்று எண்ணியிருந்த ரெட்டி யார்பட்டி யாதவர்களுக்கு இத்தூண்டுதல் மன உறுதியை அளித்தது. மாரடிக்கச் செல்வதைத் தவிர்த்தனர். மாரடிப்பதை எதிர்க்கும் வழிமுறையாக மாரடிக்கும் போது தற்செயலாக நிகழ்ந்தது போல் வேட்டியை அவிழச் செய்து நிர்வாணமாகச் சுற்றி வந்து மாரடித்த நிகழ்ச்சி ஒன்று 40களின் இறுதியில் நடந்தது. அதன் பின் யாதவர்களை மாரடிக்க அழைக்கும் வழக்கம் நின்று போனது (தகவல்: முனைவர். வே.மாணிக்கம்). ரெட்டியார்பட்டிக்குக் கிழக் கிலுள்ள மூலக்கரைப் பட்டியல் விஸ்வகர்மர்கள் மீது மாரடிக்கும் பணி 20ஆம் நூற்றாண்டின் தொடக்கத்திலும் கூடச் சுமத்தப் பட்டிருந்தது. இதை எதிர்த்து அவர்களில் சிலர் கத்தோலிக்கர் களாகச் சமயம் மாறினர். சிலர் சமயம் மாறியதுடன் மட்டுமின்றி இப்பணியில் இருந்து விடுபடும் நோக்கில் இடம் பெயர்ந்து வள்ளியூரில் குடியேறினர். இந்நிகழ்ச்சிக்குத் தலைமை வகித்தவர் வியாகுலம் ஆசாரி என்று தன் பெயரை மாற்றிக் கொண்டார் (தகவல். தோழர் ஆர்.நல்லகண்ணு).

கேரளத்தில் புலையர் பெண்கள் கல் - இரும்பு - கண்ணாடி ஆகியனவற்றால் செய்த அணிகலன்களையே அணிய வேண்டும் என்ற விதிமுறை இருந்தது. இந்த இழிவான பண்பாட்டு அடை யாளத்திலிருந்து புலையர்களை விடுவிக்கும் வழிமுறையாக இவ்வா பரணங்களைக் கழற்றி எறியும்படி பொதுக்கூட்டம் ஒன்றில் அய்யன்காளி கட்டளையிட்டார். இதனை ஏற்றுப் புலைப் பெண்கள் தாம் அணிந்திருந்த கல் - கண்ணாடி - இரும்பு அணி கலன்களைக் கழற்றி எறிந்தனர்.

திருநெல்வேலி மாவட்டம் முக்கூடல் கிராமத்தில் வாழ்ந்து வந்த ஆதிதிராவிடர்கள் கத்தோலிக்கர்களாக மதம் மாறியும், கொழும்பு நகர் சென்று பொருளீட்டியும், தங்கள் சமூக நிலையை உயர்த்திக் கொண்டனர். தங்கள் சமூக நிலையை மேம்படுத்திக் கொள்ளும் வழிமுறைகளில் ஒன்றாகப் பரம்பரையாக அவர்களில் சிலர் மேற்கொண்டிருந்த பிணத்துக்குக் குழிவெட்டும் தொழிலைக் கைவிட்டனர். ஆனால், அவர்களின் இப்பணியை ஏற்று வந்த நாடார் சமூகத்தினர் அதைத் தொடர்ந்து மேற்கொள்ளும்படி

அவர்களை வற்புறுத்தினர். இதை ஏற்க மறுத்ததன் காரணமாக அவர்கள் மீது பல்வேறு விதமான தாக்குதல்கள் தொடுக்கப் பட்டன. 1.11.1940-இல் அவர்களின் கல்லறைத் தோட்டத்திலுள்ளக் கல்லறைகள் உடைக்கப்பட்டு சிலுவைகள் பிடுங்கப்பட்டன. இத்தொடர் நிகழ்ச்சிகளின் முடிவு எப்படி இருந்தது என்பது நமக்குத் தெரியவில்லை. மேற்கூறிய செய்திகளெல்லாம் மாவட்டத் துணையாட்சியருக்கும், கத்தோலிக்கப் பாதிரியார்களுக்கும், நாடார் சமூகத்தினருக்கும் அவர்கள் எழுதியுள்ள விண்ணப்பங்களி லிருந்து தெரிய வருகிறது.

பாளையங்கோட்டையிலிருந்த மூத்த மத குருவுக்கு அவர்கள் எழுதிய விண்ணப்பம் ஒன்றில்,

> உலகத்தில் ஜனங்கள் நாகரீகத்துடன் வாழ கிறிஸ்து வேதமே காரணம் என்பதை உலக சரித்திரம் சொல்லுகிறது. ஆனால் இந்தியாவில் தாழ்த்தப்பட்ட மக்களாகிய எங்களுக்கு ஒரு ஸ்தாபனங்களாலும் விமோசனமில்லையே என்பதை நினைத்து நினைத்து வெகுவாய் மனம் வாடுகிறோம்.

என்று இடம்பெற்றுள்ள வாசகம், சாதியின் பெயரால் திணிக்கப் பட்டிருந்த பிணத்துக்குக் குழிவெட்டுந் தொழில் என்ற இழிவான பண்பாட்டு அடையாளம் அவர்களின் சுயமரியாதையை எந்த அளவுக்குப் பாதித்துள்ளது என்பதை வெளிப்படுத்துகிறது. முன்னர் குறிப்பிட்ட 'சமூக அக்கறையுள்ள எழுத்தாளர்கள், அறிஞர்கள் குழு' வெளியிட்ட அறிக்கையில்

> இதே போல ரங்கநாயக்கன்பட்டியிலும் சுமார் இருப தாண்டுகள் நிறுத்தப்பட்டுள்ள பிணக்குழித் தோண்டும் வேலையை மீண்டும் செய்ய வைப்போம் என மறவர் சமூகத் தைச் சேர்ந்த ஆதிக்கச் சக்திகள் சூளுரைத்துள்ளதும் இங்கே குறிப்பிடத்தக்கது

என்று குறிப்பிடப்பட்டுள்ளது. சிரட்டையில் தேநீர் அருந்துதல், பிணத்துக்குக் குழி வெட்டுதல் என்ற இழிவான அடையாளங் களிலிருந்து தங்களை விடுவித்துக் கொண்ட மக்களை மீண்டும் அச்செயலைச் செய்யும்படி வலியுறுத்துவது கலவர சமயத்தில் உணர்ச்சி வேகத்தில் நடந்த செயலல்ல. தங்களது மேலாண்மையை நிலைநிறுத்தும் வழிமுறைகளுள் ஒன்றாகவே இத்தகைய இழிவான பண்பாட்டு அடையாளங்களைத் திட்டமிட்டு வழங்கும் முயற்சியில் ஈடுபடுகின்றனர்.

இத்தகைய இழிவான பண்பாட்டு அடையாளங்களை ஏற்க மறுக்கும் போதும், மறுக்கப்பட்ட பண்பாட்டு அடையாளங் களைப் பெற முயலும் போதும் மேட்டிமையோர் அதைத் தடுக்கும் முயற்சியில் ஈடுபடுகின்றனர். இதன் அடிப்படையில் உருவாகும் போராட்டங்கள் மோதல்களாகச் சில சந்தர்ப்பங்களில் உருவெடுக் கின்றன. ஆனால் இவை உண்மையில் உரிமை உணர்வின் அடிப் படையில் நிகழும் பண்பாட்டு அடையாளப் போராட்டங்கள்.

1997-ஆம் ஆண்டில் நிகழ்ந்த தென்மாவட்டக் கலவரங்களின் போது தேவேந்திர குல வேளாளர் மிகுதியாக வாழும் கிராமப் பகுதிகளை, சைக்கிள் மற்றும் இரு சக்கர வாகனங்களில் கடந்து செல்லும் ஏனைய சாதியினர் அவற்றிலிருந்து இறங்கி உருட்டிக் கொண்டு செல்ல வேண்டுமென்று கட்டாயப்படுத்தப்பட்டனர். பண்பாட்டு அடையாள மறுப்புக்குத் தொடர்ச்சியாக ஆளாகி வந்த ஒரு சமூகத்தினர் தங்கள் எழுச்சியை நிலைநாட்டும் வழிமுறை யாகவே இச்செயலைக் கருதுகின்றனர் என்பது தெளிவு.

இத்தகைய முரண்பாடுகளையும் போராட்டங்களையும் காவல் துறையினரும், வருவாய்த் துறையினரும் சட்டம் ஒழுங்கு நோக்கில் 'வகுப்புக் கலவரம்' என்று அடையாளம் காணுகின்றனர். வெறும் சட்டம் ஒழுங்குப் பிரச்சனையாக மட்டும் நோக்காது பண்பாட்டு அடையாளப் போராட்டமாகவும் காணும் சமூகவியல் நோக்கு இவ்விரு துறையினரிடமும் உருவாக வேண்டும்.

இழிவுபடுத்தப்பட்ட பண்பாட்டு அடையாளங்களை மீட்டுருவாக்கம் செய்தல்

மேட்டிமையோர், இழிவாக மாற்றியமைத்த அடித்தள மக்களின் பண்பாட்டு அடையாளங்களை மீட்டுருவாக்கம் செய்வதும் பண்பாட்டு அடையாளப் போராட்டத்தின் வழிமுறை களில் ஒன்றாக அமைகிறது. மேட்டிமையோரின் கூற்றை உண்மை யென்று நம்பி தங்கள் பண்பாட்டு அடையாளங்களை இழிவாகக் கருதி வந்த போக்கிலிருந்து இம்மீட்டுருவாக்கம் விடுவிக்கிறது.

பறை என்ற இசைக்கருவி எவ்வாறு இழிவுபடுத்தப்பட்டது என்பதையும் அதை இசைப்பவர்கள் இழிவானவர்களாகக் கருதப்பட்டார்கள் என்பதையும் முன்னர் பார்த்தோம். இதன் அடிப்படையில் ஆதிதிராவிடர் வகுப்பைச் சார்ந்தவர்கள் தங்களின் பாரம்பரிய இசைக் கருவியான பறையை வெறுத்தொதுக்கினார்கள். தங்கள் சமூகத்திற்கு இழிவு தரும் பறையை யாரும் வாசிக்கக் கூடாது

என்று தங்கள் சமூகக் கூட்டங்களில் தீர்மானம் நிறைவேற்றி னார்கள். செத்த வீட்டில் பறையடிக்க மறுத்து, பறையர் மக்களைத் திரட்டிய குருமூர்த்தி என்பவரின் கட்டை விரல்கள் இரண்டையும் 5-6.1994 அன்று கள்ளர் சமூகத்தினர் வெட்டித் துண்டித்துவிட்டனர். மேலும் 'துண்டித்த கட்டை விரலைப் பனிக்கட்டியில் போட்டு கண்ணாடிக் குடுவையில் பார்வைக்கு' வைத்தார்கள் (வளர்மதி. 1999:122). வயிற்றுப் பிழைப்பின் பொருட்டு சமூகக் கூட்டத்தின் முடிவை மீறி பறை வாசிக்கச் சென்றவர்கள் அச்சுறுத்தப்பட்டார்கள். சில இடங்களில் அவர்களுக்குத் தண்டம் விதிக்கப்பட்டது. சிதம்பரம் பகுதியில் பறை இசைக் கருவியை நெருப்பில் இட்டு மொத்தமாகக் கொளுத்தினார்கள். இவ்வாறு பறை என்ற அற்புத மான இசைக்கருவி ஒதுக்கிப் புறம் தள்ளப்பட்டது.

விழிப்படைந்த தலித் இளைஞர்கள் இதற்கு நேர்மாறாகச் சிந்தித்துப் பறை இசைக்கருவியை மீண்டும் ஒலிக்கச் செய்தார்கள். தலித் அல்லாத சாதியினரின் இழவு வீடுகளில் வாசிக்கப்படும் 'சாப்பறையாக' தங்கள் இசைக் கருவி ஒலிப்பதற்குப் பதிலாக தலித்துகளின் போர்ப்பறையாக ஒலிக்க வேண்டும் என்று முடிவு செய்தனர். இவர்களுடன், மனிதநேய உணர்வு கொண்ட ஏனைய சாதியினரும் இணைந்து கொண்டனர். இதன் விளைவாக இன்று பறை இசைக் கருவியானது பல்வேறு கல்வி நிலையங்களிலும், கலையரங்குகளிலும் ஒலிக்கிறது. ஐரோப்பிய நாடுகளுக்கும் கூட பறைவாசிக்கும் கலைஞர்கள் சென்று தங்கள் நிகழ்ச்சிகளை நிகழ்த்திப் பாராட்டு பெற்றுள்ளனர். இப்பொழுது பறை என்பது இழிவின் அடையாளமல்ல. அது ஓர் உன்னதமான இசைக்கருவி.

'பள்ளர்' என்று இழிவுபடுத்தப்பட்ட தேவேந்திரகுல வேளாளர் சமூகத்தினர் 'மள்ளர்' என்ற சொல்லையே, பள்ளர் என்று திரித்துத் தங்களை இழிவுபடுத்தியுள்ளார்கள் என்ற கருத்தை முன்வைக்கின்றனர். மறைக்கப்பட்ட மள்ளர் என்ற பெயரை தங்கள் சாதிப் பட்டமாகச் சேர்த்துக் கொள்ளும் வழக்கமும் இன்று உருவாகியுள்ளது.

ஒடுக்கப்பட்ட பிற்படுத்தப்பட்ட சமூகங்களிலிருந்து உருவான வீரர்களை மேட்டிமையோர் எளிதில் ஏற்றுக் கொள்வதில்லை. 80களில் தமிழ்நாட்டில் வாழும் சில சாதியினர் தங்களது சமூகத்தில் உருவான வீரர்களைத் தேடத் தொடங்கினர். இம்முயற்சி பண்பாட்டு மீட்டுருவாக்கத்தின் ஒரு பகுதியே. இதன் விளைவாக சுந்தரலிங்கம், அழகுமுத்துக் கோன், பெரும்பிடுகு முத்தரையர், தீரன் சின்னமலை, ஒண்டிவீரன் ஆகிய வீரர்கள் தமிழ்நாட்டில் பரவலாக அறிமுக மானார்கள்.

மேட்டிமையோரின் பண்பாட்டு அடையாளங்களைக் கேலிக்குரியதாக்குதல் அல்லது கேள்விக்குரியதாக்குதல்

தங்கள் மீது மேலாண்மை செலுத்தும் மேட்டிமையோரை எதிர்க்கும் வழிமுறைகளில் ஒன்றாக மேட்டிமையோரின் பண்பாட்டு அடையாளங்களைக் கேலி செய்தலும், கேள்விக்குரிய தாக்கலும் நிகழ்கின்றன. இவை பெரும்பாலும் பாடல்கள் பழமொழிகள் கதைகள் என்ற வடிவில் இடம்பெறும். இவை அடித்தள மக்களுக்குள்ளே வழங்கி அவர்களின் எதிர்ப்புணர்வை வெளிப்படுத்தி நிற்கின்றன. சமூக வளர்ச்சியின் காரணமாக நாடகம், திரைப்படம், பொதுக்கூட்டங்கள், பத்திரிகைகள், நூல்கள் ஆகியனவற்றின் வாயிலாகவும் தற்போது இது நிகழ்கிறது.

'குடுமி' என்பது ஆதிக்கச் சாதியினராக விளங்கிய பிராமணர்களின் தலை அலங்காரமாகும். பிராமணர்களின் குடுமியை அறுத்துவிடுவது அவர்களைச் சிரச் சேதம் செய்வதற்குச் சமம் என்று மனுதர்ம சாஸ்திரம் (8 : 378) குறிப்பிடுகிறது. ஆனால், சித்தர்களின் பாடல்களில் பிராமணர்களது குடுமி, பூனூல், ஆசாரம் ஆகியன கேலிக்குரியதாகவும் கேள்விக்குரியதாகவும் இடம் பெறுகின்றன.

காலை மாலை நீரிலே முழுகுமந்த மூடர்காள்
காலைமாலை நீரிலே கிடந்த தேரை★ யென்பெறும்

பிறந்த போது கோவண மிலங்கு நூல் குடுமியும்
பிறந்தவுடன் பிறந்ததோ...

வாயிலே குடித்தநீரை யெச்சிலென்று சொல்லுறீர்
வாயிலே குதப்புவேத மெனப்படக் கடவதோ
வாயிலெச்சில் போகவென்று நீர்தனைக் குடிப்பீர்காள்
வாயிலெச்சில் போனவண்ணம் வந்திருந்து சொல்லுமே.

ஓதுகின்ற வேதமெச்சில் உள்ள மந்திரங்கள் எச்சில்
போதங்க ளானதெச்சில் பூதலங்கள் ஏழுமெச்சில்
மாதிருந்த விந்துவெச்சில் மதியுமெச்சில் ஒளியுமெச்சில்
ஏதுலெச்சி லில்லதில்லை யில்லையில்லை யில்லையே.

கி.பி 15 ஆம் நூற்றாண்டில் வாழ்ந்த உத்திரநல்லூர் நங்கை என்ற பறைக்குலப் பெண் எழுதிய 'பாய்ச்சலூர்ப் பதிகம்'

கொக்குமேற் குடுமி கண்டேன் கோழிமேற் சூடும் கண்டேன்
குலங்குலம் என்பதெல்லாம் குடுமியும் பூணு நூலும்
சிலந்தியும் நூலும் போலச் சிறப்புடன் பிறப்ப துண்டோ

★ தேரை- தவளை

என்று சாதிய உயர்வின் அடையாளமாக விளங்கிய குடுமியையும் பூணூலையும் கேலி செய்கிறது. சாதிய மேலாண்மையை எதிர்த்து

சந்தனம் அகிலும் வேம்பும் தனித்தனிக் கந்தம் நாறும்
அந்தணர் தீயில் விழ்ந்தால் அவர்மணம் வீசக் காணோம்
செந்தலைப் புலையன் வீழ்ந்தால் தீ மணம் வேற தாமோ...

என்று குரல் கொடுக்கிறது. சிவவாக்கியரும்

பறைச்சியாவ தேதடா பணத்தியாவ தேதடா
இறைச்சிதோ லெலும்பினு மிலக்கமிட்டிருக்குதோ
பறைச்சிபோகம் வேறதோ பணத்திபோகம் வேறதோ
பறைச்சியும் பணத்தியும் புகுந்துபாரு மும்முளே.

மேதியோடு ஆவுமே விரும்பியே புணர்ந்திடில்
சாதிபேத மாயுருத் தரிக்குமாறு போலவே
வேதமோது வானுடன் புலைச்சி சென்று மேவிடில்
பேதமாய்ப் பிறக்கிலாத வாறதென்ன பேசுமே

என்று சாதிய மேலாண்மைக்கும் சாதிய இழிவுக்கும் எதிராகக் குரல் கொடுக்கிறார்.

மறுஉலகம் என்ற நம்பிக்கையை மக்களிடம் வலியுறுத்தி அதன் அடிப்படையில் சில சடங்குகளைச் செய்யும்படி பிராமணீயம் பணித்துள்ளது. 'சிரார்த்தம்' என்றச் சடங்கு இறந்துபோன முன்னோர்களுக்காக நிகழ்த்தப்படுகிறது. இந்துப் பண்பாட்டின் ஒரு முக்கிய அங்கமாக இச்சடங்கு அமைந்துள்ளது. இறந்த முன்னோரின் பதிலியாக பிராமணர் ஒருவரை அமரச் செய்து அவருக்கு உணவு படைப்பது சிரார்த்தச் சடங்கு என்ற இழவுச் சடங்கின் முக்கிய நோக்கமாகும். 15 ஆம் நூற்றாண்டில் தோன்றிய 'கபிலரகவல்' என்ற நூல்

பார்ப்பன மாந்தர்காள் பகர்வது கேண்மின்
இறந்தவராயுமை இவ்விடமிருத்திப்
பாவனை மந்திரம் பலபட வுரைத்தே
உமக்கவர் புத்திரர் ஊட்டினபோது
அடுபசியாற் குலைந்து ஆங்கவர் மீண்டு
கையேந்தி நிற்பது கண்டதார் புகல்வீர்
அருந்திய உணவால் யார்பசி கழிந்தது?

என்ற வினாவை எழுப்புகிறது. சிரார்த்தச் சடங்கைப் பகடி செய்யும் முறையில் நொடிக் கதைகள் சிலவும் வாய்மொழியாக வழங்கி

வந்துள்ளன. குருநானக்கின் வாழ்வில் நிகழ்ந்ததாகக் கூறப்படும் நொடிக்கதை ஒன்று வருமாறு:

ஒருமுறை குருநானக் ஹரித்துவாருக்குச் சென்றார். அங்கு, தீர்த்த யாத்திரை வந்திருந்த இந்துக்கள், கங்கையில் நீராடும் போது கிழக்கு நோக்கித் தண்ணீரைக் கைகளால் வாரி இறைத்தார்கள். குருநானக்கும் கங்கையாற்றில் இறங்கி மேற்கு நோக்கித் தண்ணீரை வாரி இறைத்தார். யாத்ரிகர்கள் இதைக்கண்டு ஆச்சரியமுற்றதுடன் புனிதமற்ற செயலாக அதைக் கருதினர். சிலர் அவருக்குப் பைத்தியம் பிடித்து விட்டதாகக் கருதினர். சிலர் அவரைத் துருக்கியன் என்றனர். விரைவில் ஒரு கூட்டம் அவரைச் சூழ்ந்து கொண்டு, நீ ஒரு இந்துவா? முஸ்லீமா? எதற்காக மேற்கு நோக்கித் தண்ணீரை இறைக்கிறாய்? அது யாருக்குப் போய்ச் சேரும்? என்று கேட்டது. நீங்கள் இறைக்கும் தண்ணீரால் யார் பயன் பெறுவார்? என்று குருநானக் பதிலுக்குக் கேட்டார். இறந்து போன முன்னோர்களுக்காகத் தண்ணீர் இறைப்பதாகவும் அதனால் அவர்கள் மனநிறைவடைவார்களென்றும் யாத்திரீகர்கள் கூறினார்கள். இதைக் கேட்டவுடன் குருநானக் மேற்கு நோக்கி தண்ணீர் இறைக்கும் பணியைத் தொடர்ந்தார். வியப்படைந்த யாத்ரீகர்கள், மேற்கு நோக்கித் தண்ணீர் இறைப்பதன் பொருள் என்ன என்று திரும்பவும் அவரிடம் கேட்டனர். லாகூர் அருகிலுள்ள எனது பண்ணைக்குத் தண்ணீர்த் தேவைப்படுவதால் இவ்வாறு செய்கிறேன் என்று குருநானக் விடையளித்தார். அவரது பதிலால் வியப்புற்று, பல மைல் தொலைவிலுள்ள இடத்திற்குத் தண்ணீரை அனுப்ப முடியுமா? என்று கேட்டனர். நமது முன்னோர்கள் இங்கிருந்த எவ்வளவு தூரத்தில் இருக்கிறார்கள்? என்று எதிர்க் கேள்வி கேட்டதுடன், நான் இறைக்கும் தண்ணீர் சிர்ஹிந்த் என்ற இடத்தைக் கடந்து லாகூரை அடையும். லாகூரானது சிர்ஹிந்திலிந்து கல்லெறியும் தூரத்தில் தான் உள்ளது என்று குருநானக் கூறினார். (Harbaus Singh 1973: 193- 194).

இதே போன்ற நிகழ்ச்சி கபீர் வாழ்க்கையில் நிகழ்ந்ததாகக் கூறப்படுகின்றது. கபீரின் குருவான இராமானந்தர், சிரார்த்தச் சடங்கைச் செய்ய விரும்பினார். அதற்குத் தேவையான பசும் பாலைக் கொண்டு வரும்படிக் கபீரைப் பணித்தார்.

கபீர் சென்று, ஒரு செத்த பசுவுக்கருகே பாத்திரத்தை வைத்து, பசுவின் முன்னால் பசும்புல்லைப் பிடுங்கிப் போட்டுவிட்டுக் காத்திருந்தார். பல நாழிகையாகியும் பால் வரக் காணாத இராமானந்தர், சேதியறிந்து வர, வேறு சீடர்களை ஏவினார். அவர்கள் சென்று பார்த்துக் கபீரின் வினோதச் செயலை வந்து சொன்னார்கள். அவர் கபீரை அழைத்து விளக்கம் கேட்டார். 'சுவாமிஜி, செத்த பித்ருக்களுக்குச் செத்த பசுவின் பால்தான் உத்தமம் என நினைத்தேன். ஆனால் இந்த மாடு புல்லையே தின்னக் கணோம். பாலைப் பற்றி என்ன சொல்ல?' என்றார் கபீர். 'எங்காவது செத்த மாடு புல் தின்னுமா? என்று கேட்டார் குரு. உடனே கபீர், 'இப்போது செத்த மாடு புல் தின்னாது என்றால், எப்போதோ பல்லாண்டுகள் முன் செத்த உங்கள் மூதாதையர் நீங்கள் அளிக்கும் பாலை எப்படி அருந்துவர்?' என்றார் (பாரஸ்நாத் திவாரி 1967 : 12 - 13).

இக்கதைகளில் எங்கோ தொலைவில் வாழ்வதாக நம்பும் இறந்த முன்னோர்களுக்குச் செய்யும் சிரார்த்தச் சடங்கு பகடி செய்யப்படுகிறது. தமிழ்நாட்டில் ஆதிக்கம் செலுத்துவோர், ஆசாரம் என்ற பெயரில் மற்றவர்களை அவமானப்படுத்துவோர் ஆகியோரைப் பகடி செய்யும் வகையில் வாய்மொழிக் கதைகள் பல இன்னும் கிராமப்புறங்களில் வழக்கிலுள்ளன. இக்கதைகள் வெறும் பொழுது போக்குத் தன்மை வாய்ந்தன அல்ல. இதுவும் ஒரு வகையான பண்பாட்டுப் போராட்டம் என்றே கொள்ள வேண்டும். ஏனெனில் இக் கதைகளில், சமூக வாழ்வில் தங்களை உயர்வானவர்களாக நிலைநிறுத்திக் கொண்டிருப்பவர்களின் பண்பாட்டு அடையாளங்கள் கேலிக்குரியனவாக ஆக்கப் படுகின்றன.

உண்மையான வரலாறு

இவ்வாறு பண்பாட்டு அடையாளப் போராட்டமானது பல்வேறு வழிமுறைகளில் தமிழ்நாட்டில் நிகழ்ந்துள்ளது - நிகழ்ந்து வருகிறது. தமிழ்நாட்டு வரலாறென்பது மன்னர்களின் அல்லது அரசியல்வாதிகளின் வரலாறாகக் குறுகிவிட்ட நிலையில் பண்பாட்டு அடையாளப் போராட்டங்கள் தொடர்பான வரலாறுகளை வெளிப்படுத்துவது அவசியமான ஒன்று 'ஒரு சமுதாயத்திலிருந்து மற்றொரு சமுதாயத்திற்கு மாறும் இயக்கமே வரலாற்றியக்க மென்று ரொமீலா தாப்பர் (1973: 105) குறிப்பிடுகிறார். இதன் அடிப்படையில் நோக்கினால் பண்பாட்டு ஒடுக்குமுறைக்கு ஆளாகி வந்த சமூக அமைப்பிலிருந்து விடுபட்டு பண்பாட்டு

உயர்வு பெறும் நிலைக்கு அடித்தள மக்கள் மாறுகிறார்கள். ஆனால், இம்மாறுதல் இயல்பாக நிகழ்வதில்லை. முன்னர் குறிப்பிட்டது போல் நான்கு வகையான பண்பாட்டுப் போராட்ட வடிவங்கள் இம்மாறுதலுக்குத் துணை நிற்கின்றன.

கோவில் நுழைவு, ஆடையணிதல், செருப்பணிதல், மங்கல, அமங்கல நிகழ்ச்சிக்கு ஊர்வலமாகச் செல்லுதல் போன்றவற்றிற்கு எதிரான தடைகளை எதிர்த்தும், பொது நீர்நிலைகளையும், சாலைகளையும், உணவு விடுதிகளையும், சுடுகாடுகளையும் பயன்படுத்தும் உரிமை வேண்டியும், இழிவான வேலைகளிலிருந்து விடுவித்துக் கொள்ளவும் நம்நாட்டில் பண்பாட்டு அடையாளப் போராட்டங்கள் பல நிகழ்ந்துள்ளன. இன்றும் கூட இப்போராட்டங்களின் தேவை மறைந்து விடவில்லை. எனவே பண்பாட்டு அடையாளங்களுக்கான போராட்டங்களைப் புறக்கணித்து விட்டு முழுமையான சமூக மாறுதலை உருவாக்க முடியாது. அரசியல் மற்றும் பொருளாதாரப் போராட்டங்களோடு பண்பாட்டு அடையாளப் போராட்டங்களையும் இணைத்துக் கொள்வது மிகவும் அவசியமான ஒன்றாகும்.

கணக்கன் வழக்காறுகள்

கடவுளின் வாகனத்தின் சக்கரங்களுக்குக்கூட எண்ணையிட வேண்டும். அது போல் கர்ணத்தைத் திருப்திப்படுத்தாமல் விவசாயிகள் தங்களுடைய பலன்களை அனுபவிக்க முடியாது. இரக்க குணமுள்ள கர்ணத்தையும், தன் பலத்தை இழந்த யானையையும், கொத்தாத பாம்பையும், கொட்டாத தேளையும் இழிவாகக் கருதுவார்கள்.

(சுமதிசதகம்: வடமொழி நூல்)

கணக்கு என்ற தமிழ்ச் சொல் எண், கணக்கு, நூல், தொகை ஆகியனவற்றைக் குறிக்கும். கணக்கு நூல் கற்று எண்களையும் தொகைகளையும் எழுதிப் பதிவு செய்பவர் கணக்கு, கணக்கர், கணக்கன் என்று அழைக்கப்பட்டார். பண்டைக்காலத்தில் கணக்கு களை ஓலையில் பதிவு செய்து வந்தமையால் "ஓலைக் கணக்கர்" என்று நாலடியார் கணக்கரைக் குறிப்பிடும்.

கணக்கர் பதவியின் தோற்றம்

வேட்டை மற்றும் மேய்ச்சல் நிலச் சமூகத்திலிருந்து படிப் படியாக விடுபட்டு வேளாண்மைத் தொழிலைத் தமிழர்கள் மேற்கொள்ளத் தொடங்கிய பின்பு சாகுபடி நிலங்களின் பரப்பளவு மிகுந்தது. நிலவுடைமைச் சமூகம் மருத நிலப் பகுதியில் உருவாகத் தொடங்கியது. அத்துடன் உழுதுண்பவர்கள், உழுவித்துண்பவர்கள், கைவினைஞர்கள், வணிகர்கள் எனச் சமூகத்தில் புதிய வர்க்கங்கள் உருவாயின. யானையும், ஊன் உணவும் பரிசிலாக வழங்கிய குறுநில மன்னர்களுக்கு மாறாக விளைநிலங்களைக் கொடையாக வழங்கும் மூவேந்தர்கள் உருவாயினர். பல்லவர் ஆட்சிக் காலத்தில் நிலவுடமைச் சமூகம் வளர்ச்சியடைந்து பிற்காலச் சோழர் காலத்தில் வளர்ச்சியின் உச்சத்திற்குச் சென்றது.

தனிச் சொத்தாக விளை நிலம் விளங்கியதால், மன்னர்கள், புரோகிதர்கள், குடிமக்கள் என ஒவ்வொருவரும் தத்தம் தரத்திற் கேற்ப நிலங்களை உரிமையாகக் கொள்ளத் தொடங்கினர். இதன் அடிப்படையில் "உரியவன் என்ற பொருள்தரும் கிழவன், கிழான், கிழார் என்ற சொற்கள் வேளாண்மைத் தொழிலை மேற்கொண்ட வர்களின் பட்டப்பெயர்களாயின. (நிலங்களின் உரிமையாளன் என்ற பொருளிலேயே "நிலக்கிழார்" என்ற சொல் உருவானது).

இவ்வாறு தனி மனிதர்களின் உடமையாக மட்டுமன்றி கோவில்கள், மடங்களின் உடமைகளாகவும் விளைநிலங்கள் இருந்தன. தேவதானம் என்ற பெயரில் சைவ, வைணவக் கோயில் களுக்கும், பள்ளிச்சந்தம் என்ற பெயரில் சமண, பௌத்த ஆலயங் களுக்கும், பிரம்மதேயம் என்ற பெயரில் பிராமணர்களுக்கும், பல்லவ, சோழ மன்னர்கள் நிலக்கொடைகளை வழங்கினர். பணியாளர்களுக்கும் ஊதியத்திற்குப் பதில் 'சீவிதம்', 'முற்றூட்டு', என்ற பெயரில் நிலங்கள் தானமாக வழங்கப்பட்டன. நில உரிமை யாளர்களிடமிருந்து இறை, கடமை, என்ற பெயரில் வாங்கப்பட்ட வரி அரசர்களின் வருவாய் இனத்தில் முக்கியமான ஒன்றாக விளங்கியது. அதே நேரத்தில் இறையிலி, முற்றூட்டு என்ற பெயரில் வரிவிலக்குப் பெற்ற நிலக் கொடைகளும் வழங்கப் பட்டன. இவ்வேறுபாடுகளின் அடிப்படையில் குறிப்பிட்ட நிலத்தின் உரிமையாளர் யார் என்பதைப் பதிவு செய்ய வேண்டிய அவசியம் ஏற்பட்டது.

அத்துடன் வரி வாங்க வேண்டிய உரிமையாளர், வரி வாங்க வேண்டாத உரிமையாளர் என்று பகுக்க வேண்டியிருந்தது. பயிரிடும் நிலத்தின் தரத்திற்கேற்பவும், பயிரிடப்படும் பயிருக்கு ஏற்பவும் வரி வாங்கப்பட்டது. எனவே இப்பாகுபாடுகளை எழுத்து வடிவில் பதிவு செய்யும் பணியைச் செய்யும் பதவியை உருவாக்க வேண்டிய அவசியம் ஏற்பட்டது. அதனடிப்படையில் உருவானதே கணக்கர், கணக்கன் என்ற பதவியாகும்.

காயஸ்தர்

கி.பி.500-லிருந்து 1000 முடிய உள்ள காலத்தில் வட இந்தியச் சமூகத்தில் நிகழ்ந்த நிலவுடமையாக்கம் (Feudalization) குறித்த தம் ஆய்வில் 'காயஸ்தர்' என்ற சாதி உருப்பெற்று வளர்ச்சியடைந்ததை ஆர்.எஸ்.சர்மா (2001:194-196) குறிப்பிட்டுள்ளார். தமிழ்நாட்டுக் கணக்கர்கள் குறித்த ஆய்விற்கு அவரது கருத்துக்கள் பெரிதும்

ஒத்துவருவதால் அவரது கூற்றை மேற்கோளாகக் காட்டுவது பொருத்தமாய் இருக்கும்.

இடைக்காலத்தின் தொடக்கத்தில் புரோகிதர்கள், அதிகாரிகள் ஆகியோருக்கும், கோயில்களுக்கும் நிலம் அல்லது நிலவரு வாயை மன்னர்கள் அடிக்கடி மாற்றிக் கொடுத்து வந்தனர். "காயஸ்தர்" என்னும் எழுத்தர் சாதி தோன்றி வளர இது வழிவகுத்தது. நிலம் வழங்கவும், பத்திரங்களை உருவாக் கவும், நிலங்கள் கொடையாக வழங்கப்பட்ட கிராமங்களி லிருந்து படிப்படியாக அதிகரித்து வரும் வருவாய் தொடர் பான ஆவணங்களைப் பராமரிக்கவும் வேண்டியிருந்தது. இதனால் மிகுந்த அளவிலான எழுத்தர்களும் ஆவணப் பாதுகாப்பாளர்களும், பணிக்ககு அமர்த்தப்பட்டனர். குப்தர் காலத்திலிருந்து உருவான பாகப்பிரிவினைச் சட்டத் தால் துண்டாடப்பட்ட நிலங்களைக் குறித்த விவரங்களைப் பதிந்து வைக்க வேண்டியிருந்தது. நிலங்களின் எல்லைகளைக் குறித்த தகராறுகள் சட்டப் புத்தகங்களின் முக்கியப் பிரிவு களாயின. ஆவணங்களின் துணையின்றி அவற்றை எளிதில் தீர்த்து வைக்க முடியாது. ஒரே நிலத்தை நான்கு அல்லது ஐந்து பேர் உரிமை கொண்டாட முடியும். ஒருவர் அந்நிலத்தின் உரிமையாளர் என்றும், மற்றொருவர் நில உரிமையாளரின் பண்ணையாள் என்றும், மூன்றாவது ஆள் துணைப் பண்ணை யாள் என்றும், நான்காவது ஆள் தான் உண்மையிலேயே பயிரிடுபவர் என்றும் உரிமை கொண்டாடலாம். இது போன்று அடிக்கடி எழும் நிலந்தொடர்பான வழக்குகளைத் தவிர்க்கவும், தீர்க்கவும் கிராம மற்றும் நிலம் தொடர்பான ஆவணங்கள் கவனத்துடன் பாதுகாக்கப்பட வேண்டும்.

காயஸ்தர், கரணி, கரணிகா, அதிக்ருத, புஸ்தபால, சித்ரகுப்த, பேகஹ, திவிரா, தர்மலேகின், அக்ரசன, அக்சபடலிகா, அக்சபடாலாதிக்ருத போன்ற பல்வேறு பெயர்களால் அழைக்கப்பட்ட எழுத்தர் வகுப்பினரால் ஆவணங்கள் பராமரிக்கப்பட்டன.

பல்வேறு பெயர்களுடைய எழுத்தர்களும், ஆவணக் காப்பாளர்களும் காயஸ்தர் என்ற ஒரே வகுப்பாகத் தொடக் கத்தில் உருப்பெற்றனர். காலப்போக்கில் இதர ஆவணக் காப்பாளரும் காயஸ்தர் எனப்பட்டனர். ஒரு சமூகத்தின் வருவாய் மற்றும் நிர்வாகத் துறைகளின் தேவைகளுக்கேற்ப கல்வி கற்ற உயர் வருணத்தவர்கள் காயஸ்தர்கள் அல்லது

எழுத்தர்களாகத் தொடக்க நிலையில் சேர்த்துக் கொள்ளப் பட்டனர்... பல்வேறு வருணங்களிலிருந்தும் தேர்ந்தெடுக்கப் பட்ட எழுத்தர்கள் காலப் போக்கில் தங்களுடைய பூர்வீக வருணங்களிலிருந்தும் திருமணம் மற்றும் இதர சமூக உறவு களைத் துண்டித்துக் கொண்டதுடன் புதிய சமூகத்துடன் மட்டுமே தங்கள் சமூக உறவுகளை மேற்கொள்ளத் தொடங் கினர். காயஸ்தர் என்ற தங்கள் வர்க்கத்துக்குள் அகமணத் தையும், (Endogany) தங்கள் பூர்வீக குடும்பத்திற்குள் புறமணத் தையும் (Exogamy) கடைப்பிடித்தனர். இதனால் வருண அமைப்பிற்குள் காயஸ்தர்களுக்கு எந்த இடத்தை வழங்குவது என்பதில் பிராமணச் சட்டங்களை உருவாக்குவோர் குழப்ப மடைந்து அவர்களை சூத்திரர்களோடும் துவிஜர்களோடும் இணைத்தனர். காயஸ்தர்களின் தோற்றம் குறித்து தர்ம சாஸ்திரங்கள் தெளிவற்ற நிலையில் இருக்க வரலாற்று எடுத்துக்காட்டுகள் அவர்கள் ஒரு வருணத்தவர் அல்ல என்பதை மெய்ப்பிக்கின்றன. அண்மைக்காலத்தில் கல்கத்தா உயர் நீதிமன்றம், காயஸ்தர்களைச் சூத்திரர் என்று குறிப்பிட, அலகாபாத் உயர் நீதிமன்றம் பிராமணர் என்று குறிப் பிட்டுள்ளது.

தொழில் முறையில் எழுத்தறிவு பெற்ற சாதியாக காயஸ்தர்கள் உருப்பெற்றதால், எழுத்தர்களாகவும், பதிவு செய்யும் எழுத்தர் களாகவும் ஆதிக்கம் செலுத்தி வந்த பிராமணர்களின் செல்வாக்கைக் குறைத்தது. சந்தேலா, காலசூரி கர்நாடகா, ஒரிசா மன்னர்களிடம் காயஸ்தர்கள் அமைச்சர்களாகப் பணிபுரிந்தனர். பதினோராம் நூற்றாண்டில் கலிங்க நாட்டு நிருவாகத்தில் உயர்பதவிகளைக் காயஸ்தர்கள் பிடித்துக் கொண்டார்கள். "ராஜவித்யாஹரா" (அரசியல் வல்லுநர்) "கங்கா வித்யாஹரா" (கங்கா குடும்ப விவகாரங்களில் வல்லுநர்) என்று காயஸ்தர்கள் அழைக்கப்பட்டனர். அரச நிருவாகத்தில் உயர் பதவிகளைப் பிடித்துக் கொண்டதுடன் நிலக் கொடைகளையும் காயஸ்தர்கள் பெற்றார்கள். இது இத்தகைய உயர் பதவிகளை வகித்து வந்த பிராமணர்களை வருத்தமுறச் செய்தது. இதுவரை பிராமணர்களால் பராமரிக்கப்பட்ட நிலக்கொடை தொடர்பான ஆவணங் களைக் காயஸ்தர்கள் பராமரிப்பது குறித்து அவர்கள் கோபம் கொண்டனர். எழுத்தர்களாகவும், ஆவணக் காப்பாளர்களாகவும் இருந்த காயஸ்தர்கள், நிலக் கொடை களை மிகுந்த அளவில் பெற்றிருந்த பிராமணர்களுக்குத்

தொடர்ச்சியாகத் தொல்லையளித்திருக்க வேண்டும். இதனால் பிராமணிய நூல்கள் காயஸ்தர்களைச் சிறப்பாகக் குறிப்பிட வில்லை. கி.பி. 4 ஆம் நூற்றாண்டைச் சேர்ந்த சட்ட வல்லு நரான யாக்ஞுவல்யர் குடிமக்களை ஒடுக்குபவராகவே காயஸ்தர்களைக் குறிப்பிட்டுள்ளார். காயஸ்தர்களை அவமதிக்கும் போக்கு கி.பி. 12 ஆம் நூற்றாண்டில் உச்சக் கட்டத்தை அடைந்தது. காயஸ்தர்களைக் கண்டனம் செய்வது கல்ஹனரின் ராஜதரங்கணியில் விருப்பமான கருவாக அமைந்தது. இது சற்று மாறுதல்களுடன் பின்னால் வந்த நூல்களில் தொடர்ந்தது.

சோழர் காலத்தில் கணக்கர்

காயஸ்தர் குறித்த ஆர்.எஸ். சர்மாவின் மேற்கூறிய கருத்தை மனதில் கொண்டு சோழர் காலத்தில் கணக்கர் என்ற பதவி உருவானதை நோக்கலாம். சோழர் காலத்தில் காட்டு நிலங்கள் திருத்தப்பட்டு வேளாண் நிலங்களாக மாற்றப்பட்டன. "மேடுந் திடலும் காடும் களரிலும் திருத்திப் பயிர் செய்து கொள்ளலாம்" (S.I.I.XVII *க.எ. 127*) "ஆழ்வார் திருவமுதுக்கும் திருவிளக்குக்கும் ஸ்ரீகரண பெருஞ்சேரி என்று குடியேற்று" (S.I.I.XVII *க.எ.260*) என்ற கல்வெட்டு வரிகள் புதிய விளைநிலங்கள் உருவானதைக் குறிப்பிடு கின்றன. கொட்டையூர் என்ற ஊரிலிருந்த தரிசுக் காடை ஊர் மகா சபையிடம் இருந்து விலைக்கு வாங்கி அதைத் திருத்தி ரகுநாதபுரம் என்று பெயரிட்டு வெள்ளாளர்களைக் குடியேற்றிய நிகழ்ச்சியை ராஜேந்திரச் சோழனின் 21ஆவது ஆட்சியாண்டுக் கல்வெட்டு *(கி.பி.1032-1033)* குறிப்பிடுகிறது *(*S.I.I.XXII *க.எ.317)*. "காடுவெட்டி கட்டைப் பறித்து மேடுந் திடலுமான திருத்தி" என்று குலோத்துங்கச் சோழனின் 25ஆவது ஆட்சியாண்டுக் கல்வெட்டு குறிப்பிடுகிறது (S.I.I.VIII *க.எ.125)*.

இவ்வாறு நிலங்கள் புதிதாகச் சாகுபடிக்குக் கொண்டுவரப் பட்டவதால் ஊர்கள் புதிதாக உருவாகி கைக்கோளர், தச்சர், கொல்லர், செக்கார் போன்ற கைவினைஞர்கள் குடியேறினார்கள். இதனால் நிலவரியும், கைவினைஞர்கள் செலுத்தும் வரியும் மன்னர்களுக்குக் கிட்டியது. அந்த வகையில் இந்திய நிலவுடமை முறை ஐரோப்பிய நிலவுடமை முறையிலிருந்து மாறுபடுகிறது. இவ்வேறுபாடு குறித்து ஆர்.எஸ். சர்மா *(2001: 17)*,

மேற்கு ஐரோப்பிய நிலப்பிரபுக்கள் தமது பண்ணை நிலங் களைச் சாகுபடி செய்யப்படுவதற்காகப் பண்ணை அடிமை களுக்கு நிலம் வழங்குவார்கள். ஆனால் இந்திய மன்னர்கள்

வரிகளைப் (உபரி) பெறுவதற்காக நிலக் கொடைகளை வழங்கினார்கள்.
என்று குறிப்பிடுவார்.

சோழர் காலத்தில் பிராமணர்களுக்கும் சைவ, வைணவக் கோவில்களுக்கும் வழங்கப்பட்ட ஏராளமான நிலக் கொடைகளை நோக்கும்போது ஆர்.எஸ். சர்மாவின் மேற்கூறிய கூற்று சோழர் காலத்திற்கும் பொருந்தும் என்று கருதுவதில் தவறில்லை.

கணக்கன் வகை

இவ்வாறு அரசின் வருவாய் இனமாக நிலவரியையும் கைவினைஞர்கள் செலுத்தும் வரியையும் ஏடுகளில் எழுதிப் பராமரிக்கும் கணக்கர்கள் தாம் செய்யும் பணியின் அடிப்படையில் 'நகரக் கணக்கு', 'கோவில் கணக்கு', 'நாட்டுக் கணக்கு', 'ஊர்க் கணக்கு' என்று அழைக்கப்பட்டனர். சோழர் காலக் கல்வெட்டுக் களின் இறுதியில் சாட்சிக் கையெழுத்து இடுபவர்களாகவும், ஆவணம் எழுதுபவர்களாகவும் கணக்கர்கள் குறிப்பிடப்பட்டுள்ளனர்.

ஊர்க் கணக்கு ஆலத்துடையான் எழுத்து	(S.I.I.VIII க.எ. 206)
நாட்டுக் கணக்கு உலகுதொழ நின்றான் எழுத்து	(மேலது. 214)
கோயில் கணக்கு வடுகக் குடையான் எழுத்து	(மேலது. 226)

என்று ஒப்பமிட்டுள்ளனர். எழுதப் படிக்கத் தெரிந்தமையாலும், வகிக்கும் பதவியாலும் கணக்கர்களுக்கு முக்கியத்துவம் இருந்துள்ளது. இதனடிப்படையிலேயே கல்வெட்டுக்களின் இறுதியில் சாட்சிகளாகவும், ஆவணம் எழுதியவர்களாகவும் அவர்கள் குறிப்பிடப்பட்டுள்ளனர்.

ஊர்க் கணக்கர் என்பவர் ஓர் ஊரின் கணக்குகளைக் கவனித்து வந்தவர். இவருக்கு ஊதியம் வழங்க மக்களிடம் இருந்து வாங்கப் பட்ட வரி "ஊர்க் கணக்கர் ஆசு", "ஊர்க் கணக்கர் காசு" எனப் பட்டது. கணக்கருக்கு வழங்கப்பட்ட நிலம் "கணக்கக் காணி", "ஊர்க் கணக்கப் பேறு" என்று அழைக்கப்பட்டது.

சோழர் காலத்தில் வேளாளச் சமூகத்தைச் சார்ந்த நிலக்கிழார் களும், பிராமண சமூகத்தைச் சார்ந்த நிலக்கிழார்களும் அரசனை அடுத்த அதிகார மையத்தில் செல்வாக்குப் பெற்றிருந்தனர். சோழர் கால அரசியலைப் பொருத்தளவில் பிராமணரைக் காட்டிலும் வேளாளர் அதிகச் செல்வாக்குப் பெற்றிருந்தனர் என்று சுப்பராயலு (2001: 116-117) குறிப்பிடுகிறார். சில கல்வெட்டுக்களில் கணக்கர் என்ற பெயரின் இறுதியில் வேளாண் எழுத்து என்ற சொல் இடம்

பெற்றுள்ளது. வேளாளர்களின் சாதிப் பட்டமாக, 'பிள்ளை' என்ற சொல் அமையும். சோழர் காலக் கல்வெட்டுக்களில் கணக்கர்கள் கணக்கப்பிள்ளை என்றும் குறிப்பிடப்பட்டுள்ளனர்.

கணக்குப் பிள்ளைமார் (S.I.I.XXIII. க.எ. *123*), நாட்டுக் கணக்கப் பிள்ளை (S.I.I.XXII க.எ. *104*), கணக்கப் பிள்ளை (S.I.I.IV. க.எ. *244, 245*), கோயில் கணக்கு ஆண்ட பிள்ளை எழுத்து (S.I.I.VIII. க.எ. *440*), நாராயண குலத்துக் கணக்கப் பிள்ளை (S.I.I.VII. க.எ. *377*) என்று வருவதை இதற்குச் சான்றாகக் குறிப்பிடலாம்.

பிள்ளை என்பது சாதிப் பட்டமாக இன்று விளங்குவது போல் சோழர் காலத்திலும் பாண்டியர் காலத்திலும் விளங்கியதா என்பது ஆய்விற்குரியது. ஏனெனில் இஸ்லாமியர்களும் 'பிள்ளை' என்ற பட்டத்துடன் குறிப்பிடப்படுகின்றனர். குலசேகரப் பாண்டியனின் அமைச்சராகப் பிள்ளைப் பட்டம் பெற்ற தகியுடின் என்ற இஸ்லாமியர் இருந்துள்ளதாக கல்வெட்டு அறிஞர் ராசு *(2001 : 127)* குறிப்பிடுகிறார். அச்சுத தேவராயன் காலத்தியக் கல்வெட்டொன்றில் "கனகராயர் கணக்கப் பிள்ளை ராவுத்தனாயன் எழுத்து" என்ற தொடர் இடம்பெற்றுள்ளது (S.I.I.XVII. க.எ.*264*). எனவே 'முதலி' என்ற சாதிப் பட்டம் தொடக்கத்தில் பதவிப் பெயராக இருந்ததுபோல பிள்ளை என்ற சாதிப்பட்டமும் தொடக்கத்தில் பதவிப் பெயராக இருந்துள்ளது.

பிள்ளை என்ற பட்டத்தைப் பெற்றவர்கள் தங்களுக்குள் மண உறவு வைத்துக்கொண்டு ஒரு தனிச் சாதியாக உருவாகியிருக்கலாம் என்ற கருதுகோளை முன்வைக்க இடம் உள்ளது. கணக்கர் என்ற சாதி குறித்து ஸ்டுவர்ட் என்ற ஆங்கிலேயர் வட ஆர்க்காடு மாவட்ட விவரச் சுவடியில் எழுதியுள்ள பின்வரும் கருத்தை எட்கர் தர்ஸ்டன் *(1987:195-196)* குறிப்பிடுகிறார்.

> வட ஆர்க்காடு, தென்ஆர்க்காடு, செங்கல்பட்டு ஆகிய மாவட்டங்களிலேயே இவர்கள் மிகுதியாகக் காணப் படுகின்றனர். கணக்கு என்ற தமிழ்ச் சொல்லின் அடியாகப் பிறந்தது இப்பெயர். இது, கணக்குப் பார்ப்பவர் எனப் பொருள்படும். பண்டைக் காலத்தில் அரசர்கள் இவர்களை ஊர்களுக்குரிய கணக்கர்களாக அமர்த்தியிருந்தனர். கல்வெட்டுக்களில் கர்ணம் அல்லது கணக்கன் என்ற சொல் மிகுதியும் இடம் பெற்றிருக்கக் காணலாம். இவர்களின் பட்டப் பெயர் வேளாண் என்றே பல இடங்களில் தரப் பட்டுள்ளது... பூணூல் அணியும் இவர்கள் மதுவகைகளைக்

குடிப்பதை அனுமதிக்காததோடு ஊன் உண்ணலையும், கைம்பெண்களின் மறுமணத்தையும் கூட அனுமதிப்பதில்லை. இவர்களில் பெரும்பாலோர் சிவனை வழிபடுகின்றனர். சிலர் வைணவர்களாக உள்ளனர். மிகச் சிலர் லிங்காயத நெறியினைத் தழுவியர்களாக உள்ளனர். பிள்ளை என்பது இவர்கள் பட்டப்பெயர்.

சோழர் காலத்திற்கு பின்

சோழப் பேரரசின் மறைவுக்குப் பின்னரும் கணக்கன் பதவி தொடர்ந்தது. பிற்காலப் பாண்டியர் கல்வெட்டுக்களிலும், விஜநகரப் பேரரசு காலக் கல்வெட்டுக்களிலும் கணக்கன் என்ற பதவி குறிப்பிடப்பட்டுள்ளது. விஜயநகர ஆட்சியில் "சம்பிரிதி" என்ற பெயரில் கணக்கர்கள் நியமிக்கப்பட்டனர்.

கி.பி. பதினேழாம் நூற்றாண்டில் எழுதப்பட்ட "மதிகெட்டான் நாடகம்" என்ற நாடக நூலில்

"தேசக் கணக்குஞ் சீர்மைக் கணக்கும்
ஆயக்கணக்கும் அணிதுறைக் கணக்கும்
கோயில் கணக்கும் கூர்மையாத் தெரிந்தபின்"

என்று இடம்பெறும் வரிகள் அக்காலத்தில் வழக்கில் இருந்த கணக்கு வகைகளைக் குறிப்பிடுகின்றன.

திருமலை நாயக்கர் காலத்தவரான சொக்கநாதக் கவிராயர் தமது 'பணவிடு தூது' (134 - 147) நூலில் கணக்கரின் செயலை இவ்வாறு பட்டியலிட்டுள்ளார்.

கல்லை விரைந்தெண்ணிக் கண்டு கலந்தெறியும்
நெல்லையுங் கூடநினைந் தெண்ணி - வல்லை
ஒருகால் தமிழு மொருகால் வடுகும்
இருகாலி னாலு மெழுகு - வருகாது
இரட்டைக் கடுக்கனிலங்கவ தானப்
பிரட்டைத் தலையாட்டிப் பேசித் - திரட்டிக்
கொடுத்தவர் போல் தாவென்று கோவித்துக் கேட்டார்
எடுத்த தொழிற்குமுடி வெங்கே - நடுப்போலக்
கொள்ளையிட வென்று குடியிற்கை நீட்டாமல்
தள்ளி யெழுதத் தலைப்பட்டு - விள்ளாத
வார நிலம்வரிசை யாக வரிசைநிலம்
வார நிலமாக மறைத்தெழுதி - ஆர
விருத்தி தனை விருத்தி யாக்கி யொழுகைத்

திருத்தித் திருத்தலுடன் சேர்த்துக் - கருத்தறிந்து
மானியங்கொள் ளாதவகையிலே கொள்ளுமின
மேனுங்கொள் ளாதவகை யென்றெழுதித் - தானும்
பொறுப்பைக் குறைத்தடித்த போர்குறைக்கு முன்னே
அறுப்பைக் குறைத்ததற்கு முன்னே - குறிப்பாய்ப்
பயிரடைப்பி லேகுறைத்துப் பற்றடைப்பைத் தள்ளி
மயிர் பிளந்து பார்த்து வரைந்து - கயிறெடுத்துக்
கட்டிய வோலைகுளங் காலா யழித்தழித்து
வெட்டுமெழுத் தாணியுமண் வெட்டியாய் - வெட்டனக்குங்
கோலவெட்டிலே மூத்த கொம்பைவெட்டிக் காலாக்கிக்
காலவெட்டைக் கல்வெட்டாய்க் கண்டெழுதி - மேலவிட்டுப்
போகாக் குடிபோ குடியென்றுங் கொன்றாலுஞ்
சாகாக் குடிசா குடியென்றும் - நோகாது
எழுதி யெழுதி யூரெல்லாந்த தன்காலால்
உழுதுழுது பாழாக்குவோர்....

கணக்கிலே துண்டு விழும் பகுதியை நிரப்புவதற்காக, கணக்கப் பிள்ளைமார்கள் செய்யும் கள்ளக் கணக்கு விவகாரங்களையும் அவர் அம்பலப்படுத்தத் தயங்கவில்லை.

- அட்டவணைச்

சீட்டுப் பதிவைத் திரும்பக் கூட்டி, துரைமுன்
கேட்டுக் கழித்ததெல்லாம் கிண்டிப் பார்த்து - ஒட்டுக்கு
இலக்காத் தொகை இட்டெழுதியே நெஞ்சைக்
கலக்காத வண்ணம் கலக்கி - அலக்கழிக்கும்
பிள்ளைமார் சற்றே உன்பேர் கேட்குமுன்னர் அந்தக்
கொள்ளை யெல்லாம் தீராதோ கோமானே!

கணக்கில் எப்படியெப்படியோ பதிவு செய்து, கொடுக்க வேண்டிய கணக்கில் ஓட்டாஞ்சில்லிக்குச் சமமாகத் தொகையை எழுதி வைத்து, ஊரை ஏமாற்றக்கூடிய கணக்கப்பிள்ளைமார்கள் ஒழுங்காக நடந்து கொள்ள வேண்டுமென்றாலும் உனது உதவி யல்லவா தேவைப்படுகிறது என்கிறார் ஆசிரியர். “ஆமாம். அந்தக் கணக்குப்பிள்ளைமார்களுக்கு லஞ்சமாகப் பணம் கொடுத்தால் கணக்கிலே அவர்கள் செய்யும் கொள்ளையெல்லாம் சரியாகிவிடு மல்லவா?” (ரகுநாதன்).

ஆங்கில ஆட்சியில் கணக்கன்

ஆங்கில ஆட்சி, முறையாகக் காலூன்றும் முன்னர் எழுதப் பட்ட ஆங்கில ஆவணம் ஒன்றில் கணக்குப் பிள்ளை குறித்த

குறிப்பு ஒன்று இடம்பெற்றுள்ளதை எட்கர் தர்ஸ்டன் (1987 196) பின்வருமாறு குறிப்பிடுகிறார்.

தமிழ் நாட்டோடு தொடர்புடைய ஆவணங்களில் கோணி கொபொளெ, கோணி கொப்ளே கணக்கப் பேள் எனப் பலவாறு கணக்குப் பிள்ளை என்பது சிதைந்த வடிவினதாகக் காணப்படுகின்றது. 1680-ஆம் ஆண்டிற்குரிய சென்னை செயிண்ட் சார்ஜ்கோட்டைக் குரிய ஆவணம் ஒன்றில் ஆளுநர் தன் அவையினரோடும் தொழிற் சாலையைச் சேர்ந்த பலரோடும் ஆறு வரிசையில் படைவீரர்கள் தொடர்ந்து பின்வர கம்பெனி ஏவலர்கள், 300 சலவையாளர்கள், பெத்த நாய்குவ், நகரத்திற்கும் நிலங்களுக்கும் உரிய கண் கொப்ளை ஆகியோரோடு நகரைச் சுற்றி வந்தார். நிலங்களுக்கான கண்கொப்ளை அவற்றை அவருக்கு விளக்கிக் கூறினார்.

நிலவருவாய் கிழக்கிந்தியக் கம்பெனியின் முக்கிய வருவாய் இனங்களில் ஒன்றாக இருந்தது. 1786-இல் இந்தியாவின் வைஸ்ராயாக நியமிக்கப்பட்ட, காரன் வாலிசு நிலவரி முறையை மாற்றியமைத்து நிலையான நிலவரித் திட்டம் (Permanent Revenue Settlement) என்ற முறையை நடைமுறைப்படுத்தினார். தொடக்கத்தில் வங்காளத்தில் நடைமுறைப்படுத்தப்பட்ட இத்திட்டம் படிப்படியாக இந்தியா முழுவதும் நடைமுறைக்கு வந்தது.

இதன்படி நிலவருவாய் முந்தைய மூன்று ஆண்டுகளுக்கு மதிப்பிடப்பட்டு அம்மதிப்பீட்டைச் சற்று உயர்த்தி அதன் அடிப்படையில் வரிவிதிக்கப்பட்டது. இதனால் கிழக்கிந்தியக் கம்பெனிக்கு நிலவருவாய் நிரந்தரமாகக் கிடைக்கத் தொடங்கியது. ஆனால் சரியாக விளையாத காலங்களில் குடியானவர்கள் தொல்லைக்கு ஆளானார்கள்.

எனவே இம்முறையைக் கைவிட்டு இரயத்வாரி முறையைத் தாமஸ் மன்றோ அறிமுகப்படுத்தினார். அதன் மண்வளம், உற்பத்தியளவு, பாசன வசதி ஆகியவற்றின் அடிப்படையில் மூன்று தரமாகப் பிரிக்கப்பட்டது. ஒவ்வொரு குடியானவர்க்கும் தனிப் பதிவேட்டில் இது பதியப்பட்டது. இதன்படி ஒவ்வொரு தர நிலத்திற்கேற்ப வரி விதிக்கப்பட்டது. இடைத்தரகரின்றி அரசுக்கும் குடியானவர்க்கும் நேரடித் தொடர்பு ஏற்பட்டது.

இவ்வாறு தரம் அடிப்படையில் நிலத்தைப் பகுக்கும்போது கர்ணம் ஒரு குறிப்பிட்ட நிலத்தின் தரத்தைக் கூட்டுவார் அல்லது

குறைப்பார். இம்முறையில் நன்செய் நிலம், புன்செய் நிலம் அல்லது தோட்டக்காணி நிலம் என்று கர்ணத்தால் குறிப்பிடப்படும் என்று நீல்மணி (1962: 234) குறிப்பிட்டுள்ளார்.

இரயத்வாரி நிருவாகம் பற்றிய எந்த அறிக்கையும் கர்ணத்தைக் குறிப்பிடாது முற்றுப் பெறாது. ஆனால் அவர் நேரடியான அரசு ஊழியர் இல்லை என்று குறிப்பிட்டுவிட்டு வட ஆர்க்காடு மாவட்ட ஆட்சியர் சாமியார் என்பவர் "கர்ணம் சர்க்காருக்கும் குடியான வர்களுக்கும் பொதுவான அதிகாரி. பொதுவாக இரு தரப்பையும் ஏமாற்ற முயல்வார்" என்று எழுதியுள்ளதையும் (நீல்மணி முகர்ஜி 1962: 234) மேற்கோளாகக் காட்டுகின்றார்.

மேலும் ஆங்கில ஆவணங்களின் துணையுடன் அவர் கூறும் செய்திகள் வருமாறு:

தாமஸ் மன்றோவிலிருந்து எல்லா வருவாய்த்துறை அதிகாரி களும் கர்ணத்தின் நேர்மையின்மையையும் அவர் கணக்கு களின் முறைகேடுகள் குறித்தும் ஒரே கருத்தைத்தான் கொண்டிருந்தார்கள். 1860-இல் உருவான கர்ணத்திற்கான ஒழுங்குமுறைச் சட்டம் பிடிகொடுக்காத தந்திரமான கர்ணங் களைக் கட்டுப்படுத்தப் போதுமானதல்ல. ஒரு கணக்கன் வேலை நீக்கம் செய்யப்பட்டால் அவனது நெருங்கிய உறவினனே கணக்கனாவான். எதிர்காலத்தில் கண்டுபிடிக்க முடியாத அளவில் மிகுந்த எச்சரிக்கையுடன் அவர்களது ஏமாற்று வேலையும், தவறான கணக்குகளும் தொடரும். அரசுக்கு எதிராகவோ ஏழைக்குடியானவனுக்கு எதிராகவோ ஒரு கிராமத்தில் நிகழும் எந்த ஏமாற்று வேலையும் கர்ணத் திற்குத் தெரியாமலோ அல்லது அவனது தீவிரமான பங்கேற்பு இல்லாமலோ நடைபெறாது. இரயத்வாரி நிருவாக முறையில் தவிர்க்க முடியாத தீமை என்பதால் கர்ணத்தை முறையாகத் தண்டிக்க இயலாத தங்கள் இயலாமை குறித்து இவர் புகார் செய்வது வழக்கம்.

திருநெல்வேலி மாவட்டத்தில் மூன்று ஆண்டுகள் (1823-1826) ஆட்சித் தலைவராக இருந்த மன்றோ நிலவருவாய்க் கழகத்திற்கு எழுதிய கடிதத்தில் கிராம முன்சீப்களும் நாட்டாண்மைக் காரர்களும், மிராசுதாரர்களும், கர்ணங்களும் மிக நல்ல நிலங் களையெல்லாம் எடுத்துக் கொண்டுவிட்டார்கள். ஆனால் தரம் குறைந்த நிலங்களுக்கு உரிமையாளர்களாக இருக்கும் உழவர் களிடம் அதிகமான வரி வசூலித்து அவர்களைத் துன்புறுத்து கின்றனர் என்று குறிப்பிட்டுள்ளார் (ராமசாமி 1990: 756, 757).

கணக்கன் தேர்வும் பணியும்

பிறரை அதட்டி உருட்டும் ஆற்றலுடையவர்களையே கணக்கர்களாகத் தேர்ந்தெடுத்தனர். உ.வே. சாமிநாதய்யர் (1990: 5-6) தமது சுயசரிதையில் குறிப்பிட்டுள்ள பின்வரும் செய்தியை இதற்குச் சான்றாகக் குறிப்பிடலாம்:

> உத்தமதானபுரத்தில் அண்ணா ஜோஸ்யரென்ற ஓர் அந்தணர் இருந்தார். அவர் ஜோஸ்யத்தினாலும் வைதீக வாழ்க்கையினாலும் வேண்டியவற்றைப் பெற்றுக் கவலையின்றி ஜீவனம் செய்து வந்தார். நல்ல கட்டுள்ள தேகம் வாய்ந்த அவர் ஒரு நாள் எங்கோ ஒரு கிராமத்தில் பிராமணார்த்தம் (சிரார்த்த உணவு) சாப்பிட்டு விட்டு மார்பு நிறையச் சந்தனமும், வாய் நிறையத் தாம்பூலமும், குடுமியிற் பூவும் மணக்க உல்லாசமாக ஊருக்கு வந்து கொண்டிருந்தார். நடு வழியே பாபநாசத்தில் தஞ்சாவூர் கலெக்டர் 'முகாம்' செய்திருந்தார். அவ்வழியே வரும்போது கலெக்டரும் சிரஸ்தேதாரும் வெளியே நின்று கொண்டிருந்தனர். கலெக்டர் வெள்ளைக்காரர்; சிரேஸ்தேதார் இந்தியர்.
>
> கலெக்டர் துரையினுடைய பார்வை அண்ணா ஜோஸ்யர் மேல் விழுந்தது. அவருடைய அந்த அங்க அமைப்பையும் ரிஷபம் போன்ற நடையையும் முகத்தில் இருந்த ஒளியையும் கண்ட போது கலெக்டர் துரைக்கு மிக்க ஆச்சரியம் உண்டாயிற்று. திடீரென்று அவரை அழைக்கச் செய்து சிரேஸ்தேதார் மூலமாக அவரைச் சில விஷயங்கள் கேட்கலானார்.
>
> **கலெக்டர்** : உமக்குப் படிக்கத் தெரியுமா?
>
> **ஜோஸ்யர்** : தெரியும்.
>
> **கலெக்டர்** : கணக்குப் பார்க்கத் தெரியுமா?
>
> **ஜோஸ்யர்** : அதுவும் தெரியும். நான் ஜோஸ்யத்தில் நல்ல பழக்கமுடையவன்; அதனால் கணக்கு நன்றாகப் போடுவேன்.
>
> **கலெக்டர்** : கிராமக் கணக்கு வேலை பார்ப்பீரா?
>
> **ஜோஸ்யர்** : கொடுத்தால் நன்றாகப் பார்ப்பேன்.
>
> அவர் கம்பீரமாக விடையளிப்பதைக் கேட்ட துரைக்குச் சந்தோஷம் உண்டாகிவிட்டது. ஜோஸ்யர் நன்றாக அதிகாரம் செய்யக்கூடியவரென்றும் ஜனங்கள் அவருக்கு அடங்குமென்றும் அவர் நம்பினார். உக்கடை (உட்கிடை) யென்னும்

வட்டத்தின் கர்ணம் தம் வேலையைச் சரியாகப் பாராமை யால் கலெக்டர் அவரைத் தள்ளிவிட்டு வேறொருவரை நியமனம் செய்வதற்காக யோசித்துக் கொண்டிருந்த சமயம் அது. அந்த வேலையில் அண்ணா ஜோஸ்யரை அவர் நியமித்து விட்டார். அக்காலத்தில் வேலைக்குப் போட்டி இராது. ஆளைப் பார்த்து, வாட்ட சாட்டமாக இருந்தால் உத்தியோகங்களைக் கொடுத்து விடுவது வழக்கம்.

ஆங்கில ஆட்சியில் கிராமக் கணக்கரின் பணி குறித்து மதுரை மாவட்ட விவரச் சுவடியில் நெல்சன் *(1989:1920)* குறிப்பிடும் செய்திகள் வருமாறு:

> கர்ணம் நாட்டாண்மைக்காரருக்குக் கீழே பணியாற்றுபவர். ஆனால் கிராமத்தைப் பற்றிய அனைத்து அதிகாரபூர்வ தகவல்களையும் தயாரித்துத் தாலுகா சிரஸ்தாருக்கு அனுப்ப வேண்டிய முழுப் பொறுப்பும் அவருடையதே. விவசாயிகள் செலுத்திய வாடகைத் தவணைகளுக்காக ரசீது தயாரித்து அவர் கையெழுத்திட வேண்டும். வசூலிக்கப்பட்ட பணத் துடன் வரி செலுத்தாதவர்களின் பட்டியலையும் தயாரித்துக் கையெழுத்திட்டுத் தாசில்தாருக்கு அனுப்பப்பட வேண்டும். நாட்டாண்மைக்காரருக்கோ, கிராம அதிகாரிகளுக்கோ தனக்கோ வரும் உத்தரவுகளைப் படித்து அவற்றுக்குப் பொறுப்பெடுத்துக் கொள்ள வேண்டும். கிராமத்திலிருந்து அனுப்பப்படும் அதிகாரபூர்வ கடிதங்களையும் அறிக்கை களையும் அவர்தான் எழுதுகிறார். நிலங்களை விவசாயத் திற்கு எடுத்துக் கொள்வதற்கோ அல்லது திருப்பித் தருவ தற்கோ உள்ள விண்ணப்பங்கள் அனைத்திலும் அவரும் கையெழுத்திடுகிறார். நாட்டாண்மைக்காரர் மற்றும் தன்னுடைய முன்னிலையில் விவசாயிகள் மாற்றிக் கொள்ளும் நிலங்கள் குறித்த பட்டியலையும் அவர் வைத்திருப்பார். மாவட்ட ஆட்சியாளர் அல்லது தாசில்தார் ஆணையிடும் போது அனைத்துப் பதிப்பேடுகளையும் தாசில்தாரிடமோ அல்லது அதற்குரிய அதிகாரியிடமோ சமர்ப்பித்து அவரின் கையொப்பம் பெற வேண்டும். விவசாயிகளின் பொறுப்பில் உள்ள நிலங்களை நாட்டாண்மைக்காரர் மேற்பார்வையிடச் செல்லும்போது கர்ணமும் சென்று அவற்றைப் பற்றித் தன்னுடைய அறிக்கையில் குறிப்பிட வேண்டும். கணக்கெடுக்கப் படாத அனைத்து விவசாயத்திற்கும் அவரும் நாட்டாண் மைக்காரரும் கூட்டாகப் பொறுப்பாவார்கள். வரி செலுத்தாத குடியானவர்களின் சொத்துக்களைப் பிணைக்கும் போதோ

ஏலம் விடும்போதோ அது தொடர்பான பட்டியல்களையும் நடவடிக்கைகளையும் எழுதுவதும் கணக்கனின் பணியாகும். பதினைந்து நாட்களுக்கு மேல் கணக்கன் தன் ஊரில் இல்லாமல் இருக்கக்கூடாது. எழுத்து மூலம் தாசில்தார் உத்தரவிட்டால் ஒழிய தாலுகா அலுவலகத்திற்குக் கணக்கன் போகவேண்டிய அவசியம் இல்லை. தேவையில்லாமல் கர்ணத்தைத் தாலுகா அலுவலகத்தில் நிறுத்தி வைக்கக் கூடாது என்று தாசில்தாருக்கு உத்தரவிடப்பட்டுள்ளது.

ஒவ்வொரு பசலி முடிந்தவுடனும் ஒவ்வொரு நிலச் சாகுபடி யாளர்களும் அரசுக்குக் கட்டவேண்டிய சரி, கட்டிய வரி, பாக்கித் தொகை போன்றவை அடங்கிய சிட்டையைக் கணக்கர் தயாரிப்பார். இச்சிட்டையின் அடிப்படையில் அக்கிராமத்தின் மொத்த வரித்தொகை, வசூலான தொகை நிலுவை ஆகியன அடங்கிய அறிக்கை தயாரிக்கப்படும். நிலுவைத் தொகை அடங்கிய மற்றொரு சிட்டையும் தயாரிக்கப்படும். மழையளவு, குளங்களில் தண்ணீர் வரத்து, தண்ணீர் வெளியேறிய அளவு போன்றவற்றையும் கணக்கர் அனுப்பி வைக்க வேண்டும். (நீல்மணி முகர்ஜி 1962: 229).

இவை தவிர கால்நடைகளின் இறப்பு அறிக்கைகளையும் தயாரித்து அனுப்ப வேண்டும். நிலவருவாய், பருவ காலம், பயிர்கள் மீதான பருவ காலத்தின் விளைவுகள், விளைச்சல் ஆகியன குறித்த ஜமாபந்தி அறிக்கை தயாரித்தலும் கணக்கரின் கடமை (கௌரி 1981: 127).

கணக்கர் பதவியின் செல்வாக்கு

கல்வியறிவு பரவலாக இல்லாத ஒரு சமூக அமைப்பில் இப்பணியை மேற்கொள்வதற்கான கல்வித் தகுதியை அன்றைய சமூகத்தில் பிராமணர்களும், வேளாளர்களும் குறிப்பிடத்தக்க அளவில் பெற்றிருந்தனர். இதனால் இவ்விரு சாதியினரோ அல்லது இவர்களை அடுத்த சாதியினரோ இப்பதவியைப் பரம்பரை அடிப்படையில் வகித்தனர்.

கணக்கன் மற்றும் கிராம அதிகாரிப் பதவிகளுக்குப் பரம்பரை அடிப்படையில் நியமனம் நிகழ்ந்ததால் ஏனைய சாதியினர் குறிப்பாகத் தலித்துகள் இவ்விரு பதவிகளையும் அடைய முடிய வில்லை. இந்நியமன முறையைத் தடை செய்ய வேண்டுமென்ற தீர்மானம் அன்றைய சென்னை மாநிலச் சட்ட சபையில் இரட்டை மலை சீனிவாசனால் கொண்டு வரப்பட்டது. ஆனால் ஆதிக்கச்

சாதியைச் சார்ந்த உறுப்பினர்களின் எண்ணிக்கை காரணமாக இத்தீர்மானம் தோற்கடிக்கப்பட்டது.

எனவே இவ்விரு பதவிகளும் ஒழிக்கப்படும்வரை பரம்பரை அடிப்படையிலான நியமன முறையே தொடர்ந்தது. தென் மாவட்டங்களில் வேளாளர்களே பெரும்பாலும் கணக்கராக விளங்கினார். இதனால்தான் இச்சாதியினரின் சாதிப்பட்டமான "பிள்ளை" என்பதைச் சேர்த்து "கணக்குப்பிள்ளை" என்றே தென் மாவட்டங்களில் கணக்கரை அழைக்கும் பழக்கம் இருந்தது. மேலும் "கஸ்பா" என்ற கிராம நிர்வாகப் பிரிவின் பெயராலேயே வெள்ளாளர்களை 'கஸ்பா' என்று பிற சாதியினர் குறிப்பிடும் பழக்கமும் உண்டு.

எழுத்தறிவற்ற கிராமவாசிகளின் மீது தன் தொழிலின் அடிப் படையில் கணக்கன் மிகுந்த செல்வாக்கைச் செலுத்தி வந்தான். இதனால் கணக்கன் பதவி, உயர்ந்த பதவியாக ஒரு காலத்தில் கருதப்பட்டது. 'அக்காலத்தில் கிராமக் கணக்குப் பிள்ளைக்கு இருந்த கௌரவமும் செல்வாக்கும் மிக அதிகம். கணக்குப் பிள்ளையே ஒரு கிராமத்தில் பிரதான புருஷர். அவர் வைத்தது சட்டம். அவருக்கு அபசாரம் பண்ணினவன் தப்ப முடியாது' என்று உ.வே.சாமிநாதய்யர் (1990: 93) குறிப்பிட்டுள்ளார். இதனால் தான் தாலாட்டுப் பாடல்கள் தாய்மாமன் பெருமையைக் கூறும் போது,

திண்ணை மொழுகி
திருநெல்வேலிப் பாய்விரிச்சு
இருந்து கணக்கெழுதும்
இந்திரரோ உன் மாமன்?
சவுக்கை மொழுகி
சாதிலிங்கப் பாய்விரிச்சு
சாஞ்சு கணக்கெழுதும்
சந்திரரோ உன் மாமன்?

கண்ணாடி மேசையிலே கண்ணே உனக்கு
காயிதம் எடுத்துவச்சி
பொன்னான மேசையில - கண்ணே உனக்குப்
பேனா எடுத்துவச்சி
மாணிக்க மேசையில - கண்ணே உனக்கு
மைக்கூடு எடுத்துவச்சி
இருந்து கணக்கெழுதும்

இந்திரரோ உன்மாமா
சாஞ்சி கணக்கெழுதும்
சந்திரரோ உன்மாமா

என்று வினவுகின்றன. இவ்வாறு மதிப்பு மிக்க பதவியாகக் கணக்கன் பதவி கருதப்பட்டாலும், மற்றொரு பக்கம் அச்சத்திற்கும், வெறுப் பிற்கும் உரியவனாகவே மக்கள் கணக்கனை நோக்கினர். கையூட்டுப் பெறுவதில் தீராவேட்கையும் பொருளுக்காக எதையும் செய்யும் துணிவும் பெரும்பாலான கணக்கர்களிடம் இருந்தமையே இதற்குக் காரணமாகும்.

அன்றைய சென்னை மாநிலத்தின் தெலுங்கு பேசும் பகுதிக் கணக்கர்களைக் குறித்து ஆங்கில அதிகாரி ஒருவர் "தெலுங்கு மாவட்டங்களில் பிராமணர்களே பெரும்பாலும் கர்ணங்களாக உள்ளனர். சில துறைகளில் இவர்கள் மதி நுட்பம் வாய்ந்தவர்களாக இருந்தாலும் கிராம மக்கள் மிகுதியும் அச்சப்படும் இவர்கள் அவர்களுடைய வெறுப்புக்கும் உரியவர்களாக உள்ளனர். இது காரணமாக எப்போதேனும் கணக்கன் கொலைக்கு உள்ளாவதும் நிகழத்தான் செய்கிறது" என்று குறிப்பிட்டுள்ளதாகக் கூறும் தர்ஸ்டன் கணக்கனைக் குறித்த எட்டு தெலுங்குப் பழமொழி களையும் குறிப்பிட்டுள்ளார்.

விவேக சிந்தாமணி என்ற பிற்காலத் தமிழ்ச் செய்யுள் நூல்,

மன்னவன் கணக்கன் பன்னிருபேரோடு என்
பகை கனவிலும் கூடாதே

என்று அறிவுறுத்துகிறது. மேலும் 1855-இல் வெளியான "கிராமக் கணக்குகள் கையேடு" (Manual of Village Accounts) என்ற நூலில் கணக்கன் பராமரிக்க வேண்டிய பதிவேடுகள், கணக்குகள் குறித்து பட்டியலிடப்பட்டுள்ளது (இப்பட்டியலைப் படித்துப் பார்த்தால் கணக்கர் பணியின் இன்றியமையாமை புலப்படும்).

கணக்கனின் சுரண்டல்

மேலும் புறம்போக்கு நிலங்களைக் கணக்கன் பயிர் செய்து பலன் அனுபவிப்பது தொடர்பாகப் பின்வரும் செய்தி வழக்கி லிருந்துள்ளது. பாசனக் குளங்களைக் "கம்மாய்" (கண்மாய்) என்றழைக்கும் வழக்கம் தென் மாவட்டங்களில் உண்டு. கண்மாயின் நீர்பிடிப்புப் பகுதியில் கணக்கன் பயிர் செய்து பலனை எடுத்துக் கொள்வான். கிராம நில அடங்கலில் க. புஞ்சை (புன்செய்) என்று எழுதப்பட்டிருக்கும். அதிகாரிகள் கேட்டால் கண்மாய் புஞ்சை

என்று கணக்கன் விளக்கம் அளித்து விடுவான். ஊரவர்களிடம் கணக்கன் புன்செய் என்று கூறி அரசால் தனக்கு வழங்கப்பட்ட நிலம் என்று கூறிவிடுவான். இவ்வாறு விளக்கம் அளித்து நிலமற்ற ஏழைகளுக்கு அரசுப் புறம்போக்கு நிலத்தைப் பயிரிடும் உரிமையைப் பறித்து விடுவான் (தகவல்: முனைவர் தொ. பரமசிவம்).

கிராம மணியக்காரரும், கணக்கரும் தாங்கள் பணியாற்றும் கிராமங்களில் வாழும் ஏழைக் குடியானவர்களின் உடலுழைப்பைக் கூலியின்றி பெறுவதை வழக்கமாகக் கொண்டிருந்தனர். இது குறித்து 1909 ஆம் ஆண்டில் பண்டித அயோத்திதாசர் தமது தமிழன் பத்திரிக்கையில் பின்வருமாறு குறிப்பிட்டுள்ளார்:

> அதாவது ஓர் கிராமத்தில் உத்தியோகஸ்தருக்கு ஒரு காணி பூமி அக்கிராமத்தில் இருந்து விடுமாயின் அவருக்கு ஏறு (ஏர்) வேண்டியதில்லை. ஆளும் வேண்டியதில்லை. விதை முதலுக்கு பணமும் வேண்டியதில்லை.
>
> மற்றும் கிராம உத்தியோகஸ்தர்களின் பூமி எவ்வகை யிலும் விளையுமென்பீரேல், ஒரு குடியானவன் ஏறு (ஏர்) விழுதுவிட வேண்டியது. ஒரு குடியானவன் களை பிடுங்கி நாத்து நட்டு நீர் பாய்த்து பயிரை வளர்த்து விட வேண்டியது. ஒரு குடியானவன் அறுப்பறுத்து அடித்து தூற்றி மணி குவித்து கிராம உத்தியோகஸ்தர் வீட்டில் சேர்த்துவிட வேண்டியது. கிராம உத்தி யோகஸ்தர் ஆண்டே அம்மாள் அடுக்கல் பானையையும், நெல்வுறை பண்டியை நிரப்பிக் கொள்ளுவது தான் அவர்களது கஷ்டம்.
>
> கிராம உத்தியோகஸ்தர்களின் காணி வேலையை ஓர் குடியானவன் கவனிக்காமல் விட்டுவிடுவானாயின் அவனுக்கும், அவன் பூமிக்கும், அவனது ஏறுக்கும் (ஏர்), உழவு மாட்டுக்கும் அன்றே அஷ்டமத்துச் சனியன் பிடித்தது போலாம்.
>
> இத்தகைய சொந்த பூமி வாய்த்த கிராம உத்தி யோகஸ்தர்களால் ஏழைக்குடிகள் படாதபாடுகளும் பட்டு உள்ள பூமிகளையும் விட்டு நாடோடி சீவிக்கப் போய்விடுகின்றார்கள்.
>
> ஆதலின் குடிகளுக்கு இடுக்கங்கள் நேரிடா விஷயங்களை இராஜாங்கத்தோர் ஆலோசித்து கிராம உத்தியோகஸ்தர் களுக்காயினும், அவர்கள் பந்துக்களுக்காயினும் அக்கிராமத்தில் சொந்த பூமிகளிராமல் செய்ய வேண்டும். இதுதான் கிராமங்களில் செய்ய வேண்டிய முதல் சீர்திருத்தமாகும் (அலாய்சியஸ் 1999: 110 - 111).

பழமொழிகளில் கணக்கன்

கணக்கனைப் பகைச்சவன் காணி (நிலம்) இழந்தான் என்ற பழமொழி வழக்கிலிருந்த ஒன்றாகும்.

"கணக்கன் கோணினா(ல்) காணி கோணும்" (கணக்கன் மனம் கோணினால் காணி (நிலம்) கோணிவிடும்) என்ற பழமொழியில் தன் விருப்பத்திற்கு ஏற்ப நில அளவையைக் கணக்கன் மாறுதல் செய்து விடுவான் என்ற அச்சம் இடம்பெற்றுள்ளது.

நிலத்தை அளக்கும் சங்கிலி என்னும் நீட்டல் அளவைக் கருவியைச் சுண்டி இழுத்து நிலத்தின் அளவைக் கணக்கன் குறைத்துவிடுவான் என்பது மக்களின் நம்பிக்கை (தகவல்: பெ. கணபதி சுப்பிரமணியன்). ஆண்டான் கவிராயர் என்பவர் ஒட்டப்பிடாரம் ஊரில் பிறந்த "வசைகவி". இவரது நிலத்தை அளக்க வந்த கணக்கனுக்கு இவர் கையூட்டு கொடுக்கவில்லை. எனவே நிலத்தின் பரப்பைக் குறைத்து அளந்து, கையூட்டு கொடுத்த பக்கத்து நிலத்துக்காரன் நிலத்துடன் கவிராயரின் நிலத்தையும் சேர்த்து விட்டான். இதை அறிந்த வசைகவி "கணக்கன் கையில் பாம்பு கொத்த" என்று வசைபாட கையில் பாம்பு கொத்தி கணக்கன் இறந்தான் என்பது வாய்மொழிச் செய்தி. அவர் பாடிய வசைகவி இதுவரை கிடைக்கவில்லை (திரு. சின்னமாலையாபிள்ளை, ஒட்டப்பிடாரம்).

ஒரு மாவட்டத்தின் வருவாய்த் துறையில் மட்டுமின்றி மொத்த மாவட்டத்திற்கும் மேலதிகாரியாக விளங்குபவர் கலெக்டர். கீழ்மட்ட அதிகாரி கர்ணம். ஆயினும் கணக்கன் தன் யுக்தியைப் பயன்படுத்தி உருவாக்கும் ஆவணப் பதிவுகளை அவனுக்கு மேலதிகாரியான கலெக்டராலும் கூட மாற்ற முடியாது என்ற பொருளில்,

கணக்கன் காலால் போட்ட முடிச்சை
கலெக்டர் கையால் அவிழ்க்க முடியாது

என்ற பழமொழி வழங்குகிறது. (திரு. இளசை மணியன், எட்டய புரம்). தாங்கள் எப்படிப்பட்ட ஆற்றலுடையவர்கள் என்பதை வெளிப்படுத்த கணக்கர்களே பெருமையாக இப்பழமொழியைக் கூறுவதும் உண்டு.

கணக்கன் செத்தால் பிணம்
கணக்கன் ஆத்தாள் செத்தால் மணம்

என்ற பழமொழி கணக்கனின் மீது கிராம மக்கள் கொண்டிருந்த வெறுப்பையும் அவனுக்குப் பல்வேறு பொருட்களை அன்பளிப்பு

என்ற பெயரில் கையூட்டாக வழங்கியதையும் தெரிவிக்கிறது. கணக்கன் இறந்து போனால் அவன் மீது வெறுப்பும் பயமும் கொண்ட கிராமத்தினர் 'சனியன் ஒழிந்தான்' என்றிருந்து விடுவர். இதனால் எவ்விதச் சிறப்புமில்லாத வெறும் பிணமாகக் கணக்கன் பிணம் காட்சி அளிக்கும். ஆனால் கணக்கன் உயிரோடிருக்கும் போது அவன் தாய் இறந்து போனால் கிராம மக்கள் அனைவரும் அவன் வீட்டு முன்பு கூடி விடுவதுடன் பல்வேறு பொருட்களையும் பணத்தையும் அன்பளிப்பாக வழங்குவர். இதனால் அவனது தாயின் சவ அடக்கம் சிறப்புடன் நடப்பது மட்டுமின்றி ஆதாயம் தரும் விழாவாகவும் அமைந்துவிடும்.

கணக்கன் மீது கொண்ட சலிப்புணர்வினால் "ஓர் ஊருக்கு ஒரு கர்ணம் போதும்" என்று தெலுங்கில் பழமொழி வழங்க, தமிழில் கணக்கன் பணியை மேற்கொள்ளும் வெள்ளாளரை மனதில் கொண்டு,

வேலிக்கொரு வெள்ளாடு
ஊருக்கொரு வெள்ளாளன்

என்ற பழமொழி வழங்குகிறது. கணக்கன் மீது கொண்ட வெறுப்பின் காரணமாக,

கணக்கு முக்கால்
காலே அரைக்கால்
கணக்கன் பொண்டாட்டி தாலி அறுக்க
கணக்கன் பொண்டாட்டி தாலி அறுத்தால்
கணக்கன் எங்கே சாப்பிடுவான்

என்ற விடுகதை விளாத்திகுளம், தூத்துக்குடி மாவட்டத் திலுள்ள கோவில்பட்டி, ஓட்டப்பிடாரம், வட்டங்களில் உள்ள கரிசல் நிலப் பகுதிகளில் இன்றும் வழங்குகிறது.

விளையாட்டிலும் வித்தையிலும்

யதார்த்தத்தில் செய்ய முடியாதவற்றைச் செய்வதற்கு விளை யாட்டு இடம் கொடுக்கும் என்று ஆலன் டண்டிஸ் என்ற நாட்டார் வழக்காற்றியலர் கூறுவார். இதற்குச் சான்றாகத் தமிழ்நாட்டின் தென் மாவட்டங்களில் பரவலாக விளையாடப்பட்ட "கால் தூக்கிக் கணக்குப் பிள்ளை" என்ற விளையாட்டைக் குறிப்பிடலாம்.

இரண்டு பேர் அடுத்தடுத்து நின்று கொண்டு தங்கள் கை களைக் கோத்துக் கொள்வர். மற்றொருவன் அவ்விருவருக்கும் பின்புறமாக நின்று தன் வலது முழங்காலை அவர்களது கோத்த

கைகளில் ஊன்றிக் கொண்டு தன் கைகளால் அவ்விருவரது தோளைப் பற்றிக் கொள்வான். வேறொருவன் அவனது இடது கால் தரையில் படாதவாறு தாங்கிக் கொள்வான். பின்னர் நால்வரும்,

காலு தூக்குற கணக்குப் பிள்ளைக்கு
மாசம் பத்து ரூபா
குண்டி தூக்குற கணக்குப் பிள்ளைக்குக்
கூடப் பத்து ரூபா

என்று உரக்கப்பாடிக் கொண்டே செல்வர்.

சிறுவர்கள் அனைவரும் உரக்கப் பாடும் பாடல் பணத்துக்கான கணக்கன் எதையும் செய்வான் என்பதை உணர்த்தி நிற்கிறது. கணக்கனை வெளிப்படையாக விமர்சனம் செய்ய முடியாத நிலையில் இவ்விளையாட்டின் வாயிலாக மக்கள் தம் மன உணர்வை வெளிப்படுத்தியுள்ளனர்.

கரிசல் நிலக் கிராமங்களில் கழைக்கூத்தாடிகள் தங்கி வித்தை காட்டுவார்கள். ஏறத்தாழ 45 செ.மீ. நீளமுள்ள துணிப்பொம்மை ஒன்றை வைத்திருப்பார்கள். ஒரு வித்தை காட்டி முடித்துவிட்டு அடுத்த வித்தை காட்டப்போகும் முன் இடையில் "இவன்தான் கோவில்பட்டிக் கணக்கப்பிள்ளை என்று கூறி துணிப் பொம்மை யைத் தரையில் ஓங்கி அடித்து "கோவில்பட்டி கணக்கப்பிள்ளை வாயில மண்ணு" என்று சொல்லி அப்பொம்மையின் முகத்தில் மண்ணை அள்ளிப் போடுவார்கள். வித்தை காட்டத் தொடங் கியதிலிருந்து முடியும் வரை ஏறத்தாழ மூன்று அல்லது நான்கு முறை இந்நிகழ்ச்சி நிகழும். மக்கள் கைதட்டி சிரித்து இதை வரவேற்பார்கள். எந்த ஊரில் நிகழ்ச்சி நடந்தாலும் "கோவில்பட்டி கணக்கப்பிள்ளை" என்றே துணிப்பொம்மையைக் குறிப்பிடுவர்.

இச்செய்தியைக் கூறிய தோழர் எஸ்.எஸ். போத்தையா (தங்கம்மாள்புரம்) தற்போது இக்காட்சியைத் தாம் பார்க்கவில்லை என்றும் ஆனால் முப்பது ஆண்டுகளுக்கு முன்னால் அடிக்கடி இந்நிகழ்ச்சியைப் பார்த்ததாகவும் கூறினார். கோவில்பட்டி கணக்கப்பிள்ளை என்று குறிப்பிட்டதற்குக் காரணம் எதுவும் உண்டா? என்பதும் தனக்குத் தெரியாது என்று கூறினார்.

வாய்மொழி கதைகளில்

கணக்கனை மையமாகக் கொண்டு வாய்மொழிக் கதைகள் சிலவும் தமிழ்நாட்டில் வழக்கிலுள்ளன. தொல்காப்பிய உரை யாசிரியர்களான சேனாவரையரும், நச்சினார்க்கினியரும் இலக்கண

விளக்க நூலாசிரியரும் தொல்காப்பியம் சொல்லதிகாரத்தின் எச்சவியல் நூற்பாவொன்றில் இடம்பெறும் "தொன்னெறி மொழிவயின் ஆஅநகுவும்" என்ற தொடருக்கு விளக்கமளிக்க வாய்மொழிக்கதை ஒன்றில் இடம் பெறும் பாடலை எடுத்துக் காட்டாகக் கூறியுள்ளனர். இம்மூவரும் எடுத்துக்காட்டும் பாடல் இடம்பெறும் கதையின் சுருக்கம் வருமாறு:

வணிகன் ஒருவன் எருமைகள் சிலவற்றை விலைக்கு வாங்கி வந்தான். வரும் வழியில் காட்டாறு ஒன்றில் அவற்றை நீர் பருகச் செய்து ஓய்வெடுத்தவுடன் ஆற்றைக் கடந்தான். காலமல்லாத காலத்தில் மழை பெய்தமையால் காட்டாற்றில் திடீரென வெள்ளம் வந்து அவ்வெருமைகளை அடித்துச் சென்று வேறொரு ஊரில் ஒதுக்கிவிட்டது. அவ்வெள்ளத்தில் ஒதுங்கிய எருமைகளின் பிணத்திலிருந்து கிளம்பிய நாற்றத்தின் காரணமாக ஊரவர் எவரும் அவற்றை அப்புறப்படுத்த மறுத்தனர். அப்போது ஊர்ப் பெரியவர் ஒருவர் இத்தகைய சூழ்நிலையில் இன்னவர் இச்செயலைச் செய்ய வேண்டு மென்பது கணக்கருடைய ஏடுகளில் இருக்கும். எனவே கணக்கனை அழைத்து விசாரிப்போம் என்றார். அதன்படி கணக்கனை அழைத்துக் கேட்டவுடன், 'நான் பழைய சுவடி களை' எடுத்து வருகிறேன் என்று கூறிவிட்டு வீட்டுக்குச் சென்றான். ஆண்டுதோறும் அன்பளிப்பாக வழங்கும் பொருளை அந்த ஆண்டில் கொடாத குயவரைத் தண்டிக்க இதுவே தக்க தருணம் என்று கருதி,

காட்டெருமூட்டை (காய்ந்த சாணம்) பொறுக்கி
மட்கலஞ் சுட்ட புகையான்
மேற்கே மேகந் தோன்றி
மின்னி யிடித்து மழை பொழிந்து
யாற்றில் நீத்தம் (வெள்ளம்) பெருகி
யடித்துக் கொல்லும் எருமைகளை
ஈர்த்துக் கொணர்ந்து கரையேற்றல்
இவ்வூர்க் குயவர்க் கென்றுங் கடன்

என்று ஒரு பழைய ஓலையில் எழுதி அதை ஏனைய ஓலை களோடு சேர்த்துக் கட்டி எடுத்துச் சென்றான். ஊரவர்கள் கூடியுள்ள இடத்துக்குச் சென்றதும் ஓலைச் சுவடியில் தேடுவது போல் பாவனைச் செய்து, தான் எழுதி வைத்த ஓலையை எடுத்து உரக்கப் படித்தான். உடனே ஊரவர்கள் மரபுப்படி

குயவர்கள் தான் ஆற்று வெள்ளம் அடித்து வந்த எருமைகளை அப்புறப்படுத்த வேண்டு மென முடிவு செய்தனர். ஊரைப் பகைக்க முடியாத நிலையில் நீரில் ஊறி நாறிப் போன எருமைகளைக் குயவர்கள் அப்புறப்படுத்தினர். இவ்வாறு தனக்கு அன்பளிப்பு வழங்காத குயவர்களைக் கணக்கன் பழிதீர்த்துக் கொண்டான்.

உயிருடன் இருக்கும் போதும், இறந்த பின்னரும் பிறருக்கும் பிரச்சனையாக இருந்தால், "இருந்தும் கெடுத்தான் இருக்கங்குடிக் கணக்கன் செத்தும் கெடுத்தான் இருக்கங்குடிக் கணக்கன்" என்ற பழமொழியைத் திருநெல்வேலிச் சீமையில் கூறுவர். இப்பழமொழி தன்னுள் கதையொன்றை அடக்கியுள்ளது.

சாத்தூருக்குக் கிழக்கே வைப்பாற்றுக் கரையில் உள்ள ஒரு சிற்றூர் இருக்கங்குடி. இவ்வூர்க் கணக்கன் ஊரவர்க்கு ஏதாவது ஒரு வழியில் இடையூறு செய்து வந்தான். இதனால் ஊரவர் அனைவரும் அவன் மீது கடும் வெறுப்புக் கொண்டிருந்தனர். தன்னை ஊர்க் காரர்கள் அனைவரும் வெறுக்கிறார்கள் என்ற செய்தி கணக் கனுக்கும் நன்றாகத் தெரியும். கணக்கனுக்கு வயதாகி மரணப் படுக்கையில் விழுந்தான். தான் இனி பிழைக்க மாட்டோம் என்பதை உணர்ந்த நிலையில் தன் சாவுக்கு ஊர்க்காரர்கள் எல்லோரும் மகிழ்ச்சியடைவார்கள் என்பதை நினைக்கும் போது அவனுக்குக் கோபமாக இருந்தது.

ஒரு நாள் ஊர்க்காரர்கள் அனைவரையும் தன்னைப் பார்க்க வரும்படி அழைத்தான். சாகக் கிடக்கிறவன் அழைக்கிறானே என்று எல்லோரும் போனார்கள். அவர்களைப் பார்த்ததும் கண்ணீர் விட்டு அழுதான். அவர்கள் ஒவ்வொருவருக்கும் தான் செய்த கெடுதல்களை வாய்விட்டுக் கூறிப் புலம்பினான். 'சாகப் போற நேரத்திலேயாவது இவனுக்கு நல்ல புத்தி வந்ததே' என்று ஊர்க்காரர்கள் நினைத்தார்கள். 'உங்களுக்கு நான் செய்த கெடுதல் களுக்குப் பரிகாரம் செய்தால்தான் என் ஆத்மா சாந்தியடையும். அதற்கு உதவுவதாக வாக்குக் கொடுக்க வேண்டும்' என்று கணக்கன் ஊர்க்காரர்களிடம் கெஞ்சினான். சாகப் போகிறவன் கேட்கிறானே என்று ஊர்க்காரர்களும் உதவுவதாக வாக்குக் கொடுத்தனர். உடனே கணக்கன் 'நான் செத்தவுடன் என் பிணத்தைப் பாடை கட்டித் தூக்கிச் செல்லக் கூடாது. வைக்கப் பிரியால் (வைக் கோலைத் திரித்து செய்த கயிறு) என் பிணத்தைக் கட்டி, தெருவில் இழுத்துச் செல்ல வேண்டும். சுடுகாட்டுக்குப் போனதும் செருப் பாலும், கம்பாலும் அடித்து, அதன் பின்னரே அடக்கம் செய்ய

வேண்டும், என்றான். எல்லாரும் திடுக்கிட்டு என்ன நடந்தாலும் பிணத்தை இப்படியெல்லாம் செய்யக்கூடாது என்றனர். உடனே கணக்கன் 'பரிகாரம் செய்ய உதவுவதாக சாகப் போகிறவனுக்கு வாக்குக் கொடுத்திருக்கிறீர்கள், அதை மீறக் கூடாது' என்றான்.

ஊர்க்காரர்களில் பலருக்கு அவனைச் செருப்பால் அடிக்க வேண்டும், கம்பால் ஒரு போடு போட வேண்டும் என்ற நினைப்பு மனசுக்குள் ரொம்ப காலமாகவே இருந்து வந்ததால் முதலில் மறுத்தாலும் பின்னர் அப்படியே செய்வதாக வாக்குக் கொடுத்தனர்.

சிறிது நேரத்தில் கணக்கன் செத்துப் போக ஊர்க்காரர்கள் ஒன்று கூடி அவன் பிணத்தை வைக்கப் பிரியால் கட்டி சுடு காட்டிற்கு இழுத்துச் சென்றனர். இதனால் பிணத்தில் ஆங்காங்கு தோல் உரிந்து போனது. சுடுகாட்டை அடைந்ததும் அடுத்தக் கட்டமாக செருப்பாலும், கம்பாலும் கணக்கன் பிணத்தை, தயக்கத்துடன் அடிக்கத் தொடங்கினர். ஆனால் கணக்கன் செய்த கொடுமைகள் நினைவுக்கு வந்ததும் மிகுந்த ஆவேசத்துடன் ஓங்கி அடிக்க ஆரம்பித்தனர்.

அந்த நேரத்தில் கூட்டமாக வந்த போலீஸ்காரர்கள் அனை வரையும் சுற்றி வளைத்ததுடன் கணக்கனை அடித்துக் கொலை செய்ததாகக் கூறிக் கைது செய்தனர். கணக்கனுக்குக் கொடுத்த சாவு வாக்கைத் தான் நிறைவேற்றினோம் என்று அவர்கள் கூறியதைப் போலீஸ்காரர்கள் ஏற்கவில்லை. ஏனென்றால் கணக்கன் சாவதற்குச் சில மணி நேரத்திற்கு முன்பு, தன்னை ஊர்க்காரர்கள் அடித்துக் கொலை செய்யத் திட்டமிட்டுள்ளதாகவும், சீக்கிரமாக வந்து தன்னைக் காப்பாற்றும்படியும் வேண்டி, "காயிதம்" எழுதி சாத்தூர் போலீஸ் நிலையத்துக்குள் ஆள் மூலம் கொடுத்தனுப்பியிருந்தான். கணக்கன் உடலின் மீதிருந்த கணக்கற்ற காயங்கள் அவன் எழுதியது உண்மையென உறுதிப்படுத்துவதாக அமைந்தன. பிறகு என்ன? ஊர் ஆம்பிளைகள் எல்லோரும் போலீஸ் புடை சூழ சாத்தூரை நோக்கி நடக்க ஆரம்பித்தனர். இவ்வாறு 'இருந்தும் கெடுத்தான் இருங்கங்குடிக் கணக்கன் செத்தும் கெடுத்தான் இருக்கங்குடிக் கணக்கன்' என்ற பழமொழி வந்தது.

இக்கதைக்கு வேறு சில வடிவங்களும் உள்ளன. 'இருந்துங் கெடுத்தான் போயுங் கெடுத்தான் வேப்பங்குளத்து கணக்கன்' என்ற பழமொழியில் மேற்கூறிய கதை இடம்பெற்றுள்ளது. ஆனால் இறந்துபோன கணக்கன் உடலை செருப்பாலும், கம்பாலும் அடிப்பதற்குப் பதிலாக கணக்கனுக்குக் கொடுத்த வாக்குப்படி

வேப்பங் குச்சியில் செதுக்கிய ஆப்பை அவனது ஆசனத் துவாரத்தில் செலுத்தி வக்கோல் பிரியால் அவன் உடலைக் கட்டி இழுத்துச் செல்கின்றனர் (சோலை சாமி நாயக்கர், கோடங்கிப்பட்டி).

மற்றொரு கதை வடிவில் தான் செய்த பாவங்களுக்குத் தண்டனையாகச் சொந்த ஊரில் அடக்கம் செய்ய வேண்டாம் என்றும் பக்கத்து ஊர்ச்சுடுகாட்டில் அடக்கம் செய்ய வேண்டும் என்றும் ஊர்க்காரர்களிடம் சாவு வாக்காகக் கூறினான் கணக்கன். அவன் சொன்னபடியே செய்வோம் என்று ஊர்க்காரர்களிடம் அவன் சத்தியமும் வாங்கிக் கொண்டான். கணக்கன் இறந்தவுடன் அவன் பிணத்தைச் சுமந்து கொண்டு பக்கத்து ஊர்ச்சுடுகாட்டிற்குப் போனார்கள். அடுத்த ஊர்ப்பிணத்தை இங்கு அடக்கம் செய்யக் கூடாது என்று அவ்வூர்க்காரர்கள் கூறிச் சண்டைக்கு வந்தனர். வேறு வழியின்றி கணக்கன் பிணத்தைத் தூக்கிக் கொண்டு திரும்பவும் தங்கள் ஊருக்கு வந்தார்கள். இவ்வாறு தன் பிணத்தைத் தூக்கிக் கொண்டு அலையும்படி செய்து செத்த பிறகும் ஊர்க்காரர் களைப் பழிவாங்கிவிட்டான் கணக்கன் (மா.அனந்தப்பன், ஓட்டப்பிடாரம்).

இதே கதைக்கு மற்றொரு வடிவமும் கண்டு அதன்படி கணக்கன் பிணத்தைத் தூக்கிக் கொண்டு போனவர்களுக்கும் பக்கத்து ஊர்க்காரர்களுக்கும் அடக்கம் செய்வது தொடர்பாக அடிதடி ஏற்பட்டது. இரு தரப்பிலும் பலருக்குக் காயம். பின் போலிஸ் வந்தது. அடுத்த ஊர்ச் சுடுகாட்டிற்குத் தங்கள் ஊர்ப் பிணத்தை அடக்கம் செய்ய எல்லை தாண்டி வந்தவர்கள் தான் குற்றவாளிகள் என்று கூறி கணக்கன் ஊர்க்காரர்களைப் போலிஸ் கைது செய்தது (திரு. சின்னமாலையாபிள்ளை, ஓட்டப்பிடாரம்).

இதே பழமொழி ஊர்ப்பெயர் மட்டும் மாறி "இருங்களூர் கணக்கன் இருந்தும் கெடுத்தான், செத்தும் கெடுத்தான்" என்று திருச்சி பகுதியில் விளங்குகிறது. கதை முதலில் சொல்லப்பட்ட கதைதான். இருந்துங் கெடுத்தான் இருக்கங்குடிக்கணக்கன். செத்துங் கெடுத்தான் சீவலப்பேரி கணக்கன் என்ற பழமொழியும் உண்டு. இதற்கான விளக்கம் கிடைக்கவில்லை.

தென்மாவட்டங்களின் கரிசல் நிலங்களில் கம்பு, சோளம் போன்ற புன்செய் பயிர்களை வேளாண்மை செய்வது வழக்கம். இப்பயிர்களுக்கு நீர் பாய்ச்சுவது கிடையாது. மழையை நம்பியே இப்பயிர்கள் வளரும். கரிசல் மண் ஈரத்தைத் தாங்கி நிற்கும்

ஆற்றலுடையதால் ஓரளவு பெய்யும் மழை கூட இப்பயிர்களைக் காப்பாற்றி விடும். அதே நேரத்தில் நிலத்தின் ஈரப்பதம் களைப் பயிர்கள் செழித்து வளரவும் காரணமாக அமையும். இக்களையை அழிக்கவும் மழைநீர் நிலத்தைவிட்டு வெளியேறாமல் தடுக்கவும் ஊடுழவு, பயிருழவு, பயிரடிப்பு என்று வழங்கும் உழவை மேற்கொள்வர். இதன்படி பயிர் வளர்ந்த பின்னர் பயிர்களுக்கு ஊடே ஏர் பூட்டி உழுதுவிடுவர். இதனால் களைப் பயிர்கள் வேருடன் பெயர்த்தெடுக்கப் பட்டுவிடும். பின்னர் அவற்றைக் கையால் அரிந்து எடுத்து விடுவர். மேலும் உழவு சாலில் மழைநீர் தங்கி நிலத்தின் ஈரப்பதத்தைக் காப்பாற்றும். இப்பயிருழவு முறை கண்டுபிடிக்கப்பட்டது தொடர்பாக வழங்கும் கதை வருமாறு:

கரிசல் காட்டுக் கிராமம் ஒன்றில் வாழ்ந்த கணக்கன் அவனது செயல்களின் காரணமாக கிராம மக்களின் வெறுப்பைச் சம்பாதித்து இருந்தான். அவனுடைய கரிசல் காட்டில் (கரிசல் வயலில்) பயிர் செழித்து வளர்ந்திருந்தது. அவன்மீது கோபம் கொண்டிருந்த கிராமத்துக்காரர்கள் சிலர் ஒன்றுகூடி அவனைப் பழிவாங்கும் வழிமுறையாக இரவு நேரத்தில் ஏர் பூட்டி அவன் வயலை உழுது போட்டார்கள். இதன் மூலம் அவனைப் பழி வாங்கிய திருப்தி அவர்களுக்கு. ஊர்க்காரர்களுக்கும் மனசுக்குள் ஒரே சந்தோசம். கணக்கனுக்கு ஒரே வயித்தெரிச்சல். ஊர்க்காரர்கள் வேலை என்று தெரிந்தாலும் யார் என்று குறிப்பாக அடையாளம் காண முடிய வில்லை. ஆனால் ஊடுழவின் காரணமாக கணக்கனுக்கு அந்த ஆண்டு நல்ல மகசூல். அதற்குக் காரணம் ஊடுழவு தான் என்பது தெரியவர அடுத்த வருடம் முதல் எல்லோரும் ஊடுழவு போடுவதை வழக்கமாகக் கொண்டார்கள் (குமாரராமன், தேவராட்டக் கலைஞர், கோடங்கிப்பட்டி).

நெல்லை மாவட்டத்தில் நிலவிய நிலவரி நிருவாகம் பற்றி கிழக்கிந்தியக் கம்பெனி 1827-இல் எழுதிய குறிப்பொன்றில்,

> தீர்வைத் தொகை யார் யாருக்கு எவ்வளவு? என்பதைக் கர்ணங்களே முடிவு செய்கிறார்கள். வயல்களில் நுழைந்து, தங்கள் விருப்பப்படி ஒருவருக்குக் கூடுதலாகவும் மற்றொரு வருக்குச் சலுகை காட்டியும் வரிவிதிக்கின்றனர்.

என்று குறிப்பிடப்பட்டுள்ளது (ராமசாமி 1990: 753). பயிர் விளைச் சலின் அடிப்படையில் வரியை நிர்ணயிக்கும் காரணத்தை மைய மாகக் கொண்டு கதை ஒன்றுண்டு. முதுமையின் காரணமாக அதை

மறைந்துவிட்ட நிலையில் அதன் மையக் கருத்தைத் திருநெல்வேலி மாவட்டக் கம்யூனிஸ்ட் கட்சியின் மாவட்டச் செயலாளராக இருந்த தோழர் மு. செல்லையா கூறினார். அவர் கூறிய கதைச் சுருக்கம் வருமாறு:

> ஒருவன் வரகு பயிரிட்டிருந்தான். அது அறுவடை யாகிக் களத்தில் பொலி தூற்றிக் கொண்டிருக்கும் போது அவன் ஊரில் இல்லை. அவன் மனைவி அதைப் பார்த்துக் கொண்டிருந்தாள். அப்போது, கணக்கப் பிள்ளை, வரகு கொடுத்தனுப்பும்படி சாக்குடன் (கோணிப்பை) ஓர் ஆளைக் களத்திற்கு அனுப்பினார். அவள் கொடுக்க மறுத்துத் திருப்பி அனுப்பிவிட்டாள். ஊரிலிருந்து திரும்பிய கணவனிடம் வரகு நன்றாக விளைந்ததைக் கூற அவனும் மகிழ்ச்சியடைந்தான். கணக்கப்பிள்ளை வரகு கேட்டு ஆள் அனுப்பியதையும், தான் ஒன்றும் கொடுக்காமல் அவனைத் திருப்பி அனுப்பிவிட்டதையும் பெருமையுடன் கூறினாள். உடனே அவன் பதறிப்போய் கணக்கப் பிள்ளை வீட்டிற்கு ஓடிப் போனான் அவர் வீட்டில் இல்லை. தாலுகா ஆபீஸ்க்குப் போயிருந்தார். இவன் அங்கு போனான். இவன் நிலத்திற்கு வரி எவ்வளவு போட வேண்டும் என்பதைத் தாசில்தாரிடம் அவர் விளக்கமாக கூறிக்கொண்டிருந்தார். யானை கட்டும் அளவிற்கு வரகின் தூர் பருத்து கொத்தாகக் கதிர்ப் பிடித்திருந்ததால் அதிக வரி போடலாம் என்று கூறிக்கொண்டிருந்தார். இவன் கணக்கப்பிள்ளை கண்ணில் படும்படி சன்னலோரத்தில் நின்று கொண்டு ரூபாய் நோட்டைக் காட்டினான். உடனே கணக்கப் பிள்ளை இப்படித் தூர் பருத்து கொத்தாக மணி பிடித்திருந்தாலும் காக்கா கொத்தினது பாதி, குருவி கொத்தினது பாதி, அறுக்கயில சிந்தினது பாதி என்று கணக்குச் சொல்லி, எனவே அவ்வளவு வரி போட முடியாது என்று கூறி வரியைக் குறைத்துப் போட்டார்.

வேளாளர் சாதியைச் சேர்ந்தவர்கள்தான் திறமையான கணக்குப்பிள்ளையாக இருக்க முடியும் என்ற கருத்தும் மக்களிடையே இருந்துள்ளது. முத்துவிசய ரகுநாத சேதுபதி *(1710-1728)* என்ற மறவர் நாட்டு மன்னர் 'எழுதப்படிக்கத் தெரிந்த வேளாளர் பெருமக்களை மதுரைச் சீமையிலருந்து வரவழைத்து கிராமக் கணக்கர்களாக நியமித்தார்' என்று கமல் *(1992:55)* குறிப்பிடுவார். இக்கருத்துக்களை ஒட்டிய வகையில், தெலுங்கு பேசும் மக்கள்

மிகுதியாக வாழும் கரிசல் நிலப்பகுதியில் வழங்கும் நாட்டார் கதை ஒன்று வருமாறு:

திருமலைநாயக்கர் மதுரையை ஆண்டபோது கணக்கப் பிள்ளைகளாக இருந்த பிள்ளைமார்களை நீக்கிவிட்டு தன் இனத்தைச் சார்ந்தவர்களைக் கணக்கப்பிள்ளைகளாக நியமித்தார்.

ஒவ்வொரு கிராமத்திலிருந்தும் காணிக்கையாக மன்னருக்கு ஆடுகளை அனுப்பும் பழக்கம் இருந்தது. இவ்வாறு வந்த ஆடுகளின் எண்ணிக்கையைக் கணக்கெழுதி மன்னரிடம் காட்டுவதும் அரண்மனை கணக்கப்பிள்ளையின் வேலைகளில் ஒன்று.

அரண்மனையில் ஏற்கனவே இருந்த கணக்குப்பிள்ளையைத் திருமலைநாயக்கர் போகச் சொல்லிய பிறகு புதிய கணக்குப் பிள்ளை பொறுப்பேற்றார். வழக்கம்போல் காணிக்கையாக ஒவ்வொரு கிராமத்திலிருந்தும் ஆடுகள் வந்தன. அரண்மனை முன்னால் ஒவ்வொரு ஊர்க்காரர்களும் ஊரின் தகுதிக்கேற்ப ஆடுகளுடன் வந்து நின்றார்கள். கூட்டமாக நிற்கும் ஆடுகளை எப்படி எண்ணிக் கணக்கெழுதுவது என்பது புதிய கணக்குப் பிள்ளைக்குப் பிரச்சனையாக இருந்தது. கொஞ்ச நேரம் யோசித்துப் பார்த்த பிறகு ஒரு வழியைக் கண்டுபிடித்தார்.

அரண்மனை வாசலில் நின்று கொண்டு ஒவ்வொரு ஆடாக எண்ணி அனுப்பிவிடலாம் என்பது அவரது திட்டம்.

அதன்படி முதல் ஆடு உள்ளே நுழைந்ததும் தெலுங்கில் 'ஏகட்டி' (ஒன்று) என்று எழுதினார்.

இரண்டாவது ஆடு வந்ததும் இரண்டு என்று எண்ணாமல் "ஏகட்டி எனக்கலா" (ஒன்றுக்குப் பின்னால் ஒன்று) என்று எழுதினார்.

மூன்றாவது ஆடு வந்ததும் "தானி கணக்கிலா ஏகட்டி" (அதுக்குப் பின்னாடி ஒன்று) என்று எழுதினார்.

மூன்று ஆடுகள் முன்னால் சென்றதும் ஆடுகள் கூட்டமாக உள்ளே வரத்தொடங்கின. உடனே "கும்பு - கும்புகா அயிட்டம் அயிட்டங்கா" (கூட்டம் கூட்டமா, மொத்தம் - மொத்தமா) என்று கணக்கெழுதி முடித்துவிட்டார்.

இப்படி அவர் எழுதிய கணக்குப் புத்தகம் திருமலைநாயக்க ரிடம் போனதும் அவர் தலையில் அடித்துக் கொண்டு மீண்டும் பழைய கணக்குப்பிள்ளையை நியமித்தார்.

அவர் வந்ததும் அரண்மனைக்கு வெளியே நின்று கொண்டு "ஏய் ஓரப்பட்டிக்காரா எத்தன ஆடு கொண்டு வந்த?

கம்மாப்பட்டிக்காரா எத்தனை ஆடு கொண்டு வந்த?

வேப்பிலபட்டிக்கார எத்தன ஆடு கொண்டு வந்த?

எனத் தனித்தனியாக ஒவ்வொரு ஊர்க்காரர்களிடம் கேட்டு எழுதி, பிறகு மொத்தமாகக் கூட்டி எழுதித் திருமலை நாயக்கரிடம் ஆடுகளின் கணக்கைக் கொடுத்துவிட்டார். (கதைகூறியவர்: லெட்சுமணப் பெருமாள்)

குடிமைச் சமூகத்தில் (Civil Society) மேட்டிமைச் சாதியாரின் ஆதிக்கத்தைக் கேள்விக்குள்ளாக்காமல் ஏற்றுக் கொள்ளும் அடித்தள மக்களின் மனநிலையை இக்கதை வெளிப்படுத்துகிறது.

வெறுப்பிற்கான காரணம்

தங்கள் அன்றாட வாழ்க்கையில் சந்திக்கும் அரசு யந்திரத்தின் ஓர் உறுப்பான கணக்கனைக் குறித்த தங்கள் வெறுப்புணர்வை மக்கள் இவ்வாறு வழக்காறுகளாகப் பதிவு செய்துள்ளனர். இந்தளவிற்குக் கணக்கன் வெறுக்கப்படுவதற்கான காரணம் என்ன? என்பது ஆய்விற்குரிய ஒன்று.

★ கிராம நீர் நிலைகளின் உட்பகுதியிலும் (நீர்ப் பிடிப்புப் பகுதி) புறம்போக்கு நிலங்களிலும், பயிர் செய்யும் உரிமையை உண்மையான ஏழை உழுகுடிகளுக்கு வழங் காது வசதி உள்ளவர்களுக்கோ, தன் உறவினர்களுக்கோ அவ்வுரிமையை வழங்குவது அல்லது தானே பயிர் செய்வது.

★ சிறு நிலவுடைமையாளர்களுக்கும், பெரு நிலவுடைமை யாளர் களுக்குமிடையே முரண்பாடுகள் உருவானால் பெரு நிலவுடைமை யாளர்களுக்கு ஆதரவாகச் செயல் படுவது.

★ எகிராமமக்களிடையே பிளவை உண்டாக்கி மோதலை வளர்த்து, அவர்களது கவனம் தன்மீது திரும்பாமல் தன்னைப் பாதுகாத்துக் கொள்வது.

★ உரிய ஊதியம் கொடுக்காது, அடித்தளமக்களின் உடல் உழைப்பைச் சுரண்டுவது.

ஆகியன பெரும்பாலான கணக்கர்களிடம் காணப்பட்ட முக்கிய குறைபாடுகள்.

மற்றப்படி அவர் வீட்டு மங்கல அமங்கல நிகழ்ச்சிகளுக்கு வேளாண் விளைபொருட்களை வழங்குவதையோ, அறுவடையின் போது அவருக்கென்று களத்து மேட்டில் தானியம் வழங்கு வதையோ ஒரு பெரிய குறைபாடாக மக்கள் கருதவில்லை. பணப் புழக்கம் அதிகமில்லாத கிராம மக்களிடம் பணவடிவில் கேட்கும் கையூட்டும் கூலி வழங்காத உழைப்புச் சுரண்டலும்தான் 'கணக்கன்' மீது வெறுப்புணர்வை ஊட்டியுள்ளது.

பெயரளவிலான குறைந்த ஊதியத்தைக் கொடுத்துவிட்டு அவர்களிடம் பெரும் பணிகளை ஆங்கில அரசு சுமத்தியிருந்தது. இது ஆங்கில ஆட்சிக்குப் பின்னாலும் தொடர்ந்தது. கணக்கன் பராமரிக்க வேண்டிய பதிவேடுகளின் எண்ணிக்கையையும், நிலவரி வாங்குதல் தாலுகா அலுவலகம் செல்லுதல் போன்ற செயல் களையும் பார்க்கும்போது அவரது ஊதியம் குறைவாக இருந்தது உண்மைதான். 1980-இல் பரம்பரைக் கர்ணம் பதவி ஒழிக்கப் பட்டபோது அவர்களின் மாத ஊதியம் 150 ரூபாய்தான். அதே கால கட்டத்தில் ஓர் இளநிலை உதவியாளரின் அடிப்படைச் சம்பளம் 610 ரூபாயாக இருந்தது. ஊதியம் தவிர, பஞ்சப்படி, வீட்டு வாடகைப் படி ஆண்டு ஊதிய உயர்வு ஆகியனவும் உண்டு. கர்ணத்திற்கு இவை எதுவும் கிடையாது.

மேலும் உயர் அதிகாரிகளின் தேவைகளைப் பூர்த்தி செய்வ திலும் ஒவ்வொரு கணக்கருக்கும் பங்கு இருந்தது. 1857 வரை நிலவரிக்கு இணையாக ஒரு வரி குடியானவரிடம் வாங்கப் பட்டதையும் அது எவ்வாறு செலவிடப்பட்டது என்பதையும் அ. ராமசாமி (1990: 758 - 759) பின்வருமாறு குறிப்பிடுகிறார்.

> கிராம முன்சீப் தன்னுடைய மேல் அதிகாரிகளை பார்க்கப் போகும் போது வாங்கிச் சென்ற எலுமிச்சம் பழம் வகையறா, ஜமாபந்தியின்போது, கச்சேரி, வட்ட அலுவலகங்களில் உள்ளவர்களுக்கு வழங்கிய அன்பளிப்புகள், கிராம முன்சீப், கர்ணம் ஆகியோரது போக்குவரத்துச் செலவுகள். காசாளருக்க வழங்கிய கட்டணங்கள், உயர் அலுவலர்கள் கிராமங்களுக்கு வந்தபோது அவர்களை மகிழ்வித்துக் கலை நிகழ்ச்சிகள் நடத்திய சாஸ்திரிகள், கவிஞர்கள், இசைவாணர்கள், மந்திர

தந்திர வித்தைக்காரர்கள் ஆகியோருக்குக் கொடுக்கப்பட்ட கட்டணங்கள், இன்னும் எத்தனையோ வகையான கட்டணங்கள் ஆகியவையெல்லாம் நிலவரி என்ற தலைப்பில் அடங்கின. இந்த வரி 1857-இல் ரத்துச் செய்யப்பட்டது.

ஆயினும் தனக்கு மேலேயுள்ளவர்களைக் கவனிக்கும் பணியில் இருந்து குறிப்பாக, ஜமாபந்தியின்போது செலவழிக்கும் செலவில் இருந்து கர்ணத்தால் விடுபட முடியவில்லை. ஊருக்கு வருகை தரும் அதிகாரிகள் அரசுப் பிரமுகர்கள் ஆகியோரை வரவேற்று அனுப்பி வைப்பதிலும் கர்ணத்தின் பங்கு இருந்தது. அவ்வப்போது கர்ணத்தின் கணக்குகளை மேற்பார்வையிட வரும் வருவாய் ஆய்வாளருக்குப் பயணப்படி உண்டு. ஆயினும் அவர்களில் பெரும்பாலானோர் பயணச் செலவு என்ற பெயரில் கணக்கரிடம் பணம் வாங்கிவிடுவர். அவர்கள் உணவுத் தேவையைப் பூர்த்தி செய்வதும் கணக்கனின் பொறுப்புதான். சில நேரங்களில் அவர்கள் விருப்பத்திற்கேற்ப மிளகாய் வற்றல், உளுந்து போன்ற விளைபொருள்களையும் அவர்களுடன் அனுப்பி வைக்க வேண்டியிருந்தது.

எல்லாவற்றிற்கும் மேலாக நில வரியை அரசு உயர்த்தினாலோ பருவம் தப்பிய வறட்சிக் காலத்திலும் வரி வாங்குதலை நிறுத்தி வைக்காது வசூலிக்கும்படி கட்டளையிட்டாலோ அதை மாற்றி யமைக்கும் உரிமை கணக்கனுக்கு இல்லை. அக்கட்டளைகளை நிறைவேற்றியேயாக வேண்டும். கல்வியறிவும் அரசியல் விழிப்புணர்வும் இல்லாத சமூகச்சூழலில் கிராமமக்களின் கண்களுக்கு நேரடியாகத் தெரியக்கூடிய எதிரியாகக் 'கர்ணம்' தான் இருந்தார். எனவே அவர்மீது அவர்கள் வெறுப்பும், கோபமும் கொள்வது தவிர்க்க இயலாது போயிற்று. இதன் வெளிப்பாடாகவும் கணக்கனை விமர்சிக்கும் வழக்காறுகள் உருவாகி வழங்கியுள்ளன.

கணக்கன் பதவியின் மறைவு

பரம்பரை அடிப்படையில் நியமனம் ஆகிவந்த கிராம முன்சீப், கணக்கர் ஆகிய இரு பதவிகளும் 1980 நவம்பர் மாதம் ஒழிக்கப்பட்டன. இரட்டைமலை சீனிவாசனின் கனவு நனவாகியது. இரு பதவிகளும் இணைக்கப்பட்டுக் கிராம நிர்வாக அதிகாரி என்ற புதிய பதவி உருவாக்கப்பட்டது. பரம்பரை நியமனமாக இல்லாமல் நேரடியாக இது அரசினரால் தேர்வு செய்யப்படும் பதவியாக அமைந்தது. இதனால், மிகவும் பிற்படுத்தப்பட்ட வகுப்பைச் சார்ந்தவர்களும் தலித்துகளும் கிராம நிர்வாக அதிகாரியாக ஆகும் வாய்ப்புக் கிட்டியது. இந்த வகையில் பரம்பரை மேலாண்மையை

ஒழித்த முற்போக்கான நடவடிக்கையாக அமைந்தது (தொடக்கத்தில் மட்டும் குறிப்பிட்ட கல்வித்தகுதிக்கும் வயது வரம்புக்கும் உட்பட்ட பழைய கிராம முன்சீப்புகளும், கணக்கரும் கிராம நிருவாக அதிகாரிகளாக நியமனம் பெற்றனர். இது கருணை அடிப்படையிலான நியமனம் ஆகும்). இப்பதவி வகிப்பவர்கள் ஏனைய அரசு ஊழியர்களைப் போல் இடமாற்றத்திற்கு உள்ளானார்கள்.

ஆயினும் காலப்போக்கில் இப்பதவி, பழைய கணக்கர்களை நல்லவர்களாக்கிவிட்டது. பழைய கணக்கர்களை வீட்டிலோ, வயல்வெளியிலோ, கோவிலிலோ, நீர்நிலையிலோ எளிதில் சந்திக்கலாம். புதிய கிராம நிருவாக அதிகாரிகளில் பெரும்பாலோர் அருகிலுள்ள நகரில் வாழ்வதால் அவரைத் தேடி அங்குதான் செல்ல வேண்டும், அல்லது கிராமத்திற்கு எப்போது வருகை தருவார் என்று காத்திருக்க வேண்டும் (அரியலூரில் மட்டும் ஏறத்தாழ இருபதுக்கும் மேற்பட்ட கிராமநிருவாக அதிகாரிகள் குடியிருப்பதாக ஓய்வு பெற்ற துணை ஆட்சியாளர் ஒருவர் உரையாடலின்போது குறிப்பிட்டார்). சுரைக்காய், பூசணிக்காய், மிளகாய்வற்றல், தானியம் என்று வேளாண்விளைபொருளாகப் பெற்றுவந்த கையூட்டு முற்றிலும் பணவடிவிலான கையூட்டாக மாற்றம் பெற்றது. மொத்தத்தில் பரம்பரைக் கர்ணம் பதவி ஒழிப்பு அடித்தள மக்களிடம் பெரிய பாதிப்பு எதையும் ஏற்படுத்தவில்லை என்பதே உண்மை.

வழக்காறுகள் உணர்த்தும் செய்தி

அரசு இயந்திரத்தின் கீழ்மட்ட உறுப்பினராக விளங்கிய கணக்கர் கிராமப்புற மக்களிடம் நேரடியாகத் தொடர்புடையவர். அவரால் பாதிக்கப்பட்ட அடித்தள மக்கள் தங்கள் எதிர்க்குரலை நாட்டார் வழக்காறுகளின் வாயிலாகப் பதிவு செய்துள்ளனர். நாட்டார் வழக்காறுகள் பொழுதுபோக்கிற்கும் ரசனைக்கும் மட்டுமே உரியன அல்ல. அவை எதிர்க்குரலாகவும் சமூக வரலாற்று ஆவணமாகவும் அமையும் தன்மையன என்பதனைக் கணக்கனைக் குறித்த வழக்காறுகள் உணர்த்துகின்றன.

தாது வருடப் பஞ்சம்

மரக்காலுருண்டபஞ்சம் மன்னரைத்தோற்றபஞ்சம்
நாழியுருண்டபஞ்சம் நாயகனைத்தோற்றபஞ்சம்
ஆழாக்குருண்டபஞ்சம் ஆளனைத்தோற்றபஞ்சம்
தாலிபறிகொடுத்து தனிவழியேநின்றபஞ்சம்
கூறைபறிகொடுத்து கொழுநனைத் தோற்றபஞ்சம்
கணவனைப்பறிகொடுத்து கைக்குழந்தைவிற்றபஞ்சம்

(நல்லதங்காள் கதை)

ஆங்கில ஆட்சியால் இந்திய சமூகத்திற்கு நேர்ந்த கொடிய விளைவுகளுள் ஒன்று இங்கு அடிக்கடி நிகழ்ந்த கடும் பஞ்சங்கள். 'இந்தியாவில் பிரிட்டிஷ் ஆட்சி' என்ற தலைப்பில் 10.6.1855ல் மார்க்ஸ் எழுதிய கட்டுரை ஒன்றில் இடம்பெறும் பின்வரும் செய்திகள் பஞ்சத்திற்கான அடிப்படைக் காரணத்தைச் சுட்டிக் காட்டுகின்றன.

பொதுவாக ஆசியாவில் அனாதி காலந்தொட்டு மூன்று அரசாங்கத்துறைகள் இருந்து வந்திருக்கின்றன.

1. *நிதித்துறை, அதாவது உள்நாட்டைக் கொள்ளையடிக்கும் துறை*
2. *போர்த்துறை, அதாவது வெளிநாடுகளைக் கொள்ளை யடிக்கும் துறை*
3. *இறுதியாக பொதுமராமத்துத் துறை.*

இயற்கை அமைப்பாலும் தட்பவெப்ப நிலையாலும் - குறிப்பாக சஹாராவிலிருந்து அரேபியா பாரசீகம், இந்தியா தார்த்தாரி வழியாக ஆசியாவின் மிக உயரமான மேட்டுநிலம் வரையில் அகன்ற பாலைநிலப் பிரதேசங்கள் படர்ந்திருப்பதாலும் கீழ்நாட்டு விவசாயத்திற்குச் செயற்கைப் பாசனம் அடிப்படை யாக இருக்கிறது. நீர்ப்பாசன வசதிகளைச் செய்து கொடுக்கும்

பொருளாதாரப் பணி, ஆசிய சர்க்கார்கள் அனைத்துக்கும் ஏற்பட்டது.

இந்தியாவில் ஆங்கிலேயர்கள் அதன் பூர்வாதிகாரிகளிட மிருந்து நிதித்துறையினையும் போர்த்துறையினையும் ஏற்றுக் கொண்டார்கள். ஆனால் நீர்ப்பாசன நிர்வாகத் துறையினை அறவே புறக்கணித்து விட்டார்கள்.

இவ்வாறு வேளாண்மையின் அடிப்படைத் தேவையான நீர்பாசனத் திட்டங்களைப் புறக்கணித்தது மட்டுமின்றி உணவு தானியங்களுக்குப் பதிலாக இங்கிலாந்தின் நெசவாலைகளுக்கு மூலப்பொருளான பருத்தி, அவரி போன்ற பயிர்களின் சாகுபடிப் பரப்பை விரிவுபடுத்தினர். இதனால் உணவு தானியங்களின் உற்பத்தி குறைந்தது. அத்துடன் உணவு தானியங்களை ஏற்றுமதியும் செய்தனர். இதன் விளைவாகக் கிழக்கிந்தியக் கம்பெனியின் ஆட்சிக் காலத்தில் அன்றைய சென்னை மாகாணத்தில் மட்டும் ஆறுமுறை (1783, 1792, 1807, 1823, 1833, 1854) கொடிய பஞ்சம் நிகழ்ந்தது. மேலும் நிலவரி உயர்த்தப்பட்டிருந்ததால் சேமிப்பு என்பது தானியவடிவிலோ பணவடிவிலோ இல்லாதிருந்தது. இதனால் ஒரு தடவை விளைச்சல் பொய்த்துப் போனாலும் அதை எதிர்கொள்ளும் ஆற்றல் பெரும் பாலான மக்களுக்கு இல்லாதிருந்தது.

1858இல் விக்டோரியா மகாராணியின் நேரடி ஆட்சி ஏற்பட்ட பின் 1866-1867 ஆண்டுகளில் ஏழாவது பஞ்சத்தை சென்னை மாகாணம் சந்தித்தது. இதிலிருந்து பத்தாண்டுகள் கழித்துக் கொடிய பஞ்சம் 1876இல் தொடங்கியது. 1876 ஏப்ரல் தொடங்கி 1877 மார்ச் வரையிலான காலத்தைய தமிழ்வருடம் 'தாது வருடம்' ஆகும். பஞ்சம் தொடங்கிய ஆண்டு தாது வருடம் என்பதால் பொது மக்கள் இப்பஞ்சத்தைத் 'தாதுவருஷ பஞ்சம்' என்று குறிப்பிட்டனர். ஆனால் உண்மையில் பஞ்சத்தின் பாதிப்பு தாதுவருடம் முடிந்த பின்னரும் 1890 வரை நீடித்தது.

பஞ்சத்தின் கொடுமை

தாது வருஷப் பஞ்சத்தின் கொடிய விளைவுகளை வாய் மொழிப் பாடல்களும், சிற்றிலக்கியங்கள் சிலவும் பதிவு செய்துள்ளன. கு. சின்னப்ப பாரதி சேலம் மாவட்டத்தில் சேகரித்த 'கும்மிப் பாடல்' ஒன்று பஞ்சம் தொடங்கியதை,

பூரணமாகவே தாது வருஷமும் பிறந்ததுவே
பஞ்சமும் அப்போதே காரணமாகத் தொடர்ந்ததுவே

கன்னி மாதத்தில் ஓர் மழை பெய்யவும்
கண்டெடுத்த ஒரு புதையலைப் போலவே
தானியம் விதைத்தார்கள் தாது வருஷத்தில்
சீமையில் மழைமாரி பூச்சியமாகவே
தீய்ந்து பயிரெல்லாம் காய்ந்ததையா

என்று குறிப்பிட்டுவிட்டு, பஞ்சத்தின் கொடுமையையும் இவ்வாறு வெளிப்படுத்துகிறது:

பூமியைக் கொதவு வைத்தாலும் ஆங்கே
பூரண காசுகள் தந்தாரில்லை
காப்புக் கடகமும் தோள் வெண்டயமும்
காதுக் கொப்பு சில்லரை தாலியெல்லாம் விற்றாலும்
கட்டாது அந்த ரூபாயெல்லாம் உமக்கு
புழுத்த சோளம் கம்பு புளிச்சகீரை தின்ன
புடிச்சுமே காலரா போகும் எட்டுப் பேரில்
மூன்றுபேர் இரண்டு பேர் மூச்சுப் பிழைப்பார்கள்
எல்லாம் சிவன் செயல் என்றிடுவாரெல்லாம்
தினுசு வேலைகள் எட்டுமே செய்குவோர்
சீமைகள் எங்கும் சுற்றித் திரிகுவார்
சோளச்சோறு வாய்க்கு சேராதென்று சொன்ன
சொகுசான மகராச மக்களுகளெல்லாம்
மழுங்கலாய் துட்டுக்குப் புண்ணாக்கு வாங்கியே
மறைவுக்கும் போவராம் உண்பதற்கே
புழுங்கலரிசிச் சாதம் சேராதுன்னு சொன்ன
புண்ணிய மகராச மக்களுகளெல்லாம்
மலைக் கத்தாழைக் குருத்தினைப் பிடுங்கியே
மண்திட்டு மறைவிலே மடுக்கிண்ணு கடிப்பாராம்.

பெர்சிமாகுவின் என்ற ஆங்கில ஐ.சி.எஸ். அதிகாரி தொகுத்த பாடல் ஒன்றில் பஞ்சத்தில் மக்கள் மடிந்த அவலம் இவ்வாறு கூறப்படுகின்றது.

தாது வருஷப் பஞ்சத்திலே - ஓ சாமியே
தாய்வேறே பிள்ளை வேறே - ஓ சாமியே
மாசி மாதத்துவக்கத்திலே - ஓ சாமியே
மாடுகளும் பட்டினியே - ஓ சாமியே
பங்குனிக் கடைசிலே - ஓ சாமியே

பால் மாடெல்லாம் செத்துப் போச்சே - ஓ சாமியே
காட்டுப்பக்கம் நூறு பிணம் - ஓ சாமியே
வீட்டுப்பக்கம் நூறு பிணம் - ஓ சாமியே
ரோட்டுப் பக்கம் நூறு பிணம் - ஓ சாமியே
மேட்டுப் பக்கம் நூறு பிணம் - ஓ சாமியே
ஆற்றிலேயும் தண்ணியில்லை - ஓ சாமியே
குளத்திலேயும் தண்ணியில்லை - ஓ சாமியே
கிணற்றில் பார்த்தால் உப்புத்தண்ணி - ஓ சாமியே
கிழடுகட்டை குடிக்குந் தண்ணி - ஓ சாமியே
தண்ணித் தாகத்தால் வறண்டு - ஓ சாமியே
தவறினது கோடிசனம் - ஓ சாமியே
கஞ்சில்லா மேதவித்து - ஓ சாமியே
காட்டினிலே மாண்டதுகோடி - ஓ சாமியே

மலை மருந்தன் என்னும் புலவர் 'தாது வருஷத்துக் கரிப்புக் கும்மி' என்ற நூலை 18.05.1877ல் தாது வருஷப் பஞ்சகாலத்திலேயே எழுதியுள்ளார். பஞ்ச நிகழ்வுகளை இவர் நன்றாகத் தன் நூலில் பதிவு செய்துள்ளார்.

கொட்டிக் கிழங்கை வெட்டி சிலபேர்
கொண்டு போய் நன்றாக வேக வைத்து
இட்டமதாகவே தின்று பொழுதை
இவ்விதம் போக்குறார் பாருங்கடி
எறும்பு வளைகளை வெட்டியதனில்
இருக்குந் தானியந் தானெடுத்து
முறத்தால் கொழித்துக் குத்திச் சமைத்து
உண்ணுகிறார் சிலர் பாருங்கடி
குழந்தைக்கு வைக்கின்ற கூழுகொடுவென்று
கூறியே யந்தந்த வீடுகளில்
அளித்த கூழை அவர்க்குத் தெரியாமல்
அங்கங்கே தின்னுறார் பாருங்கடி
உண்ணுங் கலங்களை விற்பாரும்
உடைமைகளையெல்லாம் விற்பாரும்
பெண்ணுபிள்ளைகளை விற்பாரும் வீட்டைப்
பிரித்து வைக்கலை* விற்பாரும்
கலப்பை களைக் கொண்டு விற்பவரும்
காரையெடுத்துப் போய் விற்பவரும்
உலக்கை யுரலை விற்பவருங் கையி

★ வைக்கோல்

லொன்றும் இல்லாமல் நிற்பவரும்
வெள்ளிப் பொன்னுகளைப் பாதிவிலைக்கே
வேண்டி வேண்டி விற்கிறார்கள் - தான்
இருக்கும் வீட்டைப் பிரித்துத் தலைமே
லெடுத்துத் தெருவினில் விற்கிறார்
தாலையை யுறுவி விற்பவரும்
தவிட்டைத் தெள்ளி விற்பவரும்
காலி லிட்ட வுருட்டு முதலாய்
கழுட்டிக் கடையில் விற்பவரும்...

அரசர்குளம் சாமிநாதன் எழுதிய தாது வருஷத்துப் பஞ்சக் கும்மி என்ற நூலில் மலைக்கத்தாழைக் குருத்து, ஆலம்பழம், மாங்கொட்டையிலிருக்கும் பருப்பு, ஈச்சங் குருத்து, பனைமரத்துக் குருத்து ஆகியனவற்றை மக்கள் உண்டனர் என்ற செய்தி இடம் பெற்றுள்ளது.

பெண் ஒருத்தி தன் கணவனுடனும் மூன்று வயது பிள்ளை யுடனும் பஞ்சம் பிழைக்கச் செல்கிறாள். வழியில் அவளைக் கைவிட்டு விட்டு, கணவன் ஓடிப் போய் விடுகிறான். அப்பெண் பிச்சை வாங்கி உண்டும் பசி தீராமல் 'மூணு வருடத்துப் பிள்ளை யல்லோ மூணுரூபாய் கூறி வந்தேன்' கூவி விற்ற அப்பிள்ளையை முக்குறுணி நெல் கொடுத்து ஒருவன் விலைக்கு வாங்கினான். அந்நெல்லைத் தலையில் சுமந்து வரும்போது ஒருவன் 'ஓசைப் படாது அவள் பின்புறத்தில் வந்து உகந்த நெல்மூட்டையைத்தான் பறித்து ஓடினான்' என்ற செய்தியும் இந்நூலில் உள்ளது.

இவ்வாறு நாட்டார் பாடல்களும் சிற்றிலக்கியங்களும் பஞ்சம் குறித்துக் கூறும் செய்திகளின் உண்மைத் தன்மையை உறுதிப் படுத்தும் வகையில் பின்வரும் ஆவணச் சான்றுகள் அமைந் துள்ளன. சேலம் மாவட்ட விவரச்சுவடி ஒன்றில் தாது வருடப் பஞ்சம் குறித்து இடம்பெற்றுள்ள செய்தி வருமாறு:

> சோதனை மிகுந்த அந்தப் பஞ்சகாலத்தில் காலரா, பட்டினி, அம்மை, வாந்திபேதி, வயிற்றுப் போக்கு, மகோதரம், காய்ச்சல் முதலிய கொடிய நோய்களுக்கு ஆயிரக்கணக்கான மக்கள் பலியாகி வந்தனர். கூடார மருத்துவமனைகளில் இறந்தோரும் இறந்து கொண்டிருப்போரும் அருகருகே கிடந்தனர். உயிருள்ள உடலையும் உயிரற்ற உடலையும் பிரித்தறிந்து கொள்வது கடினமாக இருந்தது. இறந்து போனவர்களின் உடல்கள் கூடார மருத்துவமனைகளுக்கு

அருகிலேயே மொத்தமாக எரிக்கப்பட்டன. ஒரு கூடாரத்தின் அருகில் சிலசமயம் ஒரே நேரத்தில் 24 சடலங்கள் ஒன்றாக எரிக்கப்பட்டன. மனிதர்களின் நிலையே இவ்வாறென்றால் கால்நடைகளின் பரிதாபத்தைச் சொல்லவே வேண்டாம். அவை உணவின்றித் தவித்தன. உணவென்று கருதி புழுதியை நக்கித் தின்று ஏமாந்தன. குடிக்க நீரின்றி வாடின. எலும்பும் தோலுமாக மூச்சு விடவே திணறின. பல மைல்தூரம் வரை ஒரு சொட்டு நீரைக் கூடக் காண்பது அரிதாக இருந்தது. கௌரவமான குடும்பத்தைச் சேர்ந்த பெண்கள் கூட உணவுக் காகத் தங்கள் மானத்தை விலைகூற வேண்டிய இழிநிலை ஏற்பட்டது (சதாசிவம் 183; 138,139).

வில்லியம் திக்பி என்பவர் இப்பஞ்சகாலத்தில் சென்னை மக்களின் நிலையை இவ்வாறு குறிப்பிட்டுள்ளார்.

இளைத்து மெலிந்து எலும்பும் தோலுமாய்க் காட்சியளிக்கும் ஏராளமான மக்கள் கடற்கரையில் கூடியிருக்கிறார்கள். அவ்வழியே செல்லும் அரிசி வண்டிகளிலிருந்து மிக அரிதாகச் சிந்திச் சிதறும் அரிசி மணிகளைச் சேகரித்து அவற்றைச் சோறாக்கி உண்டு உயிர் வாழ்கின்றார்கள். சென்னை நகரத் தெருக்களில் அந்தச் சமயத்தில் (நவம்பர் 1876) அதற்கு ஏழெட்டு மாதங்கள் வரையிலும் காணப்பட்ட காட்சிகள் இரத்தக் கண்ணீரை வரவழைக்கக்கூடிய அவலம் நிறைந்தவை. நகரின் சந்தடி மிகுந்த தெரு ஒன்றில் நடந்த பட்டினிச்சாவு குறித்து பத்திரிகையில் செய்தி வந்ததும் நகரெங்கும் பெரும் பரபரப்பு உண்டாயிற்று. ஒரு கிராமவாசி தன் ஊரில் உணவின்றிப் பல நாட்கள் உழன்ற பின் தன் குடும்பத்தினருடன் நகருக்கு வந்தார். இங்கும் அவர்கள் உணவின்றி பல நாட்கள் பட்டினி கிடந்தனர். அவருடைய இரண்டு குழந்தைகள் பசி தாங்காமல் இறந்து விட்டன. அவற்றைப் புதைத்த சில நாட்களிலேயே அந்தக் கிராம வாசியும் பட்டினியால் மாண்டு விட்டார். இந்த உள்ளம் உருக்கும் செய்தியை வெளியிட்ட ஒரு பத்திரிகை இத்தகைய மனிதப் படுகொலைக்கு அதிகாரிகளே காரணம் எனக் குற்றஞ் சாட்டியது (மேலது 139).

ஆங்கில அரசின் ஆவணங்கள் மட்டுமின்றி கத்தோலிக்க சமய ஆவணங்களும் தாது வருஷப் பஞ்சம் குறித்த செய்திகளைக் கூறுகின்றன. டிரிங்கால் என்ற சேசுசபைத் துறவி தமது சகோதரர் களுக்கு 1877 ஆகஸ்ட் 4-ல் எழுதிய கடிதத்தில்,

எந்த நாட்டு வரலாற்றிலும் இந்தப் பஞ்சத்தை ஒப்பிடக்கூடிய அளவில் நான் படிக்கவில்லை. 22 மாதங்களாகப் பம்பாய், சென்னை மாநிலங்களில் இரண்டு அங்குல நிலத்தை மூழ்கடிக்கக்கூடிய அளவு கூட மழை பெய்யவில்லை. ஆகவே போன வருடத்தில் விதை விதைக்கின்ற பருவத்தில் 4-ல் 3 பங்கு விவசாயிகள் விதை விதைக்கவில்லை. விதைத்தவர்கள் விதையையும், உழைப்பையும் இழந்தார்கள். அரசாங்கம் கடல் கடந்து சென்று ஏராளமான கோதுமையை அவசரம் அவசரமாகக் கொண்டு வந்தது. ஆனால் விலையோ அதிகம். நகர்வாழ் மக்களும் பணக்காரர்களுமே இதனால் பயனடைந்தனர். கிராம மக்களோ பணமும் வேலையும் இல்லாமல் பசிக் கொடுமைக்கு ஆளானார்கள்.

கூர்மையான குச்சிகளைக் கொண்டு காட்டுக் கிழங்குகளையும் காட்டு வெங்காயத்தையும் எடுத்துப் பசியைப் போக்கிக் கொண்டார்கள். மார்ச் 1877-க்குப் பின் இவையும் கிட்டவில்லை. பஞ்சத்தின் துணைவர்களான காலரா - வயிற்றுப் போக்கு - காய்ச்சல் - திருட்டு - கொலை ஆகியன பரவி எங்கும் அச்சமும் திகிலுமாயிருந்தது என்று குறிப்பிட்டுள்ளார்.

பஞ்சத்தின் விளைவு

ஒரு நாட்டில் நிகழும் பஞ்சமானது தொற்று நோய் - குடி பெயர்வு - மதமாற்றம் - குற்றச் செயல் அதிகரிப்பு ஆகியன வற்றுக்குக் காரணமாக அமைகின்றது. தாது வருஷப் பஞ்சமும் இதற்கு விதிவிலக்கல்ல.

பஞ்சம் பிழைப்பதற்காக இலங்கையின் மலைத் தோட்டங்களில் பணிபுரிய ஆயிரக்கணக்கானோர் குடிபெயர்ந்தனர். தனுஷ்கோடி வழியாகச் செல்பவர்கள் தலைமன்னாரிலிருந்து இரயிலில் ஏறி கண்டி சென்று அங்கிருந்து பல மைல் தூரம் கால்நடையாக அழைத்துச் செல்லப்பட்டனர். பழக்கமில்லாத மலைப்பகுதிக் குளிரினாலும் பயணக் களைப்பாலும் இவர்களில் பலர் நோய்வாய்ப்பட்டு வழியிலேயே இறந்து போயினர்.

"இவ்வாறு குடிபெயர்ந்து செல்பவர்களின் எண்ணிக்கை மிகவும் அதிகமாக இருப்பதால் இலங்கை அரசு விழிப்படைந்து குடிபெயர்ந்து செல்பவர்கள் கப்பல் ஏறுவதைத் தடை செய்துள்ளது" என்று சேசு சபைத் துறவி டிரிங்கால் ஏப்ரல் 1977-இல் எழுதிய கடிதமொன்றில் குறிப்பிட்டுள்ளார்.

கிறித்துவ மறைப்பணியாளர்கள் பஞ்ச நிவாரண வேலையில் ஆர்வத்துடன் ஈடுபட்டனர். இவர்களது பணியினால் ஈர்க்கப் பட்ட அடித்தள மக்கள் கிறித்துவர்களாக மதம் மாறினர். சேசு சபைத் துறவி டிரிங்கால் இம்மக்களைப் பற்றிக் குறிப்பிடும் பொழுது "For them at least famines not a calamity; it opened heaven to them" பஞ்சம் என்பது அவர்களுக்குச் சீரழிவு அல்ல; பஞ்சம் அவர்களுக்குச் சொர்க்கத்தைச் திறந்து விட்டிருக்கிறது என்று குறிப்பிட்டுள்ளார். மேலும் ஃபிரான்சில் இருந்த தம் சகோதரருக்கு எழுதிய கடிதத்தில் இவர் குறிப்பிடும் பின்வரும் செய்தி பஞ்சக் காலத்தில் நிகழ்ந்த மதமாற்றத்தை வெளிப்படுத்துகின்றனது:

> பணக்காரனாக நான் எப்போதும் ஆசைப்பட்டதேயில்லை. இப்போது பணக்காரனாக விரும்புகிறேன். நூற்றுக்கணக்கில் ஆயிரக்கணக்கில் பிராங்ஸ் (பிரென்சு நாட்டு நாணயம்) என்னிட மிருந்தால் பாதி நாடு திருமுழுக்கு கேட்டு என்னிடம் வந்து விடும்.

அடிப்படைத் தேவையான உணவுக்கு வழியில்லாத நிலையில் மக்களில் ஒரு பகுதியினர் தம்மைக் காப்பாற்றிக் கொள்ளும் வழிமுறையாகத் திருட்டு, வழிப்பறி ஆகியனவற்றில் ஈடுபட்டனர். கொள்ளை - உணவு வேண்டி நிகழும் கலகங்கள் - சந்தைகளைச் சூறையாடல் - வீடுகளை உடைத்துத் திருடுதல் - கால்நடைகளைத் திருடுதல் ஆகியன பரந்தளவில் நிகழ்ந்ததாக வெள்ளை அரசின் ஆவணங்கள் குறிப்பிடுகின்றன. சென்னை மாநிலத்தின் 1877-ஆம் ஆண்டுக்கான காவல்துறை நிர்வாக அறிக்கையில் 'கொள்ளை யானது பஞ்சத்தால் உருவான குற்றம்' என்றும், இது சாதாரண குற்றவாளிகளால் அல்லாமல் பசித்த மக்களால் நிகழ்த்தப்பட்டது என்றும் குறிப்பிடப்பட்டுள்ளது. டேவிட் அர்னால்ட் என்பவர் பஞ்சத்தில் நிகழ்ந்த தானியச் சூறையாடல்களை வெள்ளை அரசின் ஆவணங்களின் துணையோடு வெளிப்படுத்தியுள்ளார். இக்கல வரங்களில் ஆங்கில அரசின் இராணுவத்தில் பணி புரியும் இந்தியப் போர் வீரர்களும் ஈடுபட்டது குறிப்பிடத்தக்கது.

முன்னர் குறிப்பிட்ட "தாது வருஷத்துக் கரிப்புக் கும்மி" பஞ்சத்தின் காரணமாக நிகழ்ந்த கால்நடைத் திருட்டுக்களை இவ்வாறு குறிப்பிடுகிறது.

> கட்டியிருக்கின்ற மாடுகள் முதலாய்
> காணாமற் கொண்டு போய் சக்கிலிகள்
> இட்டமாய்க் கட்டித் தோலை யுரித்து

எடுத்து விற்கிறார் பாருங்கடி!
இன்னுஞ் சிலபேர் மாடு குதிரைக
ளெல்லாவற்றையுந் திருடிப் போய்
அன்னிய வூரில் விற்றுவிட்டேயவர்
அரிசி வாங்குறார் பாருங்கடி!

பஞ்ச நிவாரணம்

பட்டினியால் வாடிய மக்களுக்கு ஆங்கில அரசு கஞ்சித் தொட்டிகளை அமைத்து கஞ்சி வழங்கியது. இதன் காரணமாகவே தாது வருஷப் பஞ்சத்தைக் "கஞ்சித் தொட்டிப் பஞ்சம்" என்று குறிப்பிடும் வழக்கமிருந்தது.

கஞ்சித் தொட்டி போட்டார்களே - ஓ சாமியே
அன்புடனே சலுக்காரர்தானே - ஓ சாமியே
காலம்பர கோடிசனம் - ஓ சாமியே
கஞ்சி குடித்துக் களையாத்துச்சே - ஓ சாமியே
பொழுது சாயக் கோடிச் சனம் - ஓ சாமியே
பொழைச்சுதே உசிர் தப்பித்து - ஓ சாமியே
கஞ்சிக்கு கடிக்கிறதுக்கு - ஓ சாமியே
காணத் துவையல் கொடுத்தாங்களே - ஓ சாமியே

முன்னர்க் குறிப்பிட்ட 'தாது வருஷப் பஞ்சக்கும்மி' என்ற நூல் இச்செய்தியைக் குறிப்பிடுகின்றது. பழைய நினைவில் கிழக்கிந்திய கம்பெனியார்தான் ஆட்சி புரிகிறார் என்று இந்நூலாசிரியர் குறிப்பிடுகிறார்.

தீயக் கொடும் பஞ்சம் வந்த தென்றேயிந்தத்
தேசத்தை யாள்கின்ற கம்பெனியார்
செகமெங்கினும் மிகவும் பசியகலும்படி
தகை கொண்டு சிந்தையில்
தர்மம் நினைவையுற்றே
மங்கையரே யெங்குந் தர்மம் கஞ்சித் தொட்டி
வைத்துக் கறி புளியோடும் அன்னம்
வளமாகவும் விளைவாகிய களை தீரவும் எளிவாகவே
வந்தவர்க்கெல்லாம் அமுதளித்தார்.

இவ்வுணவை உண்டவர்கள் அடைந்த இன்னல்களையும் இவ்வாறு பட்டியலிடுகின்றார்.

காய்ந்திடு மாடு கம்பில் விழுந்த
கதையென்ன கம்பெனி அன்னமதை
கண்டேதுயர் விண்டோடிட உண்டாரது கண்டேண்டி

கன்னியரே இன்னஞ் சொல்லுவனாங் கேள்
அன்னஞ் சிலநாள் அறிந்திராமல் வேர்
ஆசை கொண்ட மட்டும் உண்டளவில்
அரிதாய கறிசோறுகள் செரியாமலே
மெய்யுஞ் சுழன்று நெளிந்தனர் காண்
தாழ் வெண்ணா தென்று நைவாரும் விரல்
தன்னை விட்டு வாந்தி செய்வாரும்
சரியாச்சுதோ அரனார்க்கிது முறையாச்சென
அரைஞாண் கொடிதன்னை வெடுக்கென்றறுப் பாரும்

கஞ்சித் தொட்டியுடன் மட்டுமின்றி பஞ்சத்தால் பாதிக்கப் பட்டவர்களுக்கு வேலையும் வழங்கினர். உணவுக்கு வழியின்றி மக்களை அல்லல்பட வைத்துவிட்டு பின் வேலைவாய்ப்பு என்ற பெயரில் அம்மக்களின் உழைப்பைச் சுரண்டியது வெள்ளை அரசு. இத்தகைய பஞ்சக்கால வேலைவாய்ப்புத் திட்டத்தின் கீழ் வெட்டப்பட்டதுதான் சென்னையிலுள்ள பக்கிம்ஹாம் கால்வாயாகும்.

வெள்ளை அரசும், கிறித்தவ மறைப் பணியாளர்களும் மட்டு மின்றி குறைந்த அளவில் வேறு சிலரும் பஞ்ச நிவாரணப் பணி களில் ஈடுபட்டனர். திருவாடுதுறை ஆதீனத் தலைவராகயிருந்த சுப்பிரமணிய தேசிகர் என்பவர் தம் மடத்திற்குச் சொந்தமான புன்செய் நிலங்களை நன்செய் நிலமாக்கும் பணியைக் கொடுத்தார். பல இடங்களில் கஞ்சித் தொட்டியும் அமைத்தார். ஏனைய சைவ - வைணவ மடத் தலைவர்கள் இப்பஞ்சத்தின் போது மேற்கொண்ட நிவாரணப் பணிகள் குறித்து எதுவும் தெரியவில்லை.

ஏறத்தாழ 40 லட்சம் மக்களின் உயிரைப் பறித்த தாது வருஷப் பஞ்சம் பல கொடூர நிகழ்வுகளைத் தன்னுள் அடக்கியுள்ளது. ஆங்கில ஆட்சியில் இரயில் பாதைகள் அமைக்கப்பட்டன. கல்விக் கூடங்கள் நிறுவப்பட்டன. தபால் தந்தி தொடர்புகள் உருவாயின என்று இந்திய வரலாற்றைக் கற்றுக் கொடுப்பதால் மட்டும் பயனில்லை. ஆங்கில ஆட்சியால் நிகழ்ந்த தாது வருடப் பஞ்சம் போன்ற கொடிய சமூக நிகழ்வுகளையும் விரிவாகக் கற்றுக் கொடுக்கும் போது தான் காலனியத்தின் கொடுமை முழுமையாகப் புரியும்.

சமூகம்சார் கொள்ளையரும் நாட்டார் வழக்காறும்

Bandits and highway men preoccupy the police but they ought also to preoccupy the social historian.
— *Hobsbawm*

கொள்ளை என்பதனை 'உழைப்பை மிச்சப்படுத்தும் மிகப் பழமையான வழி' (The oldest labour saving device) என்று காடன் சைல்ட் கூறுவார். ஆறலைக் கள்வர் ஆநிரை கவர்வோர் குறித்துச் சங்க நூல்களில் இடம்பெறும் செய்திகள் கொள்ளையரின் தொன்மையை உணர்த்தி நிற்கின்றன.

கொள்ளை (Robbery) என்பதற்கு இந்தியக் குற்றவியல் சட்டத்தின் (I.P.C.) 390 ஆம் பிரிவு பின்வரும் விளக்கத்தை அளிக்கும்:

எல்லாக் கொள்ளையிலும் திருட்டோ, மிரட்டிப் பணம் பறித்தலோ நிகழும். ஒரு திருட்டை நிகழ்த்துவதற்காகவோ அல்லது திருட்டை நிகழ்த்தும் போதோ அல்லது திருடிய பொருளைக் கொண்டு செல்லும் போதோ அல்லது கொண்டு செல்ல முயலும் போதோ வேண்டுமென்றே எந்த மனிதனையும் மரணமடையச் செய்வதும்-செய்ய முயலுவதும் காயப்படுத்தலும்-காயப்படுத்த முயலுவதும் தவறான முறையில் தடுத்து நிறுத்தலும்-நிறுத்த முயல்வதும், உடனடி யாக உயிருக்கு ஆபத்து ஏற்படும் என்றோ, காயம் ஏற்படும் என்றோ அல்லது தவறான முறையில் பலவந்தமாகத் தடுத்து நிறுத்தப்படுவானென்றோ அஞ்சும்படிச் செய்தலும் நிகழும் போது திருட்டு என்பது கொள்ளையாகக் கருதப்படும்.

இக்கொள்ளையினை ஐந்து அல்லது அதற்கு மேற்பட்டோர் கூட்டாக நிகழ்த்தும் போதோ-நிகழ்த்த முயலும்போதோ இது கூட்டுக் கொள்ளை (Dacoity) ஆகும்.

என்று 391 ஆம் பிரிவு விளக்கம் தரும் (Ranchhoddas Ratanlal, 1959).

பிக்பாக்கட் அடிப்பது அல்லது பூட்டை உடைத்துத் திருடுவது என்பது சாதாரண ரகமான களவு நடவடிக்கை ஆகும். இதில் பாதிக்கப்பட்டவரைக் களவாளி நேரடியாகச் சந்தித்துக் கொள் கிறான். இந்த முறையிலான களவைக் கைக்கொள்ள மறுப்பவனே கொள்ளையனாக இருக்க முடியும். சாலையில் அல்லது ஏதாவது போக்குத் திசையில் தென்படும் 'பாவப்பட்ட' வழிப்போக்கனை மறைந்திருந்து தாக்கியோ அல்லது அலக்காகக் தூக்கிச் சென்றோ அல்லது பம்மாத்து செய்தோ ஒரு கொள்ளைக்காரன் சாதாரண மாக மடக்கி விடுகிறான். தன்னந்தனியாக இருக்கும் விவசாயப் பண்ணை 'அத்துவானமாக' காட்சிதரும் கிராமம் இவை எல்லாம் அத்தகைய கொள்ளையனைக் கவர்ந்து இழுப்பவை ஆகும். தனியாகக் குதிரையிலேறி வருகின்றவனையோ அல்லது ஊர் ஊராகச் செல்லும் போக்கு வண்டியைச் செலுத்துபவனையோ அல்லது லாரி ஓட்டி வரும் ஓட்டுநரையோ மேற்படி கொள்ளையன் சாடி அமுக்கிவிடுகிறான். உடைமைகளைப் பறித்த பின்பு கொள்ளைக்காரன் களவு கொடுத்தவனை மறைத்து வைப்பான்; பணயப் பணம் கேட்பான். அநேகமாகப் பொருளைப் பறி கொடுத்தவனைக் கொள்ளைக்காரன் கொன்றுவிடுவதும் உண்டு. தன்னை அடையாளங் காட்ட ஆளிருக்கக் கூடாது என்பதற் காகவோ அல்லது சமூக விரோத சிந்தனை வயப்பட்டோ கொள்ளையன் கொலை செய்தும் விடுகிறான்.

கொள்ளையர் உருவாதல்

இவ்வாறு வெளிப்படையாக நேருக்கு நேர் மக்களது உடைமை களைக் கவர்ந்து செல்வதனைத் தங்கள் வாழ்க்கையாகக் கொண்டுள்ள கொள்ளையர்கள் சமூகத்தில் உருவாகுவதற்குப் பல்வேறு சமூக, பொருளாதாரக் காரணங்கள் உள்ளன. நாட்டில் நிகழும் மழைக் குறைவு, பஞ்சங்கள்-யுத்தங்கள் ஆகியனவும் கொள்ளைகள், திருட்டுகள் அதிகரிப்பதற்குக் காரணமாக அமைகின்றன. இரண்டாவது யுத்தத்திற்குப் பின் இத்தாலியின் பார்ட்டினிகோ (Partinico) பகுதியில் கொள்ளை அதிகரித்தது. 1866ஆம் ஆண்டிலும், 1876லிருந்து 78 வரையிலும் சென்னை மாநிலத்தில் கொள்ளைகளும் உணவு வேண்டும் கலகங்களும், சந்தைகளைச் சூறையாடலும், வீடுபுகுந்து திருடுதலும், கால்நடைகள் திருடுதலும் இதுவரை இல்லாத வகையில் அதிக அளவில் நிகழ்ந்தன. 1877 இல் இந்நிகழ்ச்சி களை ஆராய்ந்த சென்னை மாநிலத்தின் போலீஸ் இன்ஸ்பெக்டர் ஜெனரல், இக்கொள்ளைகள் பஞ்சங்களின் விளைவாகத் தோன்றின என்றும் சாதாரண குற்றவாளிகளால் அல்லாமல் பசித்த மக்களால்

இவை நிகழ்த்தப்பட்டதென்றும் குறிப்பிட்டார் (Pathy, 1984) திருநெல்வேலி மாவட்டப் பகுதியில் 1939 ஆம் ஆண்டில் வடகிழக்குப் பருவ மழை பொய்த்துப் போனதால் குற்றங்கள் குறிப்பிடத்தக்க அளவில் அதிகரித்ததாக மாவட்ட நீதிபதி வி. எஸ். ஹெஜ்மாடி (Hejmadi V.S.) அறிக்கை யொன்றில் குறிப்பிட்டுள்ளார் (T. N. A. 1939). 1860லிருந்து 1940 வரை உள்ள காலத்தில் சென்னை மாநிலத்தில் கிராமப் பகுதிகளில் நிகழ்ந்த குற்றச் செயல்களை ஆராய்ந்த டேவிட் ஆர்னால்ட் 1979: (162-164) பஞ்சமே கிராமப்புறக் குற்றங்களில் முக்கிய காரண மென்று குறிப்பிடுகிறார். கிராமப் புறங்களில் ஏற்பட்ட காலனி யாதிக்கத்தின் பாதிப்பை இரண்டாவது அம்சமாக அவர் குறிப்பிடுகிறார்.

வலுவான உடற்கட்டுடைய மனிதர் அனைவருக்கும் வேலை தருமளவுக்குக் கிராமப் பொருளாதாரம் இருப்பதில்லை. குறைந்த அளவு வேலை வாய்ப்பே கிராமங்களில் உள்ளது. கிராமங்களில் நிலவும் வேலையற்ற உபரி மக்கள் தொகை கொள்ளையரின் தோற்றத்திற்கு முதலாவதும் மிக முக்கியமானதுமான அம்சமாகும் (ஹாப்ஸ்பாம் 1972:31).

இச்சமூகச் சூழல்கள் ஒருபுறமிருக்க தனிப்பட்ட முறையில் இழைக்கப்படும் அநீதிகளும் ஒருவனைக் கொள்ளையனாக மாற்றுகின்றன.

ஏதாவது ஒரு சம்பவத்தைப் பின்னணியாகக் கொண்டுதான் எந்த ஒரு நபரும் கொள்ளைக்காரனாக மாறுகிறான். அந்த நிகழ்ச்சி அப்படி ஒன்றும் பெரிய காரியமாக எல்லாக் காலங்களிலும் இருப்பதில்லை. ஆனால் அந்நிகழ்ச்சியைத் தொடர்ந்து அந்த நபர் சமுதாயத்துக்கு வேண்டாதவனாக ஒதுக்கி வைக்கப்படுகின்ற நிலை ஏற்பட்டுவிடுகிறது. குற்றத் தைப் பார்க்காமல் ஆளை மட்டும் குறிவைத்து உண்டாக்கப் படும் காவல்துறையினரின் குற்றச்சாட்டு, பொய் சாட்சியம், திரிபுகொண்டு நிலைநாட்டப்படும் நீதிமன்றத் தீர்ப்பு அல்லது நீதியை முடக்கிப் போட்ட சதி, நியாயமற்ற தண்டனை மூலம் பெற்ற சிறைவாசம், அநியாயம் தனக்கே இழைக்கப்பட்டு விட்டதாக எண்ணுகின்ற மனத்தின் பொறுமல்-இவை எல்லாம் ஒரு நபரைக் குமுற வைத்து, சமுதாயத்திற்கு வேண்டாதவனாக, கொள்ளையனாக உருவாக்கிவிடக்கூடும்.

இம்மேற்கோள் பொதுவாக அனைத்துக் கொள்ளையருக்கும் பொருந்தும் என்று ஹாப்ஸ்பாம் (1965:16) குறிப்பிடுவார். தமிழகத் துக்கும் இம்மேற்கோள் பொருந்தும் என்பதனைப் பின்வரும் செய்திகள் உணர்த்துகின்றன. செம்புலிங்கம் என்ற இளைஞனும் வேறு சிலரும் கொள்ளையனாக மாறிய சூழல் வருமாறு:

குமரி மாவட்டத்திலுள்ள கொட்டாரம் என்னும் கிராமத்தில் சண்முகம் பிள்ளை என்பவர் வாழ்ந்து வந்தார். செல்வரான இவர் மக்கள் தாயத்தைச் சேர்ந்தவர். இதே ஊரில் வாழ்ந்த செல்வரான ஆண்டார் பிள்ளை என்பவர் மருமக்கள் தாயத்தைச் சேர்ந்தவர். இருவருக்கும் பகையுணர்வு இருந்தது. ஒரு சமயம் ஆண்டார் பிள்ளை உன் காதை அறுத்து விடுகிறேன் என்று சண்முகம் பிள்ளையிடம் நேரில் கூறினார். இது ஒரு வாய்ப்பேச்சு என்று கருதிய சண்முகம் பிள்ளை இதனைப் பொருட்படுத்தவில்லை. ஆனால் ஆண்டார் பிள்ளை தான் சொன்னபடி காதை அறுத்து விட வேண்டும் என்பதில் முனைப்பாகயிருந்தார்.

தன் விருப்பத்தை நிறைவேற்ற தெற்கு வள்ளியூரைச் சேர்ந்த லெட்சுமணத் தேவனின் உதவியை நாடி பணமும் கொடுத்தார். லெட்சுமணத் தேவன் கொட்டாரம் வந்து சண்முகம் பிள்ளையின் வீட்டைக் கொள்ளையடித்து அவர் காதை அறுத்துச்சென்றான்.

இந்நிகழ்ச்சி நடைபெறும் போது திருவிதாங்கூர் மன்னராகிய மூலம் திருநாள் கன்னியாகுமரியில் முகாம் செய்திருந்தார். இதைக் கேள்விப்பட்டவுடன் கொள்ளையர்களை உடனடி யாகப் பிடிக்கும் படி உத்தரவிட்டார். இதன்படி போலீசார் வள்ளியூர்ப் பகுதியில் தீவிரமாகத் தேடினர். வடலிவிளை என்னும் கிராமத்தில் சென்று இது தொடர்பாக விசாரித்ததில் செம்புலிங்கத்தின் உறவினனும் பகைவனுமான துரைராஜ் என்பவன் செம்புலிங்கத்திற்கும் துரைவாப்பாவுக்கும் (நாடார் வீட்டில் வளர்ந்த முஸ்லீம்) இக்கொள்ளை நிகழ்ச்சியில் பங்குண்டு என்று வேண்டுமென்றே பொய் கூறினான்.

எனவே போலீசார் செம்புலிங்கத்தைக் கைது செய்து இராதாபுரம் கிளைச் சிறையில் அடைத்தனர். செம்புலிங்கம் அதிலிருந்து தப்பி ஓடினான். இதன் பின்னர் போலீசின் பிடியில் சிக்காமல் மறைந்து திரிந்த அவன் தனக்கென ஒரு குழுவை அமைத்துக்கொண்டு கொள்ளையனாக மாறினான் (தகவலாளர் எண். 5).

> *திருப்பனந்தாள் மடத்தில் பணம் வசூல் செய்பவராக கதிர்வேலுப்படையாச்சி என்பவர் பணியாற்றி வந்தார். அவருக்கு அழகான சகோதரி ஒருத்தியுண்டு. மடத்தின் மேலாளர் அவளைத் தன் பணியாளாக வைத்துக்கொள்ள விரும்பிய போது கதிர்வேலு வன்மையாக எதிர்த்தார். இதன் விளைவாகக் கதிர்வேலுவை வேலையினின்றும் அம்மேலாளர் நீக்கினார். அத்துடன் மடத்திற்குச் சொந்தமான வீட்டில் வாடகையின்றிக் குடியிருந்த கதிர்வேலுவையும் அவர் குடும்பத்தையும் வீட்டைவிட்டு வெளியேற்றி வீதியில் நிறுத்தினார். இந்த நேரத்தில் கதிர்வேலுவின் மனைவி நிறைமாதக் கர்ப்பிணியாக இருந்தாள். தனக்கு இழைக் கப்பட்ட அநீதியினால் கொதிப்புற்ற கதிர்வேலு மேலாளரைக் கொல்ல வேண்டுமென்று திட்டமிட்டார். கால்நடைகள் கவரும் திருடனாக மாறிய பின்னர் பிரபல கொள்ளைக் காரனாக மாறினார்* (Inspector General of Police, 1959):

> *காசித்தேவர் சற்று வசதியான விவசாயக் குடும்பத்தில் பிறந்தவர். சிதம்பரனார் மாவட்டம் ஸ்ரீவைகுண்டம் வட்டத்தில் உள்ள அங்கமங்கலம் கவிராயர் குடும்பத்துடன் இவருக்குப் பகைமை ஏற்பட்டது. அவர்களின் தூண்டு தலால் இவர்மீது ஜாமீன் கேஸ் போடப்பட்டது. இவரை அவமானப்படுத்த வேண்டும் என்ற நோக்கத்தில், விலங்கு பூட்டி வீதிவழியாகப் போலீசார் இழுத்து வந்தனர். இது கண்டு மனம் பொறுக்காத இவரது தாய் அழுது புலம்பிய வாறே போலீசாரின் பின்னால் சென்றாள். ஸ்ரீவைகுண்டம் ஆத்துப் பாலத்தின்மேல் செல்லும்போது, போலீசார் இவளை நோக்கி "இப்படியொரு திருட்டுப்பிள்ளையைப் பெற்று விட்டு அழவேறவா செய்கிறாய்" என்று இகழ்ந்து பேச, மானம் தாளாத அப்பெண் உடனே பாலத்திலிருந்து குதித்து, தற்கொலை செய்து கொண்டாள். அவளது உடல் சவப்பரி சோதனைக்கு எடுத்துச் செல்லப்பட்டது. செய்தியறிந்ததும் வெள்ளூர் என்ற கிராமத்தில் மக்கள் ஆவேசத்துடன் கூட்டமாகக் கூடினர். ஸ்ரீவைகுண்டம், வல்லநாடு, ராதாபுரம் ஆகிய ஊர்களிலும் அதன் சுற்றுப்பகுதிகளிலும் இவரது கொள்ளை நடவடிக்கைகள் நிகழ்ந்தன. (த. எ. 4)*

சமூகம்சார் கொள்ளையர்

இவ்வாறு சமூகச் சூழலாலும்-சமூகக் கொடுமையாலும் கொள்ளையராக மாறியவர்களில் சிலர், தங்களை இந்நிலைக்கு

ஆளாக்கிய சுரண்டும் வர்க்கத்துடன் பகையுணர்வும், தம்மை யொத்த நடுத்தர ஏழை மக்களிடம் நட்புணர்வும் கொண்டிருந்தனர். இதனால் இவர்கள் நிலக்கிழார்கள்-வட்டிக்குப் பணம் கொடுப் பவர்கள், கையூட்டுப் பெற்று வளம் படைத்தவருக்கு ஆதரவாகச் செயல்படும் அரசு அதிகாரிகள் ஆகியோரிடம் கொள்ளையடிப் பதுடன் மட்டுமன்றி அக்கொள்ளைப் பொருளை ஏழைகளுக்கு வழங்குவதையும் வழக்கமாகக் கொண்டனர். இச்செயலே வழக்கமான கொள்ளையரிடமிருந்து இவர்களை வேறுபடுத்தியது. இத்தகைய கொள்ளையர் சமூகம் சார் கொள்ளையர் (Social Bandits) ஆவர். வளம் படைத்தவர்களிடமிருந்து பொருளையோ பணத்தையோ பறித்து ஏழைகளுக்கு வழங்குவது சமூகம்சார் கொள்ளையரின் அடிப்படை இயல்பாகும். மேலும் தற்காப்பிற் காகவோ, பழிவாங்குவதற்காகவோ அன்றி எவரையும் அவர்கள் கொலை செய்வதில்லை. அத்துடன் கிராமப் பகுதிகளில் ஆதிக்க சக்தியாகத் திகழும் வளம்படைத்தவர்களின் தன்னிச்சையான-அநீதியான, செயல்களைத் துணிவுடன் எதிர்த்து நிற்கின்றனர். அச்செயல்களால் பாதிக்கப்படும் ஏழைகளின் பாதுகாவலராயும் திகழ்கின்றனர். இத்தன்மைகள் காரணமாக இவர்கள் சமுதாயத்தின் முக்கிய அங்கமான பொதுமக்களிட மிருந்து முற்றிலும் விலகி நிற்பதில்லை. பொதுமக்களும் இவர்களது கொள்ளைச் செயலை வெறுத்து ஒதுக்குவதில்லை. அத்துடன் இவர்களைக் காட்டிக் கொடுக்காது, அடைக்கலமளித்தும் இவர்கள் மீது கொண்டுள்ள அன்பினை வெளிப்படுத்துகின்றனர். இவர்களைப் புகழ்ந்து பாடல்களும் கதைப்பாடல்களும் கதைகளும் மக்களிடையே தோன்றி வழங்குகின்றன. எனவே தான் இவர்கள் சமூகம்சார் கொள்ளையர் எனப்படுகின்றனர்.

சமூகம்சார் கொள்ளையர் கிராமியச் சமுதாயத்தினின்றே தோன்றுவதாக ஹாப்ஸ்பாம் (1972:17) குறிப்பிடுவார். அவர்களை கண்ணியமிகு கள்ளர் (Nobel robber) என்று குறிப்பிடும் ஹாப்ஸ் பாம் அவர்களின் இயல்புகள் குறித்துப் பின்வருமாறு வரையறை செய்வார்.

> **முதலாவது**, கண்ணியமிகு கொள்ளையன் குற்றம் புரிபவ னாகத் தனது தொழிலை ஆரம்பிப்பதில்லை. மாறாக மக்களின் வழக்கிற்கு ஒத்த ஆனால் ஆட்சியாளர்களால் குற்றம் எனக் கருதப்படும் ஒரு செயலைச் செய்ததால் அநீதிக்குட்படுத்தப் பட்டதாலோ ஆட்சியாளர்களால் நசுக்கப்பட்டதாலோ கொள்ளையனாகிறான்.

இரண்டாவது, அவன் தவறுகளைச் சரி செய்கிறான்.

மூன்றாவது, ஏழைகளுக்குக் கொடுப்பதற்காகப் பணக்காரர் களிடம் இருந்து எடுக்கிறான்.

நான்காவது, தற்காப்பிற்காகவோ நியாயமான பழி வாங்கு தலுக்காகவோ அன்றி, யாரையும் கொலை செய்வதில்லை.

ஐந்தாவது, அவன் மீண்டும் மீண்டும் ஒரு கண்ணியமான குடிமகனாக மக்களிடமும் தன்னுடைய சமூகத்திற்கும் திரும்புகிறான். உண்மையிலேயே அவன் தன்னுடைய சமூகத்தை விட்டு விலகிச் செல்வதே இல்லை.

ஆறாவது, அவனுடைய மக்கள் அவனைப் போற்றி அவனுக்கு உதவி செய்கிறார்கள்.

ஏழாவது, துரோகிகளால் காட்டிக்கொடுக்கப்பட்டே அவன் சாகிறான். ஏனென்றால் சமூகத்தின் எந்த ஒரு நல்ல நபரும் அவனுக்கு எதிராக ஆட்சியாளர்களுக்கு உதவமாட்டார்கள்.

எட்டாவது, மக்களுடைய நோக்கில் அவன் கண்ணுக்குப் புலப்படாதவனாகவும் இருக்கிறான்.

ஒன்பதாவது, அவன் செயல்படும் பகுதியில் உள்ள அதிகாரி களுக்கும் மதக்குருக்களுக்கும் அக்கிரமக்காரர்களுக்கும் தான் அவன் எதிரியே தவிர நீதியின் ஊற்றான அரசருக்கோ சக்கரவர்த்திக்கோ அல்ல.

அரசியல் விழிப்புணர்வும், சமூகப்போராட்டத்திற்கான பயனுள்ள வழிமுறைகளும் அறிய இயலாத ஏழைகள் வாழும் கிராம சமூகம் இத்தகைய சமூகம்சார் கொள்ளையர் தோன்றுவதற்கான விளைநிலமாக அமைகின்றது.

பாரதியும் (1964:157-59) ஆங்கில ஆட்சியின்போது கிராம சமுதாயத்தில் சமூகம்சார் கொள்ளையர் எவ்வாறு உருவாகின்றனர் என்பதனை மிக விரிவாக விளக்குகிறார்.

"ஒருவன் கொடுங்கோல் அரசில் குடித்தனம் செய்தால் வயிற்றுக்குச் சோறில்லாமலும் சர்க்கார் அதிகாரிகளின் ஹிம்சையால் மானமிழந்தும் துன்பமடைய வேண்டியிருக் கிறது. குடியானவனாயிருந்தும் பயிர்த்தொழில் செய்யவோ அநேக தடங்கல்கள் இருக்கின்றன. பட்டத்தில் மழை பெய்ய வில்லை. அப்படி மழை பெய்தாலும், உழ எருதுகள் இல்லை. உழுதாலும் விதைக்க வித்துக்களில்லை. விதை விதைத் தாலும் களைகளைச் சரியான காலத்தில் எடுத்துப் பயிர்

அடித்துக் காவல்காத்து மகசூலை அறுவடை செய்து வீடு கொண்டு வந்து சேர்த்து பலனை அனுபவிக்கவும் இடமில்லை. ஏனென்றால் சர்க்கார் தீர்வைக்கே தானிய தவசங்களைக் களத்தில் விற்றுவிட வேண்டியிருக்கிறது. ஆகையால் உழுது உண்ணுவதைவிட வேறு என்ன தொழில் செய்தாயினும் பிழைக்கலாமென்று கொள்ளைக் கூட்டத்தோடு சேர்ந்து பிரயாணிகளை வழிப்பறி செய்தோ, கன்னம் வைத்துத் திருடியோ பிழைக்க ஆரம்பிக்கிறான்......... ஏழைகள், துணையின்றிச் செல்லும் ஸ்திரிகள், நோயாளிகள், தூரஸ்தலங்களிலிருந்து வரும் யாத்திரைக்காரர்கள் ஆகிய இவர்களையும் இவர்களைப் போன்ற மற்றவர்களையும் ஹிம்ஸிப்பதில்லை. அதோடு நில்லாமல் தான் கொள்ளையடித்து ஈட்டிய பொருளில் ஒரு பாகத்தைக் கொண்டு தானதருமங்களும் செய்கிறான். தன்னைப் பகலில் கொள்ளையடித்த சாவுக்காரனையும், லேவாதேவி செய்யும் நிஷ்கண்டகனையும், ஏன் இரவிற் கொள்ளையடிக்கக் கூடாதென்று தன்னைத்தானே கேட்கலானான். ......எண்ண முடியாத வரிகளைப் போட்டு வீடு, வாசல், ஆடு, மாடு, சட்டி பெட்டி இவைகளை ஜப்தி செய்து ஏலங்கூறிக் கொள்ளையடித்துப் போகும் சர்க்கார் பணத்தை நாம் ஏன் திரும்பக் கொள்ளையடிக்கப் படாது? என்ற கேள்வியும் அவனுக்கு உண்டாகிறது.

சமூகம்சார் கொள்ளையரின் செயல்

வளம்படைத்தவர்களிடமிருந்து பறித்து ஏழைகளுக்கு வழங்கும் தன்மையில், முதன்மையானவனாக ராபின்ஹுட் என்பவன் உலகெங்கும் பரவலாக அறிமுகமாகியுள்ளான் (இவன் கற்பனைப் பாத்திரம் என்ற கருத்தும் உண்டு). பெருந்தன்மைக் கொள்ளையன் (Noble Robber) என்ற வகைப்பாட்டுள் ஹாப்ஸ்பாம் *(1972:41)* இவனை உட்படுத்துவார்.

தமிழகத்தில் சமூகம்சார் கொள்ளையர்களாக விளங்கியவர்களில், செம்புலிங்கம், சிப்பிப்பாறை கந்தசாமி நாயக்கர் என்ற இருவரது செயல்பாடுகளில் சிலவற்றை மட்டும் எடுத்துக்காட்டாகக் காண்போம்.

செம்புலிங்கம் குறித்து வழங்கும் பின்வரும் செய்திகள் அவர் கொள்ளைப் பொருளை ஏழைகளுக்கு வழங்கியதை உணர்த்துகின்றன.

மைலாடிக்கு அருகிலுள்ள பர்வதா மலையில் செம்புலிங்கமும் அவனது கூட்டாளிகளும் ஒளிந்து கொண்டிருந்தனர். அங்குள்ள வடலியில் பெண்ணொருத்தி பதனீர் காய்ச்சிக் கொண்டு தங்கி யிருந்தாள். அவள் இவர்களுக்கு உணவு சமைத்தளித்து உதவினாள். மைலாடியிலுள்ள வட்டக்காரப் பிள்ளை என்பவரிடம் தன்னுடைய பாம்படங்களை அடகு வைத்திருந்த இப்பெண், திருமண வீட்டிற்குச் செல்ல, பாம்படங்களைத் திருப்ப விரும் பினாள். 12 ரூபாய்க்கு அடகு வைத்திருந்த அப்பாம்படங்களுக்கு அசலும் வட்டியுமான 20 ரூபாய் செலுத்த வேண்டியிருந்ததால் அப்பெண்ணிற்குச் செம்புலிங்கம் 20 ரூபாய் கொடுத்து உதவினான்.

ஆனால் வட்டக்காரப் பிள்ளை மூன்று மாதங்களுக்குள் நகையைத் திருப்பாததால் அதனை விற்றுவிட்டதாகக் கூறி விட்டார். வருத்தத்துடன் திரும்பி வந்த அப்பெண்ணின் மூலம் நடந்ததையறிந்த செம்புலிங்கம் மாலை நேரத்தில் அவர் வீட்டிற்குத் தன் தோழர்களுடன் சென்று அவரை மிரட்டி அவர் அடகு பிடித்த நகைகளைக் கொள்ளையடித்து வந்தான். அப்பெண்ணின் பாம்படத்தையும் திரும்பக் கொடுத்தான் (த. எ. 5).

பில்லுகாரப் பெண்பிள்ளைக்குப் பில்லு - புல்
பேரைச்சொல்லி பிழைத்துக்கண்ணு
நல்ல நல்ல நகைகளெல்லாம்
நல்லமனசாப் பூட்டிவிட்டு
வாரார்சொக்கத் தங்கம்-நம்ம
நாடார்ஜம்பு லிங்கம்.
நெல்லறுக்கப் போனவளை
நிற்கவைத்துப் பாதையிலே
சொக்கத்தங்க நகைகளெல்லாம்
பக்குவமாய்ப் பூட்டிவிட்டு
வாரார் சொக்கத்தங்கம்-நம்ம
நாடார்ஜம்பு லிங்கம்.
பணக்காரனை இளைக்கவைத்துப்
*பாவங்களைத் தழைக்கவைத்து *ஏழைகளை
பக்கத்திலேயே உட்கார்ந்து
பசிகளெல்லாம் அமர்த்திவிட்டு
வாரார்சொக்கத் தங்கம்-நம்ம
நாடார்ஜம்பு லிங்கம்

★ ஏழைகளை

என்று வழங்கும் பாடல்களும் (ஜகந்நாதன் 1975:180-82) செம்பு லிங்கம், கொள்ளைப் பொருட்களை ஏழைகளுக்கு வழங்கியதை உணர்த்துகின்றன.

சிப்பிப்பாறை கந்தசாமி நாயக்கரின் சமூகம்சார் கொள்ளைச் செயல்களை இனிக் காண்போம். சங்கரபாண்டிய புரத்தில் வசதி யான நாயக்கர் ஒருவர், ஏழை நாயக்கர் ஒருவரின் நிலத்தை நூறு ரூபாய் கடன் கொடுத்துக் கைப்பற்றிக் கொண்டார். நிலம் நூறு ரூபாய்க்கு மேல் மதிப்புடையது. அந்நிலத்தில் விளைந்த கதிரை, வசதியுள்ள நாயக்கர் பொறுக்கிக் கொண்டு வந்து போட்டிருந்தார். ஏழை நாயக்கருக்காக கந்தசாமி நாயக்கர் பேச வந்தார். நிலத்தை ஏழை நாயக்கரிடம் கொடுக்கும்படிக் கூறியதுடன் கதிர்களையும் ஏழை நாயக்கரே எடுத்துக் கொள்ளும்படிச் சொன்னார். அத்துடன் வசதி படைத்த நாயக்கரின் காளைமாட்டை ஓட்டிச் சென்று விட்டார் (த. எ. 1).

தருமத்துப்பட்டி என்னும் கிராமத்தில் சாமி நாயக்கர் என்ற நிலப்பிரபு ஊராரை மதிக்கவில்லை. ஊர் மகமையும் தருவதில்லை. 1938ஆம் ஆண்டு, கடுமையான பஞ்சகாலம். ஏழை மக்கள் உணவு தானியம் கிடைக்காது வருந்தினர். கந்தசாமி நாயக்கரும், சன்னாசித் தேவரும் இங்கு சென்று சாமி நாயக்கர் தோட்டத்தில் விளைந் துள்ள கம்பு கதிர்களைப் பொறுக்கியெடுக்கும்படிக் கூறிவிட்டு மக்களுக்குப் பாதுகாவலாக நின்றனர். இதுபோலவே சிப்பிப் பாறை-பாறைப் பட்டி-சங்கரபாண்டியபுரம் ஆகிய கிராமங் களிலும் வளமான நிலக்கிழார்களின் வயல்களில் தானியக் கதிர் களைப் பொறுக்கும் படி மக்களைத் தூண்டினர். இச்செயலின் போது நிலக்கிழார்கள் மக்களைத் தடுக்காதவாறும் பார்த்துக் கொண்டனர். ஆனால் சிறு நிலவுடைமையாளர்களிடம் இவ்வாறு நடந்து கொள்ளவில்லை (த. எ. 2). கந்தசாமி நாயக்கரின் இத்தகைய செயல்களை அடிப்படை யாகக் கொண்டே அவரைப் புகழும் பாடல் ஒன்றில் 'அண்டி வருவோரை ஆதரிக்க வல்லவராம்' என்ற வரிகள் இடம் பெற்றுள்ளன எனலாம் (த. எ.1).

கொள்ளையடிப்பதுடன் மட்டுமின்றி அதிகாரிகளை எதிர்க்கும் இவர்களது செயலும் பொதுமக்களைக் கவர்ந்துள்ளன. செம்பு லிங்கம் குறித்து வழங்கும் பின்வரும் பாடல்கள் இதனை உணர்த்து கின்றன.

ஏட்ட இருக்க வச்சான்
இன்சு பெட்டர கட்டிவச்சான்
போலிசு சூபரென்டெ
போடச் சொன்னான் தோப்புக்கரணம் (த. எ. 3)

சப்இன்ஸ்பெக்டர் சட்டையை
சந்தடி ஒன்றும் இல்லாமே
சல்லாபமாத் தான்கழற்றி
உல்லாசமாப் போட்டுக் கொண்டு
வாரார்சொக்கத் தங்கம்-நம்ம
நாடார்ஜம்பு லிங்கம்
குதிரைமேலே ஏறிவர
குதிரைக்காரன் ஓடிவர
குறுக்கேநின்ற போலீஸ்காரன்
கும்பிட்டொரு பக்கம் நிற்க
வாரார்சொக்கத் தங்கம்-நம்ம
நாடார்ஜம்பு லிங்கம். (ஜகநாதன் 1975 : 182-83)

இப்பாடல்களில் இடம்பெற்றுள்ள செய்திகள் மிகைப்படுத் தப்பட்ட செய்திகள் என்பதில் ஐயமில்லை. போலீஸ் மீது மக்கள் கொண்டுள்ள அச்சத்தையும் வெறுப்பையும், வெளிப்படுத்த முடியாத நிலையில், சமூகம்சார் கொள்ளையரின் அஞ்சாமை அவர்களைக் கவர்கிறது. இதன் விளைவாகத் தங்கள் விருப்பங் களை இவர்களின் செயலாகக் கூறுவதன் வாயிலாக நிறைவேற்றிக் கொள்கிறார்கள்.

மக்கள் போற்றும் காரணம்

இதுவரை நாம் பார்த்த செய்திகளின் அடிப்படையில் சமூகம் சார் கொள்ளையர் மக்களால் போற்றப்படுவதற்கான காரணத்தை இவ்வாறு வகைப்படுத்தலாம்:

1) நிலஉடமையாளர்களைக் கொள்ளையடித்தல்-கொலை செய்தல்.
2) வட்டித் தொழில் புரிவோரைக் கொள்ளையடித்தல்-கொலை செய்தல்.
3) அதிகார வர்க்கத்தினரை எதிர்த்தல்-கொள்ளையிடல்-கொலை செய்தல்.
4) துன்பப்படுவோருக்கு உதவுதல்.

அறியாமை - அச்சம் - வறுமை - நிலப்பிரபுத்துவக் கொடுமை ஆகியவற்றின் பிடியில் சிக்கித்தவிக்கும் மக்கள் அதினின்றும் விடுபட வழியறியாது நிற்கின்றனர். இத்தகைய சூழலில் தனியொரு மனிதன் ஒரு கலகக்காரனாகக் கிளர்ந்தெழுந்து கொலை-

கொள்ளை போன்றவற்றைச் சுரண்டும் வர்க்கத்தின் மீது நடத்தும் போது, பொதுமக்கள் தங்களால் முடியாத ஒன்றைத் துணிவுடன் மேற்கொண்டமைக்காக அவனைப் போற்றுகின்றனர். இங்குக் கொள்ளைச் செயலைவிட ஆதிக்க சக்திகளை எதிர்க்கும் தண்டிக்கும் அவனது துணிச்சல் போற்றப்படுகிறது.

தங்களின் வெறுப்புக்காளானவர்களிடமிருந்து கொள்ளை யடித்ததுடன் நின்றுவிடாது, கொள்ளைப்பொருளை வறுமையில் வாடுபவர்களுக்கு வழங்கும் சமூகம்சார் கொள்ளையரின் செயலும் மக்கள் மனதைக் கவர்கிறது. இதனால் இவர்களைக் குறித்து மிகைப்படுத்தப்பட்ட கற்பனையடங்கிய பாடல்களும் கதைகளும் மக்களிடையே தோன்றி வழங்குகின்றன.

ஆய்வாளர் கடமை

சமூக வரலாற்றாசிரியனும்-நாட்டார் வழக்காற்றாய்வாளனும் சமூகம்சார் கொள்ளையரின் புகழ்பாடும் நாட்டார் வழக்காறு களில் இருந்து உண்மையையும் கற்பனையையும் கவனமாகப் பிரித்தாராய வேண்டியுள்ளது. நாட்டார் வழக்காறுகள் கூறும் செய்திகளின் அடிப்படையில் அவர்களை மாபெரும் விடுதலை வீரர்களாகவோ, கிளர்ச்சியாளராகவோ முத்திரையிட்டுவிடக் கூடாது. இவர்களது செயல்பாடுகளில் சமூக எதிர்ப்பு (Social protest) மேலோங்கியிருந்தாலும், அது ஒழுங்குபடுத்தப்பட்ட சமூக எதிர்ப்பல்ல என்பதனையும் மனதில் கொள்ள வேண்டும்.

இந்த இடத்தில் ஹாப்ஸ்பாம் (1965:24) கூறும் பின்வரும் கருத்துக்களை மனதில் கொள்வது நன்று.

குடியானவச் சமூகத்தின் தேவையின் காரணமாகத்தான் சமூகம்சார் கொள்ளையன் உருவாக்கப் பெறுகிறான். அவனை அச்சமுதாயந்தான் தேடி அழைக்கிறது. தனக்கு ஒரு தலைவனோ அல்லது பாதுகாப்பாளனோ தேவை என்று குடியானவச்சமூகம் எண்ணமிடும்போது அத்தகைய கொள் ளையன் காலத்தின் தேவையாக உருக்கொள்வது நடை முறைக்காரியம் தான். ஆனால் அந்தத் தேவையின் பின்னணி யில் அச்சமுதாயத்தின் சேவையாளனாக அக்கொள்ளையன் செயலாக்கம் கொள்ள முடியாது. ஏனென்றால் சமூகம்சார் கொள்ளையர், குடியானவ சமுதாயத்தின் உள்ளக்கிடக்கை யிலுள்ள எதிர்ப்பு உணர்வைப் பிரதிபலிக்கின்ற ஊமைச்

செயல்பாட்டைத் தான் மேற்கொள்ள முடியும். வீரியமான புரட்சிப் போக்குத் தடத்திலுள்ள எதிர்ப்பை அக்கொள்ளையர் பிரதிபலித்து விட முடியாது. ஏனென்றால், வறுமையில் வாடுபவராகவும், அடக்குமுறை அவலத்தில் இருப்பவரா கவும் குடியானவ மக்கள் காணப்படுவதை எதிர்த்து ஏற்பட்ட எதிர்ப்பு என்றில்லாமல் அந்த வறுமையும் அடக்குமுறையும் அதிகமாகப் போய்விட்டதே என்ற அங்கலாய்ப்பில் தான் இத்தகைய ஊமை எதிர்ப்பு உணர்வு ஏற்படுகிறது; இழை யோடுகிறது. கொள்ளைக்கார வீரர்கள் சமத்துவம் மலரும் உலகை உண்டு பண்ணுவார்கள் என ஒருவரும் எதிர்பார்ப்ப தற்கில்லை. ஒழுங்கீனங்களை வேண்டுமானால் அந்தக் கொள்ளைக்காரர் சரிப்படுத்திக் கொள்ளலாம். இதன் மூலம் சிற்சில சமயங்களில் அடக்குமுறையைப் புறங்காட்டச் செய்யலாம்; அவ்வளவே.

தமிழகத்தின் 'பொதுமக்கள் இயக்கங்கள்' (Popular movements) குறித்து ஆராயும்போது அதில் சமூகம்சார் கொள்ளையருக்கு முக்கிய இடமுண்டு. எனவே, இவர்களைக் குறித்த ஆய்வுகள் மிகவும் அவசியமாகின்றன. இத்தகைய ஆய்வுகளில் கொள்ளை யரின் வரலாறு மற்றும் அவர்களைக் குறித்த பாடல்கள்-கதைப் பாடல்கள்- கதைகள் மட்டுமின்றி அவர்கள் செயல்பட்ட காலத்தின் சமூக-பொருளாதார நிலையும் ஆராயப்பட வேண்டும். குற்றங் களின் சமூக வரலாறு குறித்த ஆய்வு இந்தியாவில் குழந்தைப் பருவத்தில் உள்ளது என்று சுமித் சர்க்கார் (1983:8) குறிப்பிடுவது தமிழகத்திற்கும் பொருந்தும். இந்த ஆய்வினை முறையாக நிகழ்த் தினால் தமிழகத்தின் சமூக வரலாறு குறித்த பல புதிய தரவுகளை வெளிக்கொணரமுடியும். இம்முயற்சியின் ஓரங்கமாகக் கொள் ளையர்-சமூகம்சார் கொள்ளையர் குறித்த நாட்டார் வழக்காறு களை ஆங்காங்கே திரட்ட வேண்டும். பின்னர் இவற்றை- காவல்துறை-வருவாய்த்துறை ஆவணங்களுடனும் செய்தித்தாள் களில் வெளியான செய்திகளுடனும் இணைத்து ஆராய வேண்டும். ஏற்கனவே இப்பணி காலம் தாழ்ந்த பணியாகி விட்டது. இனியும் தாமதமின்றி இம்முயற்சியில் ஈடுபட வேண்டும். இல்லையெனில் தமிழகக் கிராமப்புறங்களில் நிகழ்ந்த பல்வேறு நிலவுடைமைக் கொடுமைகள்-நிலவுடைமை எதிர்ப்புகள் குறித்த பல அரிய செய்தி களை இழந்தவர்களாவோம்.

தகவலாளர்கள்

1. கிருஷ்ணசாமி நாயக்கர், விவசாயி, வயது 50, படிப்பு: மூன்றாம் வகுப்பு, சங்கரபாண்டியபுரம் (விருதுநகர் மாவட்டம்) களஆய்வு நாள் 28-1-1984.

2. சன்னாசித்தேவர், கா., சிப்பிப்பாறை கந்தசாமி நாயக்கரின் நெருங்கிய நண்பர். அவர் நிகழ்த்திய கொள்ளை- கொலைகளில் பங்குகொண்டு சிறை சென்றவர். வயது 70. படிப்பு: நான்காம் வகுப்பு. களஆய்வு நாள்: 29-1-1984.

3. சொர்ணப்பன், வேலை இல்லாத இளைஞர், பறையர் சாதி, ஆரல்வாய் மொழி (குமரி மாவட்டம்). களஆய்வு நாள் 26-1-1984.

4. நல்லகண்ணு, ஆர்., பொதுச் செயலாளர், இந்தியக் கம்யூனிஸ்ட் கட்சி, தமிழ் மாநிலக்குழு, படிப்பு இண்டர் மீடியட்., சொந்த ஊர் ஸ்ரீவைகுண்டம். பேட்டி கண்ட இடம் சென்னை, நாள் 16-4-1984.

5. நாடார். ஏ.ஆர். பொத்தையடி (குமரி மாவட்டம்). கள ஆய்வு நாள் 26-1-1984.

பரதவர்களின் மேசை எதிர்ப்புப் போராட்டம்

தங்களுள் தாங்களே முட்டி
பரத சாதியைக் கெடுத்தார் புயந்தட்டி (பரதகுல மாலை)

பொருளாதார மற்றும் உயர் பதவியின் அடிப்படையில் ஒரு சாதிக்குள் 'மேலோர் குழு' (Elite grup) ஒன்று உருவாவது இயல் பாகும். இவ்வாறு உருவாகும் மேலோர் குழு தன் சாதியில் அடித்தள மக்களாக (Subalterns) விளங்குவோர் மீது தனது மேலாண்மையை நிலைநிறுத்தும்.

ஒரு சாதியின் அடித்தளப் பிரிவினர், மேலோர் குழுவின் மேலாண்மையை வேறு வழியின்றி ஏற்றுக் கொண்டாலும், வாய்ப்பு நேரிடும்போது தனது எதிர்ப்பை வெளிப்படுத்துவர். சில நேரங் களில் இவ்வெதிர்ப்புணர்வு கிளர்ச்சியாக உருவெடுத்து வெற்றி யடையவும் செய்யும்.

இதற்கு எடுத்துக்காட்டாகத் தூத்துக்குடி நகரில் கடல் தொடர் பான தொழில்களைச் செய்து வாழும் பரதவர் என்ற சாதியினரி டையே நிகழ்ந்த மேசை எதிர்ப்புப் போராட்டத்தைக் குறிப்பிட லாம்.

பரதவர்

தமிழகத்தின் நெய்தல் நில மக்களாகப் பரதவர்கள் என்ற குலத்தினரைச் சங்க இலக்கியங்கள் குறிப்பிடுகின்றன. பாண்டிய நாட்டின் தென் பகுதியில் வாழ்ந்த பரதவர்கள் 'தென் பரதவர்' என்று குறிப்பிடப்படுகிறார்கள். பாண்டியன் தலையாலங் கானத்துச் செருவென்ற நெடுஞ்செழியன் பரதவர்களை வென்ற செய்தியினைக் குறிப்பிடும் மதுரைக்காஞ்சி (144) "தென்பரதவர் போரேறு" என்று அவனை அழைப்பதன் மூலம் பரதவர்களின் வலிமையையும் குறிப்பிடுகின்றது. சோழன் செருப்பாழியெறிந்த இளஞ்சேட் சென்னி இப்பரதவர்களை வென்றதனைத் "தென் பரதவர் மிடல் சாய" என்று புறநானூறு (378:1) குறிப்பிடுகின்றது.

கி.பி. ஏழாம் நூற்றாண்டைச் சேர்ந்த நின்ற சீர் நெடுமாறன் என்ற பாண்டிய மன்னன் பரதவர்களை வென்றான். இச்செய்தியினை "விரவி வந்தடையாத பரதவரைப் பாழ்படுத்தும்" என்ற வேள்விக்குடிச் சாசன வரி தெரிவிக்கின்றது.

மேற்கூறிய செய்திகள் பரதவர்களின் தொன்மையையும் அவர்களின் போர்க்குணத்தையும் அறிவிக்கின்றன.

பரதவர்களின் தொழில்

முத்துக் குளித்தல், சங்கு எடுத்தல், மீன் பிடித்தல், சரக்குகளைச் சுமந்து செல்லும் பெரிய தோணிகளைக் கடலில் இயக்குதல் என்பன பரதவரின் பாரம்பரியத் தொழிலாகும். இராமேஸ்வரத்திலிருந்து கன்னியாகுமரி வரையிலான கடற்கரைப் பகுதியில் விலையுயர்ந்த முத்துக்கள் மிகுதியாகக் கிடைத்து வந்தமையால் இப்பகுதியில் வாழும் பரதவர்கள் முத்துக்குளித்தலில் தேர்ந்த அனுபவம் பெற்றிருந்தனர். எனவே இக்கடற்கரைப் பகுதி 'முத்துக் குளித்துறை' என்று அழைக்கப்படுகிறது.

பரதவர்கள் மத மாற்றம்

அரேபிய மூர்களின் (சோனகர்) தாக்குதல்களிலிருந்து தம்மைப் பாதுகாத்துக்கொள்ள முத்துக்குளித்துறைப் பகுதியில் வாழ்ந்து வந்த பரதவர்கள் கொச்சியிலிருந்த போர்ச்சுக்கீசியரின் உதவியைக் கி.பி.1533ஆம் ஆண்டில் நாடினர். பரதவர்கள் கத்தோலிக்கச் சமயத்தைத் தழுவினால் உதவுவதாகப் போர்ச்சுக்கீசியர் கூறவே, பரதவர்கள் அனைவரும் ஒரே குழுமமாகக் கத்தோலிக்கத்தைத் தழுவினர். மூர்களிடமிருந்து பரதவரைக் காப்பாற்றியதும், பரதவர் வாழும் முத்துக்குளித்துறைப் பகுதி முழுவதையும் போர்ச்சுக்கீசியர் தமது கட்டுப்பாட்டிற்குள் கொண்டு வந்தனர். பரதவர்கள் போர்ச்சுக்கீசிய மன்னனின் குடிமக்களாகக் கருதப்பட்டனர். போர்ச்சுக்கீசியக் குடிப்பெயர்களான வாஸ், கோமாஸ், பர்னாந்து என ஏறத்தாழ அறுபது குடிப்பெயர்கள் பரதவர்களுக்குச் சூட்டப்பட்டன. போர்ச்சுக்கல் மன்னனின் நேரடி கட்டுப் பாட்டிற்குள் இருந்த பதுருவா குருக்கள் பரதவர்களிடையே மறைப்பணி ஆற்ற வந்தனர்.

போர்ச்சுக்கீசியர்களின் சுரண்டல்

போர்ச்சுக்கல் நாட்டின் பொருளாதார நலனை மையமாகக் கொண்டே முத்துக்குளித்துறைப் பகுதியில் போர்ச்சுக்கீசிய அதிகாரிகள் செயல்பட்டனர். தூத்துக்குடியைத் தலைமை இட

மாகக் கொண்டு செயல்பட்ட போர்ச்சுக்கீசியர்கள் இப்பகுதியில் கிடைக்கும் முத்துக்களின் வாயிலாகத் தங்கள் வருவாயைப் பெருக்கிக் கொள்வதில் கருத்தாயிருந்தனர். சான்றாக, மார்க்கோ போலோ முத்துக்குளிப்பைப் பற்றிக் குறிப்பிடும்போது எடுத்த முத்தில் பத்தில் ஒரு பங்கு பாண்டிய மன்னனுக்கு வரியாகச் சென்றது என்று குறிப்பிடுகின்றார். போர்ச்சுக்கீசியர் காலத்திலோ எடுத்த முத்தில் நாலில் ஒரு பங்கு போர்ச்சுக்கீசிய மன்னருக்கும், மற்றொரு பங்கு தூத்துக்குடியில் இருந்த போர்ச்சுக்கல் கேப்டனுக்கும்; படை வீரர்களுக்கும் சென்றது. மீதமுள்ள பாதியில் ஒரு பங்கு யேசு சபைப் பாதிரியார்களுக்குச் சென்றது. எஞ்சிய ஒரு பங்கே பரதவர்களுக்குக் கிடைத்தது. இதனால் உடல் உழைப்பை மட்டும் நம்பி வாழ்ந்த பரதவர்களின் நலம் பாதிக்கப்பட்டது. மேலும் 16ஆம் நூற்றாண்டின் இறுதிப் பகுதியில் முத்துக்குளித்தல் மற்றும் சங்கு குளித்தல் தொழில் புரிபவர்களிடம் ஒரு குறிப்பிட்ட பங்கை வரியாகப் பெறு வதற்குப் பதிலாக இவற்றை எடுக்கும் உரிமையை வரையறுக்கப் பட்ட தொகைக்குப் போர்ச்சுக்கீசியர்கள் விற்றார்கள். இதன் விளைவாக இவ்விரு முக்கிய தொழில்களும் வளம் படைத்த வணிகர்களின் கைக்குச் சென்றடைந்தன. முத்துக் குளிப்பவர்களும், சங்கு குளிப்பவர்களும் தம் உரிமையை இழந்தனர். அன்றியும் ஒரு நாள் முத்துக்குளிப்பு தூத்துக்குடியிலிருந்த போர்ச்சுக்கல் கேப்டனு டைய மனைவியின் காலணிக்காக ஒதுக்கப்பட்டது.

மேசைக்காரர்

போர்ச்சுக்கீசியர்களின் இத்தகைய பொருளாதாரச் சுரண்ட லுக்கு நடுவே சில குறிப்பிட்ட பரதவகுலக் குடும்பங்களின் வளம் பெருகியது. முத்துக்குளித்தல், சங்கு குளித்தல், உரிமைகளை விலைக்கு வாங்கியும், போர்ச்சுக்கீசியர்களின் வாணிபத் தரகர்களாக விளங்கியும் இக்குடும்பங்கள் பயன்பெற்றன. பரதவ சாதியின் ஊர்த்தலைவர்களாக விளங்கியவர்களும் இவர்களுள் அடங்குவர். இவர்கள் அனைவரும் போர்ச்சுக்கீசியரிடம் நெருக்கமான உறவு கொண்டிருந்தனர். இப்பரதவர்களின் நல்லெண்ணத்தையும், நெருக்கத்தையும் பெற்று, அதன் வாயிலாக ஏனைய பரதவர்களைத் தம் கட்டுப்பாட்டிற்குள் கொண்டுவர போர்ச்சுக்கீசிய அதிகாரி களும், கத்தோலிக்கச் சமயக் குருக்களும் விரும்பினர். தம் விருப்பத்தை நிறைவேற்றும் வழிமுறைகளுள் ஒன்றாக இவர்களுக்கு அவ்வப்போது விருந்து கொடுத்தனர். இவ்விருந்து மேசையின் முன் நிகழ்ந்தது. பரதவ குலத் தலைவர்களும், வணிகர்களும் போர்ச்சுக்கீசியர்களுக்கு விருந்து கொடுக்கும்போதும் மேசையைப்

பயன்படுத்தினர். பின் தமது அன்றாட வாழ்விலும் மேசைக்கு இடமளித்தனர். தமிழர்களுக்குப் பழக்கப்படாத மேசையின் முன் அமர்ந்து போர்ச்சுக்கீசியருடன் சமமாக விருந்துண்ணும் சிறப்பினைப் பெற்றவர்கள் ஏனைய பரதவர்களால் 'மேசைக் காரர்கள்' என்று அழைக்கப்பட்டனர். சில தேவலாலயங்கள் அல்லது அரசு விவகாரங்களைக் கண்காணிக்கும் குழுவினர் **Mesa** என்று போர்ச்சுக்கீசிய மொழியில் குறிப்பிடப்பட்டன. **'Mesa da consciencia'** என்பது ஆன்மீக மற்றும் உலகியல் காரியங்களைக் கண்காணிக்கும் குழுவின் பெயராகும். எனவே, அதிகாரங்கொண்ட குழுவைக் குறிக்கும் சொல்லாகவே மேசை என்ற சொல் பயன்படுத்தப் பட்டுள்ளது. இக்குழுவினரின் உணவுண்ணும் பழக்கத்தை வைத்து சாதாரண மக்கள் முதலில் குறிப்பிட்ட விளக்கத்தைக் கொடுத் துள்ளனர் என்று கருதுவது பொருத்த மானதாக இருக்கும்.

சுருக்கமாகச் சொன்னால் பரதவ சாதி வணிகர்களே மேசைக் காரர்கள். இவ்வாறு போர்ச்சுக்கீசிய வருகைக்குப் பின் பரதவ சாதிக்குள் மேசைக்காரர் என்ற மேலோர் குழு ஒன்று உருவாகியது. இம்மேலோர் குழுவின் மையமாக அமைந்தவர் சாதித்தலைவர்.

சாதித் தலைவர்

முத்துக்குளித்துறையில் 1) வேம்பாறு 2) வைப்பாறு 3) தூத்துக்குடி 4) புன்னைக்காயல் 5) வீரபாண்டியன் பட்டினம் 6) ஆலந்தலை 7) மணப்பாடு என்ற ஏழு கடற்கரை ஊர்களும் 'ஏழூர்' என்று பரதவர்களால் அழைக்கப்பட்டன. இவ்வேழு ஊர்களிலும் தூத்துக்குடி நீங்கலாக ஏனைய ஆறு ஊர்கள் ஒவ்வொன்றும் பட்டங்கட்டி என்பவரால் நிர்வகிக்கப்பட்டன. இவருக்கு 'அடப் பனார்', 'சீதாதிமார்', 'மொடுதோம்ஸ்' என்ற அதிகாரிகள் நிர்வா கத்தில் துணைபுரிந்தனர். இப்பதவிகள் பரம்பரை உரிமையாக வருவன என்றாலும் இவர்கள் அனை வரையும் நியமிப்பவர் தூத்துக்குடியில் இருக்கும் சாதித் தலைவரே ஆவார். தொடக்கத்தில் புன்னைக்காயல் சாதித் தலைவரின் தலைமையகமாக இருந்தது. போர்ச்சுக்கீசியரின் வருகைக்குப் பின் முக்கியத்துவம் பெற்ற நகரமாகத் தூத்துக்குடி விளங்கியதாலும் போர்ச்சுக்கீசிய உயர் அதிகாரிகள் வாழ்ந்ததாலும் சாதித் தலைவர் தூத்துக்குடிக்கு இடம்பெயர்ந்தார். இவரது இருப்பிடம் 'பாண்டியபதி' என்றழைக்கப் பட்டது. மேற்கூறிய ஏழு ஊர் களிலும் வாழ்ந்து வந்த பரதவர்கள் இவரது கட்டுப்பாட்டுக்குள் வாழ்ந்தனர். முத்துக்குளித்துறையில் ஏனைய ஊர்களில் வாழும் பரதவர்களும் இவரது மேலாண்மையை ஏற்றிருந்தனர்.

பரதவர்களின் மீது செல்வாக்கு செலுத்தும் சாதித் தலைவரைத் தமக்கு நெருக்கமாக வைத்துக் கொள்ளப் போர்ச்சுக்கீசியர் விரும்பினர். எனவே போர்ச்சுக்கல் கௌரவப்பட்டமான 'சிஞ்ஞோர் சிஞ்ஞோர் டோம்' (Senhor Senhor Dom) என்ற பட்டத்தை வழங்கினர். இப்பட்டத்தைத் தமது பெயருக்கு முன் சாதித்தலைவர் இட்டுக் கொள்வார். மேலும் 'Lord of the Seven Seas' என்று சாதித் தலைவரை அழைத்து அவருக்குச் சில வரிகளை வசூலித்துக் கொள்ளும் உரிமைகளை வழங்கினர். தமது அதிகாரத்தின் சின்னமாகத் தங்கச் சிலுவை ஒன்றை நீண்ட தங்கச் சங்கிலியில் கோர்த்து சாதித் தலைவர் அணிந்திருப்பார். பரதவர்களுக்கு இடையே ஏற்படும் வழக்குகளைத் தீர்த்து வைக்கும் உரிமையும், தண்டம் அளிக்கும் உரிமையும் இவருக்கு இருந்தது. கடற்பன்றி பிடிபட்டால் அதன் தலை, சாதித் தலைவர்க்கு உரியது. "பட்டதில் பருமீன்" என்ற அடிப்படையில் நாள்தோறும் கிடைத்த மீனில் பெரிய மீனைச் சாதித் தலைவருக்கு ஒவ்வொரு மீன்பிடிப்பவரும் வழங்கிவிட வேண்டும்.

இவை தவிர சமய வாழ்விலும் சாதித் தலைவருக்குச் சில சிறப்புரிமைகள் வழங்கப்பட்டன. அவை வருமாறு:

1. ஒவ்வொரு கடற்கரை தேவாலயத்திலும் பலிபீடத்திற்கு அருகில் சாதித் தலைவருக்குத் தனி இருக்கை உண்டு.
2. தூத்துக்குடியிலுள்ள பனிமயமாதா ஆலயத்தில் கருவூலப் பெட்டியின் மூன்று திறவுகோல்களில் இரண்டு திறவு கோல்கள் அவரிடமே இருக்கும்.
3. நற்கருணை, புனிதப் பொருட்களையும், சொரூபங்களையும் முத்தமிடுதல், திருநீற்றுப் புதனன்று பங்கு குருவிடம் சாம்பலினால் சிலுவை போட்டுக் கொள்ளுதல், குருத்தோலைத் திருநாள் அன்று குருத்தோலையைக் குருவிடம் இருந்து பெற்றுக் கொள்ளுதல் ஆகிய சமயச் சடங்குகளில் முதலுரிமை இவருக்கே உரியது.
4. சாதித் தலைவரின் ஆன்ம மற்றும் உலகியல் நன்மைக்காகத் தேவாலயங்களில் திருவழிபாடு நிகழ்ந்தபின் சிறப்புச் செபம் நிகழும்.
5. சாதித் தலைவர் பதவியேற்பு விழா எவ்விதக் கட்டணமும் பெறாது பனிமயமாதா கோவிலில் நிகழும்.
6. திருமுழுக்கு, திருமணம், இறப்பு போன்ற சடங்குகளுக்காகச் சாதித் தலைவரின் உறவினர்களும், அவரது

குழந்தைகளும் கட்டணம் ஏதும் திருச்சபைக்குச் செலுத்த வேண்டியதில்லை.

7. திருச்சபை நடத்தும் கல்வி நிறுவனங்களில் சாதித் தலைவரின் குழந்தைகளுக்கு இலவசக் கல்வி.

8. ஆகஸ்டு 5ஆம் நாள் நிகழும் பனிமயமாதா தேர்த் திருவிழாவின்போது தேர் வடத்தை முதலில் தொட்டு இழுத்து, தேரோட்டத்தைத் தொடங்கி வைத்தல்.

9. அனைத்து சமய ஊர்வலங்களும் (தேரோட்டம் உட்பட) சாதித் தலைவரின் இல்லமான பாண்டியபதியின் முன் நின்று செல்லவேண்டும்.

10. சாதித் தலைவரின் பதவியேற்பு விழாவின்போதும், சாதித்தலைவர் மற்றும் அவரது குழந்தைகளது விழாக்களின்போதும் பனிமயமாதா உருவத்தை மறைத்துள்ள திரையை விலக்குவதுடன் பொன்முடி மற்றும் அணி கலன்களால் அலங்கரித்து வைத்தல்.

இவ்வாறு மேசைப் பிரிவைச் சார்ந்த சாதித் தலைவர் சமய வாழ்விலும் தனிச்சிறப்புரிமைகளைப் பெற்றிருந்தார்.

கம்மாரக்காரர்

முத்துக்குளித்தல், சங்கு குளித்தல், மீன் பிடித்தல், வாணிபச் சரக்குகளைக் கொண்டு செல்லும் பெரிய தோணிகளைச் செலுத்துதல் எனக் கடினமான உடலுழைப்புத் தேவைப்படும் தொழில்களை மேற்கொண்டு வாழ்ந்த பரதவர்கள் கம்மாரக் காரர்கள் என அழைக்கப்பட்டனர். எண்ணிக்கையில் இவர்களே மிகுதியானவர்கள்.

மேசைக்காரர் - கம்மாரக்காரர் உறவு நிலை

கடின உடலுழைப்பில் இருந்து அந்நியமான மேசைக் காரர்கள், கம்மாரக்காரர்களை மதிக்கவில்லை. அவர்களது உடல் உழைப்பை இழிவானதாகக் கருதினர். 'கடல்ல முங்கினவனுக்கு கால் புத்தி' என்பது கம்மாரக்காரர்களைக் குறித்து மேசைக்காரர் களிடம் வழங்கிய பழமொழி. மேலும் மீன்பிடித்தலை இழிவான தொழிலாக இவர்கள் கருதினார்கள். அதே நேரத்தில் நெய்தல் நில மக்களான பரதவர் குலத்தினர் தாங்கள் என்பதை மறைக்கவும் முடியவில்லை. எனவே மீன்பிடித்தல் உயரிய மக்களாலும் மேற்கொள்ளப்பட்ட ஒன்று என்பதை நிரூபிக்கும் முயற்சியில்

ஈடுபட்டார்கள். இதற்குச் சான்றாக மேசைப் பிரிவைச் சார்ந்த ரோச் விக்டோரியாவின் பொருளுதவியுடன் 1892ஆம் ஆண்டில் வெளியான 'பரதகுல பாண்டியர் பழமை' என்ற நூலில் இடம் பெற்றுள்ள சில செய்திகளைக் குறிப்பிடலாம். வலை வீசியாவது, தூண்டில் போட்டாவது 'மீன் வேட்டையாடுவது இழிசனருக்கு மாத்திரம் உரிய ஈனத்தொழில் ஆகாமல் எவ்வளவோ மேன்மையும் கௌரவமும் பொருந்திய மேன்மக்களுக்கும், உல்லாசத்திற்கும் உரிய தொழிலென்றொப்பிப்பது இங்கேயே நமது கடமையாகும்" என்று குறிப்பிட்டுவிட்டு, சிவபெருமான் என்று சொல்லப்படுகின்ற சந்திரசேகர பாண்டியனும், குலசேகரப் பாண்டியனும் பிரெஞ்சு நாட்டுத் தளபதிகளும் மன்னர்களும், பிரபுக்களும், பத்தாம் சிங்கராயர் என்ற போப் ஆண்டவரும் மீன்பிடித்தலைப் பொழுது போக்காகக் கொண்டிருந்தமையை எடுத்துக்காட்டுகிறார். மேலும் "கடலினிடத்து வேட்டையாடுவதும் அரசர்களுக்குக் கற்பிக்கப் பட்ட தொழில்" என்று குறிப்பிடுகின்றார்.

இதுபோன்றே மணப்பாட்டுச் செல்வர்களின் உதவியால் 1902இல் வெளியான 'பரவர் புராணம்' என்ற நூலிலும் 'பாண்டியர் பரவரான இலம்பகம்' என்ற பகுதியில் சந்தர்ப்ப வசத்தால் பாண்டியர்கள் பரதவர்கள் ஆகி மீன்பிடிக்கும் தொழிலை மேற் கொண்டார்கள் என்று குறிப்பிடப்பட்டுள்ளது.

மேற்கூறிய இவ்விரு நூல்களிலும் இடம்பெற்றுள்ள செய்திகள் மீன்பிடித்தலை மேசையர்கள் இழிவாகக் கருதியதை உணர்த்து கின்றன. மீன்பிடிக்கும் பரத இனத்தில் பிறந்தமைக்காகத் தங்களை இழிவாக யாரும் கருதிவிடக்கூடாது என்ற நோக்கில் மீன்பிடித்தல் மன்னர்களும், பிரபுக்களும் ஏன் போப்பாண்டவரும் விரும்பி மேற்கொண்ட பொழுதுபோக்கு என்று கூறியுள்ளனர்.

இத்தகைய மனநிலை சமுதாய வாழ்விலும் எதிரொலித்தது. மேசைக்காரர்கள், கம்மாரக்காரப் பரதவர்களுடன் மணஉறவு கொள்வதில்லை. மணப்பாடு, வீரபாண்டியன் பட்டினம் ஊர்களில் வாழும் வளம் படைத்த பரதவர்களிடம் மட்டுமே மண உறவு வைத்தனர். மேசையர் வீட்டுத் திருமணத்திற்குக் கம்மாரக்காரர் களை அழைத்தாலும் தாம்பூலம் மட்டுமே கொடுத்து அனுப்பி விடுவர். திருமண விருந்தில் மேசையர்கள் மட்டுமே பங்கு கொள்வர். கம்மாரக்காரர் வீட்டுத் திருமணத்திற்குச் செல்லும் மேசையர் அங்கு உணவருந்தாது தாம்பூலம் மட்டும் பெற்றுக் கொள்வார்கள்.

பரதவ சாதியினருக்கு இருபத்தொரு விருதுகள் உண்டு. பரதவர்களின் மங்கல அமங்கல நிகழ்ச்சிகளை ஒட்டி இவ்விருது களும் குடைகளும் எடுத்துச் செல்லப்படும். இவை அனைத்தும் சாதித் தலைவர் இல்லத்திலேயே இருக்கும். இவற்றைப் பயன் படுத்த, சாதித் தலைவரிடம் அனுமதி பெற வேண்டும். இவ்வனுமதி கிடைப்பதில் மேசைக்காரர்களுக்கும் கம்மாரக்காரர்களுக்கும் இடையில் அவ்வப்போது பாகுபாடு காட்டப்படுவதுண்டு. பரதவர்கள் தங்கள் வீட்டில் நடக்கும் திருமணத்திற்கு முதல் வெற்றிலை பாக்கு, சாதித் தலைவரிடம் வைத்து மரியாதை செலுத்துவர். பனிமயமாதாவின் தேர் செல்லும் நான்கு வீதிகளிலும் திருமண, மரண ஊர்வலம் செல்லும் உரிமை மேசைக்காரர்களுக்கே உரியது.

இச்செய்திகள் முகாமையான குழுவின் பண்பாட்டு மேலாண் மையையும், அடித்தளப் பிரிவினரான கம்மாரக்காரர்கள் அதனை ஏற்றுக் கொள்ள வேண்டிய நிலையில் இருந்ததையும் காட்டு கின்றன.

கம்மாரக்காரர் மேசைக்காரராதல்

காலப்போக்கில் தூத்துக்குடி நகர் விரிவடைந்து தொழில் வளர்ச்சியும், இரயில் போக்குவரத்தும், கல்விக் கூடங்களும் உருவாயின. இதன் விளைவாகக் கம்மாரக்காரர்களிலும் வணிகர் களும், செல்வர்களும் உருவாயினர். பொருளாதார நிலையில் வளர்ச்சி பெற்றாலும் தங்களது சாதிக்குள் மேசைக்காரருக்கு அடுத்த சமூக மதிப்பைத்தான் இவர்கள் பெற முடிந்தது. இதே காலகட்டத்தில் ஆங்கிலேயர்களின் முறையான சிவில் நிர்வாக அமைப்பின் காரணமாகச் சாதித்தலைவரின் வருவாயும், அப் பதவியின் அவசியமும் சுருங்கின. மேசைக்காரர்களில் சிலர் பொருளாதார நிலையில் தாழ்ந்தனர். இத்தகைய சூழலில் சமூக உயர் மதிப்பைப் பெற விரும்பிய கம்மாரக்காரச் செல்வர்கள் தங்களைவிடப் பொருளாதார நிலையில் தாழ்ந்த அல்லது தங்களுக்குச் சமமான மேசைக்காரக் குடும்பங்களுடன் மணஉறவு கொண்டனர். இத்தகைய திருமணங்கள் நிகழ்ந்தபொழுது மணஉறவு கொள்ளும் மேசைக்காரர்கள் சாதித் தலைவருக்கு அபராதம் செலுத்த வேண்டியிருந்தது. இன்னும் சில கம்மாரக் காரர்கள் தங்க எலுமிச்சம்பழம் ஒன்றைச் செய்து சாதித் தலைவ ரிடம் கொடுத்து, மேசைக்காரராகத் தம்மை உயர்த்திக் கொண்டனர். இவ்வுயர்வை மேசைக்காரர் ஏற்றுக்கொள்ளும் வகையில் சாதித் தலைவருக்கும், புதிதாக மேசைக்காரரான

கம்மாரக்காரர் தம் செலவில்விருந்து கொடுக்க வேண்டும். தங்கத்தின் விலை உயர்ந்த போது தங்க எலுமிச்சம் பழத்திற்கு மாற்றாகச் சாதித்தலைவர் நிர்ணயம் செய்யும் ஒரு தொகையைக் கொடுக்கும் பழக்கமும் தோன்றியது.

கம்மாரக்காரர் - மேசைக்காரர் முரண்பாடு

பொருளாதார அடிப்படையில் பரதவ சாதியில் உருவான மேசைக்காரப் பிரிவு பண்பாட்டு ஆதிக்கத்தையும், பொருளாதாரச் சுரண்டலையும் நிகழ்த்தியது. கம்மாரக்காரர்களில் ஒரு பிரிவினர் கல்வி அறிவு பெற்ற மத்தியதர வர்க்கமாக மாறினர். மற்றொரு பிரிவினர் விலைமதிப்புமிக்க தோணிகளுக்கு உரிமையாளர் களாகவும், வெள்ளையர் நிறுவனங்களின் முகவர்களாகவும், தரகர்களாகவும் விளங்கினர். இவர்கள் மேசையரின் பண்பாட்டு மேலாண்மையை விரும்பவில்லை. மற்றொரு பக்கம் கடின உடலுழைப்பை மேற்கொண்டு வாழ்ந்த கம்மாரக்காரர்கள் சாதித் தலைவர் மற்றும் மேசைக்காரர்களின் பொருளாதாரச் சுரண்ட லையும், அவர்கள் விதிக்கும் தண்டனைகளையும் வெறுத்தனர். சாதியாலும் மதத்தாலும் ஒன்றாக இருந்தாலும் ஒரு தனிக்குழு வாகச் செயல்பட்ட மேசையர் மற்றும் சாதித் தலைவருக்கு எதிராக இம்மூன்று பிரிவினரும் ஓரணியில் நின்றனர்.

மேசை எதிர்ப்புப் போராட்டத்தின் தொடக்கம்

மேசைக்காரர்களின் பண்பாட்டு மேலாண்மையின் சின்ன மாகச் சாதித்தலைவர் விளங்கியதால் கம்மாரக்காரரின் மேசை எதிர்ப்புப் போராட்டம் சாதித் தலைவரை மையமாக வைத்தே தொடங்கியது. 1889இல் டோம் கபிரியேல் டி குருஸ் பல்டோனா என்ற சாதித் தலைவர் இறந்து போனார். இவருக்கு ஆண் வாரிசு இல்லாமையால் இவரது பேரன் டோம் கபிரியல் டி குருஸ் லாசர் மோத்தாவாஸ் சாதித் தலைவராகப் பட்டம் சூட்டப்பட்டார். கம்மாரக்காரர்கள் இதனை எதிர்த்தனர். தங்களின் எதிர்ப்பை ஆங்கில அரசுக்குத் தெரிவித்தனர். இம்முயற்சியில் கம்மாரக் காரர்கள் வெற்றி பெறாவிட்டாலும் சாதித் தலைவருக்கு எதிராகக் கம்மாரக்காரர்களால் குரல் எழுப்ப முடியும் என்பதையும் இவர்களிடையே ஒரு தலைமை உருவாகியதையும் இந்நிகழ்ச்சி உணர்த்தியது.

1908 ஆகஸ்டு 5ஆம் நாள் பனிமயமாதா தேர்த்திருவிழா நடைபெற்றது. இத்தேரோட்டத்தில் தேர்வடத்தை முதலில் தொட்டு இழுக்கும் சாதித் தலைவரின் உரிமைக்கு எதிராகக்

கம்மாரக்காரர்கள் குரல் எழுப்பினர். சாதித் தலைவரின் இவ்வுரி மையைத் தடுக்கும் முயற்சியில் கம்மாரக்காரர்கள் வெற்றி பெற இயலவில்லை என்றாலும் மேசை எதிர்ப்பு உணர்வு கனன்று கொண்டு இருந்ததை இந்நிகழ்ச்சி உணர்த்தியது.

1914 ஆம் ஆண்டில் டோம்கபிரியல் டி குருஸ் பல்டோனா காலமானார். இவரது மகனைச் சாதித் தலைவராக முடிசூட்ட மேசைக்காரர்கள் முயன்றனர். இறந்துபோன சாதித் தலைவரே இப்பதவிக்கு முறையற்ற வாரிசு என்ற நிலையில் அவரது மகனைச் சாதித் தலைவராக ஏற்க முடியாது என்று கம்மாரக்காரர்கள் எதிர்த்தனர். இம்முறை தங்களது எதிர்ப்பை ஆங்கில அதிகாரி களுக்கு மனுவின் மூலம் தெரிவித்ததுடன் நின்றுவிடவில்லை. தங்கள் நிலையை விளக்கித் துண்டுப் பிரசுரங்களையும், அச்சடித்த அறிக்கைகளையும் வெளியிட்டனர்.

மேசைக்காரர்கள் புதிய சாதித் தலைவர் நியமனத்தை அங்கீகரித்து, 'அங்கீகாரப் பத்திரம்' அனுப்ப வேண்டும் என்று திருநெல்வேலி மாவட்ட ஆட்சித் தலைவருக்கு விண்ணப்பம் அனுப்பினர். முத்துக்குளிக்கும் போது மரபுப்படி சாதித் தலை வருக்குரிய பங்கு அளிக்கப்படும் என்றும், சாதித் தலைமை என்பது அவர்களது உள் விவகாரம் என்பதால் அதில் தாம் தலையிடு வதற்கு இல்லை என்றும் ஆட்சித் தலைவர் பதில் எழுதினார். மீண்டும் இது தொடர்பாக மேசைக்காரர்கள் விண்ணப்பம் அனுப்பியும் மாவட்ட ஆட்சித் தலைவர் தம் நிலையிலிருந்து மாறவில்லை.

இந்நிலையில் கம்மாரக்காரர்கள் 1914 டிசம்பரில் முதல் பரதவ மாநாட்டை நடத்தினர். பரதவ சாதியினரின் கல்வி, வாணிபம், தொழில் முயற்சி தொடர்பான கருத்துக்கள் இம்மாநாட்டில் முக்கிய இடம் பெற்றன. பல கடற்கரை ஊர்களிலும் இருந்து குறிப் பிடத்தகுந்த அளவில் பரதவர்கள் இம்மாநாட்டில் கலந்து கொண்டது கம்மாரக்காரர்களுக்கு மகிழ்ச்சியை அளித்தது. சாதித் தலைவர் என்ற பதவி அனைத்துப் பரதவர்களாலும் உருவாக்கப்படும் ஒன்றாக இருக்க வேண்டுமே தவிர, தங்களை மேல் வகுப்பார் என்று கூறிக் கொள்ளும் ஒரு பிரிவினரின் பரம்பரை உரிமையாக இருக்கக்கூடாது என்ற கருத்தைக் கம்மாரக்காரத் தலைவர்கள் வலுவாகப் பரப்பினர். இவர்களைப் பொறுத்த வரையில் சாதித் தலைமை என்பதை மறுக்காது ஏற்றுக் கொண் டாலும் அது பரம்பரை அடிப்படையில் இருக்கக்கூடாது என்பதை அவர்கள் அச்சிட்டு வெளியிட்டுள்ள அறிக்கைகளில்

தெரியப்படுத்தினர். 18.9.1916இல் பரதவ சாதித் தலைமையைப் பற்றித் தூத்துக்குடி பரத பாண்டியர் சங்கம் ஓர் அறிக்கையை வெளியிட்டது. இதையடுத்து, மேசைக்காரர்களை உறுப்பினர் களாகக் கொண்ட பரதகுல மகாஜன சங்கம் 18.6.1916இல் நிகழ்த்திய கூட்டத்தில், பின்வரும் தீர்மானங்கள் நிறைவேற்றப்பட்டன.

1. தொன்றுதொட்டு பரத குலத்திற்கு ஓர் மகிமையாகவும், பாண்டிய அரச வம்சத்தினரென ஸ்தாபிக்கத்தக்க நிர்விவாத சாதனமாகவும் வாழையடி வாழையாக வந்து கொண்டிருக்கும் ஜாதித் தலைமையென்னும் கௌரவ பதவியை மாமூல்படி ஆதரித்து உற்சாகப்படுத்தி வரவேண்டியது அவசியம்.

2. முதல் தீர்மானத்தில் கண்ட ஜாதித் தலைமையென்னுங் கௌரவப் பதவிக்கு எவவாற்றானுஞ் சர்வ பாத்தியதை யுடையவரும், வாரீஸ்தாரும், காலஞ் சென்றுபோன ஜாதித் தலைவர் தொன் கபிரியல், தெ. குரூஸ் லாசர் மோத்தவாஸ் அவர்களது சிரேஷ்ட குமாரருமாகிய தொன் அகனஸ்தாசியுஸ் மோத்த கொரைறா அவர்களே நமது சாதித் தலைவராக இருந்து வருகின்றமையால் அவர் களுக்குரிய சுதந்தரங்களை மாமூல்படி செலுத்தவேண்டியது நியாயமுங் கடமையுமாயிருக்கின்றது.

3. நமது ஜாதித் தலைவர் தொன் அனஸ்தாசியுஸ் மோத்த கொரைறா அவர்களுக்கு மாமூல்படி பட்டாபிஷேக உத்ஸவம் நடத்தி வைக்க வேண்டியது.

நான்காவது தீர்மானத்தில் இவ்விழாவை நடத்தும் பொறுப்பை நிர்வகிக்க இருபத்தாறு உறுப்பினர்களைக் கொண்ட குழு நியமிக்கப்பட்டது. இச்செய்திகள் அடங்கிய அறிக்கை ஒன்று ‘பரதகுல மகாஜன பொது மீட்டிங்’ என்ற தலைப்பில் 23.6.1966ல் வெளியானது.

இத்தீர்மானத்திற்கு மறுப்பாக ‘பரத ஜாதித் தலைமை’ என்ற தலைப்பில் 2.7.1916 நாளிட்ட அறிக்கை ஒன்றை பரத பாண்டிய சங்கம் வெளியிட்டது.

> பரத ஜாதித் தலைமையைப் பற்றித் தூத்துக்குடி பரத பாண்டிய சங்கத்தார் சென்ற மாதம் 18உ வெளியிட்ட அருமைத் திருமுகம் பார்த்திருப்பீர்கள். சங்கத்தின் நல்ல பிப்ராயம் சகலராலும் ஒப்புக் கொள்ளப்படுமென்பதற்குச் சற்றென்கிலும் சந்தேகமில்லை. ஆயினும் தூத்துக்குடி

> சங்கத்தார் எதனை விரும்புகின்றனரோ அதனையே ஏனையவூர்ச் சகோதரரும் ஒப்புக் கொள்ள வேண்டுமெனல் சங்கத்தாரின் நோக்கமல்ல. ஏனெனில் சாதிக்குத் தலைமை ஸ்தாபிப்பது ஜாதியார் எல்லோருக்கும் உரித்தானது. இந்த உரிமையைக் கொண்டு ஒவ்வொரு ஊராரும் தத்தம் பிரதிநிதிகளைத் தெரிந்து கொள்ள பாத்தியதையிருக்கிறது. அப்படித் தெரிந்து கொள்ளப் பெற்ற பிரதிநிதிகளுக்குள் எவர் லாயக்குள்ளவரோ அவரையே ஓட்டு மூலமாய் ஜாதித் தலைவராக நியமனம் பண்ண வேண்டும்.

இவ்வாறு தொடங்கும் அறிக்கை, தொன் சூசை என்ற தலைவர் காலத்தில்தான் சாதியப் பிரிவினை செய்யும் மேசை உருவானது என்று குறிப்பிட்டு, இறுதியில்,

> .... தலைமை ஸ்தாபன சாதாரண காரியமென நினைத்து எரிகின்ற வீட்டில் பிடுங்குகிறது லாபம் எனப் பார்ப்பது எட்டுணையும் உசிதமல்ல. ஆகையால் காவேரி முதல் கன்னியாகுமரி வரை, பரதஜன சமூகத்தார் வசிக்கும் ஊர் ஒவ்வொன்றிலும் தலைமை விஷயமாய்ப் பொதுக் கூட்டம் கூடி அவ்வவ்வூருக்கு ஓர் பிரதானியைத் தெரிந்து கொள்ள வேண்டும். தெரிந்து கொண்டதை ஆங்காங்குள்ள பிரமுகர்களுக்குத் தபால் மூலமாவது அல்லது ஜாதி பிரசித்தமாகப் பத்திரிகை வழியாகவென்கிலும் அவ்வப்போது அறித்து கொள்ளல் வேண்டும். காரியாதிகளை ஆர அமர யோசித்துத் தீர்மானிப்பதே மிகவும் சிரேஷ்டம். ஏனெனில் ஜாதித் தலைமை ஸ்தாபகம் சாதாரண கருமமல்ல. நம்மெல்லோருக்குமே அது ஓர் ஜீவாதாரமான விஷயமாமென்க.

என்று முடிவடைகிறது.

மேசைக்காரர்களும் முடிசூட்டு விழாவிற்கான ஏற்பாடுகளை மேற்கொள்ளத் தொடங்கினர். கம்மாரக்காரர்களின் எதிர்ப்பை எதிர்கொள்ளும் வழிமுறையாகப் பிற ஊர்களில் வாழும் பரதவர்களின் ஊர்த் தலைவர்களான தலைமைக்காரர் (பட்டங்கட்டி), சீதாதி, ஊரரார் ஆகியோருக்கு எம்.பி. கோமாஸ் என்பவர் கடிதம் எழுதினார். இக்கடிதத்தில் முடி சூட்டுவிழாவையும் அது தொடர்பான கொண்டாட்டங்களையும் எவ்வாறு நிகழ்த்த வேண்டும் என்பது தொடர்பாக அவர்களது கருத்துக்களைக் கேட்டிருந்தார். இக்கடிதங்களுக்குக் கிடைக்கும் பதிலின் அடிப்படையில் சாதித்தலைவர் பதவியேற்பு அனைத்து பரதவர்களாலும்

ஏற்றுக் கொள்ளப்பட்டது என்ற கருத்தை உருவாக்குவதே எம்.பி. கோமாஸின் நோக்கமாகும். ஆனால் அவர் எதிர்பார்ப்புக்கு மாறாக வெளியூர் பரதவர்களின் பிரதிபலிப்பு அமைந்தது.

'தூத்துக்குடி ஸ்ரீமாஞ். எம்பி. கோமாஸ் அவர்களின் பொறுப்பும், கீழக்கரை பரதகுல ஊரவர்களின் மறுப்பும்' என்ற தலைப்பில் கீழக்கரை 'பரதகுல ஊரவர்களின் உத்தரவின்படி' ஏ. பர்னாந்தீஸ் என்பவர் 1.5.1917இல் எழுதிய கடிதம் அச்சிடப்பட்டு வெளியானது. அக்கடிதத்தின் இறுதியில் பின்வரும் கருத்து வலியுறுத்தப்பட்டது.

> ஜாதியை விபரீதப்படுத்திப் பகையுண்டு பண்ணி, குடும்ப சங்கடங்களையும், சகோதரப் பிரிவையும், நிலை நிற்கச் செய்த நாலுகால் பாழும் மேசை யொழிந்தும், மேசையரென்ற அகங்காரிகளின் ஓசையழிந்து போக வேண்டுமென்பது எமது துணிபு. இனி ஜன சமூக அங்கீகாரத் தலைமை நியமன அறிக்கையென நாமகரணஞ் சூட்டப்பெற்ற பத்திரம் எமக்குக் கிடைத்த பின்னரே எம்மூரிலிருந்து பிரதிநிதிகள் அனுப்பப்படுவார்கள். அப்படிக்கின்றி அநாகரீக மேசையரின் சாரமற்ற துண்டுக் கடிதங்களுக்கு எம்மூர் கிஞ்சிற்றேனுஞ் செவி சாய்க்காது. "விநாசகாலம் விபரரீதப்புத்தி" என்னும் ஆன்றோர் மொழிக்கிணங்க அவசரப்பட்டு, தலைமை தலைமை என ஒலமிடுவது சற்றெங்கிலும் பொருந்தாது. ஜாதியின் மகிமையைக் கெடுத்த சந்ததிகளி லென்கிலும், பணச்செருக்கால் பிரிந்து போன மேசையரிலாகிலும், பரத ஜாதித் தலைமை ஸ்தானம் ஏற்படாமல், ஜனசமூக அங்கீ காரத்தோடு மதிக்கப் பெற்ற ஓர் உத்தம புருஷன் ஜாதித் தலைவராக வேண்டுவதே எனது முழு அபிப்ராயம். ஆகை யால் அக்காலம் வரும் வரையில் தம்முடைய தலைமை பேச்சுத் தள்ளி வைக்கப்பட்டிருக்குமெனத் தெரிந்து கொள்க.

புன்னைக்காயல், உவரி போன்ற ஊர்களிலிருந்தும் வந்த கடிதங்களும் இக்கருத்தையே பிரதிபலித்தன.

இதன்பின்னர் பரத மகாஜன நாட்டினர் கூட்டமொன்று 18.5.1917இல் கம்மாரக்காரர்களால் கூட்டப்பட்டது. இக்கூட் டத்தில் சாதித் தலைவர் நியமனம் தொடர்பாகப் பின்வரும் தீர்மானம் நிறைவேற்றப்பட்டது.

> பரத ஜாதித் தலைமை ஸ்தானத்தில், தொன் சூசை வாஸ், தொன் கபிரியேல் வாஸ் குவர்களால் நம் ஜாதிக்கு சம்பவித்து இதுவரையும் இருந்து வருகின்ற ஐயக்குறைவு நீங்கி ஸ்திரமான

ஒற்றுமை ஏற்பட்ட பிற்பாடு தான், ஜாதித் தலைமை நியமன விஷயத்தைப் பற்றி யோசிக்க வேண்டுமெனவும், இந்த நமது நன்னோக்கத்தை ஏற்கனவே அனுசரித்து ஜாதிப் பிளவு எடுபட்டு ஜாதியாருக்குள் சமாதானம் குடிகொண்டா லொழியத் தலைமை நியமிக்கக் கூடாதென அயலூர் சகோதரர்களிடமிருந்து வந்த கடிதங்களை இதனோடு தாக்கல் செய்து கொள்ள வேண்டுமெனவும் தீர்மானிக்க லாயிற்று.

இதற்கு மாறாக 20.5.1917இல் மேசைக்காரர்கள் கூட்டிய பரத மகாஜனம் புதிய ஜாதித் தலைவரை ஏற்றுக் கொண்டு தீர்மானம் நிறைவேற்றியது.

21.5.1917இல் மீண்டும் கூடிய கம்மாரக்காரர்கள் "திரு. எம்.பி. கோமெஸ் வகையறாக்களால் பரத ஜாதித் தலைமை நியமனத் திற்குத் தெரிந்து கொள்ளப்பட்ட திரு. அனஸ்தாசியூஸ் மோத்த கொனரரா, பரத ஜாதித் தலைமைக்கு வாரீசுமல்ல. பரத ஜாதி தலைமைக்கு லாயக்குமல்ல, ஆகையால் க்ஷ யாரை நமது பரத ஜன சமூகம் ஏற்றுக் கொள்ளவில்லையெனத் தீர்மானிக்கப் பெற்றது" என முடிவு செய்தனர்.

இத்தகைய நிலையில் சாதித் தலைவர் பெரும்பாலான பரதவர்களின் ஆதரவின்றி சாதித் தலைவராக விளங்கினார். மேசைக்காரர்களும், கம்மாரக்காரர்களும் ஒருவருக்கொருவர் முரண்பட்டு நின்று தீர்மானங்கள் நிறைவேற்றல், சிறு பிரசுரங்கள் மற்றும் அறிவிப்புக்கள் வெளியிடல் என்ற செயல்களைத் தொடர்ந்து நடத்தி வந்தனர். மணப்பாட்டைச் சேர்ந்த ஜே.எல். மிராண்டா என்ற யேசு சபைத் துறவி இருதரப்பினரையும் ஒன்றிணைக்கும் முயற்சியில் ஈடுபட்டார். இதனடிப்படையில் மேசைக்காரர் தரப்புத் தலைவர்களும், கம்மாரக்காரத் தரப்புத் தலைவர்களும் 1925 அக்டோபரில் சந்தித்தனர். இச்சந்திப்பின் விளைவாக உடன்படிக்கை ஒன்று ஏற்பட்டது. அதே மாதம் மணப்பாட்டில் நிகழவிருந்த நான்காவது பரத மாநாட்டில் அனைத்துப் பரதவர்களும் வேறுபாடின்றிக் கலந்து கொள்ளும் வகையில், சாதித் தலைவர் பதவியேற்பு விழாத் தொடர்பான தீர்மானங்களை நிறுத்தி வைப்பதாக இவ்வுடன்படிக்கை குறிப் பிட்டது.

இவ்வுடன்படிக்கையின் அடிப்படையில் பரத மாநாடு அமைதியாக நடைபெறும் என்ற நம்பிக்கை மணப்பாட்டு மாநாட்டின் வரவேற்புக் குழுவினருக்கு ஏற்பட்டது. 1925 அக்டோபர்

16ஆம் நாள் பரதவ மாநாடு தொடங்கியது. மேசைக்காரர்கள் சார்பான பரத மகாஜனசங்க நிர்வாகக்குழு உறுப்பினர்கள் தனியாகக் கூடி அமைதி உடன்பாட்டிற்கு எதிரான நடவடிக்கையை மேற்கொண்டனர். அதிகாரப்பூர்வமற்ற கூட்டத்தில் முடிவு செய்யப்பட்ட அமைதி உடன்படிக்கையானது உண்மையில் ஒரு பரிந்துரையே என்று முடிவு செய்தனர். இது அதிகாரப்பூர்வமற்ற உடன்படிக்கை என்பதால் தாங்கள் இதை ஏற்றுக் கொள்ள முடியாது என்றும் கூறினர்.

மாநாடு தொடங்கியதும் மாநாட்டிற்குத் தலைமை வகித்தவர் அமைதி உடன்பாட்டிற்கு மாறான தீர்மானங்கள் மாநாட்டில் ஏற்றுக் கொள்ளப்படாது என்று உறுதியாகக் கூறினார். இதை ஆதரித்தும் எதிர்த்தும் கூச்சல் கிளம்பியது. அமைதி உடன் படிக்கையை மேசைக்காரர்களின் பரதமகாஜன சங்கம் ஏற்றுக் கொண்டாலொழியத் தங்களது பரத பாண்டிய சங்கத்தினர் மாநாட்டு நடவடிக்கைகளில் கலந்து கொள்ளமாட்டார்கள் என்று கம்மாரக்காரர்கள் உறுதியாகக் கூறிவிட்டனர். பரதமகா ஜன சங்கத்தினர் திருத்தப்பட்ட உடன்படிக்கை ஒன்றைக் கொண்டு வந்தனர். பின்னர் தாங்கள் விரும்பியபடி மேனுவல் லூயிஸ் டி. குருஸ் அனஸ்தாசிஸ்தியா மோத்தா கொரைறாவைச் சாதித் தலைவராக உறுதி செய்யும் தீர்மானத்தை நிறைவேற்றினர்.

இதன் பின்னர், மேசை எதிர்ப்பு நீறு பூத்த நெருப்பாகவே விளங்கி வந்தது. அவ்வப்போது மேசை எதிர்ப்புப் பிரசுரங்களும் துண்டறிக்கைகளும் கம்மாரக்காரர்களால் வெளியிடப்பட்டன. கம்மாரக்காரச் செல்வர்களின் சுரண்டலால் பாதிக்கப்படும் பரதவர்களைத் தங்கள் பக்கம் ஈர்க்கும் வகையில் மேசைக் காரர்களும், சில அறிக்கைகளை வெளியிட்டனர்.

போராட்டத்தின் இறுதிக் கட்டம்

1947 ஆகஸ்ட் 5இல் பனிமயமாதா திருவிழாவையொட்டித் தேரோட்டம் நிகழவிருந்தது. இத்தேரோட்டத்தில் வழக்கம் போல் தேர் வடத்தை முதலில் தொட்டு இழுக்கும் சாதித் தலைவரின் சிறப்புரிமை கம்மாரக்காரர்களின் எதிர்ப்புக் குள்ளானது. தூத்துக்குடி மறைமாவட்டத்தின் ஆயராக இருந்த ரோச் ஆண்டவர் அமெரிக்கா சென்று விட்டார். இக்காலக் கட்டத்தில் மேசைக் காரர்களைவிடக் கம்மாரக்காரர்கள் வலுவான பொருளாதார நிலையில் இருந்தனர். இரண்டாவது உலக மகா யுத்தத்தையொட்டி, கொழும்பிலிருந்த மேசைக்காரப் பரதவர்கள் குண்டு வீச்சுக்குப்

பயந்து அங்கிருந்து இடம் பெயர்ந்து வந்திருந்தனர். மீண்டும் அவர்கள் தங்கள் பொருளாதாரத்தை உயர்த்திக் கொள்ளச் சிரமப்பட்டனர். இந்தியாவுக்கு விடுதலை கிடைக்கவிருந்த நிலையில் கம்மாரக்காரர்களிடம் மேசை எதிர்ப்புணர்வு உத்வேகம் பெற்றது. நேரிடையான மோதலுக்கு அவர்கள் தயாராக இருந்தார்கள். எனவே, தூத்துக்குடியிலிருந்த வருவாய் மற்றும் காவல்துறை உயர் அதிகாரிகள் சமாதான முயற்சியில் ஈடுபட்டனர். தேரோட்டம் தொடர்பாக ஒரு நெறி முறையை வகுத்துத் தரும்படி ரோச் ஆண்டகைக்கு வேண்டுகோள் விடுவிக்கப்பட்டது. அவர் அங்கிருந்து 'Jati first pull after clergy' என்று ஒரு தந்தியை அனுப்பி வைத்தார். இருதரப்பினரும் தங்கள் விருப்பத்திற்கு ஏற்பப் பொருள் கொள்ளும் வகையில் தந்தி வாசகம் அமைந்திருந்தது. மேசைக்காரர்கள் 'Jati first pull' என்று நிறுத்தி 'after clergy' என்று படித்து, சாதித் தலைவர் தேர்வடத்தை முதலில் தொட்டு இழுக்க வேண்டும் என்பது ஆயரின் கட்டளை என்றனர். இவ்வாசகத்தைத் தொடர்ச்சியாகப் படித்து சமயக் குருவிற்குப் பின்னரே சாதித் தலைவர் வடம் தொடவேண்டும் என்று கம்மாரக்காரர் பொருள் கொண்டனர். ஆயரின் இத்தந்தி வாசகத்தால் பிரச்சனை மேலும் குழம்பியது.

இந்நிலையில் மாவட்ட ஆட்சித் தலைவர் "ஒரே நேர இழுப்பு" (simultaneous pull) என்ற முறையை உருவாக்கினார். இதன்படி மூன்று தேர்வடங்களுள் நடுவிலுள்ள தேர் வடத்தை மதத் தலைவரும், ஒரு புறத்திலுள்ள தேர்வடத்தை சாதித் தலைவர் தலைமையிலுள்ள மேசைக்காரர்களும், மற்றொரு புறத்திலுள்ள தேர் வடத்தைக் கம்மாரக்கார்களும் பிடித்துக் கொள்ள வேண்டும் என்றும், "மரியே மாதாவே" என்ற குரல் ஒலித்ததும் மூன்று தரப்பினரும் ஒரே நேரத்தில் தேரை இழுக்க வேண்டும் என்றும் முடிவு செய்தார். இம்முடிவு ஏற்கப்படாவிட்டால் தேரோட்டம் நிகழாது என்ற நிலையில் இரு தரப்பினரும் வேறு வழியின்றி இதனை ஏற்றுக் கொள்ள வேண்டிய நிலை ஏற்பட்டது. இது ஒரு வகையில் கம்மாரக்காரர்களுக்கு வெற்றியாகவும் அமைந்தது.

ஜீப் வாகனத்தைக் கட்டி, தேரை இழுத்ததாகவும் இதனால் இதை Jeep pull என்று அழைத்ததாகவும் தமது Fisherman of the Coromendel *(1984)* என்ற நூலில் பேட்ரிக் ரோச் என்பவர் எழுதியுள்ளார். இது முற்றிலும் தவறான செய்தியாகும்.

மணப்பாடு பரத மாநாட்டில் சாதித் தலைவராக மேசைக் காரர்களால் ஏற்றுக்கொள்ளப்பட்ட மேனுவல் லூயிஸ் டி. குருஸ்

அனஸ்தாசிஸ்தியா மோத்தா கொரைறா இந்தியாவின் முதல் பொதுத்தேர்தல் நடந்து முடிந்த பின்பு காலமானார். நாட்டில் ஏற்பட்ட மக்களாட்சி முறைக்கு மாறாகப் பரம்பரை உரிமையின் அடிப்படையில் மீண்டும் ஒரு சாதித் தலைவரை உருவாக்கும் துணிவும் வலிமையும் இல்லாத நிலையில் சாதித் தலைவர் பதவி முடிவு பெற்றது. அத்துடன் மேசையர் மேலாண்மையும் செல்வாக்கும் மறைந்தன.

பதினாறாம் நூற்றாண்டு கோவாவில் குணாசாகர் என்பவர் களுக்குத் தேவாலயத்தில் புனித வெள்ளியன்று சிலுவை சுமந்து செல்லும் உரிமையைப் போர்ச்சுக்கீசியர்கள் வழங்கியிருந்தனர். 1961-ல் இந்தியாவுடன் இணைந்த பிறகு யார் சிலுவையை சுமப்பது என்ற பிரச்சனை உருவாகியது. பின்னர் பேராயரால் குணாசாகரின் உரிமை பறிக்கப்பட்டது. இதுபோன்றே முத்துக்குளித்துறையில் தங்களுக்கு ஆதரவாக பரதவர்களிடையே ஒரு பிரிவை போர்ச்சுக் கீசியர் உருவாக்கி வைத்திருந்தனர். நாட்டு விடுதலையை ஒட்டி ஒரே சாதிக்குள் உருவான புதிய வர்க்கங்கள் மேசையரின் உரிமை யைப் பறித்துவிட்டன.

துவிக் குத்தகைப் போராட்டம்

தாங்கள் பிறந்து வளர்ந்த சமூக அமைப்பிற்கு எதிரான கலகமாகச் சமயமாற்றம் அமைகிறது. நாம் விரும்பினாலும் விரும்பாவிட்டாலும் சமூகஎதிர்ப்பானது சமயமாற்றம் என்ற வடிவத்தைக் கொண்டுள்ளது. (அகுஸ்தீன்)

இடிந்தகரை

நெல்லை கட்டபொம்மன் மாவட்டத்தில் உள்ள இராதாபுரம் ஒன்றியத்தில் அமைந்துள்ள கிராமம் 'விஜயாபதி' ஆகும். விஜயாபதி பஞ்சாயத்திற்குட்பட்ட ஒரு கடற்கரைச் சிற்றூரே 'இடிந்தகரை'. இராதாபுரத்திலிருந்து 12 கிலோமீட்டர் தென் கிழக்கிலும், திருச்செந்தூர் கன்னியாகுமரி சாலையில் தாமஸ் மூலை என்ற நிறுத்தத்திலிருந்து 4.6 கி.மீ. தூரம் தெற்கிலும் இடிந்தகரை அமைந்துள்ளது.

இவ்வூர்க் கடற்கரையில் ஒரு பகுதி கடற்பாறைகளைக் கொண்டமைந்துள்ளது. இவற்றின்மீது கடல் அலைகள் மோதி மோதி கரை இடிந்து கடல் ஊரினுள் முன்னேறியுள்ளது. இவ்வாறு இடிந்தகரையை உடைய ஊர் என்பதால் இடிந்தகரை என்று பெயர் பெற்றதாகக் கூறுவர். முருகனுடன் இவ்வூரைத் தொடர்பு படுத்திக் கூறும் புராணக்கதை ஒன்று 'விடிந்தகரை'[1] என்பதே இடிந்தகரை என்றாயிற்று என்று கூறும். இடிந்தகரைக்குத் தெற்கில் உள்ள கூட்டப்புளி - பஞ்சல் - பெருமணல் ஆகிய கடற்கரைக் கிராமங்களிலிருந்தும் வடக்கிலுள்ள கூத்தங்குளி என்ற கடற்கரை கிராமத்திலிருந்தும் மக்கள் குறிப்பிடத்தகுந்த அளவு இங்கு குடியேறியுள்ளனர்.

இடிந்தகரையைக் குறித்த பழமையான வரலாற்றுக் குறிப்பு பதினாறாம் நூற்றாண்டிலிருந்து காணக்கிடைக்கின்றது. போர்ச்சுக் கீசிய நாட்டைச் சார்ந்தவரும் முத்துக்குளித்துறைப் பகுதியில் ஐம்பது ஆண்டுகளுக்கும் மேலாக (1546-1600) சமயப்பணி

முடித்தவருமான அண்ட்ரிக் அடிகளார் (Henricue Henriques, 1520-1600) என்ற சேசுசபைத் துறவி கி.பி. 1558இல் பரதவர்கள் வாழும் 21 கடற்கரை கிராமங்களைக் குறிப்பிடுகிறார். இதில் ஒன்றாக இரிஞ்சகாலு (Irinjacalu) என்ற பெயரில் இடிந்தகரை குறிப்பிடப் பட்டுள்ளது (Schurhammer 1977:306). பதினேழாம் நூற்றாண்டைச் சேர்ந்த கத்தோலிக்க சமய ஆவணங்களில் இவ்வூரைப் பற்றிய குறிப்புக்கள் இடம்பெற்றுள்ளன. கி.பி. 1644 இல் இவ்வூர் 200 கத்தோலிக்க பரதவர்களைக் கொண்டிருந்ததாகவும், இங்குள்ள தேவாலயத்தின் பாதுகாவலர்களாகப் புனித ராயப்பர், புனித சின்னப்பர் ஆகியோர் விளங்கியதாகவும் குறிப்பிடப்பட்டிருக்கிறது (மேலது : 342). கி.பி. 1715ஆம் ஆண்டைச் சேர்ந்த மலபார் மறை மாவட்டக் குறிப்பேட்டில் 'இரிஞ்சகரை' என்ற பெயரில் இடிந்த கரை குறிப்பிடப்பட்டுள்ளது.

பரதவர் சமயமாற்றம்

நெய்தல் நிலத்திற்குரிய மக்களாகக் குறிப்பிடப்படும் பரதவர் என்ற சாதியினரே இடிந்தகரையில் வாழ்ந்து வருகின்றனர். கி.பி. 16ஆம் நூற்றாண்டில் அராபிய மூர்களின் கொடுமையிலிருந்து தம்மைப் பாதுகாத்துக் கொள்ள முத்துக்குளித்துறைப் பகுதிகளில் வாழ்ந்த பரதவர் அனைவரும் ஒரே குழுமமாகக் கத்தோலிக்கர் களாயினர். அந்த வகையில் இடிந்தகரை பரதவர்களும் அன்றி லிருந்து இன்றுவரை 450 ஆண்டுகளுக்கும் மேலாக, பாரம்பரிய மான கத்தோலிக்கர்களாக விளங்கி வருகின்றனர்.

அடித்தளப் பரதவர்

பரதவர்களின் முக்கியத் தொழில் மீன்பிடித்தல் ஆகும். இதுவே அவர்களது பாரம்பரியமான தொழிலாகும். ஆயினும் இவர்களுள் ஒரு பிரிவினர் வணிகர்களாகவும் வேளாண் தொழில் செய்பவர் களாகவும் விளங்குகின்றனர். மீன்பிடித்தலைத் தொழிலாகக் கொண்ட பரதவர்களே இங்கு நாம் குறிப்பிடும் அடித்தளப் பரதவர் ஆவர்.

ஒவ்வொரு கடற்கரை ஊர்களிலும் இவர்களை வெவ்வேறு பெயர்களால் குறிப்பர். விடுவித்துக்காரன், குண்டக்காரன் (குண்டல் காரன்), கம்மாரக்காரன் என அடித்தளப் பரதவர் குறிப்பிடப்படு கின்றனர். 'இடிந்தகரை'யில் மீன்பிடித் தொழில் செய்து வாழும் பரதவர்கள் ' மடிக்காரன்' என்றும், வேளாண்மை செய்யும் பரதவர் 'மெனக்கெடர்' என்றும் அழைக்கப்படுகின்றனர்.

மடிக்காரன் என்றழைக்கப்படும் இடிந்தகரை அடித்தளப் பரதவர்களின் சமூக வாழ்வில் நிகழ்ந்த ஒரு மறக்கவியலா நிகழ்ச்சியே துவிக்குத்தகைப் போராட்டமாகும். இப்போராட்ட நிகழ்ச்சிகளை அறிந்து கொள்ளும் முயற்சியின் முதற்படியாக நெல்லை மாவட்டக் கடற்கரைப் பகுதிகளில் நிலவி வந்த பல்வேறு குத்தகை முறைகள் குறித்து அறிந்து கொள்வது அவசியமாகும்.

குத்தகை முறைகள்

கத்தோலிக்கத் தேவாலயங்களின் நிர்வாகத்திற்கும் மறை மாவட்டத்தின் மறைப்பணிகளுக்கும் தேவைப்படும் பணத்தைத் திரட்ட கத்தோலிக்கத் திருச்சபை பின்பற்றிய ஒருவகை வரிவிதிப்பு முறையே இங்கு 'குத்தகை' என்றழைக்கப்படுகிறது.

திருவாங்கூர் மன்னரின் ஆட்சிப் பகுதியிலுள்ள கத்தோலிக்கத் தேவாலயங்களுக்குத் திருவாங்கூர் மன்னர் வழங்கிய சலுகை களைப் பின்பற்றியே குத்தகை முறை உருவாகியதாக வெனான்சியஸ் அடிகள் (1977 : 314) கருதுகிறார். உதயமார்த்தாண்டவர்மன் (கி.பி. 1494-1535) என்ற திருவிதாங்கூர் மன்னன் காலத்தைச் சேர்ந்த தாகக் கருதப்படும் கல்வெட்டொன்றை (கி.பி. 1494) இக்கூற்றுக்கு ஆதாரமாகக் காட்டுகிறார். கன்னியாகுமரிக்குத் தெற்கில் 2 கி.மீ. தொலைவிலுள்ள குமரி முட்டம் என்ற கிராமத்திலுள்ள தேவால யத்தில் விளக்குகள் ஏற்றத் தேவையான தேங்காய் எண்ணெய் வாங்கச் சில துறைமுகத் தீர்வைகளைக் கொடையாக இம்மன்னன் அளித்துள்ள செய்தியினை இக்கல் வெட்டு கூறுகிறது.

இதன் அடிப்படையிலேயே குத்தகை முறை கடற்கரைக் கிராமங்களில், போர்த்துக்கீசியக் குருக்களால் அறிமுகப்படுத்தப் பட்டதாகவும், குத்தகை முறையில் இவர்கள் காட்டிய தீவிரத்தைக் கண்டு இவர்களைக் 'குத்தகைக்கார சாமிகள்' என்று மக்கள் அழைத்ததாகவும் குறிப்பிடுகிறார். 1838-க்குப் பின் பிரெஞ்சு சேசு சபையினர் இப்பகுதியில் வந்த பின்னர் அவர்களும் இதனைத் தொடர்ந்து பாதுகாத்தனர் (வெனான்சியஸ், 1977, 314-315). இதன் தொடர்ச்சியாகப் பின்வரும் குத்தகை முறைகள் நெல்லை, குமரி மாவட்டத்தின் கடற்கரைப் பகுதிகளில் நிலவி வந்தன.

துவிக் குத்தகை

சுறா, உலுவை, வேழா(லா), புலயம், இலுப்பா ஆகிய மீன்களில் சிறகு (Fin) காணப்படும். இதனையே 'துவி' (தூவி) என்பர். பழுது மீன் என்ற மீனின் தொண்டையிலிருந்து குடல்

வரை பை போன்று ஓர் உறுப்பு உடலினுள் காணப்படும். பஞ்சு போன்று மிருதுவாக இருக்கும் இதனைப் 'பள்ளை' என்பர். துவியும் பள்ளையும் தேவாலயத்திற்குரியது. எனவே ஆண்டுதோறும் இவற்றைச் சேகரிக்கும் உரிமையினை ஏலம் விடுவர். ஏலம் எடுத்தவர் துவி, பள்ளை இரண்டையும் வெட்டி எடுத்துச் செல்வர்.

அஞ்சுமீன் (ஐந்துமீன்) குத்தகை

நாள்தோறும் பிடித்த மீனில் ஒரு கைப்பிடியளவு மீனை தேவாலயத்திற்குக் கொடுத்துவிட வேண்டும். இம்மீனைச் சேகரிக்கும் உரிமையினைத் தேவாலயம் ஏலம்விடும்.

செவ்வாய்கிழமைத் தெரிப்பு

செவ்வாய்க்கிழமையன்று பிடிக்கும் மீனில் பாதிப்பங்கு தேவாலயத்திற்குச் சேரும். செவ்வாய்க்கிழமை கடலுக்குப் போகாதவர்கள் அடுத்து கடலுக்குப் போகும் நாளில் பிடிக்கும் மீனின் மதிப்பில் பாதியைச் செலுத்திவிட வேண்டும். வித்து (விற்று) வலை என்றும் சில கிராமங்களில் இதனைக் குறிப்பிடுவர்.

மகமைக் குத்தகை

கிராமத்தினுள் விற்பனைக்கு வரும் பொருட்களின் மீது விதிக்கப்படும் வரி (இது இன்றும் வழக்கிலுள்ளது).

சந்தைக் குத்தகை

வியாபாரிகள் வாங்கும் மீனுக்கு ஒரு கூடைக்கு இவ்வளவு என்ற முறையில் விதிக்கப்படும் வரி (இது இன்றும் வழக்கிலுள்ளது).

ஆண்டுதோறும் பங்குக்குரு இக்குத்தகைகளை ஏலம் விடுவார். உயர்ந்த தொகைக்கு ஏலம் எடுத்தவர் இக்குத்தகைகளை வசூல் செய்யும் உரிமையைப் பெறுவார். குத்தகைதாரருக்குச் சேர வேண்டிய மீன், துவி, பள்ளை, கட்டணம் ஆகியவற்றைக் கொடுக்க மறுத்தவர்களுக்கு ஊர்ப்பஞ்சாயத்து அபராதம் விதிக்கும். அபராதத்தைக் கட்டத் தவறினால் சமயச் சடங்குகள் இவர்களுக்கு மறுக்கப்படும். மீண்டும் இவற்றை அடைய, குத்தகை பாக்கியையும் தமக்கு விதிக்கப்பட்ட அபராதத் தொகையையும் கட்டியாக வேண்டும். சில நேரங்களில் அபராதம் கட்டத் தவறியவர்கள் மீன் பிடிக்கக் கடலுக்குச் செல்வதைத் தடுக்கவும் செய்வர். இதையும்

மீறி மீன்பிடித்து வந்தால் மீனை விற்க அனுமதிப்பது இல்லை. வியாபாரிகள் இம்மீனை வாங்காது தடுக்கப்படுவர். இதன் உச்சட்டமாக நாவிதர், சலவைத் தொழிலாளர் ஆகியோரின் பணி இவருக்கு மறுக்கப்படும். எனவே விரும்பினாலும் விரும்பா விட்டாலும் கடற்கரைச் சிற்றூர்களில் வாழும் பரதவர்கள் இக்குத்தகை முறைக்கு உட்பட்டே ஆகவேண்டும் என்ற நிலை நிலவியது.

அன்றாடம் அலை கடலுடன் போராடி வாழ்க்கை நடத்தும் பரதவர்கள் இக்குத்தகைகளை முற்றிலும் மனமுவந்து தந்தனர் என்று கூற முடியாது. போர்ச்சுக்கீசியர்கள் காலத்திலேயே அறிமுகப்படுத்தப்பட்ட இக்குத்தகை முறையினைக் குறித்த எதிர்ப்புணர்வுகள் அவ்வப்பொழுது தோன்றி மறைந்துள்ளன. குறிப்பாகப் பெரியதாழை, ஆலந்தலை, உவரி, புன்னைக்காயல் ஆகிய கிராமங்களில் குத்தகை எதிர்ப்பு அவ்வப்பொழுது தோன்றி மறைந்துள்ளது. இப்பிரச்சனையின் அடிப்படையிலேயே கோவில் கட்சி அல்லது சாமியார் கட்சி என்ற ஒரு பிரிவும் ஊர்க்கட்சி என்ற ஒரு பிரிவும் இக்கிராமங்களில் உருவானது. இவ்விரு கட்சிகளுக்கிடையே ஏற்பட்ட பிணக்குகள், மோதல்கள், வழக்குகள் ஆகியன குறித்த வரலாற்றை ஒவ்வொரு கடற்கரைக் கிராமங் களிலும் இன்றும் கேட்டறியலாம்.

இத்தகைய குத்தகை முறையினால் பாதிக்கப்பட்ட கடற் கரைக் கிராமங்களில் ஒன்றாக 'இடிந்தகரை'யும் விளங்கியது. 'இடிந்தகரை' குத்தகை எதிர்ப்பு நிகழ்ச்சிகளின் வரலாறு 1964ஆம் ஆண்டிலிருந்து தொடங்குகிறது எனலாம்.

எதிர்ப்பின் தொடக்கம்

பல்வேறு குத்தகை முறைகளில் மிகவும் கொடூரமாக அமைந்த குத்தகை 'செவ்வாய்க்கிழமைத் தெரிப்பு' ஆகும். ஏனெனில் வாரத்தில் ஒருநாள் வருவாயில் சரி பாதி தேவாலயத்திற்குச் சென்றுவிடுகிறது. எனவே அடித்தளப் பரதவர்கள் இதனைக் கடுமையாக வெறுக்கத் தொடங்கினர். இவர்களது எதிர்ப்பின் உண்மையை உணர்ந்த தூத்துக்குடி மறைமாவட்டத் தலைமை ஐம்பதுகளின் இறுதியில் இதனைக் கைவிட்டது. ஏனைய குத்தகைகள் நடைமுறையில் இருந்து வந்தன.

அறுபதுகளின் தொடக்கத்தில் துவியின் மதிப்பு உயரத் தொடங்கியது. ஒரே எடை அளவுள்ள மீனின் மதிப்பைவிட துவியின் மதிப்பு சற்று கூடுதலாக விற்கத் தொடங்கியது. ஆனால்

அவ்விலைவுயர்வினால் இவர்களுக்கு எவ்விதப் பயனும் இல்லை. துவிக் குத்தகை எடுத்தவரே இவ்விலையுயர்வினால் பயன்பெற்றார்.

அதே நேரத்தில் இடிந்தகரையில் மற்றொரு முக்கிய பிரச்சனையும் உருவானது. முன்பு குறிப்பிட்ட 'மெனக்கெடர்' என்போர் உழுவித்துண்ணும் வேளாண் குடியினராக விளங்கியதால் செல்வத்திலும் கல்வி நிலையிலும் மடிக்காரர்களைவிட இவர்கள் மேம்பட்டு விளங்கினர். தங்களிடமிருந்த உபரிப்பணத்தால் மடிக்காரர்களின் மீது ஆதிக்கம் செலுத்திவந்தனர். தேவைப்படும் நேரத்தில் மடிக்காரர்களுக்கு முன்பணம் கொடுப்பவர்களாக இவர்கள் விளங்கினர். இவர்களிடம் முன்பணம் வாங்கியவர்கள் இவர்களிடமே மீனை விற்கவேண்டிய கட்டாயத்திற்கு ஆளாயினர். சந்தை விலையைவிட இம்முறையில் விலை குறைவாகவே நிர்ணயிக்கப்பட்டது. அடுத்து கடற்கரையில் நிலவிய மேற்கூறிய குத்தகைகளை ஏலம் எடுப்பவர்களாகவும் இவர்களே விளங்கினர். இவ்வாறு பொருளாதார நிலையில் மட்டுமின்றி கிராமத்திலும் தேவாலயத்திலும் மதிப்பு வாய்ந்தவர்களாகவும் இவர்கள் விளங்கினர்.

எல்லாவற்றிற்கும் மேலாக இவர்கள் வருடத்திற்கு ஆறு ரூபாய் மட்டுமே தேவாலயத்திற்குரிய வரியாகச் செலுத்தி வந்தனர். அதே நேரத்தில் இவர்களைவிடக் கடினமான உழைப்பை மேற்கொண்டு பொருளாதார நிலையில் தாழ்ந்திருக்கும் மடிக்காரர்கள் ஆண்டுக்குச் சராசரி 600 முதல் 1000 ரூபாய் வரை செலுத்தி வந்தனர். இவ்வாறு அதிக அளவு வரியினைக் குத்தகைகளின் வாயிலாகச் செலுத்தி வந்தாலும் பங்குக் குருக்களிடம் மெனக்கெடர்களே செல்வாக்கு செலுத்தி வந்தனர். இவ்வேறுபாடுகள் நீண்ட காலமாகவே மடிக்காரர்களின் மனதை உறுத்திக் கொண்டிருந்தன.

இந்நிலையில் 1964ஆம் ஆண்டில் மடிக்காரர்களில் சிலர் குத்தகை நியதிகளை மீறத் தொடங்கினர். 1965இல் இக்குத்தகைகள் நீக்கப்பட வேண்டுமென்ற கருத்து வலுப்பெறத் தொடங்கியது. மெனக்கெடரைப் போலவே ஒரு குறிப்பிட்ட தொகையினை வரியாகக் கொடுத்துவிடலாம் என்ற கருத்து இவர்களிடையே முதலில் வெளிப்பட்டது. ஆறு ரூபாய் என்பதற்குப் பதில் இருபத்தைந்து ரூபாய் என்று உயர்த்திக் கொள்ளலாம் என்றும் கருத்துத் தெரிவித்தனர். இதற்கு உடன்படாவிட்டால் மடிக்காரர்களைப் போன்றே மெனக்கெடர்களும் விளைச்சலின் ஒரு பங்கைக் கொடுக்கட்டும் என்ற கோரிக்கையும் மடிக்காரர்களின் மத்தியில் எழுந்தது. இக்கோரிக்கைக்கு மடிக்காரர்களிடம் ஆதரவு பெருகியது. இதனை வலியுறுத்திப் பங்குக் குருவாக இருந்த 'ஜான் சிங்கராயர்

லோபோ' என்பாருக்கு விண்ணப்பம் அனுப்பினர். துவிக்குத் தகையை நீக்கி விட்டு நிர்ணயிக்கப்பட்ட ஒரு தொகையினை வரியாகச் செலுத்தலாம் என்ற கருத்து இவ்விண்ணப்பத்தில் வலியுறுத்தப்பட்டது. மேலும் அவ்வரியானது மெனக்கெடருக்கும் மடிக்காரருக்கும் ஒரே அளவினதாய் இருக்க வேண்டுமென்றும் வலியுறுத்தினர்.

இப்பிரச்சனை தொடர்பாக ஊர்க்கூட்டம் நிகழ்ந்தது. தூத்துக்குடி மறைமாவட்டத்தின் ஆயராய் இருந்த மிக.வண. தாமஸ் ஆண்டகையின் தந்தையாரும் கோவில் உபதேசியாருமான அந்தோணி மிக்கேல் பர்னாந்து குத்தகையை நீக்குவதை எதிர்த்தார். தேவாலய நிர்வாகத்திற்கு இருபத்தைந்து ரூபாய் வரி போதாது என்றும் எடுத்துரைத்தார். இது தொடர்பாக ஆயரைச் சந்தித்து மனுக்கொடுக்க வேண்டுமென்று மடிக்காரர்கள் முடிவு செய்தனர்.

இம்முடிவின்படி மடிக்காரர் சார்பில் ஒன்பது பேர் தூத்துக் குடி சென்று ஆயரைச் சந்தித்தனர். இச்சந்திப்பின்போது ஆயர் பின்வரும் நிபந்தனைகளை மடிக்காரர்கள் முன்வைத்தார்.

1. வேண்டுகோள்களை விண்ணப்பமாக எழுதி அனுப்ப வேண்டும்.

2. துவி, பள்ளை, ஐந்துமீன் ஆகியவை மாமூல்படி கோயிலுக்கு உரியவை என்று ஏற்றுக்கொண்டு அதனைக் கொடுக்க உடன்படுவதாக அவ்விண்ணப்பத்தில் குறிப்பிடவேண்டும்.

இவ்விரு நிபந்தனைகளையும் ஏற்றுக் கொண்டால், அவர்கள் விண்ணப்பத்தில் காணும் வேண்டுதல்களைப் பரிசீலனை செய்து, முடிந்த அளவு சலுகைகளை வழங்குவதாக ஆயர் கூறினார்.

ஆனால் ஆயரின் இரண்டாவது நிபந்தனையை மடிக்காரர்கள் ஏற்றுக் கொள்ளத் தயாராக இல்லை. தங்களுடைய கோரிக்கை களை வேண்டுகோளாக எழுதி ஆயரிடம் தந்தபோது அதில் ஆயர் விதித்த இரண்டாவது நிபந்தனையைப் பற்றி எதுவும் குறிப்பிட வில்லை. தூதுக்குழுவில் இருந்த ஒருவர் 'தலையைக் கொடுத்தாலும் எழுத்தைக் கொடுக்காதேன்று சொல்லியிருக்கான்' என்று கூறி இந்நிபந்தனையை ஏற்க மறுத்துவிட்டார்.

அடுத்து, துவிக்குத்தகை, ஐந்துமீன் குத்தகை ஆகியவற்றிற்கு எதிராக மடிக்காரர்களை ஒன்று திரட்டும் பணியில் குத்தகை எதிர்ப்பில் முன்னணியில் நின்ற சிலர் ஈடுபடத் தொடங்கினர். இவர்களில் சிலர் அரசியல் நிலையில் தி.மு.க. சார்புடையவராய்

இருந்தனர். குத்தகை நீக்கம் என்பதே நோக்கமாய் இருந்தாலும் தொடக்கத்தில் இதனை வெளிப்படையாகத் தெரிவிக்கவில்லை. மெனக்கெடரும், மடிக்காரரும் ஒரே வரியைச் செலுத்தவேண்டும் அல்லது மடிக்காரர்களைப் போல மெனக்கெடரும் விளைச்சலில் ஒரு பங்கைக் கொடுக்கவேண்டும் என்பதே வெளிப்படையான கோரிக்கையாக அமைந்தது. 'மீனவர் குழு - இடிந்தகரை' என்ற பெயரில் வெளியான நாள் குறிப்பிடப்படாது அச்சிடப்பட்ட அறிக்கை ஒன்றும், இதனை வெளிப்படுத்துகிறது.

மடிக்காரர்கள் கொடுத்த மனுவின் அடிப்படையில் அவர்களைச் சந்தித்துப் பேசும்படி மறைமாவட்டத் தலைமைக் குருவான (Vicar General) வண. ஸ்டீபன்தாஸ் என்பவரை ஆயர் இடிந்தகரைக்கு அனுப்பி வைத்தார். இடிந்தகரை வந்த அவர் மடிக்காரர்களை முழுமையாகச் சந்திக்கவில்லை. மடிக்காரர்களை நாங்கள் கவனித்துக் கொள்கிறோம் என்று மெனக்கெடர்களில் ஒரு பிரிவினர் அவரிடம் கூறினர். மெனக்கெடர்களில் உறவினரான மடிக்காரரிடம் சென்று துவிக்குத்தகையை எதிர்க்க வேண்டாமென வேண்டினர். இவ்வேண்டுகோளுக்கு ஓரளவு பலன் கிடைத்தது. இதனால் ஊர்க்கட்சி, கோயில் கட்சியென ஊர் இரண்டுபட்டது. வரியா? குத்தகையா? என்பதே முக்கியப் பிரச்சனையானது.

பிரச்சனையின் வளர்ச்சி

1966இல் மடிக்காரர்களில் சிலர் குத்தகைக்காரர்களுக்குத் துவி, பள்ளை, ஐந்துமீன் ஆகியவற்றைக் கொடுக்க மறுத்தனர். தொடக்கத்தில் துவிக்குத்தகை எதிர்ப்பில் முன்னணியில் நின்ற சிலர் தொடங்கிய குத்தகை மறுப்பை மடிக்காரர்களில் பலர் பின்பற்றத் தொடங்கினர். இவ்வாறு குத்தகை கொடுக்க மறுத்த சிலருக்குப் பங்குக்குரு அபராதம் விதித்தார். ஆனால் அதனைக் கட்ட மறுக்கும் மனப்போக்கு மடிக்காரர்களிடம் வளரத் தொடங்கியது. மெனக்கெடரும் பங்குக் குருவும் மடிக்காரர்களைக் கட்டுப்படுத்தும் ஆற்றலை இழக்கத் தொடங்கியதை இந்நிகழ்ச்சிகள் உணர்த்தின. மேலும் 1967 ஆம் ஆண்டுக்கான துவிக் குத்தகையையும் ஐந்து மீன் குத்தகையையும் ஏலம் விடக்கூடாது என்ற கருத்தும் மடிக்காரர்களிடம் வளரத் தொடங்கியது.

ஆயரின் நிரூபம்

1967ஆம் ஆண்டுக்கான துவிக்குத்தகை, ஐந்துமீன் குத்தகை ஆகியவற்றை ஏலம் விடுவதென்று பங்குக்குரு முடிவு செய்தார். 1966 செப்டம்பர் 25 ஏலம் விடுவதற்கான நாளாகத் தீர்மானிக்கப்

பட்டது. அக்டோபர் இரண்டில் ஏலம் விடவேண்டுமென்றும் அதற்கு ஆயர் வரவேண்டுமென்றும் ஊர்க்கட்சியினர் பங்குக் குருவை வலியுறுத்தினர். ஊர்க்கட்சிக்காரர்களின் வலுவான குரலை மறுக்கமுடியாமல் பங்குக்குரு ஏலத்தை நிறுத்தியதுடன் இச்செய்தியை ஆயருக்குத் தெரிவித்தார். செய்தி அறிந்த ஆயர் 28.9.66இல் ஒரு நிரூபம் எழுதி அதனை 2.10.66 ஞாயிறு திருப்பலிப் பூசையில் படிக்கும்படி அனுப்பினார். இந்நிரூபத்தில் தாம்வர இயலாமையைத் தெரிவித்ததுடன் ஊர்க்கட்சியினருக்குச் சில அறிவுரைகளையும் கூறினார். திருச்சபையின் ஒழுங்குமுறைகள் குறித்த கட்டளையின் ஆறாவது கட்டளையான 'நமது ஞான மேய்ப்பவர்களுக்கு நம்மாலான உதவிகளைச் செய்ய வேண்டும்' என்ற கட்டளையையும், விவிலியத்திலுள்ள 'எந்த அளவையால் அளப்பீர்களோ அதே அளவையால் உங்களுக்கு அளக்கப்படும் (மத்தேயு, 7:2)' என்ற வாசகத்தையும் இந்நிரூபத்தில் ஆயர் வலியுறுத் தியதுடன், துவிக்குத்தகை கொடுக்க மறுக்கக் கூடாதென்பதையும் அறிவுறுத்தியிருந்தார்.

இந்நிரூபத்தாலும் எதிர்பார்த்த பயனெதுவும் விளையாமை யால் 6.10.66இல் மீண்டும் ஒரு நிரூபம் எழுதினார். இந்நிரூபம் 9.10.66 ஞாயிறு திருப்பலியின்போது படிக்கப்பட்டது. 'இராய னுடையதை இராயனுக்கும், தேவனுடையதைத் தேவனுக்கும் செலுத்துங்கள்' (மத்தேயு 22:21) என்ற விவிலிய வாசகம் இதில் வலியுறுத்தப்பட்டது.

மீண்டும் ஏலம்

இவ்வாறு நிரூபங்கள் வாயிலாக ஊர்க்கட்சியினரைத் திருத்த ஆயர் முயன்று கொண்டிருந்தபோது 13.11.66இல் 1967ஆம் ஆண்டுக் கான துவிக்குத்தகையும், அஞ்சுமீன் குத்தகையும் ஏல மிடப்பட்டது. மடிக்காரர்களில் பலர் துவி-பள்ளை-ஐந்துமீன் ஆகியவற்றைக் கொடுக்க மறுத்து வந்தமையாலும் அவர்களைக் கண்டித்து அவற்றைக் கொடுக்குமாறு கட்டளை இடும் ஆற்றலைப் பங்குக் குருவும், ஆயரும் இழந்துவிட்டமையாலும் குத்தகைத் தொகை யானது மிகவும் குறைந்து விட்டது. முப்பதினாயிரம் முதல் ஐம்பதி னாயிரம் வரையிலான தொகைக்கு இவை ஏலம் இடப்பட்ட நிலை மாறி வெறும் 6010 ரூபாய்க்குக் குத்தகை ஏலம் போனது.

குத்தகை எடுத்தவர் அடையாளப் பூர்வமாக ஒரு சிறு தொகை யைச் செலுத்திவிட்டு ஒரு வாரத்திற்குள் முழுத்தொகையையும்

செலுத்துவதாகக் கூறியிருந்தார். துவிக்குத்தகையை ஏலம் விடுவதைத் தடை செய்யவேண்டும் என்று வேண்டிய மனு ஒன்று ஊர்க் கட்சியினர் சார்பில் நீதிமன்றத்தில் தாக்கல் செய்யப்பட்டது. இவ்வழக்கில் எதிர்த்தரப்பினராக ஆயரும், பங்குக் குருவும் குறிப் பிடப்பட்டிருந்தனர். இவ்வழக்குத் தொடர்பாக 'சம்மன்' ஏலம் எடுத்தவருக்கும் சென்றது. வழக்கில் தமக்கு உதவி புரிவதாகவும், குத்தகையினை இரத்து செய்து நீதிமன்றம் தீர்ப்பளித்தால் தாம் செலுத்திய பணத்தைத் திருப்பித் தருவதாகவும் உறுதி அளிக்கும்படி பங்குக் குருவிடம் குத்தகைக்காரர் வேண்டினார். அவ்வாறு அவர் உறுதி அளித்தாலே குத்தகை பணத்தைக் கொடுக்க முடியுமென்று அவர் வாதித்தார். அவர் வேண்டுகோளை நிராகரித்த பங்குக் குரு அவரது குத்தகை உரிமையை இரத்து செய்துவிட்டு 29.11.66இல் மீண்டும் ஏலம் விட்டார். நீதிமன்ற விசாரணைக்குத் துவிக்குத்தகை சென்று விட்டமையால் முதல் ஏலத்தை விடவும் குறைவான தொகையான 3500 ரூபாய்க்கு ஏலம் சென்றது. துவிக்குத்தகைச் சிக்கலை நீதிமன்றம் விசாரணைக்கு எடுத்துக் கொண்டதும், மிகவும் குறைந்த தொகைக்கே ஏலம் சென்றது. ஊர்க்கட்சியி னருக்குத் தெம்பூட்டின.

முரண்பாடு மோதலாதல்

1967ஆம் ஆண்டு ஜூன் 17இல் 6 பக்கமுள்ள நிருபம் ஒன்றினை ஆயர் எழுதினார். ஜூன் 18 ஞாயிறு திருப்பலிப் பூசையின்போது மறை மாவட்டத் தலைமைக் குரு இடிந்தகரை சென்று அதனைப் படித்தார். அந்நிருபத்தில் சில முக்கிய பகுதிகள் வருமாறு[2]

> உங்கள் ஊரின் இன்றைய நிலைமை வருந்தத்தக்கது என்பது யாவரும் அறிந்ததே. இந்த நிலைமைக்குக் காரணம் நீண்ட கால மாமூல்படி உங்கள் ஊர் தேவாலயத்துக்கு உரிய துவி, பள்ளை, ஐந்துமீன் குத்தகைகளை உங்களில் பலர் கொடுக்க மறுப்பதே. கோவிலுக்குரிய அந்த மாமூல் வருமானங்களைத் தர மறுப்பது தவறு என்று உங்களுக்கும் பிற ஊர் மக்கள் எல்லோருக்கும் தெரியும். மனசாட்சியும் இத்தவறை உங்களுக்குக் கூறிக்கொண்டே யிருக்கும் (பக்கம் 1). உங்களூர் மடிக்காரர் பலர் பரிசுத்த லூர்து நாயகியின் தேவாலயத்துக் குரிய மாமூல் வருமானங்களாகிய துவி, பள்ளை, ஐந்துமீன் ஆகியவற்றைக் கொடாதிருக்கிறார்கள். அவர்களுள் சிலர் கோவில் உரிமையை எதிர்த்து சர்க்கார் நீதிமன்றத்தில் வழக்கும் தொடுத்திருக்கிறார்கள். அவ்வழக்கு நடக்கட்டும்,

ஆனால் அதனால் உங்களூர் கோவில் தனது உரிமையை இழந்து விடாது.

ஆயனாகிய நான் அவசியப்பட்ட உத்திரவுகள் பிறப்பித்து விட்டுக் காத்திருந்தேன். மூர்க்கமாய் எழுந்தவர்களிடையே ஆசையும் ஆவேசமும் தணிந்து நல்வழிக்கு வருவார்களென்று பொறுமையாய்க் காத்திருந்தேன். கோவில் குத்தகைகளைக் கொடுக்க மறுக்கும் மடிக்காரர் சார்பாக ஒன்பது பேர் என்னைக் கண்டு பேச வந்தார்கள். கோரிக்கைகளை விண்ணப்பமாக எழுதி அனுப்ப வேண்டுமென்றும், ஆனால் துவி, பள்ளை, ஐந்துமீன் ஆகியவை மாமூல்படி கோவிலுக்கு உரியவை என்று ஏற்று அவைகளைக் கொடுத்து உடன்படு வதாக அவ்விண்ணப்பத்தில் குறிப்பிட வேண்டுமென்று தெளிவாகவும் கண்டிப்பாகவும் கூறி அத்தகைய விண்ணப் பத்தில் காணும் கோரிக்கைகளைப் பரிசீலனை செய்து மக்களுக்குச் சலுகையான முடிவு செய்வேனென்றும் சொல்லி அனுப்பினேன் (பக்கம் 3).

அப்படிச் சொல்லியனுப்பியிருந்தும் அவர்கள் அனுப்பின விண்ணபத்தில் கோவில் உரிமையை ஏற்பதாக அவர்கள் குறிப்பிடவில்லை. இதை அவர்களுக்குச் சுட்டிக்காட்டிய போதும் அவர்கள் அதை ஏற்க மறுத்துவிட்டார்கள். ஆதலால் அந்த விண்ணப்பத்தை ஏற்க முடியாததாயிற்று. ஆகவே கோவிலுக்குரிய துவி, பள்ளை, ஐந்துமீன் ஆகிய வற்றைக் கொடாதவர்கள் அவைகளைக் கொடுக்கும்வரை தேவதிரவிய அனுமானங்கள் பெறத் தகுதியற்றவர்களாதலால்,

1) அவர்களுக்குத் தேவதிரவிய அனுமானங்கள் விலக்கப் பட்டிருப்பதை இத்தால் அறிவித்துக் கொள்ளுகிறேன் (பக்கம் 4).

2) அவர்களுடையவும் அவர்களைச் சார்ந்தவர்களுடையவும் நன்மை தின்மைகளும் பாதிக்கப்படுகின்றன. அதாவது திருமணங்கள் தடைபடும். அடக்கங்கள் குருசு, மணி, செபம் முதலிய திருச்சடங்கு சிறப்புக்களின்றி நடைபெறும். ஆனால் பிரேதங்கள் பொது மைய வாடியில் அடக்கம் செய்யப்படும். அதற்குரிய கட்டணத்தைக் கட்டிவிட வேண்டும். கோவிலைச் சார்ந்த குடிமக்களே பிரேதக் குழியும் வெட்டுவார்கள் (பக்கம் 5).

> கோவில் குத்தகைகளைக் கொடாதிருப்பவர்கள் அதற்குரிய தொகையைக் கொடுத்துவிட்டு தேவதிரவிய அனுமானங்கள் முதலியவைகளைப் பெற்றுக் கொள்ளுவார்களாக. கொடுக்க வேண்டிய தொகையைக் குத்தகை வீதாசாரப்படி எவ்வளவு என்று கனம் பங்குச் சுவாமிகளிடமிருந்துது அறிந்து கொள்ளவும், புனித இராயப்பர் சின்னப்பர் திருவிழாவுக்கு முன் அத்தொகைகளைக் கட்டிவிடக் கேட்டுக் கொள்ளு கிறேன். அப்படிக் கட்டத் தவறுகிறவர்கள் ஜூலை மாதம் முதல் மாதம் ஒரு ரூபாய் அபராதமும் சேர்த்துக் கட்ட வேண்டும் (பக்கம் 5).

ஆயினும் ஆயரின் இந்நிரூபம் எதிர்பார்த்த பலனைத் தரவில்லை. மடிக்காரர்கள் தங்கள் நிலையில் உறுதியாக நின்றனர். ஆகவே ஆயரின் நிரூபத்தில் குறிப்பிட்டபடி துவி, பள்ளை, ஐந்துமீன் ஆகியவற்றைக் குத்தகைகாரருக்குத் தர மறுத்த படிக்காரர்களுக்கு தேவதிரவிய அனுமானங்கள் மறுக்கப்பட்டன. அதுமட்டுமின்றி வண்ணார், நாவிதர் ஆகியோரின் பணி அவர்களுக்கு மறுக்கப் பட்டது. கட்டுமரங்களைக் கரையில் தூக்கி வைக்கவும், மீண்டும் கடலில் இறக்கி வைக்கவும் அவர்களுக்கு யாரும் உதவக்கூடா தென்றும் தடை விதிக்கப்பட்டது. அவர்களுடைய 'நன்மை தின்மை'களில் (மங்கல, அமங்கல நிகழ்ச்சிகளில்) ஏனையோர் கலந்து கொள்வதும் தடுக்கப்பட்டது. அபராதம் என்ற தாக்குதலை விட இது ஓரளவு வலுவான தாக்குதலாகவே கருதப்பட்டது. ஆயினும் மடிக்காரர்களின் மன உறுதி தளரவில்லை. தமக்கென ஒரு வண்ணாரையும் நாவிதரையும் தனியே அமர்த்திக் கொண்டனர்.

இந்நிலையில் ஊர்க்கட்சியைச் சேர்ந்த சந்திராயப்பர் என்ற முதியவர் இறந்து போனார். ஆயரின் நிரூபப்படி துக்கமணி அடித்ததும், ஏனைய திருச்சபைச் சடங்குகளும், மறுக்கப்பட்ட நிலையில் பங்குக்குருவின் அனுமதியின்றி ஊர்க் கல்லறைத் தோட்டத்தில் அவரை அடக்கம் செய்தனர். அத்துமீறிப் பிரவேசம் என்ற குற்றச்சாட்டின் அடிப்படையில் குத்தகை எதிர்ப்பாளர்கள் சிலர் மீதும் வழக்குத் தொடரப்பட்டது.

இந்நிகழ்ச்சியை அடுத்து ஊர்க்கட்சியைச் சேர்ந்த குடும்ப மொன்றின் திருமணம் தேவாலயத்தில் நிகழ அனுமதி மறுக்கப் பட்டது. ஆயினும் அவர்கள் அதைப் பற்றிக் கவலைப்படாமல் 1967 ஆகஸ்டில் ஒரு ஞாயிறன்று தங்கள் வீட்டில் திருமணத்தை நடத்தியதுடன் மணமக்களை ஊரின் வீதிகளில் ஊர்வலமாக அழைத்து வந்தனர்.

இவ்விரு நிகழ்ச்சிகளும் கோயில் கட்சியினரை எரிச்சலை டையச் செய்தன. இத்திருமணம் நிகழ்ந்த ஞாயிற்றுக் கிழமையை அடுத்து வந்த ஞாயிற்றுக்கிழமையன்று ஆயர் இடிந்தகரைக்கு வருகை தந்து தேவாலயத்தில் உரையாற்றினார். அவ்வுரையில் துவிக்குத்தகை எதிர்ப்பாளர்களைக் கடுமையாக எச்சரித்தார். 'எல்லா மாட்டுக்கும் ஒரு சூடு இடிந்தகரை மாட்டுக்கு இரண்டு சூடு' என்று தம் உரையில் கூறி மடிக்காரர்களை எச்சரித்ததாகக் கூறப்படுகிறது.[3]

இந்நிகழ்ச்சிகளையடுத்துக் கூட்டப்புளி என்ற கடற்கரை கிராமத்தைச் சேர்ந்த பரதவர்களின் கட்டுமரமொன்று திசைமாறி இடிந்தகரையில் வந்து ஒதுங்கியது. இப்பகுதியின் வழமைப்படி இவ்வாறு ஒதுங்கும் கட்டுமரத்திலுள்ள மீனிலிருந்து ஒரு நாள் தேவைக்கான மீனை ஊர்க்குடிமகனுக்கு[4] வழங்குவர். அத்துடன் பத்திலொரு பங்கு மீன் தேவாலயத்திற்கு உரியது. ஊர்க்கட்சி யினரான மடிக்காரர்கள் தங்களால் புதிதாக நியமிக்கப்பட்ட நாவிதர்க்கும் மீன் கொடுக்க வேண்டுமென வற்புறுத்தினர். இவர் களின் எண்ணிக்கை சரிபாதிக்கும் அதிகமாயிருந்தது. இப்பிரச்சினை யினை மையமாகக் கொண்டு ஊர்க்கட்சியினருக்கும், கோவில் கட்சியினருக்கும் இடையே கடுமையான வாய்ப்பூசல் தோன்றியது. கடற்கரையில் இப்பூசல் நிகழ்ந்து கொண்டிருக்கும் போதே ஊர்க்கட்சியினர் சிலர் பங்குக் குருவைத் தாக்கச் சென்றனர். அது முடியாமையால் அவரது இருப்பிடத்தைத் தாக்கினர். இந்நிகழ்ச்சி ஆயருக்குத் தந்தி வாயிலாகத் தெரிவிக்கப்பட்டது. அத்துடன் பங்குக் குருவைக் கொலை செய்ய முயன்றதாகக் குத்தகை எதிர்ப்பில் முன்நின்ற சிலர் மீது வழக்குப் பதிவாகியது. ஆயுதம் தாங்கிய சேமக் காவற் படையின் ஒரு பிரிவு இடிந்த கரைக்கு அனுப்பி வைக்கப்பட்டது.

அடையாளச் சீட்டு

ஊரில் அமைதியை நிலைநாட்டுவதே காவற்படையின் குறிக் கோளாய் அமைந்தது. இரு கட்சியினரும் மோதிக் கொள்ளாமல் பார்த்துக் கொண்டனர். தொடக்கத்தில் நடுநிலையுடன் செயற் பட்ட காவல்துறையின் போக்கில், செல்வாக்குள்ள சிலரின் குறுக்கீட்டால் மாறுதல் தோன்றியது. கோவில் கட்சி யினரின் கருவியாக அவர்கள் மாறத் தொடங்கினர். ஒரே சாதி ஒரே தொழில் - ஒரே சமயம் என்ற நிலையில் ஊர்க்கட்சியினரையும் கோவில் கட்சியினரையும் பிரித்தறிவது சிரமமாயிருந்ததால் காவல் துறையின்

அத்துமீறல்கள் சில நேரங்களில் கோவில் கட்சியினர் மீதும் திரும்பின.

இதனைத் தடுப்பதற்கும் ஊர்க்கட்சியினருக்கெதிரான அடக்கு முறையைத் தீவிரப்படுத்தவும் பங்குக்குரு ஒரு வழி கண்டுபிடித்தார். அதன்படி அவரது விசிட்டிங் கார்டில் பின்புறம் கோவில் கட்சியினரின் பெயர்களை எழுதி விநியோகிக்க ஏற்பாடு செய்தார். இதனை உரியவர்களிடம் வழங்கும் பொறுப்பு 'மெனக்கெடர்' ஒருவரிடம் ஒப்படைக்கப்பட்டது. இதுவே அடையாளச் சீட்டு என்றழைக்கப்பட்டது.[5]

ஊர்க்கட்சியினரின் அவலம்

அடையாளச் சீட்டு வழங்கப்பட்ட பிறகு ஊர்க்கட்சியினருக் கெதிரான காவல் துறையின் கொடுமைகள் கட்டவிழ்த்து விடப் பட்டன. அடியும், சித்ரவதையும் பொறுக்காது ஆண்கள் ஊரை விட்டு ஓடி ஒதுங்கினர். 'வெண்கலம் எடுத்து மண்கலம் உடைத்து' என்ற பொற்காலச் சோழர்காலத்திய கொடுமை குறைவின்றி நடந்தது. ஊர்க்கட்சியினரின் ஆடு, கோழி, வாத்து ஆகியன கடமை வீரர்களின் உணவாக மாறின. கட்டுமரங்கள் எரிபொருளாயின. மீன்பிடி வலைகள் சேதத்துக்குள்ளாயின. பெண்கள் அநாகரிகமாக நடத்தப்பட்டனர். சான்றாக ஒரு பெண்ணின் மார்பகத்தில் இலத்தியால் (கம்பால்) ஓங்கிக் குத்தி இலத்தியைத் திருகினர். இதனால் ஏற்பட்ட அவமான உணர்வும் வேதனையும் இன்றும் அப்பெண்ணைவிட்டு நீங்கவில்லை. இந்நிகழ்ச்சி நடந்து பல ஆண்டுகள் ஆன பின்னரும் குழந்தைக்குப் பாலூட்டும் போ தெல்லாம் வலியுணர்வு தோன்றலாயிற்று. சுருங்கக் கூறின் ஒரு நாகரீக சமுதாயம் வெட்கித் தலைகுனியும் அளவுக்குக் கொடு மைகள் நிகழ்ந்தன.

இவ்வாய்ப்பைப் பயன்படுத்திக் கொண்டு கோவில் கட்சியினர் சிலரும் பழிவாங்குதலை மேற்கொண்டனர். குத்தகை எதிர்ப்பில் முன்நின்ற சத்தியாகு ராயப்பர், மிக்கேல் தாசன் ஆகியோரது கட்டுமரங்கள் இரவு நேரத்தில் கடலில் தள்ளிவிடப்பட்டன. இவை கடலில் அலைக்கழிந்து இராமேசுவரம் சென்று ஒதுங்கின.

ஊர்க்கட்சியினர் மீது பல்வேறு குற்றவியல் வழக்குகள் தொடரப்பட்டன. ஏற்கனவே வழக்குகளை எதிர்கொண்டிருந்த இவர்களுக்கு இது மேலும் பெருஞ்சுமையானது. இவ்வழக்கு களனைத்தையும் நீதிமன்றத்தில் எதிர்கொள்ளுமளவிற்குக் குத்தகை எதிர்ப்பாளர்களின் நிலை வலுவாக இல்லை. ஏனெனில் காவல்

துறையின் அடக்கு முறையினாலும், விசாரணைக் கைதியாய் இருந்தமையாலும், ஊரைவிட்டு ஓடிப்போனமையாலும் தொழில் செய்யும் வாய்ப்பு நீண்ட நாட்களாகத் தடைபட்டிருந்தது. கிராமத்திலிருந்து காவல் துறையினர் திரும்பிச் சென்ற பின்னரே இவர்கள் ஊர் திரும்ப முடிந்தது. மீண்டும் தொழிலை மேற்கொள்ள முனையும்போது பலரது தொழிற்கருவிகள் நாசமாக்கப்பட்டிருந்ததால் உடனடியாகத் தொழிலை மேற்கொள்ள முடிய வில்லை. பெண்களுக்கு நிகழ்ந்த அவமானங்கள் உளவியல் நிலையில் குடும்ப அமைதியைப் பெரிதும் பாதித்திருந்தன. மொத்தத்தில் அவர்களது எதிர்காலமே கேள்விக்குறியாய் அமைந்தது.

சமரச முயற்சி

இடிந்தகரை பிரச்சனை அளவுக்குமீறிப் போவதாகத் தூத்துக்குடி மறைமாவட்டக் குருக்கள் சிலரும், பரதவர் குலப் பிரமுகர்கள் சிலரும் கருதினர்.

1. வண. பவுல் அலங்காரம் அடிகள்
2. வண. ஜோகின் பெர்னாந்து அடிகள்
3. வண. மெல் அடிகள்
4. வண. டி.கே. தாசன்

ஆகிய நான்கு கத்தோலிக்கக் குருக்களும் சமரசத் திட்டம் ஒன்றை உருவாக்குவதில் முன்னின்றனர். இக்கட்டான சூழலிலுள்ள குத்தகை எதிப்பாளர்களில் ஒரு சாரார் இந்துக்களாக மாறி இச் சிக்கல்களிலிருந்து விடுபட விரும்பினர். பலர் அதனை விரும்ப வில்லை என்றாலும், மதமாற்றம் என்ற உணர்வு மடிக்காரர் களிடம் இடம்பெறத் தொடங்கியது வெளிப்படலாயிற்று. தங்களுக்கு நியாயம் கிடைக்காவிடில் மதம் மாறுவோம் என்று வெளிப்படை யாகவும் சிலர் கூறத் தொடங்கினர். இத்தகைய சூழலிலேயே மேற்கூறிய நான்கு குருக்களும், ஆயருக்கும் மடிக்காரர்களுக்கும் இடையே சமரசம் உருவாக்கும் முயற்சியில் ஈடுபட்டனர். இக்குருக்கள் நால்வருமே பரதகுலத்தவர். அத்துடன் முதல் மூன்று குருக்களும் இடிந்தகரையின் முன்னாள் பங்குக் குருக்கள். எனவே இவர்களது முயற்சிக்கு மடிக்காரர்களிடம் ஆதரவு இருந்தது. அத்துடன் மதமாற்றமென்ற சிந்தனையை மட்டுப்படுத்தியது. தங்களுக்கு ஆதரவாகச் செயல்படுபவர்களும் குருக்களாய் உள்ளனர் என்ற நம்பிக்கை தோன்றி திருச்சபையின் மீதுள்ள கோபத்தைத் தணித்தது. இம்முயற்சியில் பவுல் அலங்காரம் என்ற குருவின் பணி குறிப்பிடத் தக்கதாய் அமைந்தது. அலங்காரம் சுவாமி என்று அனைவராலும்

அன்போடு அழைக்கப்படும் இவர் சமூக சேவையில் மிகுந்த நாட்டம் கொண்டவர்.

சமரசக் குழுவினர் குத்தகை எதிர்ப்பாளருடனும், ஆயருடனும் தொடர்ந்து பேச்சு நடத்தினர். மதம் மாறும் சிந்தனை மடிக்காரர்களிடம் தோன்றியுள்ளதையும் ஆயரிடம் எடுத்துரைக்க, சமரசக் குழு தவறவில்லை. விட்டுக் கொடுக்கும் மனப்பான்மை சற்றுத் தாராளமாகவே திருச்சபையிடம் முதல் முறையாக வெளிப்பட்டது. பின்வரும் முறையில் சமரசத் திட்டமொன்று உருவாக்கப்பட்டது.

1. தேவதிரவிய அனுமானங்கள் மறுக்கப்பட்ட நாளிலிருந்து தற்போது வரை நடந்துள்ள திருமணங்கள் அடக்கங்கள் ஆகியவற்றைக் கத்தோலிக்க முறைப்படி ஒழுங்குபடுத்தத் திருச்சபை ஒத்துக் கொள்கிறது.

2. குத்தகை எதிர்ப்பாளர்கள் மீது தொடுக்கப்பட்ட வழக்குகளைத் திருச்சபை விலக்கிக் கொள்ளும். இது போன்றே பங்குக்குரு மற்றும் ஆயரின் மீது தொடுக்கப்பட்ட வழக்குகளை மடிக்காரர்கள் விலக்கிக் கொள்வர்.

3. காவல் துறையினரின் நடவடிக்கையால் ஏற்பட்ட சேதங்களினால் பாதிக்கப்பட்ட ஏழை மடிக்காரர்கள் மீண்டும் தொழில்புரிய உதவும் வகையில் அவர்களுக்கு மறை மாவட்டத் தலைமை நிதி உதவி அளிக்கும்.

4. குத்தகை கொடாமைக்காக விதிக்கப்பட்ட அபராதமும் குத்தகை முறையும் ரத்து செய்யப்படும்.

இத்திட்டத்தை இரு தரப்பினருமே நிறைவுடன் ஏற்றுக் கொண்டனர். ஒரு சனிக்கிழமையன்று இவ்வுடன்பாடு ஏற்பட்டது. இச்செய்திகளை உள்ளடக்கிய கடிதத்தை இடிந்தகரை பங்குக் குருவிற்கு ஆயர் அன்றே அனுப்பினார். ஆயரிடமிருந்து வந்த இக்கடிதத்தை மெனக்கெடர் சிலரிடம் பங்குக்குரு படித்துக் காட்டினார். தங்களது கௌரவப் பிரச்சனையாக இதனைக் கருதிய மெனக்கெடர் சிலர், உடனே தூத்துக்குடி சென்றனர். ஆனால் ஆயர் வெளியூர் சென்றிருந்ததால் அவரைச் சந்திக்க முடியவில்லை. எனவே மறைமாவட்டத் தலைமைக் குருவைச் சந்தித்தனர். சமரச முயற்சியின் முடிவைத் தெளிவாக அறியாத நிலையிலும் திருச்சபை சட்டங்களில் (Canon Law) நன்கு தேர்ச்சி பெற்றவர் என்ற நிலையிலும் அவர் தன்னிச்சையாக ஒரு விளக்கம் அளித்தார். திருச்சபை விதித்த அபராதத்தையும் குத்தகைப் பாக்கியையும் கட்டிய பிறகே

குத்தகை எதிர்ப்பாளர்கள் மீண்டும் திருச்சபையில் அனுமதிக்கப் படுவரென்பது அவரது விளக்கமாகும் (ஆயினும் இவரது விளக் கத்தில் உள்நோக்கமெதுவும் கிடையாது).

மதமாற்றம்

தலைமைக்குருவின் இவ்விளக்கம் மெனக்கெடர்களை ஓரளவிற்கு நிறைவு பெறச் செய்தது. எனவே அவர்கள் இச்செய்தி யினை மகிழ்ச்சியுடன் ஊர் மக்களுக்குத் தெரிவித்தனர். திருச்சபை உரிமைகளை இழந்தமை, பொருளிழப்பு, போலீஸ் கொடுமை, வழக்குகள் எனப் பல்வேறு இடர்ப்பாடுகளை அடுத்தடுத்துத் தாங்கிவந்த குத்தகை எதிர்ப்பாளர்கள் அவற்றிலிருந்து ஒருவாறு விடுதலை அடைந்து விட்டோம் என்று மகிழ்ச்சியடைந்திருந்த போது இச்செய்தி அவர்களை அதிர்ச்சி அடையச் செய்தது. 'எடுத்த முடிவை நேரத்திற்கு நேரம் மாற்றிக் கொள்கிறார்கள்' என்று எரிச்சலடைந்தனர். இதன் உண்மைத் தன்மையை விசாரித்தறியும் பொறுமை அவர்களுக்கில்லை. எனவே மீண்டும் ஆயரையோ, சமரசக் குழுவையோ சந்தித்துப் பேசுவதைத் தவிர்த்தனர். மேலும் சமரசத் திட்டத்தினை செயல்படுத்தும் அறிகுறிகளெதுவும் மறைமாவட்டத் தலைமையகத்திலிருந்து வரவில்லை.

இவர்கள் சாதியைச் சேர்ந்தவரும், இரயில் நிலைய அதிகாரி யாகப் பணியாற்றி வந்தவருமான ஒருவர் மதமாற்றத்தினாலேயே இடையூறுகளிலிருந்து தப்பிக்க முடியுமென்று வலியுறுத்தி வந்தார். அத்துடன் மடிக்காரர்களின் வழக்கை நடத்திவந்த பிராமண வழக்கறிஞர்கள் சிலரும் மதமாற்றத்தின் காரணமாகவே திருச்சபையின் தாக்குதல்களிலிருந்து தப்பலாமென்று அடிக்கடி கூறிவந்தனர். மதம்மாறினால் கட்டணமின்றி வழக்கறிஞர்கள் வாதிடுவர் என்ற கருத்தும் வேறு சிலரால் வலியுறுத்தப்பட்டது. இவற்றின் அடிப்படையில் மதமாற்றம் பற்றிய சிந்தனை அவர்கள் உள்ளத்தில் ஓராண்டு காலமாகத் தோன்றிவந்தது. ஆயினும் அவர் களது பாரம்பரியமான ஆழ்ந்த சமயப்பற்றும் அலங்கார அடிகள் போன்ற துறவிகளின் அணுகுமுறையும் அதனை நிறைவேற்ற முடியாமல் தடுத்து வந்தன. ஆனால் தற்போது அவர்கள் கேள்விப் பட்ட செய்தியின் தன்மையும் வாழ்க்கை நெருக்கடிகளும் அதனை விரைவாகச் செயல்படுத்தும்படித் தூண்டின.

இதன் விளைவாக 1967 அக்டோபர் இருபத்தேழில் ஒரு குழுமமாக இந்துக்களாக மதம் மாறினர். இம்மதம் மாறிய நிகழ்ச்சி 1967ஆம் ஆண்டு அக்டோபர் 29ஆம் நாள் தினமலர் நாளிதழில் இவ்வாறு வெளியானது:

இடிந்த கரையில் பரதகுல மக்கள் மதம் மாறினார்கள்

இடிந்தகரை, அக். 27

இடிந்தகரை பரதகுல மக்கள் ஹிந்து மதம் திரும்பும் திருநாள் இன்று மாலை 4 மணிக்கு இடிந்தகரை கீழூரில் நடைபெற்றது.

இவ்விழாவிற்கு இடிந்தகரை பரதகுல மக்கள் திரண்டு வந்திருந்தார்கள். இன்று காலை ஆழ்வார் திருநகரி றி.பி.எல். ஆழ்வான், தென்திருப்பேரை எம். திருமலையப்பன், சென்னை தியாகபூமி பத்திரிகை ஆசிரியர் ராமசாமி, சென்னை குப்புசாமி, எஸ். வேதாந்தம் ஆகியோர் இடிந்தகரையில் இதுவரை கிறிஸ்தவர் களாக இருந்த மக்களை அணுகி அவர்கள் ஹிந்துக்களாக மாறி விட்டதை மனப்பூர்வமாக ஒப்புக்கொள்ளும் முகமாக அச்சடித்த ஒரு பத்திரத்தின் மூலம் கையொப்பம் வாங்கினார்கள். அந்தப் பத்திரத்தில் அவர்கள் இதுவரை கிறிஸதவர்களாக இருந்த பெயருக்குப் பதில் ஹிந்துப் பெயர்கள் எழுதிக் கையொப்பம் வைத்தார்கள். சுமார் 800 பேர்கள் வரை ஹிந்து மதத்திற்கு இன்று திரும்பி னார்கள். அகஸ்டியன் பட்டங்கட்டியார் இப்பொழுது தனது பெயரை அகஸ்தியர் என்றும் முன்னாள் சூசை சிலுவை மிக்கேல் அம்மாள் என்று மனைவிக்கு இருந்த பெயரை இப்பொழுது சரஸ்வதி அம்மாள் என்றும், முன்னாள் சோசபின் மரிய லூசியாள் என்று தம் மகளுக்கு இருந்த பெயரைத் தமிழ்ச்செல்வி என்றும் மாற்றிக் கொண்டார்.

சுமார் 400 வருடங்களாகக் கிறிஸ்துவ மதத்தில் பெரும் ஈடுபாடு கொண்டிருந்த இந்த மக்களில் இன்று 843 பேர் தங்களை இந்துக்களாகப் பெயர் மாற்றிக் கொண்டார்கள். இந்த விழாவை நடத்தி வைப்பதற்காக மைசூர் ராஜ்யத்தில் இருந்து சங்கராச்சர்ய சரஸ்வதி அவர்களும் கோட்டாறு ஆறுமுக நாவலரும் இடிந்தகரை வந்திருந்து இவர்களை இந்துக்களாகத் தீட்சை பெறச் செய்தார்கள்.

விஜயாபதியிலுள்ள விஸ்வாமித்திரர் ஆலயத்திலிருந்து பூர்ணகும்ப மரியாதையுடனும், பூர்ணகும்ப தீர்த்தத்துடனும் அழைத்து வரப்பெற்ற சங்கராச்சார்ய சரஸ்வதி அவர்களும், ஆறுமுக நாவலர் அவர்களும் இடிந்தகரை ஊருக்குள் மேள தாளத்துடன் அழைத்து வரப்பெற்றனர். இடிந்தகரை மக்கள் அவர்களைக் கைகூப்பி வரவேற்றனர்.

மதமாற்ற விழாவில் கூடியிருந்த மக்களைத் தாங்கள் எல்லோரும் மனப்பூர்வமாக இந்து மதத்தில் சேர்வதை ஒப்புக் கொள்கிறீர்களா? என்று சமயப் பெரியவர்கள் இருவரும் கேட்டனர். கூடி இருந்த மக்கள் 'ஆம்' என்று தங்கள் விருப்பத்தைத் தெரிவித்தார்கள். இதற்குப் பிறகு இந்துக்களுக்குரிய பிரார்த்தனை வழிபாடும், சுலோக முழக்கமும் நடைபெற்றது. பிறகு இரு மதாச்சாரியர்களும் பூர்ணகும்ப தீர்த்தத்தை மதம்மாறும் மக்கள் மீது தெளித்து அவர்களை இந்துக்களாக அங்கீகரித்தார்கள்.

மதமாற்றத்தின் விளைவு

இவ்வாறு நடந்து முடிந்த மதமாற்றம் கடற்கரைப் பகுதிகளில் ஒரு பரபரப்பான நிகழ்ச்சியாகவும், கத்தோலிக்கத் திருச்சபை யினருக்கு அதிர்ச்சி ஊட்டுவதாகவும் அமைந்தது. தாங்கள் நினைத்தது போல் துவிக்குத்தகை எதிர்ப்பானது ஒரு சாதாரண பிரச்சனை யல்ல என்பதை அவர்கள் இப்போதுதான் உணர்ந்தனர். விவிலிய மேற்கோள்கள் உள்ளடக்கிய நிரூபங்களும், தேவதிரவிய அனுமான மறுப்பு என்று அச்சுறுத்தலும் நுழைய முடியாத மற்றொரு வட்டத்திற்குள் எண்ணூறு பேர் வரை சென்று விட்டனர். குத்தகை எதிர்ப்பாளர்களில் ஒரு பகுதி கத்தோலிக்கர்களாகவே நிலைத்து நிற்பது ஓரளவு திருச்சபைக்கு ஆறுதலூட்டியது. ஆயினும் அவர் களும் எதிர்காலத்தில் மதம் மாறுவதற்கான சாத்தியக் கூறுகள் இருப்பதையும் உணர்ந்து கொண்டனர்.

ஏனெனில் அவர்களில் சிலர் தேவதிரவிய அனுமானங்கள் பெறுவதிலிருந்து விலக்கப்பட்டிருந்தனர். சிலர் திருச்சபை தொடுத்த வழக்கில் எதிரிகளாக இருந்தனர். முன்போலன்றி இப்பொழுது விஸ்வஹிந்து பரிஷத் என்ற இந்துமத அமைப்பின் துணையினால் வலுவான வழக்கறிஞர்களின் இலவசச் சட்ட உதவி மதம் மாறியவர்களுக்குக் கிடைத்திருந்தது. ஆழ்ந்த சமயப் பற்றின் காரணமாகப் பல இன்னல்களையும் தாங்கிக் கொண்டு திருச்சபைக்கு வெளியே நிற்கும் இவ்வுண்மை கத்தோலிக்கரும் கூட, வழக்குகளை எதிர் கொள்வதற்காக இந்துக்களாக மாறும் சாத்தியத்தையும் மறுப்பதற்கில்லை. மேலும் சில வழக்குகள் நீதிமன்றத்தில் வெற்றி பெறுவதும் கேள்விக்குறியானது. எல்லா வற்றிற்கும் மேலாக இந்துக்களாக மாறினால் துவிக்குத்தகை யிலிருந்தும் ஐந்துமீன் குத்தகையிலிருந்தும் விடுபட்டுவிடலாம் என்ற நிலையும் உருவாகிவிட்டது. எனவே முன்பு ஒத்துக்கொண்ட

சமரச ஏற்பாட்டின்படி திருச்சபையானது வழக்குகளையும், தேவதிரவிய அனுமான விளக்கத்தையும் நீக்கிக் கொண்டது.

துவிக்குத்தகையையும் ஐந்துமீன் குத்தகையையும் இனியும் தொடர்வது குறித்து ஆராய வேண்டிய நிர்ப்பந்தம் இடிந்தகரை மதமாற்ற நிகழ்ச்சியின் விளைவாக திருச்சபைக்கு ஏற்பட்டது. எனவே தூத்துக்குடி மறைமாவட்ட ஆயர் ஏழு குழுக்களைக் கொண்ட குழு ஒன்றினை 1967 நவம்பரில் அமைத்தார். தூத்துக்குடி மறைமாவட்டத்தில் உள்ள கடற்கரைக் கிராமங்களுக்குச் சென்று குத்தகை முறையினால் ஏற்படும் பிரச்சினைகளை ஆராய்வதே இக்குழுவின் நோக்கமாகும். இக்குழு அளித்த அறிக்கையின் அடிப்படையில் குத்தகைமுறை தொடர்பாக, பின்வரும் கட்டளை களை 1968 ஆம் ஆண்டில் ஆயர் பிறப்பித்தார்.

1. கட்டாயக் குத்தகை இனி ஒழிக்கப்படும்.

2. திருச்சபைக்குரிய கட்டணங்களைச் செலுத்தாமைக்காகத் தேவதிரவிய அனுமானங்கள் இனி யாருக்கும் மறுக்கப் படாது.

3. மக்கள் தாமாக மனமுவந்து கொடுத்தால் மட்டுமே குத்தகை அல்லது தெறிப்பு ஏற்றுக் கொள்ளப்படும்.

இதன் விளைவாக இடிந்தகரையில் மட்டுமின்றி தூத்துக்குடி மறை மாவட்டத்தில் அடங்கிய அனைத்துக் கடற்கரைக் கிராமங் களிலும் 'அஞ்சுமீன் குத்தகை', 'துவிக்குத்தகை' ஆகிய குத்தகை முறைகள் ஒழிக்கப்பட்டன.

முடிவுரை

துவிக்குத்தகைப் போராட்டமானது மாறுபட்ட கருத்து (Dissent), எதிர்ப்பு (Protest), போராட்டம் (Struggle) என்று படிப்படியாக வளர்ச்சி பெற்ற ஒன்றாகும். ஒரு நிர்ணயிக்கப் பட்டத் தொகையினை மெனக்கெடரைப் போன்றே ஆண்டு தோறும் வரியாகத் தருவதாகவும், குத்தகைகளை நிறுத்த வேண்டுமென்றும் மடிக்காரர் முதலில் வேண்டினர். இது குத்தகை தொடர்பான ஒரு மாறுபட்ட கருத்து உருவானதின் தொடக்க மாகும். இம்மாறுபட்ட கருத்தைப் பங்குக் குருவிடமும், ஆயரிட மும், நேரிலும், மனுக்கள் வாயிலாகவும் தெரியப்படுத்தி, தங்கள் பொருளாதார நிலையை உயர்த்த முயன்றனர். மனுக்கள், பேச்சு வார்த்தை என்ற வடிவில் தங்கள் மாறுபாடான கருத்தை வெளி யிட்ட அவர்கள் அதனால் பயன்விளையாத நிலையில் குத்தகை

கொடுக்க மறுத்தனர். இங்கு மாறுபட்ட கருத்து எதிர்ப்பாக உருவானதைக் காண்கிறோம். இவ் எதிர்ப்பும் பயன் தராத நிலையில் குத்தகை முறைக்கெதிராக வழக்குத் தொடுத்தனர். இது ஒரு போராட்ட வடிவமாக அமைகிறது. இதன் வளர்ச்சியாகவே பிற மோதல்களும் உருவாயின. இம்மூன்று நிலைகளிலும் கத்தோலிக்க சமய நம்பிக்கைக்கு எதிராக மடிக்காரர்கள் செல்லவில்லை. கத்தோலிக்கம் என்ற அமைப்புக்குள் நின்றே துவிக்குத்தகை எதிர்ப்பு நிகழ்ந்து கொண்டிருந்தது.

மாற்றுக்கருத்து - எதிர்ப்பு - போராட்டம் என்ற மூன்றையும் தவிர்க்க ஆளுவோர் முதலில் பயன்படுத்தும் ஆயுதம் சீர்திருத்த மாகும். துவிக்குத்தகைப் பிரச்சனையில் திருச்சபையின் சார்பி லேயே சீர்திருத்தம் நிகழ வாய்ப்பிருந்தது. மடிக்காரர்களும் திருச்சபையினின்று இதை எதிர்பார்த்திருந்தனர். ஆனால் திருச்சபை சீர்திருத்தத்திற்கு மாறாக அடக்குமுறை என்ற ஆயுதத்தைத் தேவ திரவிய அனுமான மறுப்பு வாயிலாகவும், காவல்துறை வாயி லாகவும் ஏவி மடிக்காரர்களைப் பணிய வைக்க முயன்றது. ‘சீர்திருத் தத்தின் மீது மக்கள் நம்பிக்கை இழக்கும்போதே அவநம்பிக்கை, இயலாமை காரணமாகச் சமூகக் கலகத்தில் ஈடுபடுகிறார்கள்’ (Damle - *1977: 31*) என்பதற்கேற்பத் திருச்சபையின் மீது நம்பிக்கை இழந்த மடிக்காரர்கள் இந்துக்களாக மதம் மாறினார்கள். இந்த வகையில் மதமாற்றமென்பது ஒரு தற்காலிக சமூகப் பாதுகாப்பாக மட்டுமின்றி திருச்சபைக்கெதிரான அவர்களது கலக உணர்வை வெளிப்படுத்தும் சாதனமாகவும் அமைந்தது.

மொத்தத்தில் இடிந்தகரையென்ற சிறிய கடற்கரைக் கிராமத்தில் நிகழ்ந்த துவிக்குத்தகைப் போராட்டமானது பல நூற்றாண்டுகள் நிலவி வந்த குத்தகை முறையென்ற சமூக அநீதிக்கெதிரான எதிர்ப்புக் குரலாகவும் போராட்டமாகவும் அமைந்தது. இப்போராட்டத்தின் வெற்றியானது இடிந்தகரையின் அடித்தளப் பரதவர்களுக்கு மட்டுமின்றி அனைத்துக் கிராமப் பரதவர்களுக்கும் விடியலை வழங்கியது. ஆனால் இதற்காக அவர்கள் பட்ட துயரங்களும், செய்த தியாகங்களும் எண்ணிலடங்கா.

இந்த இடத்தில் மற்றொரு உண்மையையும் குறிப்பிடுவது பொருத்தமாக இருக்கும். தென்பகுதி நாடார்கள் நிகழ்த்திய போராட்டங்கள் தங்களை ஒடுக்குவோருக்கு எதிரான போராட் டங்களாக அமைய, பரதவர்களின் போராட்டங்களோ சொந்த சாதிக்குள்ளேயே அமைந்தன. இன்றும் கூட நிகழும் போராட் டங்கள் உட்சாதிப் போராட்டங்களாகவே உள்ளன. இச்சாதி யினரின் முன்னேற்றத்திற்கு இதுவும் ஒரு தடை என்று கூறுவதில் தவறில்லை.

குறிப்புக்கள்:

1. இரண்டு கதைவடிவங்கள் இது தொடர்பாகக் கிடைத்துள்ளன.

   i) கன்னியாகுமரியில் நிகழவிருந்த பகவதி அம்மனின் திருமணத்தில் கலந்து கொள்வதற்காகத் திருச்செந்தூர் முருகன், கடற்கரை ஓரமாகச் செல்லும்பொழுது ஒரு குறிப்பிட்ட இடத்தில் பொழுது விடிந்துவிட்டது. எனவே, அவர் திரும்பிச் சென்று விட்டார். அவ்வாறு பொழுது விடிந்த இடமே 'விடிந்தகரை' என்றழைக் கப்பட்டு 'இடிந்தகரை' என்றாயிற்று.

   ii) When Subrahmanya was alive, he was in the cave of Manappad as Andi Pandaram, that is, as a Yogi of Shiva. His first wife was Deivana, a Parava girl from Manappad. Coming from the South, he carried her off by night. His first attempts failed since every time that he was on his way to Idindakarai the morning dawned. He therefore called the site Vidindakarai, 'the coast of Dawn' He fied with her by way of Idindakarai. Where he rested to Kanniyakumari where he lived with her. (Schurhammer 1977:354)

2. மதம் மாறிய மடிக்காரர் ஒருவர் வழக்குகள் தொடர்பாக எடுத்து வைத்திருந்த நகலிலிருந்து இப்பகுதிகள் பிரதி செய்யப்பட்டுள்ளன.
3. ஆயர் இடிந்தகரைக்காரர் என்பதால் தம் ஊர் மக்களை உரிமை யோடு கடிந்து கொண்டதாகவே இதனைக் கருத வேண்டுமென்று தகவலாளர்கள் சிலர் குறிப்பிட்டனர். பின்னால் நிகழ இருக்கும் காவல்துறை அடக்குமுறை குறித்த எச்சரிக்கையாகவே இது அமைந்தது என்று ஒரு சிலர் குறிப்பிட்டனர். சிலர் ஆயர் இவ்வாறு குறிப் பிடவில்லையென்றும் கூறினர்.
4. தேவாலயத்துடன் தொடர்புடைய நாவிதரே ஊர்க்குடி மகன் என்றழைக்கப்படுவார்.
5. இச்சீட்டை வழங்கும் பொறுப்பை ஏற்றவர். குத்தகை கொடாத மடிக்காரர் சிலருக்கு விலைக்கு விற்றதாகவும் கூறப்படுகிறது. ரூ. 44க்கு இச்சீட்டை வாங்கியதாக ஒருவர் குறிப்பிட்டார்.

நன்றியுரை

கள ஆய்வில் செய்திகளைக் கூறியுதவிய தகவலாளர்களுக்கும், தூத்துக்குடி மறைமாவட்டக் குருக்களான வண. அலங்காரம் அடிகள், வண. சத்தியநேசன், வண. சிலுவை அந்தோனி, வண. ஹெர்மன், வண. ஸ்டீபன்தாஸ் (முன்னாள் தலைமைக்குரு), வண. ஜோசப் டிரோஸ் ஆகியோருக்கும் செய்திகள் சேகரிப்பில் உறுதுணையாய் நின்ற திரு. இளங்கோ (விஜயா வங்கி, தூத்துக்குடி), வ.உ.சி. கல்லூரி பேராசிரியர்கள் திரு. வ. முத்தையா, அ. பிரான்சிஸ் ஆகியோருக்கும், தினமலர் நாளிதழிலிருந்து செய்தியினைப் படியெடுத்துதவிய திரு. தி.முத்து கிருஷ்ணன் (தினமலர், திருநெல்வேலி), கட்டுரையைப் படியெடுத்த செல்வி க. சுப்புலெட்சுமி ஆகியோருக்கும் என் நன்றி உரியது.

தமிழில் குறுநூல்கள்

துண்டுப் பிரசுரம், துண்டு வெளியீடு, சிறு பிரசுரம் என்ற பெயர்களில் சிறு நூல்கள் வெளிவருவதை நாம் அனைவரும் அறிவோம். ஆங்கிலத்தில் Pamphlet என்று அந்நூல்களை அழைப்பர். இச்சொல்லுக்கு இணையாக, குறுநூல் என்ற சொல் இக்கட்டுரையில் பயன்படுத்தப்பட்டுள்ளது. Pamphlet என்ற சொல்லுக்கு ஆங்கில அகராதிகள் பின்வரும் விளக்கத்தை அளிக்கின்றன.

அ. புத்தகத்துக்கு நேர் மாறானது. நன்கு பைண்டு செய்யப்படாது, தளர்ச்சியாகக் கட்டப்பட்டது. அரசியல், மதம் சார்ந்தது.

ஆ. தைக்கப்பட்டு பைண்டு செய்யப்படாதது. அது வெளியாகும் காலத்தைச் சார்ந்த ரசனைகளை மையமாகக் கொண்டது.

தமிழக நூலக ஆணைக்குழு அறுபத்து நான்கு பக்கங்களுக்குக் குறைந்த நூல்களைக் குறு நூல்களாகக் கருதி அதை வாங்குவதைத் தவிர்த்து விடுகிறது.

மேற்கூறிய வரையறைகளின் அடிப்படையில் பார்த்தால் குறைந்த பக்கங்களுடன் வலுவான அட்டையின்றி சமகாலப் பிரச்சினையை மையமாகக் கொண்டு வெளியாகும். நூல்கள் குறுநூல்கள் ஆகின்றன. ஆங்கிலத்தில் Tract என்ற சொல்லும் குறுநூலைக் குறிக்கும். ஆயினும் சமயம் சார்ந்த குறுநூல்களைக் குறிக்கவே அச்சொல் பயன்படுத்தப்படுகிறது.

எப்பொழுதெல்லாம் ஓர் அரசியல் சமூகப் பிரச்சினை மேலோங்குகிறதோ, அப்போதெல்லாம் குறுநூல்கள் குறிப்பிடத் தகுந்த அளவில் வெளியாகி உள்ளன. பதினாறாவது நூற்றாண்டின் முற்பகுதியில் குடியானவர் எழுச்சி ஜெர்மனியில் நிகழ்ந்தபோது, போப்புக்கும் கத்தோலிக்கத் திருச்சபைக்கும் எதிரான குறுநூல்களை மார்ட்டின் லூதர் எழுதி வெளியிட்டார்.

பதினேழாவது நூற்றாண்டு இங்கிலாந்தில் அரசியல் சமய வேறுபாடுகள் அதிகரித்தபோது கிறித்தவத் திருச்சபைக்கு எதிரான குறுநூல்கள் வெளியாயின. லெவலர்களின் தலைவரான ஜான் ட்பர் என்பவர் குறுநூல் ஒன்றை எழுதி வெளியிட்டமைக் காகச் சிறையில் அடைக்கப்பட்டார். ஆக்ஸ்போர்டு பல்கலைக் கழகத்தை மையமாகக் கொண்டு உருவான ஆக்ஸ்போர்டு இயக்கம் Tract for the times என்ற தலைப்பில் குறுநூல்களைத் தொடர்ச்சியாக வெளி யிட்டது.

18வது நூற்றாண்டு அமெரிக்காவில் 1763 லிருந்து 1788 வரை யிலான காலத்தில் 2000 குறுநூல்கள் வெளியானதாக மதிப்பிடப் படுகிறது. இச்செயல்கள் பல்வேறு நாடுகளிலும் குறுநூல்களுக்கு இருந்த தேவையையும் அவற்றின் செல்வாக்கையும் உணர்த்து கின்றன.

பதினெட்டாம் நூற்றாண்டுத் தமிழகத்தில் கத்தோலிக்கர் களுக்கும், சீர்திருத்தக் கிறித்தவர்களுக்கும் இடையே முரண்பாடு முற்றியபோது தமிழ்க் குறுநூல்களின் தோற்றம் நிகழ்ந்தது. இரு பிரிவினரும் குறுநூல்களின் வாயிலாகச் சமயச் சண்டையை நிகழ்த்தினர். சமயம் சார்ந்த குறுநூல்களை (Tracts) வெளியிடுவதற் கென்றே 1878ம் ஆண்டில் Madras Tracts Society என்ற அமைப்பைச் சீர்திருத்தக் கிறித்தவர் சென்னையில் நிறுவினர். Catholic Truth Society என்ற அமைப்பைத் திருச்சபையினர் உருவாக்கி அதன் வாயிலாகக் கத்தோலிக்கர்களுக்குக் குறுநூல்களை வெளியிட்டனர். தமது இளமைக் காலத்தில் சீர்திருத்தக் கிறித்தவச் சபையுடன் நெருக்கமான தொடர்பு கொண்டிருந்த ஆறுமுக நாவலர் அதன் தாக்கத்தினால் சைவ சமயம் சார்ந்த குறுநூல்களை எழுதித் தாமே அச்சிட்டு வெளியிட்டார்.

இந்திய விடுதலை இயக்கம் பல குறுநூல்களின் தோற்றத் துக்குக் காரணமாக இருந்தது. ஜி.சுப்பிரமணிய அய்யர், பாரதி ஆகியோர் இம்முயற்சியில் ஈடுபட்டவர்களில் குறிப்பிடத்தக்கவர்கள்.

1907ம் ஆண்டு சூரத் நகரில் நிகழ்ந்த சூரத் காங்கிரசுக்குச் சென்று திரும்பிய பாரதி 'எங்கள் காங்கிரஸ் யாத்திரை' என்ற தலைப்பில் குறுநூல் ஒன்றை வெளியிட்டுள்ளார். காங்கிரஸ் மிதவாதிகளும் ஆங்கில அரசின் காவல்துறையும் இணைந்து கொண்டு திலகரின் ஆதரவாளர்கள் மீது நடத்திய வன்முறையையும் திலகரின் தலை யைக் குறிவைத்து நாற்காலி வீசப்பட்டதையும் பாரதி இக்குறு நூலில் பதிவு செய்துள்ளார். மேலும் அவரது கவிதைகள் இன்று

நமக்குக் கிடைப்பது போல் ஒரே நூலாக அவரது காலத்தில் வெளி வரவில்லை. குறு நூல்களாக வெளிவந்தே மக்களை அடைந்தன.

திராவிட இயக்கம், பொதுவுடமை இயக்கம் ஆகியனவும் தம் கருத்துக்களை மக்களிடையே கொண்டு செல்லும் வழிமுறைகளும் ஒன்றாகக் குறுநூல்களை வெளியிட்டன. தாம் நடத்திய 'குடியரசு' இதழின் பெயரில் உருவாக்கிய குடியரசுப் பதிப்பகத்தின் வாயிலாக, சுயமரியாதை மற்றும் சமதர்மச் சிந்தனைகள் அடங்கிய குறுநூல் களைப் பெரியார் வெளியிட்டு வந்தார். புரட்சியாளர் பகவத்சிங் தன் தந்தைக்கு எழுதிய கடிதத்தைத் தமிழில் மொழி பெயர்த்து, சாத்தான்குளம் அ. இராகவன் துணையுடன் நிறுவிய பகுத்தறிவு நூற் பதிப்புக் கழகத்தின் வாயிலாக 1935 இல் 'நான் ஏன் நாத்திகன் ஆனேன்' என்ற பெயரில் குறுநூலாக வெளியிட்டார். ஆங்கில அரசாங்கம் இந்நூலைப் பறிமுதல் செய்ததுடன் நூலை மொழி பெயர்த்த ப. ஜீவானந்தத்தையும் நூலை அச்சிட்ட பெரியாரின் அண்ணன் ஈ.வே. கிருஷ்ணசாமியையும் கைது செய்தது. பொதுக் கூட்டங்களில் உரையாற்றும் முன்னர் தாம் வெளியிட்ட குறுநூல் களில் பெயர், அது நுவலும் பொருள், விலை, அக்கூட்டத்தில் விற்கப்படும் குறைந்த விலை ஆகியனவற்றைக் குறிப்பிட்டு அறிமுகம் செய்த பின்னரே தமது உரையைத் தொடங்குவதைப் பெரியார் வழக்கமாகக் கொண்டிருந்தார். புதுச்சேரி சுயமரியாதை இயக்கத் தினர் பாரதிதாசன், "சஞ்சீவி பர்வதத்தின் சாரல்" என்ற கவிதையை ஓரணா (ஆறு காசு) விலையிலும், "தாழ்த்தப்பட்டோர் சமத்துவப் பாட்டு" என்ற கவிதையை ஒன்றரையணா (ஒன்பது காசு) விலை யிலும் குறுநூலாக 1930 இல் வெளியிட்டனர்.

விவசாயிகள் மற்றும் தொழிலாளர்களுக்கான சங்கங்களை உருவாக்கிப் போராடிய பொதுவுடமை இயக்கத்தினர் இவ்விரு தரப்பினரின் பிரச்சனைகளை மையமாகக் கொண்டு குறுநூல்கள் பலவற்றைத் தொடர்ச்சியாக வெளியிட்டனர். மாநில அளவில் மட்டுமின்றி மாவட்ட அளவிலான பிரச்சனைகளை மையமாகக் கொண்டும் குறுநூல்களை இவர்கள் வெளியிட்டனர். இந்த வகையில் எம்.ஆர்.வெங்கட்ராமன் எழுதிய "நெல்லை ஜில்லாவில் பஞ்சமோ பஞ்சம்" என்ற குறுநூல் காங்கிரஸ் இயக்கத்தின் பாதுகாவலர் களாக விளங்கிய பெருநிலக்கிழார்களைப் பெயர் சொல்லி நேரடி யாகச் சுட்டிக்காட்டி அவர்களின் உணவு தானியப் பதுக்கலை வெளிக்காட்டியது. ஆனால் இன்று இரு பொதுவுடமைக் கட்சி யினரும் கடந்தகால அளவுக்குக் குறுநூல்கள் வெளியீட்டில் ஆர்வம் காட்டவில்லை.

பயிற்சி மொழியாகவும், ஆட்சி மொழியாகவும், நீதிமன்ற மொழியாகவும் தமிழே இருக்க வேண்டும் என்பதை வலியுறுத்திப் பொதுவுடமை இயக்கத்தினர் வெளியிட்ட குறுநூல்கள் இன்றைய தமிழகச் சூழலுக்கும் பொருந்துவன. குறுநூல்களை விற்பனை செய்வதைத் தமது கட்சிக் கடமைகளுள் ஒன்றாக அன்றைய பொதுவுடமை இயக்க உறுப்பினர்கள் கொண்டிருந்தனர்.

சமயம் மற்றும் இயக்கம் சார்ந்த குறுநூல்கள் தவிர சமூகத்தில் நிகழும் பல்வேறு நிகழ்ச்சிகளை மையமாகக் கொண்டும் பல குறுநூல்கள் உருவாகியுள்ளன. புயல், வெள்ளம், கொடிய தொத்து நோய்கள் ஏற்படுத்திய மோசமான பாதிப்புகளும், விபத்துக்களும், கொள்ளை, கொலை, பாலியல் வன்முறை போன்ற குற்றச் செயல்களும் குறுநூல்களின் தோற்றத்துக்குக் காரணமாக அமைந்தன. பரபரப்பான உரிமையியல் (சிவில்) வழக்குகளும் கூட குறுநூல்களின் பாடுபொருளாக அமைந்தன. கல்கியின் தியாகபூமி (1999: 353) நாவலில் சம்பு சாஸ்திரி என்ற கதாபாத்திரத்துக்கு, மணவிலக்குத் தொடர்பான வழக்கில் சாட்சியம் கூறவரும்படி நீதிமன்ற அழைப்பாணை வருகிறது. அதைக் கொண்டுவந்த அமீனா "இந்தக் கேசு இப்போ ரொம்ப அடிபடுதுங்களே! காலணாப் பாட்டுப் புத்தகங் கூட வந்துடுத்தே?" என்று கூறுகிறார். 1938இல் இந்நாவல் வெளியான காலத்தில் இருந்த நடப்பியலை அமீனாவின் இக்கூற்று வெளிப்படுத்துகிறது.

புதிய கண்டுபிடிப்புகள் குறித்தும், தம் செயல்களால் புகழ் பெற்ற அல்லது குற்றச் செயல்களால் பரவலாக அறிமுகமான தனி மனிதர்களை மையமாகக் கொண்டும் குறுநூல்கள் வெளியாயின. இவற்றுள் பெரும்பாலானவை கும்மி, சிந்து, தெம்மாங்கு வடிவில் அமைந்தன. கூறும் செய்தியின் அடிப்படையில் இவை பெயர் பெற்றன. கொலை நிகழ்வுகளை மையமாகக் கொண்டு உருவான சிந்து நூல்கள் 'கொலைச் சிந்துகள்' என்று அழைக்கப்பட்டன. சைவ, வைணவ, இசுலாமிய, கிறித்தவ சமயங்களின் புண்ணியத் தலங்களுக்குச் செல்லும் வழியில் உள்ள ஊர்களை வரிசையாகக் கூறி, குறிப்பிட்ட புண்ணியத் தலத்தின் சிறப்பையும் எடுத்துரைக்கும் நூல்கள் 'வழிநடைச் சிந்து' எனப்பட்டன. 'திருச்செந்தூர் முருகன் வழிநடைச் சிந்து', 'நாகூர் ஆண்டவர் வழிநடைச் சிந்து', 'வேளாங்கண்ணி வழிநடைச் சிந்து' என்ற பெயரில் வழிநடைச் சிந்துகள் வழக்கில் இருந்துள்ளன. பிளேக் நோய்- பரவியதையும் அது ஏற்படுத்திய பாதிப்பையும் மையமாகக் கொண்டு எழுதப்பட்ட சிந்து நூல் "பிளேக் சிந்து" என்ற தலைப்பில் வெளியாகி

உள்ளது. செம்புலிங்கம் என்ற சமூகம் சார்ந்த கொள்ளையரைக் குறித்த சிந்து நூல் 'செம்புலிங்க நாடார் துர் விளையாடல் சிந்து' என்ற தலைப்பைக் கொண்டுள்ளது. இது போன்றே கும்மி நூல் களும், உள்ளடக்கத்தை மையமாகக் கொண்டு பெயர் பெற்றன.

குறுநூல்கள் மக்களிடையே பரவலாகச் சென்றதால் குறுநூல் களின் இறுதியில் விளம்பரங்களும் இடம்பெற்றன.

ஆர்பத்நாட் அன்கோ என்ற வெள்ளையர் நிறுவனம் பொது மக்களிடம் இருந்து வைப்புத் தொகை வாங்கி வட்டி கொடுத்து வந்தது. 1906 அக்டோபர் மாதம் இந்நிறுவனம் மூடப்பட்டு விட்டது. இதில் முதலீடு செய்தவர்களுக்குப் பணம் திரும்பக் கிடைக்க வில்லை. இது தொடர்பாகத் தமது இந்தியா பத்திரிகையில் தொடர்ந்து செய்திகளும் கட்டுரைகளும் பாரதி வெளியிட்டுள் ளார். (இளசை மணியன் 1975: 318-322). இந்நிகழ்ச்சி குறித்து வரதராசப் பிள்ளை என்ற தஞ்சை மாவட்ட நிலக்கிழார் "ஆர்பத் நாட்டின் விழுகையும் இந்தியர் அழுகையும்" என்ற தலைப்பில் கும்மிப்பாட்டு நூல் ஒன்றை வெளியிட்டுள்ளார். இக்குறுநூலுக்கு "ஆர்பத்நாட் கம்பெனியாரைப் பற்றிய ஓர் தமிழ்க் கும்மி (கொம்மி)ப் பாட்டு" என்ற தலைப்பில் 17.11.1906 இந்தியா இதழில் பாரதி மதிப்புரை எழுதியுள்ளார் (பத்மநாபன் ரா.அ 1982:465). "அந்நிய ஆர்பத்நாட் கம்பெனியின் ஸமாசாரங்களை எல்லா ஜனங்களும் அறிந்து கொள்ளுமாறு எளிய தமிழ் நடையில் நல்ல கருத்துக்கள் அமைத்து இவர் பாடியிருப்பது நல்ல உபகாரமான செய்கையென்றே நாம் கருதுகிறோம்" என்று குறிப்பிட்டுவிட்டு அந்நூலில் இருந்து மூன்று கண்ணிகளை மேற்கோளாகக் காட்டியுள்ளார். அவற்றுள் ஒன்று வருமாறு:

கொக்கை நம்பும் மீன் போலும்
பூனைக் குட்டியை நம்பும் எலிபோலும்
தக்க மதிப்புறு மிந்தியர், வெள்ளையர்
தம்மை நம் ஐயமற்றிருந்தார்.

நாட்டார் பாடல் வடிவில் அமைந்த குறு நூல்கள் அடித்தள மக்களிடம் எளிதில் சென்றடைந்ததால் வெள்ளையர்கள், குறுநூல்களைத் தங்கள் சுரண்டலுக்குப் பயன்படுத்தியுள்ளனர். தமிழ்நாட்டின் குறிப்பாகத் தென் தமிழ்நாட்டின் வறண்ட கிராமப் பகுதிகளிலிருந்து விவசாயத் தொழிலாளர்களையும், நொடித்துப் போன குறு நில உடமையாளர்களையும் 'ஒப்பந்தக் கூலிகள்' என்ற பெயரில் இலங்கையின் மலையகப் பகுதிகளுக்கு அழைத்துச்

சென்றனர். தங்களுக்கு முற்றிலும் அந்நியமான காப்பி, தேயிலை போன்றவற்றைப் பயிர் செய்யும் பணியில் அவர்கள் ஈடுபட வேண்டி இருந்தது. இவற்றைப் பயிரிடும் முறையை விளக்கி 'கோப்பிக் கிருஷிக் கும்மி', 'தேயிலைக் கிருஷிக் கும்மி' என்ற குறுநூல்களை வெளியிட்டனர். ஜாபர் என்பவர் 'தேயிலைக் கொய்யும் தெம் மாங்கு" என்ற தலைப்பில் இருபத்தெட்டுப் பக்கங்கள் கொண்ட குறுநூல் ஒன்றை 1909ல் வெளியிட்டுள்ளார் (சாரல் நாடன் 2000 - 11-12). மலையகத் தொழிலாளர்களிடம் தொழிற் சங்கம் உருவாக்கும் பணியில் ஈடுபட்டவர்களும் குறுநூல்களை உருவாக்கினர். மீனாட்சி அம்மை என்பவர் 1931 இல் தொழிலாளர் சட்டக் கும்மி என்ற பெயரில் குறுநூல் ஒன்றை வெளியிட்டுள்ளார் (மேலது : 23).

சமூகத்தில் அறிமுகமான நவீனக் கண்டுபிடிப்புகள் குறித்தும் குறுநூல்கள் உருவாகியுள்ளன. புராணக் கதையின் வாயிலாக மட்டுமே புஷ்பக விமானத்தை அறிந்திருந்த மக்களுக்கு உண்மை யான விமானத்தைப் பார்ப்பது விநோதமான ஒன்றுதான்.

பாரடி ஏரோப் பிளேன்!
பறக்குதடி அந்தரத்தில்
காலுமில்லை, தலையுமில்லை
காற்றாப் பறக்குதடி!
ஏவிளா, பேத்தியா,
ஏரோப்பிளேன் பார்த்தியா!
பாட்டன் பூட்டன் நாளையிலே
பறவைக் கப்பல் பார்த்தியா!

என்று நாட்டார் பாடல்கள் (வானமாமலை 1960:154) விமானம் ஏற்படுத்திய வியப்பை வெளிப்படுத்தி நிற்கின்றன. 1932ல் கூட இத்தகைய நிலைதான் இருந்துள்ளது என்பதை வல்லிக்கண்ணன் (2001:34) எழுதியுள்ள பின்வரும் செய்தி உணர்த்துகிறது.

> 1932ல் பாளையங்கோட்டைக்கு ஆகாய விமானம் ஒன்று வந்தது. பழங்கால மாடல் விமானம், நகரத்துக்குக் கிழக்கே இருந்த ஹைகிரவுண்ட் எனப் பெயர் பெற்ற திறந்த வெளி மேட்டுநிலத்தில் வந்து நின்றது அது. அதைக் கண்டு களிப்ப தற்காக மக்கள் கூட்டம் கூட்டமாகச் சென்றார்கள். தேர்த் திருவிழா பார்க்கப் போவது போல் அண்டை அயல் கிராமங் களில் இருந்தெல்லாம் ஆண்கள், பெண்கள், குழந்தைகள் திரண்டு வந்து வேடிக்கை பார்த்தார்கள்.

கூடுகின்ற கூட்டத்தைப் பார்த்து சம்பந்தப்பட்ட வர்கள் காசு வசூலிப்பதில் கருத்தாகி விட்டார்கள். விமானம் நின்ற இடத்தில் சதுரத்துக்குள் கம்பி வேலி அமைத்தார்கள். கூட்டம் வெளியே நின்று பார்க்க லாம். உள்ளே போய், விமானத்தை மிக அருகில் நின்றும், தொட்டும் பார்ப்பதற்கு ஒரு ரூபா- கட்டணம் தர வேண்டும் என்று வசூலித்தார்கள். ஐந்து ரூபா- கொடுத்தால் விமானத்தின் உள்ளே ஏறிப் பார்த்து, உட்கார்ந்து ரசிக்கலாம். பத்து ரூபா கட்டணம் செலுத்துகிறவர்கள் விமானச் சவாரி செய்யலாம். பாளையங் கோட்டை ஹைகிரவுண்டிலிருந்து மேற்கே பேட்டை வரை வானில் பறந்து திரும்பலாம்

இவ்வாறு வியப்புக்குரிய ஒரு பொருளாக விமானம் இருந்த நிலையில் சாதாரண மனிதர்களுக்கு விமானம் குறித்த செய்திகளைக் குறுநூல்கள் கொண்டு சென்றன. 1911ம் ஆண்டில் காலணா விலையில் "மேல் பறக்கும் மோட்டார்கார் சிந்து" என்ற தலைப்பில் வெளியான குறுநூல் "மேல் பறக்கும் மோட்டார் கார்" என்று விமானத்துக்குப் பெயரிட்டு, விமானத்தைக் கந்தர்வனாகக் குறிப்பிடுகிறது:

> கந்தர்வர் நின்று கிளம்பினதாகச் சொல்வார். ஆனால் சித்தர் பறந்தார் என்பார், எண்ணியே நாமும் யோசித்துப் பார்த் தாலே இவன் தானே கந்தர்வனென் றெண்ணிடலாம்.

1915ம் ஆண்டில் 'ஆகாயக்கப்பல்' என்ற பெயரில் காலணா விலையில் வெளியான குறுநூல் ஒன்று கூறும் செய்தி வருமாறு (செட்டியார் ஏ.கே 1968:89):

ஆகாயக் கப்பலையா - பெரும்
வாகன யந்திரத்தால் - பறக்குதையா
நேராக வெகு உயரம் - அதில்
சீராகவே யதிக மனிதருட
சுலபமாச் சென்றிடுமே - அதில்
சுக்கான்களும் தள்ளும் யந்திரங்களும்
திக்குகளில் தீவிரமா- - செல்ல
அதிசயமிது பேரதிசயமே.
கவனித்துக் கேளுமையா - இந்த
அவனியில் இதற் கிணை யேது முண்டோ
ஆனாலும் பயமுண்டு - ஏனெனில்
காற்றுகளும் பெரும் புயல்களுமே
மாற்றிடும் தலைகீழா- - சிலவேளை

மரங்களில் போயது மோதிக் கொள்ளும்
தீப்பறி எரிந்திடுமே - அக்கப்பல்
லட்சாதி லட்ச ரூபா- விலையாகும்

விமானம் மட்டுமின்றி ரயிலும் கூட மக்கள் கவிஞர்களை ஈர்த்துள்ளது. ராயபுரம் ரயில் நிலையம் அமைக்கப்பட்டதை "ராயபுரம் ரெயில்வே ஸ்டேசன் கடைக்கால் கும்மி" என்ற குறுநூல் குறிப்பிடுகிறது. இந்நூல் அச்சான காலம் தெரியவில்லை. ஏ.கே.செட்டியார் (1968:41.42) தமது நூல் ஒன்றில் இக்கும்மியை வெளியிட்டுள்ளார். பெரும்பாலும் ராயபுரம் ரெயில் நிலையம் உருவாகி ரெயில் போக்குவரத்தைத் தொடங்கியபொழுது இது வெளிவந்திருக்கலாம்.

பொட்டி வண்டி சாமா வண்டி
பின்னாலே பூட்டி புகை போட்டு
சாவி கொண்டு ஆள் முடுக்க பயந்தோடும் படி
சத்தம் கீச்செற்றெடுக்கப்
போகுது பார் ரயில் போகுது பார்
வேகமாய்ப் புகைந்து சீறியே போகுது பார்
அங்கங்கே ஸ்டேசன் தோறும் வண்டி நிறுத்தி
தங்கிய கன சாமானை வண்டியிலேற்றி
ராய புரத்தில் ரயில் புறப்பட்டது

என்ற வரிகள் இக்கருத்துக்குச் சான்றாகின்றன.

1910ம் ஆண்டில் 'தென்னிந்தியா ரெயில்வே எனும் கர்னாடகப் புகைவண்டிச் சிந்து' என்ற குறுநூல் வெளியாகியுள்ளது.

தென்னிந்தியா ரெயில் பாரடி - பெண்ணே யீது
தெற்கே போகும் நேரடி

என்று தொடங்கும் இக்குறுநூல்,

டிக்கட்டுகள் வாங்கி இக்கட்டில்லாமலே
பக்குவமாகவே தக்கபடி போவோம்

என்று அறிவுரை கூறிச் சைதாப்பேட்டை தொடங்கி திருநெல்வேலி மற்றும் தூத்துக்குடி வரையிலான ரெயில் நிலையங்களின் பெயர் களைப் பட்டியலிடுகிறது. சில ஊர்களின் சிறப்பையும் குறிப்பிடு கிறது. வழிநடைச் சிந்தின் தாக்கமாக இதைக் குறிப் பிடலாம்.

ரெயிலைக் குறித்து மட்டுமின்றி அதில் பணிபுரியும் ஊழியர் களின் வேலை நிறுத்தம் குறித்தும் குறுநூல்கள் உருவாகியுள்ளன. 1909ம் ஆண்டில் வெள்ளையர்களுக்கு உரிமையான சதர் மராட்டா

ரயில்வேயில் வேலை நிறுத்தம் நிகழ்ந்தது. இவ்வேலை நிறுத்தம் குறித்து "மட்ராஸ் சதர் மராட்டா ரயில்வே கலகச் சிந்து" என்ற பெயரில் சூளை முனிசாமி முதலியார் என்பவர் இரண்டு பாகங் களாக 1909ம் ஆண்டில் குறுநூல் வெளியிட்டுள்ளார். அதில் முதற் பாகம் மட்டுமே பார்வைக்குக் கிட்டியது. அதிகார வர்க்கத்தின் மொழியில் வேலை நிறுத்தத்தைக் கலகம் என்று அழைத்தாலும் வேலை நிறுத்தத்தின் விளைவுகள் நன்றாக இந் நூலில் பதிவாகி யுள்ளன.

உலகமதில் பேறுபெற்ற உற்றதொரு மட்ராஸ் ரயில்
கலகம் செய்த சேதி சொல்வேன்.
கண்மணியே கேளும் பெண்ணே!

என்று தொடங்குகிறது இந்நூல். வேலை நிறுத்தம் குறித்தும் அதன் பாதிப்புகள் குறித்தும் கூறும் செய்திகளின் ஒரு பகுதி வருமாறு:

அரக்கோணம் ஜோலார்பேட்டை
அர்த்தமுள்ள ராயபுரம்
பொன் கொடியே வேலைக்காரர்
அற்புதமா-நின்றார் தினம்
பாசென்சரின் வண்டியும் போச்சு
படுத்து வண்டிகள் உறங்கலாச்சு
ஊரும் போக வந்த செனங்கள் உத்தமர்
ஸ்டேசனில் நிற்கவுமாச்சு
அரக்கோணம் தனில் வசிக்கும்
அன்புடைய பயர்மென் டிரைவர்
முப்பத்தேழு வேலைக்காரர் மொற் குழலே நின்றுவிட்டார்
வண்டிக்காரர் பிழைப்புந்தான் போச்சு
சால்ட் கொட்டா- கடைகளும் பாழாச்சு
உண்டைப் பயிரெல்லாம் ஊழக்
கடைகளில் தூசு அடைந்ததைப் பாருங்கடி.

1913ம் ஆண்டில் மீண்டும் ஒரு வேலைநிறுத்தம் நடந்தது. இது குறித்தும் "மட்ராஸ் ரெயில் கலகம்" என்ற பெயரில் சூளை முனிசாமி முதலியார் குறுநூல் ஒன்றை 1913ல் வெளியிட்டுள்ளார். இந்நூலிலும் வேலை நிறுத்தத்தின் விளைவுகள் விரிவாக இடம் பெற்றுள்ளன. இந்நூலிலிருந்து சில பகுதிகள் வருமாறு,

டிக்கட் கலெக்டர்கள் சேனபேர் நின்றிட்டார்
செழிப்பான கார்டுகள் முடுக்காகப் போய்விட்டார்.
டேசன் தோரும் நாய்- நரியோடுது

சென்று பார்த்தால் சாமான் அங்கங்கே கிடக்குது
மோசன் செய்யாமலே ரெயில் யிங்கே தூங்குது
மேலான சாமான்கள் தூசிபடியுது.
சென்றலில் டேசன் பாருங்கடி யிங்கே
சேரும் ஜெனக் கூட்டம் காணோமடி
தங்கி நின்றுப் பார்த்தால் நாய்களு மோடியே
தாவித் திரியுது பாருங்கடி
ஓர்க் ஷாப் பென்னும் ரெயிலின் ஸ்டோரது
உள்ளதோர் வேலைக்காரரத்தனை பேர்
அத்தனை பேரும் நின்றுவிட்டு ஸ்டோர்
நடத்தியே மூடிடுகுறார் பாருங்கடி
உருளைக் கிழங்கு கருப்பாச்சி யிங்கே
உற்றதோர் வெங்காயம் வேம்பாச்சி

விபத்துக்களும் குறுநூல்களில் இடம்பெற்றன. 1909 ஜூலை 19ம் நாள் அத்திப் பேட்டை என்னும் இடத்தில் கல்கத்தா மெயில் விபத்துக்குள்ளாகியது. இந்நிகழ்ச்சி குறித்து "மதராஸ் சதர் மராட்டா கல்கத்தா மெயில் அத்திப் பேட்டில் விழுந்த ரெணகளச் சிந்து" என்ற பெயரில் கோவிந்தசாமி நாயக்கர் என்பவர் எழுதிய நூல் 1909ம் ஆண்டில் வெளியாகியுள்ளது.

1898ல் வெளியான 'பத்மாவதி சரித்திரம்' நாவலில் திருநெல்வேலி நகர் நாடகக் கொட்டைகை ஒன்றில் தீ விபத்து ஏற்பட்டுப் பலர் மடிந்த நிகழ்ச்சி இடம்பெற்றுள்ளது. இவ்விபத்து குறித்து 'திருநெல்வேலி கொட்டகைச் சிந்து' என்ற தலைப்பில் குறுநூல் ஒன்று வெளியாகியுள்ளது. தீ விபத்துக்கு ஆளான அரங்கின் பெயர் 'சாதுசங்க நடன சபை' என்று இந்நூல் குறிப் பிடுகிறது.

தாரண வருடத்தில் தமிழ்நாட்டில் வெள்ளத்தினால் பெரும் பாதிப்பு நிகழ்ந்தது. இவ்விரு நிகழ்வுகள் குறித்துச் சிறுமணவூர் முனிசாமி முதலியார் எழுதிய சிந்து ஒரே நூலாக 1906ம் ஆண்டில் வெளியாகியுள்ளது.

சென்னை நுங்கம்பாக்கத்தில் எட்வர்டு துரை என்பவரின் பங்களா 1907 செப்டெம்பர் 19ம் நாள் வியாழக் கிழமையன்று மூணேகால் மணிக்கு இடிந்து விழுந்தது. கட்டிடப் பணியில் ஈடுபட்டிருந்த தொழிலாளர்கள் இடிபாடுகளில் சிக்கி உயிரிழந்தனர். "நுங்கம்பாக்கம் மாஸ்டர் எட்வர்ட் துரை பங்களா இடிந்திறந்த சிந்து" என்ற பெயரில் சூளை முனிசாமி முதலியார் 1907ம் ஆண்டில்

வெளியிட்டுள்ள குறுநூல் இத்துயரச் செய்தியைக் கூறுகிறது. இடிபாட்டில் சிக்கிக் காயமடைந்த தொழிலாளர்களை மருத்துவ மனைக்குக் கொண்டு சென்றதையும் அவ்வாறு போனவர்களில் பலர் இறந்து போனதையும் இச்சிந்து பின்வருமாறு குறிப்பிடுகிறது.

மாலை நாலுக்கெல்லாம்
மாட்டுவண்டியில் ஏத்தி
மட்ராஸ் யெழும்பூரின்
டிஸ்பெ சரி தனிலோட்டி
மேவி டாக்டர் அவர்
நாடிப் பரீட்சை காட்டி
அடிபட்ட நாயக்காரர்
அஸ்பத்திரி யவர் சேர
அழுது குடிகளெல்லாம்
பின்னாலே போக
பொழுது விடியுமட்டும்
கூட்டம் மிக சேர
மறுநாள் டிஸ்பெ சரி
ரணமா- நிறைந்து போக
வீட்டிலி றந்தாலும் பார்த்தழுவார் - இவர்
பேண சடங்குகள் தான் புரிவார்
நாட்டமில்லாமலே ஆஸ்பத்திரி கொண்டு போய்-
போட்டமுகிறார் பாருங்கடி

இத்துயர நிகழ்ச்சிகளைக் கூறுவதுடன் மட்டுமின்றி, கட்டிடம் கட்டுவோர்க்கு அறிவுரையும் கூறுகிறது.

மெத்தையிடிந்ததைப் பாருங்கடி - மணல்
சுண்ணாம்பு கல்லுட சேர்ந்ததடி
பத்தியே தூசி பறக்குதடி - புது
கட்டடமா இது கூறுங்கடி
கட்டிட வேலையில் யோசிக்க வேணும் - அடி
கடகால் பலமாகப் போடவேணும்
முற்றிலும் நாமுமே பார்க்கவேணும்
வீட்டில் மோசமில்லாமலே வாழ வேணும்
காண்ட்டிராக்டர் மூலமா- கட்டவும் கூடாது
காசு பணத்தையும் பார்க் கொண்ணாது
நின்று சிலநாளா- தான் முடித்தால்
நேர்த்தி யென்றே சொல்லிப் பாடுங்கடி

இனி இக்குறுநூல்கள் மக்களை எவ்வாறு சென்றடைந்தன என்று காண்போம். ஒரு காடா விளக்கைக் கொளுத்தி அதன் ஒளியில் விற்பனை நிகழும் இரவுக் கடைகளை, 'குஜிலிக் கடை' என்று, அன்றைய சென்னை நகரில் அழைத்தனர். குறுநூல்களை விற்பதற்கென்று பாதையோர, குஜிலிக் கடைகள் இருந்தன. இதன் காரணமாகவே இங்கு விற்பனையாகும் நூல்களை, "குஜிலிக் கடைப்பதிப்பு" என்று குறிப்பிட்டனர். குஜிலி கடைகளில் மட்டு மின்றி மக்கள் கூடும் சந்தைகளிலும் திருவிழாக்களிலும் குறுநூல் களை விற்றனர். இவற்றை விற்பவர்கள் தாம் விற்கும் நூலை உரக்கப்பாடிக் கொண்டே விற்கும் பழக்கமும் இருந்தது. உ.வே.சாமிநாதய்யர் (1991:23/24),

> புதுக் கோட்டையில் சில வீடுகள் கூடுகிற சந்தியில், முன்பு ஐந்து லாந்தர் கம்பமொன்றும் அதைச் சார்ந்த மேடை யொன்றும் இருந்தன. அவ்வூரில் ஒரு முகம்மதியர் காலணா, அரையணா விலையுள்ள பாட்டுப் புத்தகங்களைப் பாடிக் கொண்டே விற்பனை செய்து வந்தார். அவரைச் சுற்றிப் பலர் கூடிப் பாட்டுக் கேட்பார்கள்; அவர்களில் சிலர் புத்தகத் தையும் விலைக்கு வாங்கிக் கொள்வார்கள். நிலையாக ஓர் இடத்தில் இருந்து விற்றால் அனுகூலமாக இருக்கு மென்று அம்முகமதியர் எண்ணினார். அதற்கு உரிய இடம் முன்கூறிய ஐந்து லாந்தர் மேடையே யென்று அவருக்குத் தோன்றியது. அங்கேயிருந்து பாட்டுப் பாடிக்கொண்டு புத்தக விற்பனை செய்வதற்குத் 'தர்பார் ஆபீஸின்' அனுமதி வேண்டியிருந்தது.

என்று எழுதி உள்ளமை இங்குக் குறிப்பிடத்தக்கது. நெல்லை மாவட்டம் திருவைகுண்டம் நகரில் 1996ம் ஆண்டுவரை முத்து காசிம் என்பவர் தாலாட்டு ஒப்பாரிப் பாடல்களைக் குறுநூல்களாக அச்சிட்டு, அந்நூல்களில் உள்ள பாடல்களை உரக்கப்பாடி விற்பனை செய்வதைத் தொழிலாகக் கொண்டிருந்தார். அவ்வட்டாரத் திலுள்ள முக்கிய சைவ வைணவக் கோயில் திருவிழாக்களுக்கும், நாட்டார் தெய்வங்களுக்கு நடத்தப்பெறும் கொடை விழாக் களுக்கும் சென்று, மேற்கூறிய நூல்களை விற்பனை செய்வதும் உண்டு. மேலும் கிராமங்களுக்குச் சென்று இப்பாடல்களை ஒரு வீட்டின் தொழுவம் அல்லது வீட்டின் திண்ணையிலிருந்து பாடுவார். பெண்களும் குழந்தைகளும் அவரைச் சுற்றி நின்று அதைக் கேட்டு மகிழ்வார்கள். பணத்திற்குப் பதிலாக அரிசி, உளுந்து, மிளகாய் வற்றல், வெங்காயம் ஆகியனவற்றைக் கொடுப் பதும் உண்டு. இவ்வாறு பாடல்களை உரக்கப் பாடி விற்பனை

செய்யும் தொழில்முறைக் கலைஞர்களை மனதில் கொண்டு பின்வரும் வரிகள் உருவாக்கப்பட்டன.

ஆச்சரியமான பாட்டு அண்ணமாரே நீங்க கேட்டு
சேப்புல கையப் போட்டு சொகுசா காச எடுத்து நீட்டு
வயித்தெரிச்சப் பட்டு காச வலது கையால் நீட்டு
(இரவிச் சந்திரன் 2001:98)

திருநெல்வேலி ஜில்லாவாம் தெற்கே வெகுதூரமாம்
அருமையான தாமிரபரணி ஆறு ஓடும் ஊரைச்சொன்னேன்
கன்னிக்குலைக்கேசு விலை சொன்னே ஆறுகாசு (மருத துரை 1991:64)

விற்பனைப் பொருளாகக் குறுநூல்கள் விளங்கியதால் ஒருவர் எழுதிய குறுநூலை, எழுதியவரின் பெயரிலோ, பெயரை மாற்றித் தன்பெயரிலோ திருட்டுத்தனமாக அச்சிடும் வழக்கம் உருவாகியது. அச்சகத்தார் சிலரும் தொழில்முறைக் கலைஞர்கள், புத்தக விற்பனையாளர்கள் சிலரும் இத்திருட்டு வேலையில் ஈடுபட்டனர். இதைத் தவிர்க்கும் வழிமுறையாக, நூல்களின் தொடக்கத்திலோ இறுதியிலோ இவ்வாறு செய்ய வேண்டாம் என்ற வேண்டுகோளை அச்சிட்டார்கள். எடுத்துக்காட்டாகச் சில வேண்டுகோள்களைக் காண்போம்,

> இதனால் சகலமான கனதனவான்களுக்கும் அச்சாபீஸ் தலைவருக்கும் தெரிவிப்பது என்ன வென்றால் இச் சிறிய புத்தகத்தைத் தயவுசெய்து யாரும் அச்சிடாமல் இருக்கும்படி மிகவும் வந்தனத்துடன் கேட்டுக் கொள்கிறேன். (மதராஸ் சதர் மராட்டா கல்கத்தா மெயில் அத்திப் பேட்டில் விழுந்த ரெணகளச் சிந்து - *1909).*

> இச்சிறிய புத்தகத்தை அச்சாபீஸ் தலைவரும் புத்தக வியாபாரிகளும் அச்சிடக் கவனிக்க வேண்டாம். அனை வருக்கும் யான் ஒரு சிறு குழந்தை எனக் கவனிக்கவும். இப்படிக்கு சூளை முனிசாமி முதலியார் (மட்ராஸ் ரயில் கலகம் *1913).*

இத்தகைய பணிவான வேண்டுகோள்கள் மட்டுமின்றிக் கடுமையான பழிச் சொற்களுடன் கூடிய பாடல்களும் உரைகளும் சில நூல்களில் இடம்பெற்றுள்ளதை மருத துரை (1991:51) எடுத்துக் காட்டியுள்ளது வருமாறு:

சித்தையன் கொலைதனையே திருமலை சாமிதாசன்
இத்தலத்தோர் காண எழுதினேன் சிந்தாக

உத்தரவின்றியிதை பேத்தெழுதி அச்சிலிட்டோர்
கூத்திமகனென்றனவே கூறலாம் அன்னவனை

(சித்தையன் கொலைச் சிந்து 1934)

இப்புஸ்தகத்தை வேறு அச்சிடுவோரும்
அச்சிடக் கொடுப்போரும் மாற்றி எழுதி அச்சிடு
வோரும் எனது புதல்வனென மதிப்பதோடு
போத்திரி (பன்றி) உண்ணும் ஈனராகவும் கருதப்பட்டு
கையாலாகாத வே(!) என்றும் எண்ணப்படும்

(ஆங்காரப்படு கொலை அலங்காரச் சிந்து 1925)

இவையெல்லாம் கல்வெட்டுக் காப்புரைகளை நமக்கு நினை வூட்டுகின்றன.

நாட்டு விடுதலைக்கு முந்திய காலத்து இலக்கியவாதிகள், ஒரு நூல் மோசமானது என்று குறிப்பிட 'குஜிலிக்கடைப் பதிப்பு' என்ற சொல்லைப் பயன்படுத்தினர். இலக்கண வழுக்களும் எழுத்துப் பிழைகளும் மலிந்து பெரும்பாலும் தரங்குறைந்த தாளில் மிகச் சிறிய அளவில் (13செமீ X 10செமீ) குறைந்த பக்கங்களுடன் அச்சிடப் பட்டதை மட்டுமே நோக்கி இவ்வாறு கூறினார்கள் போலும்!

தமிழ் இலக்கிய வரலாறு எழுதியவர்களும் குறுநூல்கள் குறித்து எதுவும் கூறாது விட்டுவிட்டார்கள். முறையாக இலக்கியக் கல்வி - கற்ற மக்கட் பிரிவினர்களுக்காக குஜிலிக் கடைப் பதிப்புகள் உருவாகவில்லை. எழுத்தறிவு பெறாத, அரைகுறையாக எழுத்தறிவு பெற்ற அடித்தள மக்களை மனதில் கொண்டே இவை உருவாயின. இந்நூல்களை உருவாக்கியவர்களில் பெரும்பாலோர் நாட்டார் இலக்கிய மரபையே பின்பற்றி உள்ளனர். தாம் வாழும் சமுதாயத்தில் நிகழும் மாறுதல்களையும், நிகழ்வுகளையும் அறிய விழையும் அடித்தள மக்களின் பண்பாட்டு வேட்கையைச் செவ்வியல் இலக்கிவாதிகளும், நவீன இலக்கியவாதிகளும் பொருட்படுத்த வில்லை. இத்தகைய சூழலில் குறுநூல்களை எழுதியோரும், அவற்றை அச்சிட்டோரும், விற்பனை செய்தோரும் அடித்தள மக்களின் மொழியில் சமூக நிகழ்வுகளை அவர்களிடம் கொண்டு சென்றனர்.

இந்த வகையில் செய்தித் தாள்களின் பணியைக் குறுநூல்கள் செய்துள்ளன. ஒரு குறிப்பிட்ட நிகழ்ச்சி நடந்த இடம், நாள், நேரம் எனத் துல்லியமாகக் கூறும் முறை குறுநூல்களில் இடம் பெற்றுள்ளது. ஆராய்ந்து பார்த்தால் தமிழ் மக்களிடையே பரவலாகச் செல்வாக்குப் பெற்றுள்ள தினத்தந்தி நாளேட்டில்

குறுநூல்களின் தாக்கம் இருப்பதைக் காணலாம். கொலை, கொள்ளை, பாலியல் வன்முறை போன்ற குற்றச் செயல்களும், விபத்துக்களும், இயற்கைச் சீற்றங்களும் குறுநூல்களின் கருப் பொருளாக இருந்தமையால் இந்நூல்களுக்குச் செய்தி மதிப்பு கிட்டியது. புராண இதிகாசச் செய்திகளை மையமாகக்கொண்டு பெரியெழுத்து நூல்கள் உருவாகின என்றால் சமகால நிகழ்வு களையும் ரசனைகளையும் மையமாகக் கொண்டு குறுநூல்கள் உருவாகின. இதனால் சமூக வரலாற்று ஆவணம் என்ற தகுதி குறுநூல்களுக்குக் கிட்டியுள்ளது.

செய்தி ஊடகங்களின் வளர்ச்சி, இன்று பெரிய அளவில் இருந்தாலும் குறுநூல்களின் தேவை முற்றிலும் மறைந்து விட வில்லை. இவ்வுண்மையை உணர்ந்து கொண்டதால் தமிழ் நாட்டில் செயல்பட்ட அறிவொளி இயக்கத்தினர் குறுநூல்கள் தயாரிப்பில் புதுமை படைத்துள்ளனர். வரலாறு, புவியியல், அறிவியல், மனிதஉரிமை போன்ற துறை சார்ந்த நூல்களை மட்டு மின்றி, எர்னெஸ்ட் ஹெமிங்வே, மாப்பசான், விக்டர் ஹியூகோ, ஆண்டன் செஹாவ், டால்ஸ்டாய்- போன்ற உலக இலக்கிய மேதை களின் படைப்புக்களையும் மிக எளிய உரைநடையில் குறுநூல் களாக வெளியிட்டுள்ளனர். புதிதாக வாசிக்கக் கற்றுக் கொண்டோ ருக்கான இக்குறுநூல்வரிசை பாராட்டுதலுக்குரிய முயற்சி. இது தொடர முடியாமல் போனது தமிழுக்கு இழப்புதான். இம்முயற்சி யில் ஆர்வமுடன் ஈடுபட்ட பேராசிரியர் மாடசாமி, எழுத்தாளர் தமிழ்ச்செல்வன் ஆகியோரின் பணியும் பராட்டுதலுக்குரியது.

உலகமயமாக்கல், மத அடிப்படைவாதம், சுற்றுப்புறச் சூழல் சீர்குலைவு, தலித்துகள் மதச் சிறுபான்மையினர், பெண்கள் ஆகியோருக்கு எதிரான வன்முறைகள் ஆகியன நாம் வாழும் காலத்தின் முக்கியப் பிரச்சனைகள். இக்கொடுமைகளுக்கு எதிரான போராட்டத்தில் எளிய நடையிலான குறுநூல்களுக்கும் பங்கு உண்டு. மனிதநேயம் கொண்டோரும், சிறுமை கண்டு பொங்கு வோரும் இப்பணியில் ஈடுபடுவது அவசியம். இது நம் காலத்திய வரலாற்றுக் கடமை.

மறைந்து வரும் தானியங்கள்

தமிழ்நாட்டின் தொடக்ககால வேளாண்மை மலைசார்ந்த குறிஞ்சி நிலப் பகுதியிலும் காடு சார்ந்த முல்லை நிலப் பகுதி யிலும்தான் கால்கொண்டது. இந்நிலப் பகுதிகளில் சிறுதானி யங்கள் என்று இன்று நாம் கூறும் வரகு, தினை ஆகிய பயிர்களும் அவரை, உழுந்து, கொள் ஆகிய பருப்பு வகைகளும் எள், சிறுகடுகு, பருத்தி, ஐவனம் என்ற மலைநெல் ஆகியனவும் பயிராயின. இவை தமிழர்களின் தொன்மையான உணவுப் பயிர்கள்.

மத்தியகால கல்வெட்டுக்களிலும் 'புன் பயிர்' என்று 'புல்லு (கம்பு), வரகு, தினை, சாமை, இருங்கு, ஆமணக்கு, பருத்தி, வழுதலை, பூசணி, எள்ளு, கொள்ளு, பயிறு, அவரை, துவரை' ஆகியன குறிப்பிடப்பட்டுள்ளன (SII தொகுதி 8, கல்வெட்டு எண் 22).

வரண்ட கரிசல்நிலப் பகுதியில் சாமை, காடைக்கண்ணி, குதிரைவாலி, கேழ்வரகு, கம்பு, சோளம் ஆகியனவும் பயிராயின. கரடு முரடான புன்செய் நிலத்திலும் கரிசலிலும் கடுமையாக உழைத்து வாழ்ந்த மக்களுக்குத் தேவையான புரதச்சத்து இத்தானியங்களிலிருந்தே கிட்டியது. கூழ் - சோறு - மாவு - களி என்ற வடிவங்களில் இத்தானியங்களைப் பயன்படுத்தினர். குதிரை வாலி தானியத்தினால் செய்த கொழுக்கட்டை வேகும்போது அப்பகுதியே மணக்கும். தினைமாவுடன் தேன் அல்லது வெல்லம் கலந்து பிசைந்து இனிப்புப் பண்டமாக்கினர். சோளம் பொரி யாகவும் பொரிக்கப்பட்டது. நீர்வளமிக்க பகுதிகளில் பயிரிடப் பட்ட நெல் இப்பகுதி மக்களின் அன்றாட உணவில் இடம்பெற வில்லை. சிறப்பு உணவாக, விழாக்கால உணவாக மட்டுமே நெல் பயன்பட்டது. ஏனெனில் சிறுதானியங்களைவிட இதன் விலை அதிகம். ஒரு பவுனும் ஒரு கோட்டை (112 படி) நெல்லும் ஒரே விலை விற்றதாகவும் இதில் மாற்றம் ஏற்பட்டு ஒரு கோட்டை நெல்லின் விலையைவிட ஒரு பவுனின் விலை படிப்படியாக ஏறிய பின்னரே நன்செய் நில விவசாயிகளின் பொருளாதாரம் வீழ்ச்சி யடைந்தது என்றும் நன்செய் நில முதியவர்கள் குறிப்பிடுகின்றனர்.

நெல்லைவிட இதர புன்செய் நிலத் தானியங்கள் சிறுமையானவை என்ற கருத்தில்தான் சிறு தானியங்கள் என்று பெயர் சூட்டினார் களோ என்று கருதவும் இடமுண்டு.

நித்தம் நித்தம் நெல்லுச்சோறு

நெய் மணக்கும் கத்தரிக்காய்

என்ற நாட்டார் பாடல் நாள்தோறும் நெல்லரிசிச் சோற்றை உண்பதைச் சிறப்பான ஒன்றாகக் குறிப்பிடுவது கவனிக்கத்தக்கது. சிறுதானியங்களை உண்பது இழிவானது என்ற கருத்தைச் சமூகத்தின் மேட்டிமைக் குடியினர் கொண்டிருந்தனர். கொங்கு நாட்டை நிந்தனை செய்து கம்பர் பாடிய பாடலில் "உண்பதோ கம்பஞ்சோறு" என்று ஏளனமாகக் குறிப்பிடப்பட்டுள்ளது. "குடிக்கறது கூழுன்னாலும் கொப்பளிப்பது பன்னீரு" என்ற பழமொழியில் இடம் பெறும் 'கூழ்' என்பது சிறுதானிய மாவால் காய்ச்சப்படும் கூழினையே குறிக்கிறது.

இந்தியாவின் முதல் பொதுத் தேர்தல் 1952-இல் நடந்து முடிந்த பின்னர் வளமான நன்செய் பகுதியின் பெருநிலக்கிழார்கள் தங்களிடமிருந்த உபரி நெல்லுக்குச் சந்தையைத் தேடினர். இவர் களைச் சார்ந்திருந்த காங்கிரஸ் அரசு இவர்களின் விருப்பத்தைப் பூர்த்தி செய்யும் முறையில் தமிழ்நாட்டின் கிராமப்புறப் பங்கீட்டுக் கடைகளில் அரிசி விற்பனையைப் பரவலாக்கியது. அதே நேரத்தில் சிறுதானியங்களின் விற்பனை இக்கடைகளில் கிடையாது. அரிசிக்குத் தட்டுப்பாடு ஏற்படும் நேரங்களில் மட்டும் இக்கடை களில் சோளம் வினியோகிக்கப்பட்டது. அரிசி உண்பது சமூக உயர்வின் குறியீடாகக் கருதப்பட்டதால் கிராமப்புற மக்கள், சாரமுள்ள - விலை குறைந்த சிறுதானியங்களை ஒதுக்கிவிட்டு அரிசியைப் பரவலாகப் பயன்படுத்தத் தொடங்கினர்.

கம்பரிசி - வரகரிசி - தினையரிசி - நெல்லுச்சோறு - கம்பஞ்சோறு - சோளச்சோறு என்ற அடைமொழியிட்டே அரிசியும் சோறும் குறிப்பிடப்பட்ட நிலை மாறி அரிசி என்பது நெல்லரிசியையும், சோறு என்பது நெற்சோற்றையுமே குறிக்கும் நிலை உருவாகியது. புன்செய் நிலத் தானியங்களை உண்பது இழிவானது என்ற மேட்டிமைக் குடியினரின் கருத்து அடித்தள மக்களிடமும் ஊடுருவி விட்டது. அரிசிக்கு மாற்றாகப் புன்செய் நிலத் தானியங்களைப் பயன்படுத்துவது நல்லது என்ற கருத்தை முன் வைப்பவர்கள், தங்களின் முன்னேற்றத்துக்கு எதிரானவர்கள் என்று இம்மக்கள் நம்பும் நிலை தோன்றிவிட்டது.

புன்செய்நிலத் தானியங்களுள் கம்பு, கேழ்வரகு, சோளம் மட்டுமே இன்று பரவலாகப் பயிரிடப்பபடுகின்றன. இந்தியப் பெரு முதலாளிகள் மற்றும் பன்னாட்டு நிறுவனங்களின் ஆலைகளுக்கு முக்கிய மூலப்பொருளாக விளங்குவதால் மட்டுமே இவை இன்று வரை நிலைத்துள்ளன. 'மால்ட்' பானங்கள் தயாரிப்பில் கேழ் வரகும், கோழி மாடுகளுக்கான தீவனப் பொருள் தயாரிப்பில் கம்பும் சோளமும் தேவைப்படுகின்றன. விலை குறைவான பிஸ்கோத் துக்கள் தயாரிப்பிலும் சோளம் பயன்படுகிறது. தீவுகள் போல் ஆங்காங்கே ஏனைய புன்செய் நிலத் தானியங்கள் பயிராகின்றன. குறிப்பிட்ட கிராமப் பகுதிகளில் மட்டுமே இவற்றை வாங்க முடியும். காலப் போக்கில் இவை மறைந்து போகும் வாய்ப்பு அதிகம். இத்தானியங்கள் பரந்த அளவில் பயிராகும் நிலங்களில் வேலிக் கருவை பயிராகின்றது. அல்லது கல் மற்றும் சுண்ணாம்புக்கல் குவாரிகளாக மாறியுள்ளன.

புன்செய்நிலத் தானியங்களின் நிலை இவ்வாறாக, நன்செய் நிலத்தின் நெல் வித்துக்களில் பலவும் இன்று அழிந்து போயின. 18 ஆம் நூற்றாண்டைச் சார்ந்த 'முக்கூடற் பள்ளு', சித்திரைக் காலி, சிறை மீட்டான், மணல்வாரி, செஞ்சம்பா, கருஞ்சூரை, சீரகச்சம்பா, முத்துவிளங்கி, மலைமுண்டன், பொற்பாளை, நெடுமூக்கன், அரிக்கராவி, மூங்கிற் சம்பா, கத்தூரிவாணன், காடைக்கழுத்தன், இரங்கல் மீட்டன், கல்லுண்டைப் பூம்பாளை, வார்கடுக்கன், வெள்ளைப் புத்தன், கருங்குறுவை, புனுகுச் சம்பா, இராச வாழை, கதலி வாழை, குலை வாழை, சம்பா, மச்சு முறித்தான், மணல் வாரி, மலைமுண்டன் என நெல் வகைகளைக் குறிப்பிடுகின்றது. இவற்றுள் சம்பா வகை மட்டுமே பலரும் அறிந்த பெயராக உள்ளது.

சங்க இலக்கியங்களில் வீட்டிலேயே தயாரிக்கும் கள் 'இல்லடுகள்' என்று குறிப்பிடப்பட்டுள்ளது. இக்கள்ளை அரிசி யிலிருந்தே தயாரித்துள்ளனர். 'தோப்பி' என்ற பெயருடைய அரிசியிலிருந்து தயாரிக்கப்பட்ட கள் தோப்பிக்கள் (அகம் 35: 8 -9) என்று பெயர் பெற்றது.

நெல்லை, தூத்துக்குடி மாவட்டங்களில் அம்மன் கோவில் சிலவற்றில் 'மதுக்கொடை' என்ற பெயரில் திருவிழா நிகழும். இத்திருவிழாவின் சிறப்பம்சம் இதற்காகத் தயாரிக்கப்படும் மதுதான். இத்தயாரிப்பு முறையைக் கவனித்தால் பீர் தயாரிப்பின் முக்கிய அம்சங்களான மாவாக்கல் - கொதிக்க வைத்தல் - நொதிக்க வைத்தல் ஆகியன இடம்பெற்றுள்ளதைக் காணலாம். எனவே,

நமது பாரம்பரியான அரிசிப்பீர் தயாரிப்பு முறை என்றே மதுக் கொடை மதுத் தயாரிப்பைக் கூற வேண்டும்.

இம்மதுத் தயாரிப்புக்குப் பயன்படும் முக்கிய மூலப் பொருளாகக் குறுவைக் களையான் என்ற நெல் பயன்பட்டுள்ளது. தீட்டாத நிலையில் இந்நெல்லின் அரிசி செந்நிறமாக இருக்கும். இந்நெல்லைப் புழுதி புரட்டி என்று குமரி மாவட்டத்தில் கூறுவர். இம்மூன்று மாவட்டங்களிலும் பருவ மழைக்கு முன்னர் ஆவணி இறுதியில் அல்லது புரட்டாசி தொடக்கத்தில் நிலத்தைப் புழுதிபட உழுது இந்நெல்லைக் கைவிதைப்பாக விதைத்துவிடுவார். பருவ மழை பெய்தவுடன் இது முளைக்கத் தொடங்கும். ஓரளவு முளைத்த வுடன் நெருக்கமாக முளைத்த பயிர்களைப் பிடுங்கி இடைவெளி விட்டு முளைத்த பகுதியில் நட்டு விடுவர். குறைந்த அளவு மழையி லேயே இது பயன் தரும்.

மேலும் நாற்றாங்கால் இல்லாத நிலையிலும், மணல்வாரியான நீர் விரைவில் குடிக்கும் நிலப்பகுதியிலும் இதனைப் பயிரிடுவர். விளைச்சல் அதிகமாக இல்லாவிட்டாலும் இதன் குறைந்த நீர்த் தேவை காரணமாக இதனைப் பயிரிட்டு வந்துள்ளனர். கல்வெட்டு ஒன்றில் ‘மானாவாரிய புழுதி நெல்லும்’ என்று குறிப்பிடப்படும் நெல் ஒரு வேளை இந்நெல்லாக இருக்கலாம் (SII. 17 க.எண். 127). இந்நெல்லைப் பரவலாகப் பயிர் செய்து ஜப்பானியர்களின் அரிசிப்பீர் போல் நாமும் அரிசிப்பீர் தயாரிக்கலாம். இந்நெல் சாகுபடி இம்மூன்று மாவட்டங்களிலும் அனேகமாக மறைந்து போய் விட்டது.

குறுவைக் களையான் நெல்லைவிட வறட்சியைத் தாங்கும் மற்றொரு நெல் வித்து மொழிக் கருப்பன் என்பதாகும். பாத்திகள் அமைத்து அப்பாத்திகளில் நெல் விதையை ஊன்றிவிடுவர். இறவைப் பாசனத்தின்மூலம் இது வளரும். தண்ணீர் எப்போதும் தேங்கி நிற்க வேண்டிய அவசியம் இப்பயிருக்குக் கிடையாது. இதுவும் நெல்லை மாவட்டத்தில் மறைந்துவிட்டது.

பிசானப் பயிருக்கு நாற்றுப்பாவ நிலம் தேவைப்படும் நிலையில் நாற்றங்காலுக்காக ஒதுக்கியுள்ள நிலத்தில் கார் பருவப் பயிராக இதனைப் பயிரிடுவர். அறுபத்தைந்து - எழுபது நாட்களில் (நாற்றுப் பருவம் உட்பட) இது பயன்தரும். எனவே இதனை விரைவில் அறுவடை செய்துவிட்டு அந்த இடத்தில் பிசானப் பருவத்துக்கான நாற்றினைப் பாவுவர். 70களின் இறுதிவரை பொருநையாற்றுப் பாசனப் பகுதியில் இந்நெல் பரவலாக இருந்தது.

காற்று மிகுந்த பகுதியில் பயிராகும் உயரமான நெற்பயிரைக் காற்று சாய்த்துத் தரையுடன் மோதுவதால் நெல்மணிகள் உதிரும் வாய்ப்பு அதிகம். நெல்லை மாவட்டத்தில் மேற்குத் தொடர்ச்சி மலையின் அடிவாரப் பகுதியிலுள்ள ஆழ்வார்குறிச்சி, ஆம்பூர், சிவசைலம், விக்கிரமசிங்கபுரம் பகுதிகளில் மேற்காற்றின் தாக்குதலி லிருந்துத் தாக்குப்பிடிக்கும் வகையில் 'மொட்டைக் குறுவை' என்ற நெல்லைக் கார் பருவத்தில் பயன்படுத்தியுள்ளனர். இந்நெற்பயிர் குட்டையாக இருப்பதால் காற்றைத் தாங்கி நிற்கும். ஐ.ஆர். 8, ஐ.ஆர். 20 என்ற குட்டைரக நவீன நெல்வகைகள் வந்தவுடன் இது படிப்படியாக மறைந்துபோய்விட்டது.

"வான் பொய்ப்பினும் தான் பொய்யா குலக்கொடியாக" காவிரி திகழ்ந்தபோது தென்னார்க்காடு, தஞ்சைப் பகுதிகளின் பள்ளக்கால் மற்றும் நீர்ப்பிடிப்புப் பகுதிகளில் 'மடுமுழுங்கி' என்ற நெல்லைப் பயன்படுத்தி வந்துள்ளனர். முப்பது ஆண்டுகளுக்கு முன்பு வரை இடுப்பளவு தண்ணீரில் நின்றவாறு இந்நெல்லை அறுவடை செய்யும் காட்சியைத் தாம் கண்டுள்ளதாகத் தமிழ்ப் பல்கலைக் கழகப் பேராசிரியர் ஆறு. இராமநாதன் குறிப்பிட்டார்.

இன்று இத்தானியங்கள் குறித்த செய்திகள் "பொய்யாய்ப் பழங்கதையாய்க் கனவாய்" மாறிவிட்டன. நம்முடைய பாரம்பரிய நெல்விதைகளைக் காப்பாற்றும் முயற்சியில் ரிச்சார்டோ என்ற வேளாண் விஞ்ஞானி ஈடுபட்டு இரண்டாயிரத்துக்கும் அதிகமான இந்திய நெல்வித்துக்களைச் சேகரித்து வைத்துள்ளார். அவ்விதைகள் அனைத்தையும் விற்றால் நல்ல விலை தருவதாகப் பன்னாட்டு நிறுவனங்கள் அவரிடம் ஆசை காட்டின. நாட்டுப்பற்று மிக்க அவ்விஞ்ஞானி அதற்கு இணங்க மறுத்துவிட்டார். இதன் விளை வாக அவரது ஆய்வு நிறுவனத்துக்குக் கிடைத்துவந்த இந்திய அரசின் மானியத்தைத் தடுத்துநிறுத்தும் முயற்சியில் பன்னாட்டு நிறுவனங்கள் ஈடுபட்டு அதில் வெற்றியும் பெற்றன.

வேளாண்மையை முக்கியத் தொழிலாகக் கொண்ட நம் நாட்டைத் தானிய வித்துக்கள் இரசாயன உரங்கள் - உயிரூக்கிகள் - பூச்சிக் கொல்லிகள் ஆகியனவற்றை விற்பதற்கான சந்தையாகப் பன்னாட்டு நிறுவனங்கள் தேர்வு செய்துள்ளன. எனவே இவற்றின் தேவை இந்திய மண்ணில் அதிக அளவு இருக்குமாறு அவை பார்த்துக் கொள்கின்றன.

பசுமைப்புரட்சித் திட்டத்தின் அடிப்படையில் பரவலாக அறிமுகப்படுத்தப்பட்ட ஐஆர்8 என்ற நெல்வித்தை 73-74ஆம்

ஆண்டுகளில் பயன்படுத்திய விவசாயிகள் பூச்சிக்கொல்லி வாங்கியே கடன்பட்டு அழிந்தனர். நம்முடைய பாரம்பரிய வித்துக்கள் நோய்த் தாக்குதலுக்கு எளிதில் இலக்காகும் இயல்புடையவை என்று கூறியவர்கள் ஐஆர்8 நெல்லைத் தாக்கிய நோய் குறித்து மௌனம் சாதித்தனர். பல ஆண்டுகள் கழித்து இதன் ரகசியம் வெளியானது. இந்நெல் விதையை உருவாக்கும்போதே நோய் வரும் மரபணுக் களை உருவாக்கினர். இதன் விளைவாகப் பரந்துபட்ட இந்திய வேளாண் சந்தையில் பூச்சிக் கொல்லிகளின் விற்பனை அமோக மாக அதிகரித்தது. மேலும் வீரிய வித்துக்களைத் தொடர்ச்சியாகப் பயிரிட்டதன் விளைவாக இரசாயன உரங்கள் மற்றும் பூச்சிக் கொல்லிகளின் பயன்பாடு அதிகரித்தது. இதன் தொடர்ச்சியாக நிலமும் நிலத்தடி நீரும் மாசுபடுவதாகக் கண்டறிந்துள்ளனர். தற்போது இரசாயன உரங்களையும், பூச்சி மருந்துகளையும் குறை வாகப் பயன்படுத்தும்படி அறிவுரை கூறுகிறார்கள். இது காலம் கடந்த ஞானோதயம்.

இப்பழைய செய்திகளின் பின்புலத்தில் எதிர்காலத்தில் வரவிருக்கும் பேரபாயம் ஒன்றை நாம் தெரிந்து கொள்வது அவசியம். அமெரிக்க வேளாண் விஞ்ஞானிகள் நெல், கோதுமை, பார்லி, பருத்தி ஆகிய பயிர்களுக்குப் புதிய வித்துக்களை உருவாக்கி யுள்ளனர். இவை டெர்மனேட்டர் விதைகள் என்று அழைக்கப் படுகின்றன. இவ்வித்துக்களின் மரபணுவில் அவர்கள் செய்துள்ள மாறுதலின் காரணமாக இவை அதிக விளைச்சலைத் தரும். ஆனால், இத்தானியங்களை மீண்டும் விதையாகப் பயன்படுத் தினால் பயன் தராது. ஒவ்வொரு தடவையும் இவ்விதைகளைப் புதிதாக வாங்க வேண்டும். “இல்லத்தே வித்துளதாய்” என்று பிற்கால ஔவையார் பாடினார். ஆனால், இனி “வெளிநாட்டில் வித்துள தாய்” என்று பாட வேண்டும். மேலும் இயற்கை உரத்தைப் பயன் படுத்தி இவற்றை வளர்க்க முடியாது. அவர்கள் உருவாக்கிய வித்துகளுக்கென்று அவர்களால் தயாரிக்கப்பட்ட சிறப்பு உரங் களைப் பயன்படுத்தினால்தான் பயன் கிட்டும். மான்சாண்டோ என்ற அமெரிக்கப் பன்னாட்டு நிறுவனம் டெர்மினேட்டர் விதை களை இந்தியாவில் பரப்புவதில் முனைந்து நிற்கிறது.

இந்த வித்துக்களை ஓரிருவர் தொடக்கத்தில் பயன்படுத்தி னால்கூட பூச்சிகள் மற்றும் காற்றினால் ஏற்படும் அயல் மகரந்தச் சேர்க்கையினால் ஏனைய விவசாயிகள் பயிர் செய்யும் மரபணுக் களிலும் மாறுதல் உருவாகும். இதனால் காலப்போக்கில் நமது

வேளாண் வித்துக்கள் ஆற்றலிழந்து அழிந்து போக பன்னாட்டு நிறுவனங்களையோ, அவர்களது இந்திய கூட்டாளிகளையோ என்றென்றும் சார்ந்திருக்கும் அவலநிலை உண்டாகும். புதிய காலனியாதிக்கத்தின் அடிமைத் தளைக்குள் நமது வேளாண்மை சிக்கும். எனவே, நமது பாரம்பரிய வித்துக்களைப் பாதுகாக்கவும் புதிய வித்துக்களால் வரவிருக்கும் பேராபத்திலிருந்து தப்பவும் நாம் அணிதிரள வேண்டும்.

வருமுன்னர்க் காவாதான் வாழ்க்கை எரிமுன்னர்
வைத்தூறு போலக் கெடும்.

பூப்புச் சடங்குகளும் நம்பிக்கைகளும்

ஆதங்காக்கா, ஆதங்காக்கா
அவரைக் கண்டாற் சொல்லிடுங்கோ - நம்ம
பூவரசம்பூக் கன்னி
பூமலர்ந்து போச்சுதென்று.
ஆதங்காக்கா, ஆதங்காக்கா
அவரைக்கண்டாற் சொல்லிடுங்கோ - நம்ம
மாதளம் பூவு
மடல் விரிந்து போச்சுதென்று

- ஈழத்து நாட்டார் பாடல்

பூப்பு என்ற சொல் பூத்தல் என்ற பொருளையும் மாதவிடாய் என்ற பொருளையும் தரும். இக்கட்டுரையில் மாதவிடாய் என்ற பொருளிலேயே[1] பூப்பு என்ற சொல் பயன்படுத்தப்பட்டுள்ளது.

பூப்பு

பெண்ணின் கருப்பைச் சளிப்படலத்திலிருந்து சளியும் தீட்டுறு நீர்மங்களும் கொண்ட உறைய இயலாத குருதி வெளியேறுவதையே பூப்பு (Menstruation) என்பர். இருபத்தெட்டு அல்லது முப்பது நாட்சுற்றில் திங்கள் தோறும் இவ் வெளியேற்றம் நிகழும். சராசரி நான்கு நாட்கள் நிகழும் இவ் வெளியேற்றம் சில நேரங்களில் ஒருவார காலமும் தொடரலாம். பொதுவாக 30 மில்லியிலிருந்து 200 மில்லிவரை பூப்புக் குருதி வெளிப்பாடு நிகழும். பன்னிரண்டு அல்லது பதினாறு வயதிற்குள் தொடங்கும் இவ்வெளியேற்றம் 45 அல்லது 50 ஆண்டு முடிய நிகழும் (பைகாவ் *1972 : 172-173*, G.W.B. *1973 : 163-164*).

பெண்ணின் சிறப்பம்சமான தாய்மைத் தன்மைக்கு பூப்பு மிகவும் அவசியமான ஒன்றாகும். ஏனெனில் முதல் பூப்புற்ற பின்னர் நிகழும் ஒவ்வொரு பூப்பையடுத்தும் கருவுறுதலுக்கு உரிய சூழல்கள் பெண்ணின் கருப்பையில் தோன்றுகின்றன. கருப்பை விரிவடைந்து பெரிதாகிறது. குருதியோட்டம் அதிகரிக்கிறது. கருப்பையிலுள்ள

சுரப்பிகளின் எண்ணிக்கை மிகுகின்றது. பூப்பு நிகழ்ந்து கிட்டத் தட்ட பதினான்காவது நாளில் கருப்பையிலுள்ள முட்டையகத் திலிருந்து முட்டை வெளிப்படுகிறது. இம்முட்டையும் ஆணின் விந்தும் கூடும்போது கருவுறுதல் நிகழ்கிறது. கருவுறுதல் நிகழாத வரை பூப்புச் சுழற்சி நிகழ்கிறது.[2]

முதல் பூப்பு

இவ்வாறு தாய்மை அடைவதற்கான தகுதி பெற்றதை முதன் முதலாக வெளிப்படும் பூப்புக்குருதி அறிவிக்கிறது. இதன் காரண மாக ஒரு பெண் முதல் பூப்பெய்துவதையொட்டி பல நம்பிக்கை களும், சடங்குகளும், விலக்குகளும் தோன்றியுள்ளன. ஒரு பெண் பூப்பெய்தியதைக் குறிக்கப் பின்வரும் சொற்கள் தமிழ்நாட்டில் வழக்கிலுள்ளன.

புத்தியறிஞ்சிட்டாள்
புஷ்பவதியானாள்
சமைஞ்சிட்டாள்
ரெது(ருது)வானாள்
பெரிய மனுஷியாயிட்டாள்
மேஜராயிட்டாள்
திரண்டிட்டாள்
ஆளாகிவிட்டாள்
சடங்காகிவிட்டாள்
வயசுக்கு வந்திட்டாள்

பூப்பெய்திய பெண்ணைத் தனிக்குடிசையொன்றில் சில நாட்கள் தனித்திருக்கச் செய்து பின்னர் தங்களுடன் சேர்த்துக் கொள்ளும் பழக்கம் தமிழ்நாட்டுப் பழங்குடிகள் பலரிடமும் (சக்திவேல்: 1980: 22, 39, 52, 62, 97, 116, 134). ஆப்பிரிக்கப் பழங்குடிகள் பலரிடமும் உள்ளது (பிரேசர்: 1976: 145-147). தமிழ்நாட்டிலும் முதல் பூப்பெய்திய பெண்ணை வீட்டில் ஒரு புறமாகச் சில நாட்கள் ஒதுக்கி வைக்கும் பழக்கம் பல சாதியினரிடமும் இன்றும் நிலவுவது நாமறிந்ததே. பூப்பெய்திய பெண்ணை மீண்டும் குடும்பத்துடன் இணைத்துக் கொள்ளும் முன்னர் சடங்கு ஒன்று நிகழ்த்தப்படும். இதுவே பூப்புச் சடங்காகும் (நெல்லை, தூத்துக்குடி மாவட்டங் களில் சடங்கு என்ற சொல் பொதுவாக பூப்புச் சடங்கைக் குறிப் பதாகவே உள்ளது).

முதற்பூப்பு தொடர்பாகச் சில விலக்குகளும் (Taboo) நம்பிக்கை களும் தமிழ்நாட்டின் பல சாதியினரிடம் உள்ளன. இவை

அனைத்தையும் சாதிவாரியாக ஆராய்வது அவசியம் என்றாலும், பல்வேறு சாதியினரிடம் முதற்பூப்பினையொட்டி இடம்பெறும் நம்பிக்கைகள், தடைகள், சடங்குகள் ஆகியனவற்றின் சில பொதுத் தன்மைகளை மட்டும் இங்குக் குறிப்பிடப்படுகின்றன[3].

1. மகிழ்ச்சியான சடங்காகப் பூப்பு கொண்டாடப்படுகிறது.
2. பூப்பான பெண் தீட்டுடையவளாகக் கருதப்படுவதால், அவள் மட்டுமின்றி அவள் பயன்படுத்திய பொருட்களும் பிறரால் தீண்டப்படுவதில்லை. பிற பொருட்களை அவள் தொடவும் அனுமதிக்கப்படுவதில்லை.
3. அசிங்கத் தன்மை வாய்ந்த பாடல்களை (Obscene songs) பெண் பூப்பான அன்றோ, முதற் பூப்பினையொட்டி நிகழும் பூப்புச் சடங்கிலோ பாடும் பழக்கம் சில சாதி யினரிடம் உள்ளது.[4]

பூப்பு தொடர்பான நம்பிக்கைகள்

இவை தவிர திங்கள்தோறும் நிகழும் பூப்பு குறித்தும் பல நம்பிக்கைகளும் விலக்குகளும் உள்ளன. செழிப்பை மிகுவிக்கும் ஆற்றல் பூப்புற்ற பெண்களுக்கு உண்டு என்ற நம்பிக்கை தமிழகத்தின் சில பகுதிகளில் இன்றும் நிலவுகிறது. மாதப் பூப்புற்ற பெண் மிளகாய்ச் செடியை நட்டால் மிகுந்த விளைச்சல் தரும் என்ற நம்பிக்கை தர்மபுரி மாவட்டம் ஊத்தங்கரை வட்டம் ரெட்டி வலசு என்ற கிராமத்தில் உள்ளதாக பூங்குன்றன் (காளயுக்தி: 4) குறிப்பிடுகிறார்.

பொள்ளாச்சி வட்டம் ஆனைமலைப் பகுதியில் ஒரு நம்பிக்கை நிலவி வந்தது. சரியாக விளையாத நிலத்தில் விளைச்சலை அதிகரிக்க ஒரு சடங்கை மேற்கொள்ளுகின்றனர். கல்யாணம் ஆகாத கன்னிப் பெண்கள் மாதவிடாய் ஆன தினங்களில் அந்தக் குறிப்பிட்ட வயலைச் சுற்றி ஓடினால் விளைச்சல் அதிகரிக்கும் என்றும் நிலம் செழிப்படையும் என்றும் நம்பினார்கள் (செல்வராசு, 1983 : 119-120).

கருவேப்பிலைச் செடியை முதன்முதலாக நடும்போது மாத விலக்கான பெண்கள் நட்டால் நன்றாக வளரும்; மேலும் வயல் களில் விதைக்க விதை எடுத்துக் கொடுப்பது மாதவிலக்கான பெண்ணாக இருந்தால் மகசூல் நன்றாக இருக்கும் என்ற நம்பிக் கையும் நெல்லை மாவட்டத்திலுள்ள கீழப்பாவூர் கிராமத்தில் உள்ளது (ஜோஸ்பின் வயலட்ராணி, 1985:55).

வடஅமெரிக்காவில் கதிர்கள் நோயினால் பாதிக்கப்பட்டால், மாதவிலக்குக் கொண்ட பெண்கள் ஆடையின்றி வயல்வெளிகளில் இரவில் நடந்து திரிவர். இத்தகைய பழக்கங்கள் ஐரோப்பிய உழவர்களிடம் இன்றும் நிலைபெற்றுள்ளன. பயிர்த்தொழிலைப் பாதிக்கும் பூச்சிகளை ஒழிக்க மாதவிலக்கடைந்த பெண்கள் ஆடைகளை இடுப்புவரை தூக்கிக் கொண்டு வெறுங்காலோடும் முடியாத கூந்தலோடும் வயல்வெளிகளில் நடந்து செல்ல வேண்டும் என்று பிளினி பரிகாரம் கூறுகிறார் (தாம்சன், 1978 206).

மேற்கூறிய நம்பிக்கைகளுக்கு நேர்மாறான நம்பிக்கைகளும் வழக்கிலுள்ளன. "மாதவிலக்கான பெண்கள் பூச்செடிகளின் அருகில் செல்லக்கூடாது. கருவேப்பிலைச் செடியின் அருகில் செல்லக்கூடாது' என்ற நம்பிக்கைகள் நெல்லை மாவட்டம் கீழப்பாவூர் ஊராட்சிப் பகுதியில் உள்ளன. மாதவிலக்கான பெண் ஊறுகாய் தயாரித்தால் ஊறுகாய் புழுத்து விடும். துளசிச் செடி அருகில் சென்றால் துளசிச்செடி வாடிவிடும் என்ற நம்பிக்கையும் உண்டு. பிளினி (கி.பி. 23-79) இதுபோல் பல்வேறு நம்பிக்கைகளைக் குறிப்பிடுகிறார்.

> மாதவிலக்குக் கொண்ட பெண் ஒருத்தி இனிய பழம் தரும் மரத்தடியில் நின்றால், அம்மரத்தின் பழத்தினுடைய இனிப்பு கொடிய கசப்பாக மாறி விடும். அவள் தானியத்தைத் தொட்டால், அத்தானியம் விதைப்பதற்கு உதவா. அவை முளைக்கும் சக்தியையும் இழந்துவிடும். வளரும் பூச்செடியின் அருகில் அவள் சென்றால். அவை சுருங்கி வாடி வதங்கி விடுகின்றன. தோட்டத்துப் பசுந்தன்மை மாறிவிடுகிறது. ஒரு மரத்தினடியில் அவள் உட்கார்ந்தாள் என்றால் அம்மரத்திலிருந்து பழங்கள் பழுக்காததற்கு முன் தாமாகவே அழுகிக் கீழே விழுந்து விடுகின்றன. அவளுடைய பார்வை மட்டும் முகம் பார்க்கும் கண்ணாடியை அழுக்குப் படிந்த கண்ணாடியைப் போல் ஆக்கிவிடுகிறது. மற்றும் கூர்மை வாய்ந்த கத்தி முனைகளை மழுங்கச் செய்துவிடுகிறது. அவள் தந்தத்தைப் பார்க்கிறாள் என்றால் அத்தந்தத்தின் மீதுள்ள மெருகும் பளபளப்பும் மறைந்து அது பழைய பொருள் போன்று தோற்றமளிக்கும். தேனிக் கூட்டத்தை அவள் தற்செயலாகக் கண்டுவிட்டால், அக்கூட்டத்திலுள்ள தேனீக்கள் யாவும் சிறிது நேரத்தில் இறந்துவிடுகின்றன. அவள் பார்வையால் இரும்பும் பித்தளையும் துருப்பிடித்து விடுகின்றன. மற்றும் அவ்வுலோகங்கள் துர்நாற்றம் வீசுகின்றன. பெண்களின்

மாதவிலக்கின் இரத்தத்தை எந்த ஒரு நாயாகிலும் முகர்ந்து பார்த்தாலே போதும், அதற்கு உடன் பைத்தியம் பிடித்து, மனிதர்களைக் கடித்துத் துன்புறுத்தத் தொடங்கும். மற்றும் அவ்வாறு ஏற்படும் நாயின் கடி மிகுந்த விஷமுள்ளதாயும், உடன் உயிரைப் போக்கக்கூடியதாகவும் இருக்கும் (இராகவன், 1977: 155-156).

தென்கிழக்கு ஆசியா, ஆஸ்திரேலியா, பசிபிக் கீழ்ப்பகுதிகள் ஆப்பிரிக்கா ஆகிய பகுதிகளில் நிலவும் இதுபோன்ற நம்பிக்கைகளை பிரேசர் (1976: 145, 206, 211; 1976ய : 76, 96) குறிப்பிடுகிறார். அவர் குறிப்பிடும் செய்திகள் அனைத்தையும் இங்கு மேற்கோளாகக் காட்ட இயலாதென்பதால் அச்செய்திகளின் சாராம்சத்தை மட்டும் இங்குக் காண்போம்.

1. மாதவிலக்கின்போது பெண்கள் தனித்து ஒதுக்கி வைக்கப் படுகிறார்கள்.
2. வேட்டை அல்லது மீன்பிடிக்கச் செல்பவர்கள் மாதவிலக்கான பெண்ணைத் தொட்டால் விலங்கும் மீனும் கிடைக்காது.
3. மாட்டில் பால் கறக்கவும் கூடாது; அப்பாலைக் குடிக்கவும் கூடாது.
4. நெருப்பைத் தொடக்கூடாது.
5. பொதுவழிகளில் நடக்கக்கூடாது.
6. விண்மீன்களைப் பார்க்கக்கூடாது.
7. பூக்கும் மரங்கள் அருகே போகக்கூடாது.

செழிப்பின் குறியீடாகப் பூப்பு

இதுவரை நாம் பார்த்த செய்திகள் பூப்பைக் குறித்து ஒன்றுக்கொன்று நேர்மாறான கருத்துக்கள் மக்களிடையே இடம் பெற்றுள்ளதை உணர்த்துகின்றன. ஒரு பக்கம் பூப்பான பெண் தீண்டத்தகாதவளாகக் கருதப்படுகிறாள். பால், நெருப்பு, பயிர்கள் ஆகியனவற்றிலிருந்து அவள் விலகி நிற்கும்படி வற்புறுத்தப் படுகிறாள். மற்றொரு பக்கம் அவள் செழிப்பை மிகுவிக்கும் தன்மையுடையவளாகக் கருதப்படுகிறாள். இம் முரண்பட்டக் கருத்துக்களில், செழிப்பின் குறியீடாகப் பூப்பு அமைவதன் காரணத்தை முதலில் ஆராய்வோம்.

மனித சமுதாயத்தின் ஆரம்பகட்டமான புராதனக் கூட்டுச் சமுதாயத்தில் இயற்கையின் ஆவேசத்தின் முன்னே மனிதன் சக்தி யற்றிருந்த காலத்தில் உற்பத்தியாளர்களின் சாதாரண ஒத்துழைப் பையே உற்பத்தி பெரும்பாலும் நம்பியிருந்தது. அந்தப் புராதன மனிதனின் உற்பத்தித் திறமைகளும் அனுபவமும் மிகமிகக் குறைந்த மட்டத்திலேயே இருந்ததால், அந்தத் திறமைகளையும் அனுபவத்தையும் பரிமாறிக் கொள்வதென்பது உற்பத்தி வளர்ச்சி யில் மிகப் பெரிய பங்கை வகிக்க நேர்ந்தது. அந்த ஒரு நிலையில் ஜனப்பெருக்கமும் நெருக்கமும் சமுதாயத்தை உருவாக்குவதில் ஓரளவு அதிக முக்கியத்துவம் பெற்றிருந்தன (கார்த்தி, 1968:16).

> மனித சமுதாயத்தின் தோற்ற காலத்தில் கூட்டுழைப்பு, வாழ்வின் கட்டாயமாக இருந்தது. தொழில் நுட்பம் குறைந் திருந்த நிலையில், உணவு தேடலுக்கும், வேட்டையாடு வதற்கும் பல மனிதர்கள் தேவைப்பட்டனர். அதிக மனிதர்கள் இருப்பதால் ஆபத்து இல்லை. ஏனென்றால் உபரியான வர்கள் வேறு இடங்களுக்குச் செல்லலாம். மனிதர்கள் குறைவு என்றால் மரணத்தினால்தான் முடியும். வாழ்விற்குத் தேவை யான கருவிகளின் உற்பத்தியை அந்தக் குழுவின் இனப் பெருக்கத்திலிருந்து வேறுபடுத்திப் பார்க்க முடியாதிருந்தது. உற்பத்தியின் தொழில் நுட்பம் ஆபத்தாக இருந்ததால் இனப்பெருக்கமும் அவ்வாறாகவே இருந்தது. புராதன மக்களிடையே பச்சிளம் குழந்தைகளின் சாவு அதிகமாக இருந்தது. குழந்தைப் பிறப்பு நிகழ்ச்சியை யொட்டிய மந்திரச் சடங்குகள் பொருளாதாரத் தேவையிலிருந்தே பிறந்தன.

என்று குறிப்பிடும் தாம்சன் (1979:207) ஆதிமனிதனின் பாதுகாப்பு என்பது எண்ணிக்கையில்தான் இருந்தது என்று தெளிவாகக் கூறிவிடுகிறார். இனப்பெருக்கமானது மனிதகுல வரலாற்றில் வகிக்கும் பங்கினை ஏங்கல்சும் இவ்வாறு குறிப்பிடுகிறார்.

> லோகாயுதவாதக் கருத்தோட்டத்தின்படி, கடைசிக்கும் கடைசியிலே வரலாற்றில் நிர்ணயமான காரணப் பொருளாக விளங்குவது உடனடி வாழ்க்கையின் உற்பத்தியும் இனப் பெருக்கமும்தான். ஆனால் இதுவே இருவகைப்பட்ட தன்மை கொண்டது. ஒரு பக்கத்தில் வாழ்க்கைக்கு வேண்டிய சாதனங்களை உற்பத்தி செய்வது, அதாவது உணவு, உடை, வீடு ஆகியவற்றையும் அவற்றைப் பெறுவதற்குத் தேவையான கருவிகளையும் உற்பத்தி செய்வது, மற்றொரு பக்கத்தில் மனிதர்களையே உற்பத்தி செய்வது, அதாவது மனித இனத்தைப் பெருக்கி வருவது.

இவ்வாறு இனப்பெருக்கமே உற்பத்திக் காரணப் பொருளாக அமைந்திருந்த வாழ்க்கைச் சூழலில் இனப்பெருக்கம் குறித்த அறிவியல் உண்மை ஆதிமனிதனுக்குப் புலப்படவில்லை. எனவே அவர்கள் பூப்புக் குருதியே குழந்தையாக வெளிப்படுவதாகக் கருதினார்கள்.

ஆதிமனிதர்கள் மட்டுமின்றி அரிஸ்டாட்டில், பிளினி மற்றும் பண்டைக்கால, மத்தியகால இயற்கை ஆய்வாளர்கள், பூப்பு நின்றபின் கருப்பையில் தேங்கும் குருதியினின்றே கரு உருவாகிறது என்று நம்பினார்கள். எனவே இது உயிரை உருவாக்கும் குருதி யாகும் (தாம்சன், 1978:209). இதே கருத்தினை நமது சித்தர்களும் கொண்டிருந்தனர் (பாவாணன், பழனியப்பன், 1975:72-73). இதனைச் சிவவாக்கியரின் பாடல்கள் உணர்த்துகின்றன.

ஐயிரண்டு திங்களாய் அடங்கிநின்ற தூமைதான்
கையிரண்டு காலிரண்டு கண்ணிரண்டும்ஆகியே
மெய்திரண்டு சத்தமாய் விளங்கிரச கந்தமும்
துய்யகாயம் ஆனதும் சொல்லுகின்ற தூமையே

மாதமாதம் தூமைதான் மறந்துபோன தூமைதான்
மாதம்அற்று நின்றலோ வளர்ந்துரூபம் ஆனது
நாதம்ஏது வேதம்ஏது நற்குலங்கள் ஏதடா
வேதம் ஓதும் வேதியா விளைந்தவாறு பேசடா

ஊறிநின்ற தூமையை உறைந்துநின்ற சீவனை
வேறுபேசிமூடரே விளைந்தவாறது ஏதடா?
நாறுகின்ற தூமையல்லோ நற்குலங்க ளாவன
சீறுகின்ற மூடனேஅத் தூமைநின்ற கோலமே.

தீட்டந்தீட்ட மென்றுநீர் தினமுழுகு மூடரே
தீட்டமாகி யல்லவோ திரண்டுகாய மானது
பூட்டகாய மும்முளே புகழுகின்ற பேயரே
தீட்டுவந்து கொண்டலோ தெளிந்ததே சிவாயமே.

செழிப்பின் குறியீடாகப் பூப்பு கருதப்பட்டதைப் பூப்பைக் குறிக்கும் சொற்கள் நமக்கு உணர்த்துகின்றன.

பூப்பு என்ற சொல்லே பூத்தல் என்ற பொருளைத் தருகிறது. புஷ்பவதியானாள் என்ற வடமொழிச் சொல்லால் குறிப்பிடுவதும் பூத்தல் என்ற பொருளுடன் பொருந்தி வருகிறது. ஜப்பானிய மொழி யிலும் பூத்தல் (First Blossom) என்ற பொருளிலேயே முதற்பூப்பு அழைக்கப்படுகிறது (Segawa 1980 : 248).

தாந்திரிகத்தில் பெண்ணுறுப்பு லதா என்று கூறப்படுகிறது. லதா என்பது தரையில் படரும் கொடியாகும். பூப்புக் குருதியினை குசுமா அல்லது புஷ்பா என்று தாந்திரிகம் குறிப்பிடும். இச்சொற்கள் பூவைக் குறிக்கின்றன. இது குறித்து தேவிபிரசாத் (1978:307) பின்வரும் விளக்கத்தை அளிப்பார்:

தாவரம் கனிகளைத் தருவதுபோலப் பெண்ணுறுப்பு குழந்தை களைப் பெறுகிறது. எனவே பெண்ணுறுப்பு லதா அல்லது தாவரம் எனப்படுகிறது. கனி தோன்றும் முன்னர் பூ தோன்று கிறது. அதுபோல் கருவுறுதலுக்கு முன்னர் பூப்பு நிகழ்கிறது. ஆகையால் பூப்புக் குருதியானது குசுமா அல்லது புஷ்பா எனப்படுகிறது.

எனக்குக் கிடைத்த பூப்புச் சடங்குப் பாடல் ஒன்றில் பூப்படைந் தமை இவ்வாறு குறிப்பிடப்படுகிறது.[5]

சின்ன அண்ணன் நங்கை சிறுபூ பூத்தாளென்று
....
ஊராளும் ராஜாமகள் உற்றபூ பூத்தாளென்று
....
வெள்ளிக்கிழமையிலே செண்பகக்
குழலிமகள் தலைப்பூ பூத்தாளென்று
....
சித்திரை மாதம் சிறுமுருங்கை பூத்ததுபோல்
வைகாசி மாதம் வாழைமரம் பூத்ததுபோல்
ஆனிமாதம் அவரைகள் பூத்ததுபோல்
ஆடி மாதம் அல்லிமலர் பூத்ததுபோல்
ஆவணி மாதம் அரளிப்பூ பூத்ததுபோல்
புரட்டாசி மாதம் பூசணிப்பூ பூ பூத்ததுபோல்
ஐப்பசி மாதம் ஆதாழை பூத்ததுபோல்
கார்த்திகை மாதம் கத்தரி பூத்ததுபோல்
மார்கழி மாதம் மாதுளம்பூ பூத்ததுபோல்
தை மாதம் தக்காளிப்பூ பூத்ததுபோல்
மாசி மாதம் மல்லிகைப்பூ பூத்ததுபோல்
பங்குனி மாதம் பாரிசாதம் பூத்ததுபோல்

இப்பாடலில் பல்வேறு பூக்கள் மலர்வது குறிப்பிடப்பட்டு அவைபோல் பெண்ணும் பூத்ததாகக் குறிப்பிடப்படுகிறது. தாவரச் செழிப்பும், மானுடச் செழிப்பும் இங்குத் தொடர்பு படுத்தப் படுகின்றன. பிங்கல நிகண்டிலும் (நூற்பா, 1007) பெண்ணுறுப்பு பூப்பகம் என்றே குறிப்பிடப்படுகிறது. தோற்றம், வளர்ச்சி, மாற்றம்

என்ற மூன்று நிலைகள் ஒரு கனியின் வளர்ச்சி நிலையில் அமைகின்றன. முதலில் பூத்துப் பின்னர் பிஞ்சாகவும் காயாகவும் வளர்ச்சியடைந்து இறுதியில் கனியாக மாற்றமடைகிறது. கனி என்ற முழுமையான வடிவின் தோற்றத்திற்கும் பூத்தல் அடிப் படையாக அமைகிறது. பிற தாவரங்களிலும் ஓர் அடிப்படையான பயன் பாடாக பூத்தல் அமைகிறது. எனவேதான் பூத்தல் என்ற வினைச் சொல் செழிப்பின் குறியீடாக அமைந்து பூப்பைக் குறிக்கப் பயன் படுகிறது.

சமைஞ்சிட்டாள் என்று பூப்பெய்தலைக் குறிக்க நெல்லை சிதம்பரனார் மாவட்டங்களில் பயன்படுத்தும் சொல், 'சமைதல்' என்ற வினைச் சொல்லின் அடிப்படையிலேயே உருவாகியுள்ளது. இச்சொல் ஆயத்தமாதல் என்ற பொருளைத் தருகிறது.

மேலும் ஒரு பெண் முதற் பூப்பெய்தியதைக் குறித்து 'என்ன தாத்தவாயிட்டியா' என்று அப்பெண்ணின் தந்தையிடம் கேட்கும் பழக்கமும் இம்மாவட்டங்களில் உள்ளது. இவ்விசாரிப்பிலும் அப்பெண் தாயாகும் தகுதியடைந்துவிட்டது மறைமுகமாகச் சுட்டப்படுவதைக் காணலாம். முதற் பூப்படைந்த பெண்ணை வீட்டிற்குள் சில நாட்கள் தனித்து ஒதுக்கி வைத்துவிட்டு பின்னர் வீட்டுடன் இணைத்துக் கொள்வதை ஒரு சடங்காகக் கொள்வது பல ஜாதியினரிடமும் உள்ள ஒன்று. இச்சடங்கில் இடம்பெறும் சில செயல்கள் மானுடச் செழிப்புக்கு உதவும் தகுதியை அப்பெண் அடைந்து விட்டதைக் குறிக்கும் தன்மையில் அமைந்துள்ளன. திருநெல்வேலிப் பகுதியில் வாழும் சைவ வேளாளர்களின் பூப்புச் சடங்கில் பூப்படைந்தப் பெண்ணை மணப்பெண் போல் அலங்கரித்து அப் பெண்ணின் தாய்மாமன் மகள் அல்லது அத்தை மகளை ஆணுடை தரிக்கச் செய்து மணமகனாக அவள் பக்கத்தில் அமரச் செய்வர். கொடைக்கானல் மலைப்பகுதியில் வாழும் புலையர் சாதியினர் பூப்பெய்த பெண்ணைத் தனித்து இருக்கச் செய்யும் குடிசையின் உச்சியில் புல் பொம்மையான (ஆணும் பெண்ணும்) இரு உருவங்கள் கைகோர்த்தபடி அமைக்கப்பட்டிருக்கும் என்று கே.ஏ. குணசேகரன் (1994 : 36) குறிப்பிடுகிறார். இவையெல்லாம் மானுடச் செழிப்பை வழங்க ஒரு பெண் ஆயத்தமாகி விட்டதை உணர்த்தும் தன்மையன.

ரெது(ருது)வானாள் என்று சொல்லில் ருது என்ற வடமொழிச் சொல் பருவ காலத்தைக் குறிக்கிறது. மானுடச் செழிப்பைத் தோற்றுவிக்கும் பருவம் அப்பெண்ணுக்கு வந்துவிட்டது என்பதாலேயே பருவம் என்ற சொல் (ருது) முதற் பூப்பைக் குறிக்கப்

பயன்படுத்தப்பட்டுள்ளது. ஒரு பெண் முதற் பூப்படைந்து அவளை வீட்டிற்குள் சேர்த்துக் கொள்ளும் சடங்கு நிகழும் வரையில் நாள்தோறும் பச்சை முட்டையை உடைத்துக் குடிக்கச் செய்வர். பின் முட்டை ஓடு நிறைய நல்லெண்ணெய் ஊற்றி அதைக் குடிக்கச் செய்வர். சைவ உணவு உண்பவர்கள் உளுந்தங்களியை நல்லெண் ணெயில் தொட்டு சாப்பிடச் செய்வர். அல்லது நல்லெண்ணையை மிகுதியாக விட்டு உளுந்தங் களியை உருட்டித் தருவர்.

இது மருத்துவ நோக்கில் நிகழ்கிறது. பெண்ணின் கருப்பையில் உள்ள அசுத்தங்களை நல்லெண்ணெய் நீக்கும் என்பது சித்த வைத்தியர்கள் சிலரின் நம்பிக்கையாகும் (இதே கருத்தில்தான் கன்றை ஈன்ற பசுவுக்கு எள்ளுப் புண்ணாக்கை இடித்து அல்லது ஊற வைத்துக் கொடுக்கிறார்கள்). உளுந்து, கருப்பையை வலுப் படுத்தும் என்று நம்புகிறார்கள். இவ்வாறு குழந்தைப் பேற்றிற்கு பெண்ணை ஆயத்தப்படுத்தும் நோக்கிலேயே இச்சிறப்புணவுகள் தரப்படுகின்றன.

அடுத்து பூப்புச் சடங்கின்போது அசிங்கத்தன்மை மிகுந்த பாடல்கள் பாடப்படுவதன் காரணத்தை ஆராய்வோம். தமிழ் நாட்டில் வாழும் சௌராஷ்டிரர்களிடையே வழங்கும் பூப்புச் சடங்குப் பாடல்களைச் சேகரித்து ஆராய்ந்துள்ள உசிதா என்ற ஜப்பானியர் பாலுறவுக் கல்வியை வழங்குவதே இப்பாடல்களின் நோக்கம் என்று குறிப்பிடுகிறார் (இராமநாதன், 1982:180-181). இத்தகைய பாடல்கள் சில எனக்கும் கிடைத்துள்ளன. ஆனால் இப்பாடல்களில் பாலுறவும், பாலுறவு உறுப்புக்களும் குறிப்பிடப் படுவதால் மட்டும் பாலுறவுக் கல்வி போதிக்கப்படுகிறது என்ற முடிவுக்கு வந்துவிடமுடியாது. உண்மையில் பாலுறவுக் கல்வியை விட செழிப்பை ஏற்படுத்தும் நோக்கமே இத்தகைய பாடல்களின் நோக்கமாக அமைகின்றன. இயற்கையிடமிருந்து செழிப்பை அடையச் செய்யும் முயற்சிகளில் பாலுறவும் ஒன்றாக ஆதிமனிதர் களால் கருதப்பட்டது. இதனால் பாலுறவுச் செயலின் வாயிலாக இயற்கை உற்பத்தியினைப் பெருக்கும் சில மந்திரச் சடங்குகளும் தோன்றின. இச்சடங்குகள் சிலவற்றில் கூறப்படும் மந்திரங்கள் அசிங்கத்தன்மை கொண்டிருந்தன. இதனை பிரைஃபால்ட்டும் (தேவி பிரசாத், 1978:310),

> இயற்கை, மிருகங்கள் மற்றும் பெண்களிடம் செழிப் பையும் கருவளத்தையும் ஏற்படுத்துகிற புனிதமான இனப்பெருக்க ஆற்றலின் இயக்கமானது புணர்ச்சியினால் மட்டும் தூண்டி

> விடப்படுவதில்லை. காமமும் புலனுணர்ச்சியும் மிக்க ஒருவனின் நடிப்பினாலும் பேச்சினாலும்கூட தூண்டிவிடப் படும்

என்று கூறுவார்.

வேதங்களில் காணப்படும் இத்தகைய அசிங்கத்தன்மை யுடைய சில பகுதிகளைத் தேவிபிரசாத் (1978: 318-319) எடுத்துக் காட்டிப் புராதனச் செழிப்புச் சடங்குகளில் இது முக்கிய அம்சமாக இடம்பெற்றிருந்ததைச் சுட்டிக் காட்டுகிறார்.

கேரளத்திலும், கொடுங்கல்லூர் என்னும் பகவதி கோவிலுக்குச் செல்பவர்கள் ஆபாசமான சொற்களைக் கூறிக் கொண்டு போவது நீண்டகாலப் பழக்கமாக உள்ளது. தெறிப்பாட்டு (வசைப்பாட்டு) என்று வழங்கும் இப்பாடல்கள் ஆபாசம் மிகுந்து காணப்படும் (சீனிவாசன், 1975:162-63). அதே நேரத்தில் இப்பாடல்கள் பக்தியுடன் இணைந்துள்ளன. பாலுறவு குறித்த ஆபாச வசனங்களும் பாடல் களும்கூட செழிப்பை உண்டாக்கும் என்ற நம்பிக்கையே இத்தகைய தெறிப்பாட்டுக்களின் தோற்றத்திற்குக் காரணமாகும்.

பூப்புக் குருதியின் முதல் வெளிப்பாட்டினையொட்டி நிகழும் பூப்புச் சடங்கில் பாடப்படும் அசிங்கத்தன்மை மிகுந்த பாடல் களின் நோக்கம் பாலுறவுக் கல்வி அல்ல என்பதனை மேற்கூறிய செய்திகளின் அடிப்படையில் உணரலாம். மானுடச் செழிப்பை ஏற்படுத்தும் நோக்கில் தோன்றிய செழிப்பு மந்திரம் என இப்பாடல்களைக் கொள்வதே பொருத்தமாயிருக்கும்.

பூப்பு என்பது செழிப்பாகக் கருதப்பட்டதன் எச்சங்கள் வழிபாட்டிலும், நம் வாழ்விலும் இன்றும் இடம்பெற்றுள்ளன.

தாவரச் செழிப்பையேற்படுத்தும் நிலத்தின் செயல்பாடும், மானுடச் செழிப்பையேற்படுத்தும் பெண்ணின் செயல்பாடும் ஆதிமனிதனால் ஒன்றாக இணைத்துப் பார்க்கப்பட்டது. இதன் அடிப்படையில் கருவுறுதலுக்கு முந்திய பெண்ணின் நிலைபாடுகள் நிலத்திற்கும் பொருத்திப் பார்க்கப்பட்டன. இதன் விளைவாக 'அம்புவாசி' என்ற செழிப்புச் சடங்கு வங்காளத்தில் தோன்றி யுள்ளது. வங்காள ஆண்டின் மூன்றாவது மாதத்தின் ஏழாவது நாளன்று இச்சடங்கு நிகழ்கிறது. நான்கு நாட்கள் நிகழும் இச்சடங்கின்படி நிலமகள், செழிப்பைத் தரும் தன் பணிக்கு ஆயத்தமாகும் முறையில் பூப்பெய்துகின்றாள். இந்த நான்கு

நாட்களிலும் உழுதல், விதைத்தல் போன்ற வேளாண் பணிகள் எதுவும் நிகழாது. விதவைகள் இந்த நாட்களில் பல விலக்குகளைக் கடைப்பிடிப்பார்கள் (பட்டாச்சார்யா, 1977:7-8).

கேரளத்தில், செங்கனூர் என்னுமிடத்தில் பகவதியம்மன் கோவிலொன்றுள்ளது. இந்த அம்மனுக்கு ஆண்டில் எட்டு அல்லது பத்துமுறை மாதப்பூ நிகழ்வதாக நம்புகிறார்கள். அம்மனின் உலோகப் படிமத்திற்கு உடுத்தியுள்ள ஆடையானது பூப்பின் போது நிகழ்வதைப் போல செந்நிறம் படிந்து காணப்படுமாம். இவ்ஆடையை வஞ்சிப்புழா அல்லது தலவூர் போத்தி குடும்பத்தின் பெண்களிடம் பூப்பை உறுதிசெய்ய அனுப்பி வைப்பார்கள். பூப்பு நிகழ்ந்துள்ளதாக அவர்கள் உறுதி செய்ததும் அம்மனின் படிமம் தனிக்கொட்டகை ஒன்றுக்கு அப்புறப்படுத்தப்படுவதுடன் ஆலயமும் மூன்று நாட்களுக்கு மூடப்படும். சலவைத் தொழில் புரியும் பெண்ணொருத்தியிடம் அம்மனின் பூப்புக் குருதி படிந்ததாக நம்பும் ஆடையினைக் கொடுத்துவிடுவர். அதனை மீண்டும் பயன் படுத்துவதில்லை. ஆனால் அது புனிதப் பொருளாகக் கருதப்படு வதால் அதனை அடைவதில் மிகுந்த அக்கறையினை மக்கள் காட்டுகிறார்கள்.

பின்னர் நான்காவது நாள் தூய்மைப்படுத்தும் திருநாள் நிகழும். திருப்பூராட்டு என்றழைக்கப்படும் இவ்விழா நிகழ்ந்த பின்னரே அம்மனின் படிமம் மீண்டும் கோயிலுக்குள் வைக்கப்படும் (நாகமையா, 1906:89-90).

அஸ்ஸாமில் காமரூபா என்ற பெண் தெய்வத்தின் கோயிலில் சிலை எதுவும் கிடையாது. பெண்ணுறுப்பின் வடிவிலமைந்த கல் ஒன்றே உண்டு. முழுநிலவுக் காலத்தையொட்டி, அப்பெண் தெய்வத்திற்குப் பூப்பு நிகழ்வதாக நம்பி கோவிலை அடைத்து விடுவார்கள் (பட்டாச்சார்யா, 1977:30).

மனித இனப்பெருக்கத்திற்கு ஆதாரமாகப் பூப்புக் குருதி அமைகிறது என்ற ஆதிமனிதனின் நம்பிக்கை அவனது வேளாண் மைச் சடங்கில் குறியீட்டு முறையில் இடம்பெற்றது. பில்லர் என்ற வடஇந்திய இனக்குழுவினர் விதைப்புக்கு முன்னர் வயலில் ஒரு கல்லை நட்டி அதன்மீது செந்நிறமான குங்குமத்தைப் பூசுகிறார்கள். இங்கு குங்குமமானது பூப்புக் குருதியினை உணர்த்துகிறது. நிலத்தின் உற்பத்தி ஆற்றலை அதிகரிக்கும் நோக்கில் இச்செயல் நிகழ்கிறது. மொகஞ்சதாரோ, எகிப்து போன்ற தொல்நாகரிகப் பகுதிகளில் நிகழ்த்திய அகழ்வாராய்ச்சிகளில் கிடைத்த தாய்த்தெய்வ உருவங்கள் சிவப்பு வண்ணம் பூசப்பட்டுள்ளன.

பூப்பு தீட்டாக மாறுதல்

இவ்வாறு செழிப்பின் குறியீடாக அமைந்த பூப்பு எவ்வாறு தீட்டாக மாறியது? பூப்புற்ற பெண் ஏன் தீண்டத் தகாதவளாக ஒதுக்கி வைக்கப்பட்டாள்? என்ற வினாக்களுக்கு இனி விடை காண்போம்.

பூப்புற்ற பெண்ணிடமிருந்து உயிரளிக்கும் ஆற்றலுடைய குருதி வெளிப்படுவது ஆதிமனிதனுக்கு ஏற்படுத்திய அச்சமே பூப்புற்ற பெண்ணை ஒதுக்கி வைப்பதற்குக் காரணமாக அமைந்தது. மேலும் இவ்வாறு ஒதுக்கப்பட்டவர்களிடம் செழிப்பின் குறியீடான குருதியின் நிறத்தைப் பூசியதையும் தாம்சன் (1978: 209-210) குறிப்பிடு கிறார்.

மாதப் பூப்புற்ற பெண்களும் கருவுற்ற பெண்களும் செந்நிற சாயத்தைப் பூசிக் கொள்வது உலகம் முழுவதும் பரவலாகக் காணப்படுகிறது. இப்பூச்சு அவர்களை நாடி வரும் ஆண்களை எச்சரித்து விலகிச் செல்லச் செய்வதுடன் அவர்களின் செழிப் பாற்றலைப் பாதுகாக்கவும் உதவுகிறது. திருமணச் சடங்குகளில் - மணமகளின் நெற்றியில் செந்நிறச் சாயம் பூசப்படுகிறது. இச்சாயம் பிற ஆடவர்களை அவள் நெருங்காது தடுக்கும் குறியாகவும், அவளது கணவனுக்கு அவள் குழந்தைகளைப் பெற்றுத் தருவாள் என்பதன் குறியீடாகவும் அது அமைகிறது. இந்தியாவிலும் பெண்கள் நெற்றியிலும் இடும் குங்குமமும் பூப்புக் குருதியின் குறியீடு என்று தேவி பிரசாத் (1978) குறிப்பிடுகிறார்.

மேலும் மனிதவளர்ச்சி என்ற செழிப்பினைக் குழந்தையின் மூலமாக அன்றி குழந்தைப் பேற்றின்போது வெளியாகும் குருதியின் மூலமாகவே ஆதிமனிதர்கள் நோக்கினார்கள். பெண்ணிடம் இயல்பாக உள்ள உயிர் கொடுக்கும் ஆற்றலின் வெளிப்பாடாகப் பூப்புக் குருதியும், குழந்தைப் பேற்றின்போது வெளியாகும் குருதியும் ஒன்றாகவே கருதப்பட்டது. சுருங்கச் சொன்னால் புராதனச் சிந்தனையில் குழந்தை பிறப்பு என்னும் இயல்பின் வளர்ச்சி நிலையாகவே பூப்பு கருதப்பட்டது (தாம்சன் 1978:205).

இவ்வாறு ஆற்றலுடையதாகக் கருதப்பட்ட பூப்பு ஏன் அருவருக்கத்தக்கதாக மாறியது என்ற வினாவுக்கு நாம் இன்னும் விடைகாணவில்லை. இம்முயற்சியின் முதற்படியாக தாய்வழிச் சமுதாயம் குறித்தும் அச்சமூகத்தில் இடம் பெற்றிருந்த சில மந்திரச் சடங்குகள் குறித்தும் தெரிந்து கொள்வது அவசியம்.

> புராதன மனிதனிடம் நிலைபெற்றிருந்த கூட்டு உழைப்பும் மற்றும் கூட்டு சமுதாய அமைப்பில் உற்பத்தி சக்திகளின் வளர்ச்சியால் ஆணுக்கும் பெண்ணுக்குமிடையே வேலைப் பிரிவினை தோன்றியது. இதன்படி ஆண்கள் பெரும்பாலும் வேட்டையாடுதலை மேற்கொண்டனர். பெண்கள் துணி நெய்தல், பாண்டங்கள் செய்தல், கூடை முடைதல், தாவரங் களைச் சேகரித்தல், உணவு சமைத்தல் போன்ற பணிகளைச் செய்தனர். இவ்வேலைப் பிரிவினை பெண்ணின் நிலையை உயர்த்தியது.
>
> பெண்களின் வீட்டு வேலை, நம்பிக்கையான நிரந்தரமான வருவாயைத் தந்தது. ஆனால் மனிதன் ஈடுபட்ட வேட்டை யாடுதலோ சந்தர்ப்பத்தைப் பொருத்தது. எப்போதுமே அவனால் குலம் முழுவதற்கும் வேண்டிய பொருளைக் கொண்டுவந்து கொடுக்க முடிந்ததில்லை. இதன் விளைவாகக் குலத்தின் பொருளாதார வாழ்க்கையில் பெண்கள் தீவிரப் பங்கு பெற்றனர். அதனால் தலைமைப் பீடத்தை அவர்கள் கைப்பற்றிக் கொள்வதற்கும் வாய்ப்பு ஏற்பட்டது.
>
> கூட்டுத் திருமண அமைப்பில் ஒரு குழந்தையின் தாய் மாத்திரமே தெரியுமல்லாது தகப்பனை யாரும் அறியார். இந்த அம்சமும் குலத்தில் பெண்ணிற்குள்ள பங்கை வலுப்படுத்தியது. குல மூதாதையாகத் தாய் தான் கருதப் பெற்றாள். பொது வீட்டின் எசமானியும் அவள்தான். அவளை மையமாகக் கொண்டே குலத்தின் தாய்வழி உறுப் பினர்கள் அனைவரும் ஒன்றுபடுத்தப் பெற்றனர். இவை யெல்லாம் சேர்ந்து தாயின் சமூக செல்வாக்கையும் பங்கையும் பலப்படுத்தின. இத்தகைய குலத்தைத் தாய்வழிக் குலம் என்றும் அந்தச் சமுதாயத்தைத் தாய்வழிச் சமுதாயமென்றும் அழைக்கிறார்கள் (கார்த்தி, 1968:37).

தாய்வழிச் சமூகத்தில் நிலவிய மந்திரச் சடங்குகள் பெண்ணை அடிப்படையாகக் கொண்டே அமைந்தன. புராதன வேட்டையாடி களின் குகைச் சித்திரங்களில் மூன்று வகையான உருவங்களே தீட்டப் பெற்றிருந்ததாக யூரிபோராவ் (1985:175-176) குறிப்பிடுவார். 1) மனிதனின் கை 2) பெண்ணுறுப்பு 3) காயம் பட்ட விலங்குகள். இவற்றில் இரண்டாவதாகக் குறிப்பிடப்படும் பெண்ணுறுப்பு இனக் குழுவின் புதிய உறுப்பினர்களை உருவாக்கும் கருவியாகப் புராதன மனிதனால் கருதப்பட்டுள்ளது. இக்குகை ஓவியங்களை யதார்த்தத்தின் மறுபதிப்பு என்றே அவர் குறிப்பிடுகிறார். நடைமுறை வாழ்க்கையில்

அவனது விருப்பங்களை நிறைவேற்ற ஒத்த மந்திரமாக இக்குகை ஓவியங்களை அவன் உருவாக்கியுள்ளான்.

இவ்வாறு தாய்வழிச் சமுதாயத்தில் இனப்பெருக்கம் என்ற செழிப்பை வெளிப்படுத்தும் சின்னமாகப் பெண்ணுறுப்பு அமைந்தது. இதன் வளர்ச்சி நிலையாக யோனி வழிபாடு அமைந்தது.

சமுதாய அமைப்பில் தோன்றிய முதல் மாபெரும் வேலைப் பிரிவினையாக அமைந்த கால்நடை வளர்ப்பினையொட்டிச் சமூக அமைப்பில் படிப்படியாக நிகழ்ந்த மாற்றம் தாய்வழிச் சமூக அமைப்பைச் சிதைத்துத் தந்தை வழிச் சமூகத்தைக் கொண்டு வந்தது. இதன் விளைவாகப் பெண்,

இழிநிலைக்குத் தள்ளப்பட்டாள். பணிமகளாக்கப் பட்டாள்; ஆணின் காம இச்சைக்கு அடிமையானாள். கேவலம் குழந்தை பெறும் சாதனமாகிவிட்டாள் (ஏங்கல்ஸ் 91).

இந்நிலையில் இயற்கையளித்த பூப்பு என்ற வரமே சாபமாக மாறியது. அத்துடன் மந்திரச் சடங்குகளிலும் அவளது ஆதிக்கம் மறைந்தது. இதன் தொடர்ச்சியாகப் பெண்குறி வழிபாடு லிங்க வழிபாடாக மாறியது.

இத்தகைய நிலையில் பூப்புக் குருதியின் மீது கொண்டிருந்த அச்சம் அருவருப்பாக மாறியதில் வியப்பில்லை. செழிப்பின் சின்னமான பூப்பு தீட்டாக மாறியது. வசவுச் சொல்லாகவும் கூட பூப்பைக் குறிக்கும் சொற்கள் பயன்படலாயின.[7]

பூப்புக் குருதியே குழந்தையாக உருவாகிறது என்று ஆதி மனிதர்கள் கருதினார்கள் என்று முன்னர் கண்டோம். இத்தகைய ஆற்றலே அதைக் குறித்து அஞ்சவும் தூண்டியது என்று கூறும் தாம்சன் (1978:205) ஆற்றலின் ஆதாரமாக விளங்கும் பூப்பு தீட்டாக மாறியது குறித்துப் பின்வரும் விளக்கத்தை அளிக்கிறார்.

ஒரு நோக்கில் பெண்ணானவள் அவமதிக்கவொண்ணாத வளாகவும், புனிதமானவளாகவும், மற்றொரு நோக்கில் தீட்டும் அசுத்தமும் உடையவளாகவும் கருதப்பட்டாள். ரோமானியர்கள் பெண்களை SACRA என்றழைத்தார்கள். இச்சொல் புனிதமானது என்ற பொருளையும் சபிக்கப் பட்டது என்ற பொருளையும் தரும். தந்தை வழிச் சமுதா யத்தில் சமயத்தின் மீது, தான் கொண்டிருந்த பிடிப்பைப் பெண்ணானவள் இழந்த பிறகு தீட்டு அசுத்தம் என்ற எதிர்மறைத் தன்மைகளே நிலைபெற்றன. அவளது பாலுறவுச்

செயல்கள் மட்டுமின்றி அவளே அசுத்தமானவளாகக் கருதப்பட்டாள். அனைத்துத் தீமைகளுக்கும் மூலகாரணமாக, ஏவாளாக, சூனியக்காரியாக ஆகி விட்டாள்.

இறுதியாக நமக்கு ஒரு ஐயம் தோன்றலாம். பூப்பு தீட்டாக மாறிய பின்னரும் அது செழிப்பாக சில இடங்களில் கருதப்படுவது ஏன் என்பதுதான் அது. இதற்கு மிகச் சுருக்கமான விடையாக தேவி பிரசாத்தின் (1959:266) பின்வரும் கூற்றைக் காணலாம்:

இனக்குழு வாழ்வின் மிச்சசொச்சங்கள் பாரம்பரியமான இந்திய சமூகத்தின் முக்கிய குணாம்சமாகும்.

பூப்புச் சடங்கு வாழ்வியல் சடங்காதல்

மானிட இனப்பெருக்கம் என்ற செழிப்பை மையமாகக் கொண்டே பூப்புச் சடங்குகளும் மற்றும் பூப்பு தொடர்பான நம்பிக்கைகளும் அமைந்துள்ளன என்று கண்டோம். ஆனால், இன்று மக்கள் தொகைப் பெருக்கமானது சமுதாயத்தைச் சார்ந்திராத உயிரியல் காரணிகளால் மட்டுமே நிர்ணயிக்கப்படுவதில்லை. சமூக அமைப்பின் தன்மை மற்றும் இதன் வளர்ச்சித் தரத்திற்கேற்ப இது துரிதப்படுத்தப்படுகிறது. அல்லது இதன் வேகம் குறைகிறது. மனித குலத்தின் பெருக்கத்தை நிர்ணயிப்பதில் சமூக பொருளாதாரக் காரணிகளுக்குத் தீர்மானகரமான பங்கு உள்ளது (வலன்தேய், 1986:19).

நாம் வாழும் இன்றைய சமூக அமைப்பானது 'பொருள் உற்பத்திமுறை' (Material Production) வளர்ச்சியடைந்த சமூக அமைப்பாகும். இச்சமூக அமைப்பில் மக்கள் தொகையைவிட பொருள் உற்பத்தியே நம் சமூகத்தின் வளர்ச்சியை நிர்ணயிக்கிறது. இன்னும் சொல்லப்போனால் பொருள் உற்பத்தியும், அதனை யொட்டிய சமூக வளர்ச்சியும் மக்கள் தொகைப் பெருக்கத்தையும் அடர்த்தியையும் நிர்ணயிக்கும் சக்திகளாக விளங்குகின்றன. இத்தகைய சூழலில் பூப்புச் சடங்கு என்பது அதன் உள்ளார்ந்த பொருளை இழந்து ஒரு வாழ்வியல் சடங்கு (Prosperity Ritual) என்ற அளவில் நிகழ்கிறது. மேலும் வருவாய் தேடித்தரும் வாழ்வியல் சடங்காகவும் பூப்புச் சடங்கு மாறிவிட்டது என்பதற்கு பின்வரும் செய்தி எடுத்துக்காட்டாகும்:

ராமேசுவரத்தில் பணியாற்றிய சப்-இன்ஸ்பெக்டர் ஒருவர் தனது மகளுக்குப் 'பூப்புனித நீராட்டு விழா' என்று கூறி, கடத்தல் புள்ளிகளிடமும், உள்ளூர் பிரமுகர்களிடமும் அழைப்பிதழ் கொடுத்தார்.

விழாவில் கலந்து கொண்ட கடத்தல் புள்ளிகள் விலையுயர்ந்த பரிசுப் பொருள்களைக் கொடுத்துவிட்டுச் சென்றனர். அடுத்த நாள் ஒரு உண்மை வெளியானது: இந்த சப் இன்ஸ்பெக்டருக்கு மகளே கிடையாது. மாறுதல் வரும் முன்பு, வசூல் வேட்டை நடத்துவதற்காக 'உறவினர்' ஒருவரது மகளைக் கூட்டி வந்து விழா நடத்தினாராம்.

ஏமாந்த கடத்தல் புள்ளிகள் அந்த சப்-இன்ஸ்பெக்டரைத் தேடிப் போனபோது உண்மையை ஒப்புக் கொண்டதோடு, 'மொய்ப் பணத்தைத் திருப்பி கேட்டுவிடாதீங்க' என்று தலையைக் குனிந்தபடியே சொன்னாராம்.

(தினமணி கதிர், 16.05.93, பக். 7)

இதுபோல் மாதப்பூப்பு தொடர்பான நம்பிக்கைகளும் விலக்குகளும் பெரும்பாலும் அன்றாட வாழ்வில் தங்கள் பிடிப்பை யிழந்து விட்டன. ஆயினும் சமயத் தொடர்பான நிகழ்ச்சிகளில் மட்டும் தங்கள் பிடிப்பை இன்னும் அவை இழக்காதிருக்கின்றன. இன்று பெண் கல்வி பரவலாகி அலுவலகங்களில் பணியாற்றும் வாய்ப்பளிக்கப்பட்டதும், பூப்பு தொடர்பான விலக்குகளிலிருந்து பெண்கள் பெரும்பாலும் விடுபட்டுள்ளனர். ஆயினும் சமய வாழ்வில் இக்கட்டுப்பாடுகள் இன்றும் இறுக்கமாகப் பின்பற்றப் படுகின்றன. சான்றாக, இஸ்லாமியப் பெண்கள் பூப்புக் காலத்தில் குர்ஆனைத் தொடக்கூடாது என்ற கட்டுப்பாடுகள் இன்னும் உள்ளன. கத்தோலிக்கத் தேவாலயங்களில் திருப்பலி பூசையின் நடுவில் விவிலியத்திலிருந்து தேர்ந்தெடுக்கப்பட்ட வரிகளைப் படிப்பது வழக்கம். இதை "வாசகம் வாசித்தல்" என்பர். இதை குருக்களன்றி பூசையில் கலந்துகொள்ள வரும் கத்தோலிக்கர் எவரும் படிக்கலாம். ஆனால் சில தேவாலயங்களில் வாசகம் படிக்க பெண்களை அனுமதிப்பதில்லை. பூப்புத் தீட்டுக் குறித்த அச்சமே இதற்குக் காரணமாகும்.[8]

சைவ சமயத்தைப் பரப்புவதில் முன்னின்ற யாழ்ப்பாணத்து நல்லூர் ஆறுமுக நாவலர் (1998, 116-117) பூப்புத் தீட்டுக் குறித்து கடுமையான விதிமுறைகளைக் குறிப்பிட்டுள்ளார்.

தூரஸ்திரி முதனாள் சண்டாளிக்கும் (புலைச்சி, கொலை முதலான பல பாவங்களையும் கூசாது செய்பவள் - இது, ஆறுமுக நாவலரின் குறிப்புரை), இரண்டா நாள் பிரமக் கொலை (பிராமணரைக் கொல்லுதல்) செய்தவளுக்கும், மூன்றாம்நாள் வண்ணாத்திக்குஞ் சமமாவாள்; ஆதலினால்

அவள் இந்த மூன்று நாளும் யாதொரு கருமத்துக்கும் உரியவளல்லள். இராத்திரியில் வீட்டுக்கு விலக்கானால், அவ்விராத்திரியை மூன்று பாகமாக்கி, முதலிரண்டு பாகத்தில் விலக்கானால், அந்நாள் முதலாகக் கொள்ளல் வேண்டும்; மூன்றாம் பாகத்தில் விலக்கானால் மற்ற நாள் முதலாகக் கொள்ளல் வேண்டும்.

வீட்டுக்கு விலக்காயுள்ள மூன்று நாளும், சரீரசுத்தி நிமித்தம் நதி முதலியவைகளைத் தீண்டாமல் வேறொரு வரைத் தண்ணீர் தரச்சொல்லி சரீரசுத்தி செய்து, ஒரு நேரம் பகற் பொழுதிலே போசனஞ் செய்து கொண்டிருத்தல் வேண்டும். இம்மூன்று நாளும் இராத்திரியிற் புசித்தலும், பகலிலே நித்திரை செய்தலும், வீட்டுக்கு விலக்காயுள்ள மற்றைப் பெண்களைத் தீண்டலும், தன்னாயகனெதிரே முகங் காட்டலும், அவனோடு பேசலும், நெற்குத்துதல் முதலிய தொழில்களும் ஆகாவாம்.

தூரஸ்திரி தொட்ட வெண்கலப் பாத்திரத்தையும் பித்தளைப் பாத்திரத்தையும், மூன்றுதரம் வெள்ளை (சுண்ணாம்பு, சாம்பல்) யிட்டு நெய் பூசிக் காய்ச்சிற் சுத்தியாம். அவள் படுத்த நிலம் கோமயத்தினாலே மெழுகிற் சுத்தியாம். அவள் இருந்த இடத்திலே இரண்டு விற்கிடைக்குள்ளே தொட்டாற்றீட் டாகும். இரண்டு விற்கிடை (நான்கு முழ அளவு)க்குள்ளும் காஷ்ட(தடி)த்தினாலேனும் திருண (புல், நாணல், கோரை, வைக்கோற்புரி)த்தினாலேனும் மறைத்தால் அப்பாலுள்ள நிலத்திலே தீட்டில்லை.

இவ்வாறு குறிப்பிடும் ஆறுமுக நாவலர் (1996:61,62) உணவு உண்ணும்பொழுது செய்யத்தகாத குற்றங்கள் என்று பட்டிய லிடும்போது

நாய், பன்றி, கோழி, பருந்து, கழுகு என்பவைகளையும், புலையர், ஈனர், அதீக்ஷிதர் விரதபங்கமடைந்தவர் பூப்புடையவள் என்பவர்களையும் பார்த்தல் முதலியனவாம்

என்று எழுதுகிறார். அவரைப் பொறுத்த அளவில் நாய், பன்றி, கோழியுடன் 'பூப்புடையவள்' இணையாக வைத்து எண்ணப்பட வேண்டியவள்.

'காஞ்சி பரமாச்சார்யா ' என்று கூறப்படும் சந்திரசேகரேந்திர சரஸ்வதி ஸ்வாமிகள் புண்ணிய தலங்களில் ஏற்படும் விபத்துக் களுக்கான காரணமாக 'பூப்புத் தீட்டை' குறிப்பிடுகிறார்.

> ஆலயங்களுக்கு உள்ளேயே நடக்கிற அநாசாரங் களை என்னைத் தவிர யாரும் எடுத்துச் சொல்ல மாட்டார்கள் போலிருக்கிறது. அதையும் நானே சொல்கிறேன். இப்போ தெல்லாம் டூரிஸ்டுகள் 45, 50 நாள் யாத்திரை கோஷ்டிகள், காலேஜ் பெண்கள், டிரெயினிங் ஸ்கூல் பெண்கள் என்று பலர் கூட்டம் கூட்டமாகக் கோயில்களுக்குப் பஸ்கள் அமர்த்திக் கொண்டு வருகிறார்கள். அவர்களில் எத்தனையோ பேர் விலகியிருக்க வேண்டிய காலத்திலும் தரிசனத்துக்கு வந்து விடுகிறார்கள். இப்படிச் செய்வது தோஷம் என்று தெரியாத தாலேயே பெரும்பாலும் கோயிலுக்கு வந்து விடுகிறார்கள். முன்னெல்லாம் 'வீட்டு விலக்கு' என்று எவர்களை வீடுகளிலேயே தனித்து வைத்தார்களோ அவர்கள் இப்போது கோயிலிலும்கூட விலக்கு இல்லாமல் பிரவேசித்து விடுகிறார்கள். இந்த விதி களை மீறுவதால்தான் பல மகாக்ஷேத்திரங்களில், விபத்து, விபரீதம் எல்லாம் ஏற்படு கின்றன என்பது என் அபிப்பிராயம். (கணபதி, 1994 : 527).

இவ்வாறு விபத்துக்களுக்குக் காரணமாகத் தீட்டைக் குறிப் பிடும் காஞ்சி பரமாச்சார்யா மகா ஸ்வாமிகள் (2000:34) இந்திய நாட்டின் முன்னேற்றமின்மைக்கும் தீட்டுதான் காரணம் என்று குறிப்பிடுகிறார்.

> இப்போது அந்த மூன்று நாட்களும் ஸ்த்ரீகள் ஆஃபீஸுக்குப் போவதில் ஊர் பூராவும் தீட்டுப் பரவுகிறது. 'அட்மாஸ்ஃ பைரிக் பொல்யூஷன்' என்று இன்றைக்கு அநேக விஷயங் களை எடுத்துக்காட்டி எதிர் நடவடிக்கை எடுக்கும்படி எச்சரிக்கிறார்கள். அந்தப் 'பொல்யூஷன்' எல்லாவற்றையும் விடப் பொல்லாதது ஸ்த்ரீகளின் தீட்டே அது செய்கிற கெடுதல் வெளியிலே தெரியாததால் அதைக் கவனிக்க மாட்டேன் என்கிறார்கள். கவனிக்கிறவர்களையும் ஆசாரப் பைத்தியங்கள் என்று ஒதுக்குகிறார்கள். வாஸ்த்தவத்திலோ இந்தத் தீட்டு அமங்கள சக்திகளை யெல்லாம் இழுத்துக் கொண்டு வரும். அதை இப்படி எல்லா இடத்திலும் கலக்க விட்டால், ஜனங்களுக்கு எத்தனைதான் வரும்படி வந்தாலும், கவர்ன்மெண்ட் எத்தனைதான் five year plan போட்டாலும் தேசத்தில் துர்பிக்ஷமும், அசாந்தியும், வியாதியுமாகத்தான் இருக்கும்.

இவ்வாறு உடற்கூற்று அடிப்படையில் இயல்பாக நிகழும் ஒரு செயல்பாட்டை சமயத் தலைவர்கள் கண்டனத்திற்குரிய ஒன்றாகச் சித்தரித்து காட்டுவதன் விளைவாகத் தாங்கள் வெறுக்கத்தக்கவர்கள் என்ற எண்ணம் பெண்களிடையே உருவாகி விடுகிறது. ஒரு வகையான தாழ்வு உணர்ச்சிக்கும் அச்சத்திற்கும் அவர்கள் ஆளாகிறார்கள். இதன் வெளிப்பாடாகத் தங்களுடைய சமய வாழ்வு குறித்து அவர்களுக்குப் பல்வேறு வித ஐயங்கள் தோன்றுகின்றன. தற்போதைய காஞ்சி மடத்துத்தலைவர் ஜயேந்திரரிடம் இது தொடர்பான கேள்விகளைப் பெண்கள் கேட்கின்றனர்.

அலுவலகத்துக்குச் செல்லும் என்னைப் போன்ற பெண்கள், மாதவிலக்கான நாளில் குளித்து விட்டுக் கோயிலுக்குப் போகலாமா?

மாத விலக்கு நாட்களில் கை, கால் அங்க சுத்தம் செய்து வீட்டு (வீட்டிலிருந்தபடி) சுவாமியை நினைத்துக் கும்பிட்டால் போதுமானது.

வீட்டில் வேறு நபர்கள் இல்லாமல் இருப்பதால் மாத விலக்கு நாட்களில் ஒரு பெண் வாசல் தெளித்துக் கோலம் போடுவது ஏற்கக் கூடியதா?

பெண்கள் வீட்டிற்கு விலக்கான காலங்களில், வீடு வாசல் தெளித்து, கோலம் போடக் கூடாது. வெறும் தெரு வாசலாகவும் இருக்கக்கூடாது. வேறு ஒருவர் மூலம் வீட்டு வாசல் தெளித்துக் கோலம் போடலாம்.

('மங்கை' சுவாமிநாதன், 1998: 85).

வீட்டு விலக்கான பெண்கள் காதில் தவச மந்திரங்கள் விழுந்தால் பாவம் என்று கூறுகிறார்களே. சிறிய வீட்டில் இருப்பவர்கள் என்ன செய்வது?

கூடாது. அந்த வீட்டிலேயே சிராத்தம் பண்ணக்கூடாது. சிறிய வீட்டில் விலக்காக இருப்பவர்கள் அன்றைய தினம் பக்கத்து வீட்டில் இருக்க வேண்டும்.

சோதகும்ப ஸ்ராத்தம் செய்த பின் வீட்டு விலக்கான பெண்கள் அந்தச் சாப்பாட்டை சாப்பிடலாமா?

கூடாது.

இன்று தமிழ்நாட்டில் பரவலாகப் பரவிவரும் ஒரு சமய இயக்கம் ஆதிபராசக்தி வழிபாடாகும். இவ்வியக்கத்தில் பூப்பு

குறித்தத் தடை எதுவும் இல்லை. பூப்புற்றபோதும் பெண்கள் பூஜை செய்ய அனுமதிக்கப்படுகிறார்கள். இவ்வியக்கத்தின்பால் பெண்கள் ஈர்க்கப்படுவதற்கான காரணங்களுள் இதுவும் ஒன்றாகும். ஆனால் ஜயேந்திரரால் இதைச் சகித்துக் கொள்ளமுடியவில்லை. குங்குமம் *(27.3.98: பக். 37, 38)* வார ஏட்டிற்கு அளித்த நேர்காணலில் இதைச் சாடியுள்ளார்.

> *பிரபல கோவிலொன்றில் கருவறையில் நுழைந்து அம்மனுக்குப் பெண்களே பூஜை செய்து வருகிறார்கள். அதுவும் விலக்கு நேரத்தில் கூட அனுமதிக்கப்படுகிறார்கள். ஒருபுறம் ஆசாரக் கட்டுப்பாடுகள், மறுபுறம் சுதந்திரப் பூஜைகள். இதுபற்றி...?*
>
> இந்து சமயப்படி வீட்டில் பூஜை செய்யத்தான் எல்லோருக்கும் உரிமை. கோயிலில் போய் பூஜை செய்யும்படி யாருக்கும் சொல்லலை? ஆனா இப்போ எல்லோரும் புதிய இயக்கமாக பல பேர் பல தினுசா பண்றாங்க. ஜனங்களுக்கு இது வேடிக்கையா இருக்கலாம். அதனால் அதை உபயோகப் படுத்திக் கொண்டு அவர்கள் வாழ்கிறார்கள். இப்படிச் செய்வது வீட்டுக்கு நல்லதல்ல. நாட்டுக்கு நல்லதல்ல.

இத்தகைய அருள்வாக்குகளின் பாதிப்பால் சிலர் தீட்டுக் குறித்த இறுக்கமான விதிகளை இன்றும் கூட பின்பற்ற விளைகிறார்கள். சென்னையில் உள்ள பிரபல இனிப்பகம் பெண்களைக் கொண்டு இனிப்புகளையும் தின்பண்டங்களையும் தயாரித்து விற்பனை செய்து வருகிறது. இவற்றின் தயாரிப்பில் பெண்களே பணிபுரிகிறார்கள். மாத விலக்கான நாட்களில் இப்பெண்களை பணி செய்ய இந்நிறுவனம் அனுமதிப்பதில்லை. அத்துடன் இத் தடையைப் பெருமையுடன் இந்நிறுவனம் அறிவித்துக் கொண்டது. இதனால் எரிச்சலுற்ற பெண்ணியவாதி ஒருவர் இந்நிறுவனம் தயாரிக்கும் பொருள்களை வாங்குவதை அறவே தவிர்த்துவிட்டார் (தகவல் : ஆ. இரா. வேங்கடாசலபதி).

வேத சமயத்தில் பூப்புக்குருதி தீட்டுக்குரியது. ஆனால் வேத எதிர்ப்பு நெறியான தாந்திரிகத்தில் பூப்புக்குருதி புனிதமானது. சிவவாக்கியரின் பாடல்களில், பூப்புக் குருதியைக் குறிக்கப் பயன்படுத்தப்படும் தூமை என்ற சொல், தூய்மை என்ற சொல்லின் திரிபாகக் கொள்வதில் தவறில்லை. உடல் உழைப்பை நம்பி வாழும் அடித்தள மக்களிடையே பூப்புக் குறித்த விலக்குகளுக்கு முக்கியத் துவமில்லை. செழிப்பு அடையாளமாகவே கருதப்பட்டுள்ளது. ஆனால் உடல் உழைப்பிலிருந்து அந்நியமாகி வீட்டிற்குள் வாழும்

மேட்டிமை சாதிப் பெண்கள் தீட்டுக் குறித்த விலக்குகளை இறுக்க மாகக் கடைப்பிடித்து வந்துள்ளனர். அவர்களிலும் ஒரு பிரிவினர் அலுவலகப் பணிகளுக்குச் செல்லத் தொடங்கியதும் இக்கட்டுப் பாடுகளிலிருந்து விடுதலை பெற்றனர். ஆனால் மீண்டும் இக்கட்டுப் பாடுகளுக்குள் அவர்களைச் சிக்கவைக்கும் முயற்சியின் வெளிப் பாடாகவே மேற்கூறிய ஆச்சார்யார்களின் அருள்வாக்குகள் அமைந்துள்ளன என்பது தெளிவு.

குறிப்புகள்:

1. *பூப்பின் புறப்பாடு ஈர் ஆறு நாளும் நீத்து அகன்று உரையார் (தொல். கற்பியல் 46); குரும்பை .... பூத்தன ணிங்கெனப் .... பூத்தன ணங்கை பொலிகென (பரிபாடல் 16: 20-30).*

2. *தகவல் டாக்டர் சி.கே. சம்பத், விலங்கியல் துறைப் பேராசிரியர், வ.உ.சி. கல்லூரி, தூத்துக்குடி.*

3. *பெண் முதற் பூப்பு எய்திய நாள், நேரம், அந்த நேரத்தில் அணிந்திருந்த உடையின் நிறம் குறித்த நம்பிக்கைகளும், பூப்புக் குருதியை யார் பார்க்க வேண்டும்? யார் பார்க்கக்கூடாது? என்ற நம்பிக்கைகளும், பூப்புச் சடங்கு நிகழும் வரை அப்பெண்ணிற்கு வழங்கும் உணவு வகை ஆகியனவும் முதற் பூப்பு தொடர்பான பிற செய்திகளாகும்.*

4. *நெல்லை, சிதம்பரனார் மாவட்டங்களில் பிராமணர், சவுராஷ்டிரர் சாதியினரிடம் இத்தகைய பாடல்கள் வழங்குகின்றன.*

5. *நாடார் சாதியினரிடம் வழங்கும் இப்பாடல் ஏப்ரல் 1977இல் சேகரிக்கப் பட்டதாகும்.*

6. *திருப்பூராட்டம் தொடர்பான ஒரு செவிவழிச் செய்தி வருமாறு:*

   இக்கோவிலில் படித்தரங்களுக்கான தொகையினை நிர்ணயம் செய்ய வந்த கர்னல்மன்றோ திருப்பூராட்டிற் கான செலவு தொகை வழங்க மறுத்து விட்டார். மறுநாள் அம்மனுக்குப் பூப்பு நிகழ்ந்தபோது அந்தத் துணி மன்றோவிடம் காட்டப்பட்டது. ஓர் ஆங்கிலப் பெண் ணிடம் அதனைப் பரிசோதிக்க அனுப்பிய மன்றோ, அச்சோதனையில் நிறைவு கொண்டு திருப்பூராட்டிற்கான செலவு தொகையினை அனுமதித்தாராம் (நாகமைய்யா, 1906:90).

7. *பூப்புக் குருதியைக் குறிக்க சிவவாக்கியர் தூமை என்ற சொல்லைப் பயன்படுத்தி உள்ளதைப் பார்த்தோம். இன்று இச்சொல்லே வசவுச் சொல்லாக நெல்லை, சிதம்பரனார் மாவட்டங்களில் பயன்படுத்தப்படுகிறது.*

8. *பெண்கள் வாசகம் படிப்பதை எதிர்க்கும் கத்தோலிக்கர் கள் விவிலியத்தின் பழைய ஏற்பாட்டில் உள்ள பின்வரும் பகுதியைத் தங்கள் கருத்துக்குச் சான்றாகக் காட்டுகிறார்கள்:*

'மாதவிலக்கில் இரத்தப் பெருக்குடைய பெண் ஏழுநாள் விலக்காய் இருப்பாள். அவளைத் தொடுபவர் மாலை மட்டும் தீட்டாயிருப்பர். மாத விலக்கின்போது எதன் மீது படுக்கிறாளோ, எவற்றின் மீது அமர்கிறாளோ அவை அனைத்தும் தீட்டே. அவள் படுக்கையைத் தொடுபவர் அனைவரும் தம் உடைகளைத் துவைத்து நீரில் முழுக வேண்டும். மாலை மட்டும் அவர்கள் தீட்டாய் இருப்பர். அவள் அமரும் மணையைத் தொடுபவன் தன் உடைகளைத் துவைத்து, தண்ணீரில் முழுக வேண்டும். மாலை மட்டும் அவன் தீட்டாய் இருப்பான். அவள் படுக்கையின்மீதும் அவள் அமர்ந்த மணையின்மீதும் இருந்த எதையாகிலும் தொட்டவனும் மாலை மட்டும் தீட்டாய் இருப்பான். ஒருவன் அவளுடன் படுக்கையில் படுத்துக் கொண்டு, அவள் தீட்டு அவன் மீது பட்டது என்றால், அவன் ஏழுநாள் தீட்டுடையவன்; அவன் படுக்கும் படுக்கை அனைத்தும் தீட்டே. பெண் ஒருத்திக்கு உரிய மாதவிலக்கு நாள்கள் கடந்தும் உதிரப் பெருக்கு நீடித்தால், அந்த நாள்கள் எல்லாம் விலக்கு நாள்களைப் போல் தீட்டானவையே. அந்த நாள்கள் எல்லாம் அவள் படுக்கும் படுக்கை அனைத்தும், விலக்குக் காலப் படுகைக்கு ஒத்ததே; அவள் அமரும் அனைத்தும் தீட்டுக் காலத்தைப் போன்றே விலக்காய் இருக்கும். அவற்றைத் தொடுபவன் தன் உடைகளைத் துவைத்து, நீரில் மூழ்க வேண்டும். மாலை மட்டும் அவன் தீட்டாய் இருப்பான். அவள் தன் இரத்தப் பெருக்கு நின்றபின், ஏழு நாள் கழித்தபின் தீட்டற்றவள் ஆவாள்.' (லேவியர் 15 : 19-28).

சாமியாடும் மனைவி

ஆப்பிரிக்காவிலும், ஆசியாவிலும் கீழ் நிலையிலுள்ள ஆண்களோ பெண்களோ தங்கள் எதிர்க்குரலைச் சாமி யாட்டத்தின் வாயிலாகவே வெளிப்படுத்துகின்றனர்

- லெவிஸ்

வாய்மொழிக் கதைகளைச் சேகரித்து ஆய்வு செய்யும் ஓர் ஆய்வாளன் தன்னுடைய உலகக் கண்ணோட்டம், மற்றும் சித்தாந்தச் சார்புக்கு ஏற்ற முறையில் ஓர் ஆய்வு முறையைப் பின்பற்றுகிறான். இவ்வாறு ஒரு கோட்பாட்டைப் பின்பற்றி ஆய்வு செய்யும் ஆய்வாளன் பிற கோட்பாடுகளைப் பெரும்பாலும் கண்டுகொள்வது இல்லை. சில ஆய்வாளர்கள் பிற கோட்பாடுகளை முற்றிலும் வெறுத்து ஒதுக்கி விடுவதும் உண்டு. இது குறித்து ஆலன் டண்டிஸ் (1984:189):

நாட்டார் கதைகளை ஆராயும் மாணவர்கள் பல்வேறு குறிக் கோளோடு அக்கதைகளை அலசிப்பார்க்கும் முறைகளைப் பாகு படுத்திப் பார்க்கும் வழிவகைகளை நன்கு அறிவர். (எடுத்துக்காட்டாக) பின்னிஷ் (ஒப்பியல்), வரலாற்று நிலவியல்முறை, அமைப்பியல் ஆய்வு, உளவியல் முதலியவை. இப்பல்வேறு குறிக்கோள் முறைகள் ஒருங்கிணைக்க முடியாத ஒன்று என்றும் ஒரு பொதுவான பிரச்சினையை இம்முறையில் ஒருங்கிணைத்து ஆய்வு செய்ய முடியாது என்றும், தவறாகத் தோன்ற வாய்ப்புள்ளது. உண்மையில் இதில் ஏதாவது ஒரு குறிக்கோள் முறையினை மேற்கொள்வோர் மற்ற முறைகளை மேற்கொள்வோரின்பால் காட்டுகின்ற வெறுப் புணர்வு ஏதோ இப்பல்வேறு குறிக்கோள் முறைகள் ஒன்றிலிருந்து மாறுபட்டவை என்ற எண்ணத்தைத் தோற்றுவிக்கின்றன. எனவே ஒரே ஒப்பியல் குறிக்கோளர், அமைப்பியல் அல்லது உளவியல் முறையாளரின் அணுகுமுறையில் சிறிதளவு நன்மையைக்கூடக் காண மறுக்கிறார். அதுபோலவே ஒரு நல்ல அமைப்பியல் குறிக்கோளர் கடின உழைப்பின் மூலம் ஓர் ஒப்பியல் குறிக்கோளர்

பெற்ற கதைகளில் நூற்றுக்கும் அதிகமான பல்வேறு வடிவங்களைத் துச்சமாக நினைக்கும் நிலை ஏற்பட்டுள்ளது. மேலும் ஒப்பியல் அமைப்பியல் குறிக்கோளர்கள், உளவியல் குறிக்கோளர்களின் நாட்டார் கதைகளில் ஆய்வுகளை ஒதுக்கித்தள்ளும் நிலையும் ஏற்பட்டு உள்ளது

என்று குறிப்பிட்டுள்ளார். மேலும் நாட்டார் கதைகளின் ஆய்வுக்குப் பயன்படுத்தும் பாரம்பரிய அணுகுமுறைகள் யாவும் அக்கதைகளின் குறியீட்டுப் பொருளைப் பொருட்படுத்துவதில்லை என்று கூறும் டண்டிஸ் (மேலது:189) நாட்டார் கதைகளின் குறியீட்டுப் பொருளை வெளிக்கொணர ஒப்பியல் (comparative) அமைப்பியல் (Structure) உளவியல் (Psycho analysis) கோட்பாடுகளை இணைத்துக் கூறும் முறைமையை உருவாக்கியுள்ளதாகக் குறிப்பிடுகிறார். இது தொடர் பாக அவர் கூறும் கருத்து வருமாறு:

ஒப்பியல், அமைப்பியல், உளவியல் கோட்பாடுகளை இணைத்து நாட்டார் கதைகளின் குறியீட்டுப்பொருளை ஆராய நான் ஒரு முறையினை வழங்க உள்ளேன். அமெரிக்க ஐரோப்பிய நாட்டார் கதைப் பாரம்பரியத்திலிருந்து என்னுடைய எடுத்துக் காட்டுகள் எடுக்கப்பட்டிருந்தாலும் இம்முறையை உலகத்தின் எப்பகுதியிலும் பயன்படுத்தலாம். அத்துடன் நாட்டார் கதை களுக்கு மட்டுமின்றி நாட்டார் வழக்காற்றின் எந்த வகைமைக்கும் இம்முறையைப் பயன்படுத்தலாம். இம்முறையில் முதலாவதாக நமக்குத் தேவைப் படுவது ஒரு கதை வகையின் மிகுதியான வடிவங்களாகும் (versions). இங்கு கூறப்பட்ட முறையியலுக்கு ஒரு கதையின் ஒரே வடிவம் மட்டும் போதாது. உண்மையில் ஒரு கதையின் மிகுதியான வடிவங்கள் கிடைத்தால் இம்முறையியலின் முடிவுகள் அதில் பொருத்தமாக அமையும்.

இரண்டாவதாக (பிராப்பின்) அமைப்பியல் ஆய்வு முறையை நாம் கைக்கொள்ள வேண்டும். நாட்டார் கதைகள் தொடர்ச்சியான செயல்பாடுகளைக் (Functions) கொண்டுள்ளதாக பிராப்பின் வாயிலாக நாம் அறிந்துள்ளோம். செயல் என்று பிராப் குறிப் பிடுவதை நான் கதை கூறன் (motifemes) என்று குறிப்பிடுகிறேன். ஒரு குறிப்பிட்ட செயலை நிறைவு செய்யும் பல்வேறு கதைக்கூறு களை பிராப் பெயரிட்டு விளக்க முயலாத நிலையில் நான் அக்கதைக் கூறுகளை மாற்றுக் கதைக் கூறன் (Allomotifemes) என்று பெயரிட்டுள்ளேன். எனவே ஒரு நாட்டார் கதையில் காணப்படும் ஏதாவது ஒரு கதைக்கூறன் பகுதிக்கு ஒன்று அல்லது அதற்கு மேற்பட்ட மாற்றுக் கூறுகள் காணப்படலாம். ஒரு முழுமையான

ஒப்பியல் ஆய்வை மேற்கொண்டால் ஒரு நாட்டார் கதைக்கு எவ்வளவு விரிவான மாற்றுக்கூறன்கள் உள்ளன என்பது தெரிய வரும். ஆனால் ஒரு நாட்டார் கதையின் ஒரே ஒரு வடிவம் மட்டும் கிடைக்கப்பெறின் மாற்றுக்கூறனைப் பொருத்திப் பார்க்க முடியாது. குறைந்தது இரண்டு வடிவங்களாவது கிடைக்கப் பெற்றால்தான் மாற்றுக் கூறன்களின் முழு வீச்சினை உணர முடியும்.

டண்டிஸின் இம்முறையியலை அடியொற்றி அவர் குறிப் பிடும் ஒப்பியல், அமைப்பியல், உளவியல் என்ற மூன்று கோட்பாடு களைப் பயன்படுத்தித் தமிழக நாட்டார் கதை வடிவம் ஒன்று ஆய்வுக்கு உட்படுத்தப்படுகிறது.

நாட்டார் கதைகளைப் பெண்களை மையமாகக் கொண்ட கதைகள் என்ற தலைப்பில் பாகுபடுத்தும் ஏ. கே. இராமானுஜம் (1994:33) இப்பாகுபாட்டிற்குப் பின்வரும் வரையறை செய்துள்ளார்:

1. பெண்களால் கூறப்படும் கதைகள்.

2. பெண்களை மையமாகக் கொண்டு உருவான கதைகள். இவ்வரையறையின் அடிப்படையில் மனைவியை மையமாகக் கொண்ட கதைகளைப் பெண்களை மையமாகக் கொண்ட கதைகள் என்று கூறலாம். இங்கு ஆய்வுக்கு எடுத்துக் கொள்ளப்பட்ட கதைகளில் இடம்பெறும் "மனைவி" பாத்திரம் சாமியாடுதல் என்ற வினையை மேற்கொள்வதால் "சாமியாடும் மனைவி" என்று அழைக்கப்படுகிறது.

இக்கதைகளில் இடம்பெறும் "சாமியாடும் மனைவி"யை மையமாகக் கொண்ட நாட்டார் கதைகளின் திரிபு வடிவங்களை இனி ஆராய்வோம். இக்கதைகளில் இடம்பெறும் சாமியாடும் மனைவி ஆடிய சாமியாட்டம் "கள்ளச் சாமியாட்டம்" அல்லது "பொய்ச் சாமியாட்டம்" ஆகும். பொய்ச்சாமியாடும் மனைவியை மையமாகக் கொண்ட ஆறு கதைகள் ஆய்வுக்கு எடுத்துக் கொள்ளப்பட்டுள்ளன.

இவற்றுள் நான்கு கதைகள் ஆய்வுக்கென்றே சேகரிக்கப் பட்டவையாகும். ஒரு கதை 1890 இல் வெளிவந்த ஆங்கில நூலி லிருந்து மொழிபெயர்க்கப்பட்டதாகும். இக்கதை அறிவியல் முறைப் படி தொகுக்கப்பட்டதல்ல. ஆயினும் சரியாக ஒரு நூற்றாண்டுக்கு முன்னரே தொகுக்கப்பட்டுள்ளது என்ற பழமை கருதியே இங்கு எடுத்தாளப்பட்டுள்ளது. மற்றொரு கதை (திரிபு வடிவம்) கட்டுரை

ஒன்றில் *(சரசுவதி வேணுகோபால், 1990)* மேற்கோளாகக் காட்டப் பட்ட கதையாகும்.

அதிக எண்ணிக்கையிலான வடிவங்கள் அவசியமென்பதால் அவற்றைச் சேகரிக்கும் முயற்சி ஓராண்டு காலமாக மேற்கொள்ளப் பட்டது (1990, மே முதல் 1991 ஜூன் முடிய). ஆயினும் இம் முயற்சியில் எதிர்பார்த்த அளவிற்குத் திரிபு வடிவங்களைச் சேகரிக்க முடியவில்லை. நாம் எதிர்பார்க்கும் ஒரு குறிப்பிட்ட கதையின் திரிபு வடிவங்களை மட்டுமே சேகரிக்கத் தகவலாளர்களை அணுகும் போது அவர்களில் பலருக்கு அக்கதை தெரியவில்லை. மேலும் ஒரு குறிப்பிட்ட கதையின் திரிபு வடிவத்திற்காக மட்டுமே கள ஆய்வு செய்வதென்பது அதிகப் பணச் செலவை ஏற்படுத்தக் கூடியதா யிருந்தது. அடுத்ததாக நண்பர்களுக்கு உருளச்சு செய்யப்பட்ட கடித விவரக்குறிப்பொன்றும் அனுப்பிச் சாமியாடும் மனைவி குறித்த கதையின் திரிபு வடிவங்கள் எவையாவது கிடைப்பின் சேகரித்து அனுப்பும்படிக் கேட்டிருந்தேன்.

அவர்கள் சேகரித்து அனுப்பும் கதையை அப்படியே பயன் படுத்துவது என் நோக்கமாக இல்லை. அவர்கள் அனுப்பும் கதை வடிவத்தைக் கூறிய தகவலாளர்களை நேரில் சந்திப்பது என்பதே என் திட்டம். ஆனால் இது தொடர்பாக நண்பர்களிடமிருந்து எவ்விதத் தகவலும் கிடைக்கவில்லை. நாட்டார் வழக்காற்றுத் துறை மாணவர் ஒருவரும், நாட்டார் கதைகளில் ஆய்வு செய்யும் மாணவர் இருவரும் முறையான கள ஆய்வின் வாயிலாகச் சில கதை வடிவங்களைச் சேகரித்துத் தந்தனர். அவர்களின் சேகரிப்பை இவ்வாய்வில் பயன்படுத்தியுள்ளேன்.

இக்கட்டுரையில் இடம்பெற்றுள்ள நாட்டார் கதைகள் பின்வரும் முறையில் பதிப்பிக்கப்பட்டுள்ளன.
1. கதைகளின் மொழிநடையில் எவ்வித மாற்றமுமின்றித் தகவ லாளர் கூறியவாறே எடுத்தெழுதப்பட்டுள்ளது.
2. கதை கூறியவரின் குரலில் அவ்வப்போது ஏற்பட்ட மாற்றங்கள்
3. கதை கூறும்போது சில குறிப்பிட்ட கட்டங்களில் அவர்களிடம் தோன்றிய உடல் சார் மெய்ப்பாடுகள்.
4. பார்வையாளர் இருப்பின் அவர்தம் பிரதிபலிப்பு

இனி, சாமியாடும் மனைவி குறித்த பழமையான கதை வடிவமொன்றைக் காண்போம். நடேச சாஸ்திரியும் ஹாவர்ட்

கிங்ஸ் கோட் (Howard Kingscot) என்ற ஆங்கிலேயரும் "Tales of sun or Folklore of the Southern India" என்ற தலைப்பில் தென்னிந்திய நாட்டார் கதைகளின் ஆங்கில மொழி பெயர்ப்பினை 1890 இல் நூலாக வெளியிட்டனர். ஒரு நூற்றாண்டுக்கு முன்னர் வெளியான இத்தொகுப்பில் மொத்தம் 25 கதைகள் இடம்பெற்றுள்ளன. இக்கதைகள் சேகரிக்கப்பட்ட பகுதி தென்னிந்தியா என்று தொகுப்பாசிரியர்களால் பொதுவாகக் குறிப்பிடப்பட்டுள்ளது. ஆயினும் ஒரு குறிப்பிட்ட கதையானது எந்தத் திராவிட மொழியில் வழங்கும் கதையென்றோ, எப்பகுதியில் அது சேகரிக்கப்பட்டதென்றோ குறிப்பிடவில்லை. கதையில் இடம்பெறும் சொற்கள் மற்றும் ஊர்கள் இவற்றின் துணை கொண்டே ஒரு சில கதைகளை அது எந்த மொழியிலிருந்து சேகரிக்கப்பட்டவையென்று ஊகித்தறிய வேண்டியுள்ளது. இந்த வகையிலேயே 21 வது கதையாக இடம்பெற்றுள்ள "தோட்டக்காரனின் தந்திரக்கார மனைவி" (The Gardenner's cunning wife) என்ற கதை மலையாள மொழியில் வழங்கும் கதையென்று கருத இடமுள்ளது.

அக்கதையின் மொழிபெயர்ப்பு வடிவம் வருமாறு:

தோட்டக்காரனின் (தந்திரக்கார) மனைவி

ஒரு கிராமத்தில் ஏழைத் தோட்டக்காரன் ஒருவன் தன் மனைவியுடன் வாழ்ந்து வந்தான். அவனது வீட்டுக் கொல்லையில் சிறு பாத்திகளில் கீரை வளர்த்திருந்தான். மொத்தம் இருந்த முப்பது பாத்திகளில் பாதிக்காவது அவன் தண்ணீர் ஊற்ற வேண்டும். இதற்கு ஐந்தாவது கடிகையிலிருந்து பதினைந்தாவது கடிகை வரை ஆகும்.

ஒவ்வொரு நாள் சாயங்காலமும் அவன் மனைவி ஒரு கூடை நிறைய கீரை வெட்டி வைப்பாள். அவன் அதைக் காலையில் கிராமத்திற்கு எடுத்துச் சென்று விற்பான். அந்த வியாபாரமானது ஒரு படி அல்லது மூன்று படி அரிசியைத் தரும். அதைக் கொண்டு அக்குடும்பம் வாழ்ந்து வந்தது. சாயங்காலம் வேறு வேலை ஏதும் செய்ய முடிந்தால் சில செப்புக் காசுகள் கிடைக்கும். அவனது பிற செலவுகளுக்கு அது உதவும்.

இது இப்படியிருக்க, அந்தக் கிராமத்தில் காளி கோவில் ஒன்று இருந்தது. அதன் முன்பு கரையில் மாமரத்துடன் கூடிய அழகிய குளம் ஒன்று இருந்தது. அக்குளத்தில் உள்ள மீனும் மரத்திலுள்ள

மாங்காயும் அம்மனுக்கு நேர்ந்து விடப்பட்டிருந்ததால் கிராமத்த வர்கள் அதனைப் பயன்படுத்துவது கண்டிப்பாகத் தடுக்கப்பட் டிருந்தது. யாராவது மாங்காய் பறிப்பதையோ, மீன் பிடிப்பதையோ கண்டுபிடித்து விட்டால் உடனே அவன் கிராமத்தில் இருந்து விலக்கி வைக்கப்படுவான். அந்த அளவுக்குத் தடை கடுமையாக இருந்தது.

ஒரு நாள் காலையில் கீரை விற்றுவிட்டுத் தோட்டக்காரன் வீட்டுக்குத் திரும்புகையில் கோவிலைத் தாண்டி வந்தான். மிகுந்த எச்சரிக்கையுடன் பாதுகாக்கப்பட்ட மாங்காய்கள் அதிக எண்ணிக் கையில் மரத்தில் தொங்கிக் கொண்டிருந்தன. தோட்டக் காரனின் கண்களில் அவை விழுந்தவுடன் அவன் நாவில் எச்சில் ஊறியது. தன்னைச் சுற்றிலும் ஒரு தடவை பார்த்தான். அதிர்ஷ்டவசமாக அவன் கண்ணுக்கு எட்டிய தூரம் வரை ஒருவரும் இல்லை. ஆகவே அவசரமாக அவன் மாங்காய்களில் ஒன்றைப் பறித்தான். விரைவாக குளத்திற்குள் இறங்கி அதைக் கழுவினான். அப்போது அழகிய மீன் கூட்டம் ஒன்று அவன் கண்களைச் சந்தித்தது. குளத்திலுள்ள இந்தப் பாதுகாக்கப்பட்ட மீன்கள் அபாயம் என்னதென்றே தெரியாமல் இருந்தன. ஆகவே அவை இஷ்டம் போல் துள்ளி விளையாடிக் கொண்டிருந்தன. தோட்டக்காரன் தன்னைச் சுற்றிலும் ஒரு முறைப் பார்த்தான். ஒருவரும் அருகில் இல்லாததை அறிந்து, கையை விட்டே அரை டஜன் கொழுத்த மீன்களைப் பிடித்தான். கூடையில் அரிசிக்கடியில் மாங்காயையும், மீன்களையும் மறைத்து வைத்தான். தன்னை யாரும் கண்டுபிடிக்க வில்லை என்ற சந்தோஷத் துடன் வீடு திரும்பினான். தற்போது அவனுக்கு மீன் மீது அபரித மான பிரியம் இருந்தது. வீட்டை அடைந்ததும், தான் கொண்டு வந்ததை மனைவியிடம் காண்பித்தான். புதிதாகப் பிடித்த மீனையும், இதுவரை சுவைத்தறியாத மாங்கா யையும் வைத்து அவளை உணவு தயாரிக்கச் சொன்னான்.

இந்த வேளையில் தோட்டத்திற்குத் தண்ணீர் விட வேண்டி யிருந்தது. அதற்காக வீட்டின் பின்புறம் சென்றான். பிகோடாவின் (ஏற்றத்தின்) உதவியால் தண்ணீர் விடப்பட்டது. கம்பைப் பிடித்துக் கொண்டு அவன் அங்கும் இங்கும் ஓடுவான். இவனுடைய நண்பன், அண்டை வீட்டாரின் மகன், தண்ணீரைத் தூக்கி, தோட்டத்திற்கு நீர்ப்பாய்ச்சுவான்.

இந்த வேளையில் அவனுடைய மனைவி மாங்காயையும், மீனையும் ஒரு சட்டியில் சமைத்தாள். அதன் மணம் மிக இனிமை யாக இருப்பதைக் கண்டு, மீன் பாதி வேகும் முன்பே ஒவ்வொரு

துண்டாகச் சுவைக்க ஆரம்பித்தாள். சமைத்து முடிப்பதற்கு முன்பே பாதிக்கு மேல் அவள் தொண்டைக்குள் இறங்கி விட்டது. உணவு கடைசியாகச் சமைக்கப்பட்டது. சட்டியில் மீதியிருந்த துண்டுகள் அடுப்பிலிருந்து வெளியே எடுக்கப்பட்டன. அப்போ திருந்து தன்னுடைய கணவன் ஏற்றத்தை அங்கும் இங்கும் இழுத்துக் கொண்டு ஓடுவதைப் பார்த்தாள். உணவு தயாராகிவிட்டது என்றும், அவர் வந்து உணவைச் சுவைக்கலாம் என்றும் அவள் சைகை மூலம் சொன்னாள்.

இருந்தும், அவன் அவளைக் கவனிக்கவில்லை. அவன் ஏற்றத்தைப் பிடித்துக் கொண்டு அங்கும் இங்கும் ஓடிக் கொண்டிருந்தான். அப்படி ஓடிக் கொண்டிருக்கும்போது, அவன் கைகளை அசைக்க வேண்டியிருந்தது. தன்னுடைய பங்கு உணவைச் சாப்பிடலாம் என்று அவர் கூறுவதாக தவறாகப் புரிந்து கொண்டாள். எப்படியோ, அவள் கற்பனை அவ்வாறு சிந்திக்கச் செய்தது. அவள் உள்ளே சென்று ஒரு துண்டை தின்றாள். அவன் இன்னும் ஏற்றத்தின் மேலும் கீழும் ஓடிக் கொண்டிருந்தான். மறுபடியும் தன் கணவர் கையை அசைத்து விருந்து அருந்துவதற்கு அனுமதி கொடுப்பதாக அவள் நினைத்தாள். மறுபடியும் அவள் உள்ளே சென்று இன்னொரு துண்டை சுவைத்தாள். இவ்வாறாகக் கடைசித் துண்டு உட்கொள்ளப் படும் வரை, ஒரு முழு கடிகை நேரம் நடந்தது.

அவள் நினைத்தாள், "ஐயோ எவ்வளவு ஆவலோடு என்னுடைய கணவன் மீனையும், மாங்காயையும் கொண்டு வந்தார். என்னுடைய பேராசையினால் எவ்வளவு மோசமாக நான் அவரை ஏமாற்றி யிருக்கிறேன். அவர் வந்தவுடன் அவர் படும் கோபத்திற்குக் கண்டிப் பாக எல்லையேயிருக்காது. என்னைக் காப்பாற்றிக் கொள்ள நான் ஏதாவது வழி தீட்ட வேண்டும்."

ஆகவே, மீனும் மாங்காயும் சமைத்த தட்டை வீட்டிற்கு வெளியே கொண்டு வந்தாள். அதே அளவு உள்ள இன்னொரு தட்டை வைத்து அதை மூடி அதன் முன்னால் உட்கார்ந்தாள். பின்பு அவள் தலையை அவிழ்த்து தலை முழுவதும் சுற்றி தலைவிரி கோலமாகக் காட்சி அளித்தாள். பின்பு பயங்கரமாகச் சத்தம் கொடுக்கத் தொடங்கினாள். தாழ்ந்த சாதியைச் சேர்ந்த கல்வி அறிவு இல்லாத குடும்பத்தில் ஒரு பெண் இவ்வாறு செய்தால், தேவதை யோ, பேயோ அவளிடம் வருகை தந்திருப்பதாகக் கருதப்படும்.

பிகோடா மரத்திலிருந்து தன்னுடைய மனைவியின் நிலை யைப் பார்த்த அவள் கணவனுக்கு குற்ற உணர்வு உறுத்தியது.

அவனுடைய மனைவியிடம் ஏற்பட்ட மாற்றம் அவனைப் பயமுறுத்தியது. அவன் திடீரென்று கீழே வந்து அவள் முன்னால் நின்றான். அவள் அவனைப் பார்த்தவுடன், அவனைப் பார்த்து கர்ஜித்தாள்:

"நீ ஏன் இன்று என்னுடைய மாங்காயையும் மீனையும் கொள்ளை அடித்து என்னை துன்புறுத்தி இருக்கிறாய்? இந்த மதவிரோதச் செயலை நீ எவ்வாறு செய்யத் துணிந்தாய்? உன்னுடைய முட்டாள்தனமான செயலின் விளைவுகளை நீ சீக்கிரம் காண்பாய்"

"தேவதை மிகவும் அகோரமாக என் மனைவியின் மீது வந்திருக்கிறாள். அவளின் இறை சக்தி அவளை சீக்கிரமே கொன்று விடும். நான் என் செய்வேன்" என்று அந்த ஏழை மனிதன் எண்ணினான்.

ஆகவே தேவதையின் காலில் விழுவதுதான் சரி என்று கருதி காலில் விழுந்து இவ்வாறு கூறினான்:

"என்னுடைய மிகவும் புனிதமான தேவதையே, இன்று உன்னுடைய நாய்க்கும் கடையேன் நேர் வழியிலிருந்து தவறி இருக்கிறான். இந்தத் தடவை அவனை மன்னித்துவிடு. அவன் இரண்டாவது தடவை இந்தத் தவறை எப்போதுமே செய்ய மாட்டான்."

"அப்படியானால் நீ திருடிய பொருட்கள் உள்ள இந்தத் தட்டை எடுத்துக் கொண்டு ஓடிப் போய், என்னுடைய குளத்துக்குள் ஆழமாக அதை மூழ்கிவிடு. மீன் உயிருடன் திரும்பி வந்து விடும். மாங்காயும் மரத்தில் அது இருந்த இடத்துக்குப் போய்விடும்."

தோட்டக்காரன் இந்த ஆணையை மிகவும் தாழ்மையுடன் ஏற்றுக் கொண்டான். தட்டைக் கையில் எடுத்துக் கொண்டு குளத்திற்கு விரைந்தான். அங்கே அதைத் தண்ணீரில் மூழ்கடித்தான். சமைத்த மீனும், மாங்காயும் உயிரோடு திரும்பியதாகவும், அவன் அன்று செய்த பாவம் மன்னிக்கப்பட்டு விட்டதாகவும் நம்பிக் கொண்டு அவன் வீட்டிற்குத் திரும்பினான். இவ்வாறாக, இந்தத் தந்திரமான மனைவி அவளுடைய கணவனின் கோபத்திலிருந்து தன்னைக் காப்பாற்றிக் கொண்டாள்.

இம்மொழிபெயர்ப்புக் கதையில் இடம்பெறும் கதைக்கூறன்களை (Motifeme), டண்டிஸ் (1963:64) வழியில் பின்வருமாறு வகைப்படுத்தலாம்

தடை 1 : கணவனுக்கின்றி மனைவி சாப்பிடக்கூடாது.
தடை மீறல் : கோவில் குளத்தில் மீன் பிடித்தல்.
கோவில் மரத்தில் மாங்காய்பறித்தல்.

தடை 2 : கட மீறல் கணவனுக்கின்றி சமைத்த மீனையும் மாங்காயையும் மனைவி தின்று விடுதல்

தடை மீறல் : மாங்காய் பறித்தல், மீன் பிடித்தல்

விளைவு : கணவன் கோபத்திற்கு ஆளாகும் நிலை

விளைவிலிருந்து தப்பிக்கும் அல்லது சூழ்ச்சி : சாமி வந்ததுபோல் நடித்தல்

முடிவு : தண்டனையிலிருந்து தப்பித்தல், சூழ்ச்சி யில் வெற்றி.

இக்கதையில் தான் செய்த தவறிலிருந்து தப்பித்துக் கொள்ள, ஒரு மனைவி மேற்கொண்ட சூழ்ச்சி சாமியாட்டமாகும். எனவே இக்கதையில் முக்கிய கதைக் கூறன் சாமியாட்டம் என்ற சூழ்ச்சி யாகும். இக் கதையைப் போன்று சாமியாட்டம் என்ற சூழ்ச்சியை மேற்கொண்டு தண்டனையிலிருந்து தப்பிய மனைவியரை மைய மாகக் கொண்ட தமிழ்நாட்டுக் கதைகளை இனி ஆராய் வோம்.

கதை வடிவம் 1

ஐயா! ஐயா பாளையங்கோட்டை சந்தையில் போய் ரெண்டு மாடு பிடித்தேன். மாங்காய் வியாபாரம் பண்ணினேன். அதுல மிச்சமில்லை. ஊருக்காலி மாடு மேச்சேன். அந்த மாடு என்ன மாடுன்னா மூட்டை. ஊருக்காலி மாடு மேய்த்து அல்லிக் குளத்தில போய் தண்ணீ காட்டினேன். அதில குளத்தில கெண்டை மீனு துள்ளித் துள்ளி உழுந்தது. அதில அஞ்சாறு மீனைப் பிடிச்சேன். மீனைக் கொண்டுவர யாணமில்லை. பெரியாளுக்க பச்சை மீனை பட்டுத் துண்டுல கெட்டச் சொல்லி பழமொழி சொல்லுவாவ. அந்தால பாதித்துண்டைக் கிழித்து மீனைக் கொட்டினேன். பாதித் துண்டைக் கிழித்துத் தலையில் கெட்டினேன். அறுபது முளை அறைஞ்சி எழுபது மாட்டையும் கெட்டிப் போட்டேன். மீனைக் கொண்டுக்கிட்டு வீட்டுக்கு வரும்போது அதுல ஒரு அல்லிக்குளம் இருந்தது. அதில ஒரு ஆலயம் இருந்தது. அதில ஒரு மாமரம் இருந்தது. அந்த மரத்தில ஒரு மாங்காய் இருந்தது.

பச்சை மீனுக்கும் மாங்காய்க்கும் பயித்தா இருக்குமுன்னு சொல்லுவாவ பெரிய ஆளுக்க. வீட்டுக்கு வந்தேன் பாத்துக்கோங்க. என் பொண்டாட்டி கருத்த சீப்பும், கண்ணாடியும் வச்சிக்கிட்டு மூனா மெத்தையில் இருந்து என்னை வரவு பாத்துக்கிட்டு இருக்கா.

பச்சை மீனும் மாங்கனியும்
பயித்து பயித்துன்னு

கதவைத் தட்டினேன். அவ வந்து கதவைத் திறந்து இது என்னதுன்னு கேட்டா. பச்சை மீனுக்கும் மாங்காய்க்கும் பயித்தா இருக்கும், இதை கொளம்பு வையுன்னு சொன்னேன்.

மூணு துண்டா அறுக்கச் சொன்னேன்
முழுச் சட்டியில போடச் சொன்னேன்
முக்குறுணி தண்ணி ஊற்றச் சொன்னேன்
மூணு அலசல் அலசச் சொன்னேன்
முருங்க மரத்துல கொட்டச் சொன்னேன்
மூணு துண்டா அறுத்துக் கிட்டா
முழுச் சட்டியில போட்டுக் கிட்டா
முக்குறுணி தண்ணீ ஊத்திக் கிட்டா
மூணு அலசல் அலசிக்கிட்டா
முருங்க மரத்துல கொட்டிக்கிட்டா

சோத்துக்கு ஒன்னும் இல்லன்னுக்கிட்டா. ஏலா! ஏலா! மூலை முடங்கு பானையில முக்குறுணி கேப்பை கிடக்கு. அது உழுத்துப் போனாலும் சரி புழுத்துப் போனாலும் சரி. அதை எடுத்து ஒரு துடையில் துடைக்கச் சொன்னேன். ஒன்பது புடையல் புடைக்கச் சொன்னேன். ஓட்டை திருவல்லுல போடச் சொன்னேன். ஒன்னு ரெண்டா திரிக்கச் சொன்னேன்.

தீட்டி புடைச்சி தாரேன். திரிச்சித் தந்துட்டு போங்கன்னு சொல்லிட்டா. ஒரு துவையல் துவைச்சிக்கிட்டா. ஒன்பது புடையல் புடைச்சிக்கிட்டா. ஒன்னு ரெண்டா திரிச்சிக்கிட்டேன். எப்படித் திரிச்சேன்னு தெரியுமா? கிறுபுறு. . கிறுபுறு . . . கிறுபுறுன்னு திரிச்சேன். பாத்துக்கிடுங்க! திரிச்சிக் கொடுத்துக்கிட்டு அதை களி கிண்டி வை. மீனைக் கொழம்பு வச்சி வை. நான் மாட்டை சரிச்சி விட்டுவிட்டுக் குளிச்சிட்டு சுருக்கா வாரேன்னு வந்திட்டேன்.

நான் வர முன்னால அவா அவசர அவசரமா ஆப்பைக் கனையில இருந்த களியை வலிச்சிக் கரிச்சட்டியில முக்கி வாயில போட்டா. அது தின்னவுடனே தித்திப்பா இருந்தது. சட்டிக்குள்ள இருந்த களியை எல்லாம் எடுத்து எடுத்துக் கறிக்குள் முக்கி பூராம் தின்னுப்புட்டா. களியை கறியை எங்கேன்னு கேப்பேன்னு பயந்து போய் அடுப்புக் குப்பையை அள்ளித் தலையில போட்டுக் கிட்டு வேப்பங் குழையை ஒடிச்சிக் கையில வச்சிக்கிட்டு திங்கு திங்குன்னு குதித்துக் குதித்து சாமி ஆடினாள்.

நான் என்ன சாமியோன்னு பயந்து போய் என்ன சாமி அம்மான்னு கும்பிட்டு உழுந்தேன். உடனே அவா, 'நான் உச்சி மாகாளின்னு' சொன்னா எங்க வந்தமான்னு கேட்டேன். நீ மாடு கொண்டு போன இடத்தில குத்தம் செய்திருக்கான்னு சொன்னா. நான் ஒரு குத்தமும் செய்யலன்னு சொன்னேன்.

அல்லிக் குளத்து மீனை
ஏண்டா பிடிச்சா?
அந்த ஆலயத்து மாங்காயை
ஏண்டா பறிச்சா?
கேட்டா(ள்)
நான் பறிக்கணும்னு பறிக்கலை
நான் குத்தம் செய்யணும்னு செய்யலை
களவாங்கணும்னு களவாங்கல

நான் செய்தது குத்தம்தான். மன்னிச்சிக்கம்மான்னு கும்பிட்டு விழுந்தேன்.

அப்படின்னா,

உன்னை பறத்தட்டா
என்னை பறத்தட்டா
சட்டிக்குள் கிடக்கிற
மீனை பறத்தட்டான்னு கேட்டா
உள்ள குற்றம் பொறுத்துக்கணும்
உச்சி மாகாளியம்மா
உனக்கு ஒடுக்கு (உடுக்கு) பண்ணி போடுறம்மா
மாகாளியம்மா

என் பொண்டாட்டி பன்னி(பன்றி) பீச்சாக்கில பீச்சிப் போட்டிருக்கா. நான் பிள்ளை வளக்கணும் என்னைப் பறத்தாதம்மான்னு கும்பிட்டு விழுந்தேன். சட்டியைப் போயிப் பாரடா அப்படின்னா. சட்டியைப் போய்ப் பார்த்தேன். மீன் இல்லை.

நல்ல சாமியம்மா. நான் செய்த குத்தமெல்லாம் பொறுத்துக்க. நான், உச்சிமாகாளிக்கு நாத்தம் பொறுக்க முடியல்ல .... சட்டியைக் கொண்டு குளத்துல கழுவிவிட்டு வானா. நான் சட்டியை எடுத்துக் கொண்டு சடுதியில் ஓடினேன். ஓட்டமும் நடையுமாக ஓடினேன். மண்ணை எடுத்துப் போட்டு கிரிச்சி கிரிச்சின்னு போட்டுத் தேச்சி கழுவிவிட்டு வந்தேன். பாத்துக்கோங்க திரும்பவும் ஓட்டமும் பெருநடையுமாகப் போய் கழுவிவிட்டு வந்தேன் பாத்துக்கோங்க.

இனிமேல் குத்தம் தவறு செய்யக் கூடாது. களவாங்கக் கூடாது. எச்சரிக்கையாக இருந்துக்க. நான் ஆலயம் போய்ச் சேருதேன்.[3]

கதை வடிவம் 2

ஒரு ஊர்ல ஒரு பிராமணன். அந்த பிராமணனுக்கு முதல்ல ஒரு கல்யாணம் பண்ணி பொண்டாட்டி இறந்து போயிடுவா. அவ பேரு அலமேலுமங்கை (தொடக்கச் சூழல்). அப்புறம் ரெண்டாந் தாரம் ஒரு கலியாணம் பண்ணுவான்.

அவனுக்கு வருமானம் கொறை. அதனால இவளுக்கு ஏதோ கொஞ்சம் சாப்பாட்டுக்குக் கொண்டு வந்து குடுப்பான். இவளுக்கு வட(டை) பாயாசத்தோட சாப்பிடனும்னு ஆச(சை) வந்திட்டு (விருப்பம்). அதுக்கு என்ன பண்ணனும்னு யோசிச்சி ஒரு முடிவுக்கு வந்தா.

வெள்ளி செவ்வா(ய்)க் கிழம(மை) குளிச்சிட்டுத் தலைய விரிச்சிப் போட்டு ஆட ஆரம்பிச்சிட்டா. 'நான்தான் அலமேலு மங்கை. எனக்கு நீ ஒன்னும் செய்யல. எனக்கு வெள்ளியும் செவ் வாயும் வட(டை) பாயாசம் வச்சிக் கும்பிடனும். இல்லாட்டா உன் ரெண்டாந்தாரத்தையும் கொண்டு போயிடுவேன்', அப்படின்னு சொல்லி ஆடினா (விருப்பம் நிறைவேற சூழ்ச்சி மேற்கொள்ளல்).

முதல் பொண்டாட்டிதான் பேயா வந்து ரெண்டாந்தாரத்த பிடிச்சிக்கிட்டான்னு பயந்து போன புருசன், கஸ்டப்பட்டு வடை பாயாசம் செய்யப் பணங் கொடுத்து வந்தான் (சூழ்ச்சியில் வெற்றி பெறல்). இப்படியே கொஞ்ச காலம் நடந்தது.

பக்கத்து வீட்டில் இருந்த ஒருத்தர் இதைப் பார்த்து வந்தார். புருசங்காரன் படுற கஸ்டத்தையும், பொண்டாட்டி அவன ஏமாத்தி வந்ததையும் அவர் தெரிஞ்சிக்கிட்டார் (சூழ்ச்சியை பிறர் அறிதல்).

இதுக்கு ஒரு வழிபண்ணனும்னு யோசிச்சார். ஒரு நா(ள்), பிராமணன் பொண்டாட்டி சாமியாடும்போது, அவரும் குளிச்சிட்டு வந்து நான்தான் திருப்பதி வெங்கடாச்சலபதின்னு சொல்லி சாமிஆடத் தொடங்கினார். சாமி ஆடிக்கிட்டே வந்து, வாரியல (துடைப்பம்) எடுத்து வந்து "சாவு தேவதையெல்லாம் இங்க ஏன் வந்தே?" என்று கத்தி (கூவி) அவளுக்கு வாரியலால நல்ல அடி கொடுத்தார் (எதிர் சூழ்ச்சி). அதுக்கப்புறம் அவளுக்குப் பேய் நின்னு போச்சி (எதிர் சூழ்ச்சி வெற்றி பெறல் (மனைவியின் சூழ்ச்சி தோல்வியடைதல்)). புருசனும் நிம்மதியா இருந்தான் (முடிவு).

கதை வடிவம் 3

ஒரு வீட்டுல எள்ளுக் குலுக்க(குதிர்) நெறைய எள்ளு அடிச்சுப் போட்டு இருந்திருக்காவ (தொடக்க நிலை). ஒரு வருஷமாக் காயப் போட்டு கீயப் போட்டு அள்ளி வச்சிருந்திருக்காக. அந்த வீட்டுல மருமகப் போகவர போகவர வறுத்துத் தின்னுருக்கா (தின்றல்). இப்படியே கொஞ்சங் கொஞ்சமா வருஷம் முழுதுந் தின்னுருக்கா. அப்புறம் எள்ளக் காணல (தின்றதன் விளைவு).

அப்ப ஒரு நா(ள்) நல்ல நாளு வந்திருச்சு. நல்ல நாள்னா எல்லார் வீட்லயும் மாவு இடிக்கிறாங்க. தினை இடிக்கிறாங்க. பச்சரிசி இடிக்கிறாங்க. ஏன் நம்ம காசு போட்டு வாங்கனும்? நமக்கு எள்ளு இருக்கு. எள்ளு மாவ இடிச்சிருவோம். எடுத்து வறுத்துப் பொறக்கி இடிச்சுருவோம்னு சொல்லிப் பேசிக்கிட்டு இருக்காவ. (சிக்கல் உருவாதல்).

இவுக பேசிக்கிட்டிருக்க அப்ப எள்ளு எடுக்க வருவாகல்ல. மாமியா நாத்தனார் வருவாகல்ல, அப்ப என்ன பண்ணன்னு சொல்லி இவா ஆட்டத்தைப் பிடிச்சிட்டா. ஆட்டத்தைப் பிடிச்சு, "அடேய் ஒன்ன ஏக்கட்டுமா (ஏற்றுக் கொள்ளட்டுமா) குலுக்க எள்ள ஏக்கட்டுமா (இவ்விரு வரிகளிலும் குரல் உயர்தல்)" அப்படின்னு ஆடுதா (சிக்கலிலிருந்து விடுபட மேற்கொண்ட சூழ்ச்சி).

"நா(ன்) மாரியாத்தாடா, குலுக்க எள்ள ஏத்துக்கிடவா? இல்ல ஒன்ன ஏத்துக்கிடவா?" (குரல் உயர்வு)

"எங்கள ஏத்துக்கிட வேண்டாம் சாமி"

"குலுக்க எள்ளானாலும் ஏத்துக்க சாமி" (கெஞ்சல் தொனி) (சூழ்ச்சியின் வெற்றி).

"அப்ப சரி ஏத்துக்கிட்டன்டா, போயிப் பாரடா, குலுக்கயப் பாரடா" (கட்டளையிடும் தொனி). "ஏத்துக்கிட்டன்டா" (குரல் உயர்வு).

குலுக்கயப் பாத்தா ஒத்த எள்ளு இல்ல (குரல் இயல்பு நிலைக்கு திரும்புதல்). அப்ப சாமி நல்ல சாமிதான் அப்படின்னு திரும்பிட்டேன்.

கதை வடிவம் 4

ஒரு ஊர்ல ஒரு புருசன் பொண்டாட்டி இருந்தாங்க (தொடக்கச் சூழல்). அவன் தோட்டத்தில் மிளகா போட்டிருந்தான். வத்தல கொண்டு வந்து பொண்டாட்டி கிட்ட குடுத்து 'குலுக்கைல

போட்டு வை. வெல அதிகமாகும் போது வித்துக்கிரலாம்'னான் (கணவனின் கட்டளை). பொண்டாட்டியும் போட்டு வச்சா (கட்டளையை நிறைவேற்றல்). அவ ரொம்பச் செலவாளி. புருசனுக் குத் தெரியாம வத்தலைக் கொஞ்சம் கொஞ்சமாக எடுத்து வித்துச் செலவு செஞ்சு வந்தா (இரகசியமாக விற்றல்). வத்தல் ரொம்ப கொறஞ்சுருச்சு (விற்றதன் விளைவு).

ஒரு நா புருசன்காரன் வந்து "அடியே வத்தலை எல்லாம் கொண்டு வா. வெல ஏறியிருக்கு. நல்ல லாபம் கிடைக்கும்"ன்னு சொன்னான் (சிக்கல் தோன்றுதல்). இவளுக்கு என்ன செய்றதுன்னு தெரியலை. இருந்தாலும் எப்படியாவது சமாளிச்சாகணுமே. சரிங்கன்னு உள்ளே போனாள். திடீர்ன்னு உள்ளேயிருந்து "ஆ....ங்"ன்னு சத்தம் வந்தது. புருசன்காரன் ஓடிப்போய்ப் பார்த் தான். அவள் தலையை விரிச்சு ஆடிக்கிட்டிருந்தா (சிக்கலில் இருந்து விடுபட சூழ்ச்சி உருவாதல்). "ஆத்தா! என்ன வேணும் ஆத்தா! நான் என்ன தப்புச் செஞ்சிருந்தாலும் மன்னிச்சுக்கணும் தாயே"ன்னான் (அச்சம்). "அடே! நீ வேண்டிக்கிட்டதெல்லாம் மறந்திட்டே! அதுக்குப் பதிலா உன் மகனைக் காவு வாங்கட்டுமா. இல்ல ஒரு குலுக்கை வத்தலையும் ஒரு விசையாக் கொறைக் கட்டுமா"ன்னது ஆத்தா! (சாமியின் கட்டளை).

"ஆத்தா! எனக்கிருக்கிறது ஒரே மகன். அவனை விட்ரு. நீ வத்தலை எடுத்துக்க"ன்னான் அவன் (வேண்டுதல்).

"ஆ.... ங்" அப்படின்னு மலையேறிட்டா ஆத்தா. புருசன் போய்க் குலுக்கைல பார்த்தான். ஒரு வீசை அளவு வத்தல் கிடந்தது (வேண்டுதல் நிறைவேறல்). பொண்டாட்டி மலங்க மலங்க முழிச்சிக்கிட்டே "என்ன ஆச்சு?"ன்னா.

"ஒம்மேல ஆத்தா வந்திச்சு. நான் பண்ணின தப்புக்கு மகனைக் காவு வாங்கட்டுமா. வத்தலை எடுக்கட்டுமான்னு கேட்டிச்சு. ஆத்தா வத்தலை எடுத்துக்க. மகனை விட்டுரு"ன்னேன். ஆத்தா அப்படியே செஞ்சிருச்சு. "அவ மகிமையே மகிமை" என்றான் இவன் (சூழ்ச்சி யின் வெற்றி (கணவன் ஏமாறுதல்)).

பொண்டாட்டியும் சேர்ந்து "ஆ. அப்படியா?"ன்னு ஆத்தாளைக் கும்பிட்டாள் (முடிவு)

கதை வடிவம் 5

ஓர் அண்ணனும் தம்பியும் இருந்தாங்க. அவங்க ரெண்டு பேரும் வெளி வேலைக்குப் போகணும். அப்பழ் மூத்தவரு,

'இன்னைக்கு வயல்ல கள பறிக்கணும். அரைக்கோட்டை நெல்லு வாங்கிச் சாப்பாட்டுக்குப் போட்ருக்காரு. இதையும் வச்சுக்கிட்டுக் கள எடுத்துக்கிட்டு இரு'ன்னாரு. தம்பியும் இதே மாதிரி தாம் மனைவி கிட்ட சொல்லுதாரு. இரண்டு பேரும் சேர்ந்து ஊர் வழி போறாக.

மச்சான் பொண்டாட்டி களைக்குப் போறா. கொழுந்தன் பொண்டாட்டி போல (போகவில்லை). குலுக்கேல (குலுக்கை - குதிர்) இருக்கிற நெல்ல அள்ளி கடைல கொண்டு போட்டு வெத்திலையும் பாக்கும் வாங்கிட்டு வயலுக்குப் போறா. அவ கள எடுக்க அவ வயலுக்குப் போயி, இந்த வளவிய (தண்ணீர் செழிப்பான இடத்தில் வளரும் ஒரு வகைப்புல். கொடியாகப் படரும்) யார் புடுங்குவா? இந்த மனுசம்பாக்க, சொல்லிட்டுப் போயிட்டாரு. இத யாரு எடுக்க?ன்னு வரப்புல உக்காந்திருக்கா, வெத்தில போட்டு புளிச் புளிச்சுன்னு துப்பிக்கிட்டு. இவ கள எடுக்கல. மச்சினம் பொண்டாட்டி கள எடுக்கா.

தம்பி வயலு கள பத்திக் கிடக்கு. நெல்லை எங்கண்ணு கேப்பாரேன்னு குலுக்க நிறைய உமிய அள்ளிப் போட்டுட்டா.

அண்ணனும் தம்பியும் வந்தாச்சு. என்ன? வயலுக்குப் போனியா? கள எல்லாம் எடுத்தாச்சா?. அண்ணன் கேக்காரு.

எடுத்தாச்சு. பயிர் வளர்ந்திருச்சி. இன்னும் கொஞ்சம் உரம் போடணும். தம்பி இருந்துக்கிட்டு, 'ஏய் நீ கள எடுத்திட்டயா'ன்னு கேட்டான்.

அவுக வயல்ல கள ரொம்ப இல்ல. நம்ம வயல்ல வளவி கூடுதல்.

தம்பி வயலுக்குப் போனாரு. வயலப் பாத்தவுடனே வயித்தெரிச்சல் கடுமையா உண்டாயிட்டு. அங்கே இருந்து வீட்டுக்கு வந்தாரு. வீட்டுக்கு வந்தவுடனே 'செருக்கியுள்ள கூதியுள்ள கள எடுத்தேன்னு சொன்னியே'.

குலுக்கயப் போய்ப் பாத்தாரு. அப்ப அங்க இருந்த நெல்ல எங்கண்ணாரு. குலுக்கைல கிடந்தது. எலி கொறிச்சு உமியாக் கிடக்கு. நா என்ன செய்யட்டும்னுட்டா. இனிமே இவள வச்சிருக்கவே கூடாதுன்னுட்டு அடி அடின்னு அடிச்சு அம்ம வீட்டுக்குப் பத்திட்டான்.

இவ அங்கே போனா அவ(ள்) அப்பா அம்மா, 'ஏ! புள்ள இங்க எதுக்கு வந்தே? அவரு என்ன மாதிரி பாடுபடுதாரு'ன்னு சத்தம் போடுதாக.

'பின்ன ஆளுக்கள விட்டுக் கள எடுத்து கதிரு நல்ல விளைஞ்சு கிடக்கு. இவ இன்னைக்கு அல்லது நாளைக்குள்ள புருஷன் கூப்பிடுவான்னு நினைச்சுக்கிட்டிருக்கா (அப்பம்லாம் இந்த மாதிரி பொண்டாட்டிய விரட்டிட்டா புருஷன் வந்துதான் கூட்டிப் போனும். அவங்களா வலிய அனுப்ப மாட்டாங்க). கணவன் கூப்பிட வரல அவரு வயலு அறுவடை ஆச்சி. நெல்லு களத்துல கிடக்கு.

இவளுக்கு ரொசனை (யோசனை) எப்படி வருது. இனிமே நம்ம கூப்பிட மாட்டாரு. நம்ம என்ன செய்யதுன்னு திட்டம் போடுதா. அந்தானைக்கு தலைய விரிச்சிப் போட்டா. ஒரு கருத்த சேலையை எடுத்துக் கட்டுன்னா. ராத்திரி நைட்டுல கையில ரெண்டு வேப்பங் குழைய எடுத்தா. கணவன் இருக்கிற களத்துக்குப் போனா. போயி ஆட்டத்தப் பிடிச்சிட்டா.

'அடே! களைக்குப் பயந்து போன
கருங்குயிலாளையும் பிள்ளையும் கூப்பிடுதையா
உன்னைய வெட்டட்டா குத்தட்டா?
உடனே கூட்டிட்டு வா'

அவம் பதறியடிச்சு எந்திரிச்சான் 'தாயே நாங் கூட்டிட்டு வந்துருதேன்'னு சொல்லிட்டான்.

'காலைல போயி கூட்டிட்டு வா. வந்துதான் நீ நெல்ல அள்ளிட்டு வீட்டுக்குப் போணும்'. இவம் 'ஆகட்டும் தாயே'ன் னாம். மறுநாள் கூட்டிட்டு வந்தான்.

சாமியாடிய மனைவியர் வகை

மேற்கூறிய ஐந்து கதை வடிவங்களிலும் பின்வரும் சூழல்களில் மனைவியர் சாமியாட்ட நிகழ்வை நிகழ்த்தியுள்ளனர்.

1. கணவனுக்கென்று சமைத்த சுவையான உணவைத் தானே முழுவதும் சாப்பிட்ட செயலிலிருந்து தப்பிக்க. (கதை வடிவம் 1)
2. சுவையான உணவை விரும்பியபோது (கதை வடிவம் 2)
3. வீட்டிலிருந்த விளைபொருளைத் தின்று தீர்த்த செயல் வெளியாகும் தருணத்தில் (கதை வடிவம்3)
4. வீட்டிலிருந்த விளைபொருளை விற்ற செய்தி வெளியாகும் தருணத்தில் (கதை வடிவம் 4)
5. கணவனால் பிறந்த வீட்டிற்கு விரட்டி அடிக்கப்பட்ட மனைவி மீண்டும் கணவன் வீட்டிற்கு வர (கதை வடிவம் 5)

இவ்வைந்து கதைகளிலும் இடம்பெற்றுள்ள மனைவியரின் செயல்பாடுகளின் அடிப்படையில்

1. தின்று தீர்த்த மனைவி (கதை வடிவம் 1, 3)

2. சுவையான உணவை விரும்பிய மனைவி (கதை வடிவம் 2)

3. விளைபொருளை விற்ற மனைவி (கதை வடிவம் 4)

4. கணவன் கட்டளையைப் புறக்கணித்த மனைவி (கதை வடிவம் 5)

என்று வகைப்படுத்தலாம்.

தின்று தீர்த்த மனைவி

தின்று தீர்த்த மனைவியின் செயல்பாடுகளை நடேச சாஸ்திரி தொகுத்த கதையில் இடம்பெற்றுள்ள தந்திரக்கார மனைவியின் செயல்பாடுகளைப் போன்றே வகைப்படுத்தலாம்.

தடை	: 1.	கணவனுக்கின்றி மனைவி உண்ணக் கூடாது.
	2.	வீட்டிலுள்ள விளைபொருளைத் தின்று தீர்க்கக் கூடாது.
தடைமீறல்	: 1.	கணவனுக்குச் சமைத்த மீனையும் மாங்கா யையும் தானே தின்று தீர்த்தல்.
	2.	வீட்டிலுள்ள விளைபொருளைத் தின்று தீர்த்தல்.
விளைவு	:	கணவனின் தண்டனையை எதிர்நோக்குதல்

எடுத்துக்காட்டாகக் காட்டிய கதைகளில் கணவனது தண்டனை குறித்து குறிப்பு எதுவும் இல்லை. ஆயினும் இக்கதை வழங்கும் தமிழ்ச் சமூகத்தில் சமூகப் பண்பாட்டுச் சூழலின் அடிப்படையில் ஒரு பெண்ணிற்கு எத்தகைய தண்டனை கிடைக்கும் என்பதை அறியலாம். இதற்குச் சில நாட்டார் பாடல்களையும் கதை களையும் சான்றாகக் கொள்வது பொருத்த மானதாக இருக்கும். தருமபுரி மாவட்டம் அரூர் வட்டத்தில் சிறுவர்களின் விளையாட்டுப் பாடல் ஒன்று பேராசிரியர் நா. வானமாமலையின் (1977: 141-142) தொகுப்பில் இடம்பெற்றுள்ளது. இப்பாடல் மனைவி ஒருத்தியின் கூற்றாக இவ்வாறு அமைந் துள்ளது.

நண்டே நண்டே சிறு
செங்கால் நண்டே
உசிரிருக்க ஓடிருக்க

உன்னைப் பிளந்து
ஒரு குத்துப் புளியங்கா
தொவையல் வச்சி
கன்னாங் கலத்தையும்
கழுவிவச்சி
வருவான் வருவான்னு
வழி பார்த்தேன்
வராது போகவும்
வழிச்சுக்கிட்டேன்
வந்தாண்டியம்மா மலைவயித்தன்
குத்தக் குத்த வந்தாண்டி
குரங்கு மூஞ்சி
ஏலகிரியெல்லாம் கிடுகிடுக்க
எடுத்தாண்டி சிலுக்குத் தடியை
அடிக்க அடிக்க வந்தாண்டி
ஆனை வயித்தன்
அடிச்சிட்டுப் போகச் சொல்லு
ஙொப்பன் மவனை!

இதுபோன்ற பாடல் ஒன்று விருதுநகர் மாவட்டம் வத்ராயிருப்புப் பகுதியிலுள்ள வ.புதுப்பட்டி என்ற கிராமத்தில் வழங்கி வருகிறது.[4] அப்பாடல் வருமாறு:

நண்டே நண்டே சிறு சிங்கார நண்டே
நா நட்ட வயலெல்லாம் தொளச்ச நண்டே
காலுவேற கப்புவேற பிச்சுல போட்டேன்
ஒண்ணாங் கொதிப்புல எறக்கில வச்சேன்
வருவா வருவாமுன்னு வச்சுல பாத்தேன்
வார சமயம் பாத்து தின்னுல போட்டேன்
ஆனச்சட்டி நக்கிப்பெய அடிக்கவுல வாரான்
குண்டுச்சட்டி நக்கிப்பெய கொல்லவுல வாரான்
எனிய அடுச்சான், பிள்ளைய அடுச்சான்,
வகுத்து குட்டிய நொறுங்க அடுச்சான்
காலு மிஞ்சி களர அடுச்சான் (மிஞ்சி - மெட்டி)
கைவளையல் நொறுங்க அடுச்சான்

இப்பாடல்களில் கணவன் உணவருந்தும் முன்னர் உணவைக் காலி செய்த மனைவி பட்டபாடு இடம்பெற்றுள்ளது. மனம் நிறைவடையும் அளவு உண்பதற்கு முடியாதபோதும் கணவனின் கோபம் மனைவியை நோக்கித்தான் திரும்புகிறது:

காத்துட்டுக்கு கறிஎடுத்து
மச்சா கடுகுபோல நுனிக்கிப் போட்டு
துண்டுக்கறி விழுகலன்னு இப்போ
தூக்கி போட்டு குத்துரானாம்
காத்துட்டுக்கு கடலை வாங்கி
கழுகு மல தேரு பாத்து
மிச்ச கடலை இல்லன்னு
மிதிக்கிராரே இஸ்டம் போல

பாடல்கள் மட்டுமின்றி சில நாட்டார் கதைகளும் கணவனுக்கின்றி உணவைத் தின்ற மனைவி பட்டபாட்டைக் குறிப்பிடுகின்றன:

ஒரு ஊர்ல ஒரு புருசன் பொண்டாட்டி ரெண்டு பேரு இருந்தாளாம்.

'நம்ம கல்யாணம் முடிச்சு ரொம்ப நாளா வீட்டுக்குப் போகாம இருக்கோமில்ல, நான் போயிட்டு வார்றேன்' அப்படின்னு மாப்பிள்ளை சொல்றான். சரி போயிட்டு வாங்கங்க.

போவையும் வெள்ளம் மறு(றி)ச்சிட்டுது. வெள்ளம் மறுச்சிக் கிட்டுதா(ல்), தண்ணி வத்தட்டும்னே நின்னானாம். தண்ணி வத்திப் போச்சு. தண்ணி வத்தின நேரத்துக்கு ஒரு மீனு வந்திச்சு.

அது வருது, நாம எத்தி உட்டிடனும்னு நினைச்சிருக்கான். ஒரு எத்து எத்தையும் கரையில போயி விழுந்துச்சுது. பெரிய மீனு. தூக்கிட்டு வந்தான்.

தூக்கிட்டு வந்து அத அறுத்துப் பெறக்கி ரோஸ்ட் போட்டானாம்.

அறுத்து அறுத்துப் போட்டானாம்
அம்பது துண்டுக்குப் போட்டானாம்
எண்ணி எண்ணிப் போட்டானாம்
எம்பது துண்டுக்குப் போட்டானாம்
முள்ளி முள்ளிப் போட்டானாம்
முந்நூறு துண்டுக்குப் போட்டானாம்

அப்போ, 'அடியே! பெரிய மீனு கெடைச்சிக்கிட்டுது. நான் போயி வீட்டுத் தோட்டத்தில குளிச்சிட்டு இலை அறுத்துட்டு வற்றேன். நாம போட்டுச் சாப்பிடுவோம். நீ குழம்பு வை'ன்னு சொன்னானாம்.

போகவும் அவளுக்கு அந்த மீனு வாடை அப்படி அடிச் சிருக்கு.

அங்க எட்டிப் பார்ப்பாளோ, மாப்பிள்ளை வருமுன்னே ரெண்டு துண்டு எடுத்துத் திம்பாளோ.

இங்கிட்டு எட்டிப் பார்ப்பாளோ, இந்த மீன் குழம்புத் துண்ட(டை) எடுத்துத் திம்பாளோ.

அப்படியே வாலுந்தலையும் தான் குழம்புக்குள்ள கெடக்குது. மீன் துண்ட பூராவும் தின்னு முடிச்சுட்டா.

அவ(ன்) அங்க ஜாலியா இலையை அறுத்திட்டு வாரான். வந்தவுடனே இலையைப் போட்டான். 'அடியே! சோத்தை வை(டி'ன்னா(ன்). சோத்த வைச்சா அந்த வாலுந் தலையுந்தா வந்தது. துண்டு பூராவும் தின்னு முடிச்சிட்டா(ள்)ளா. சோத்திலே கொழம்புல வாலுந் தலையும்தான் கிடக்கு. அவனுக்குக் கோபம் வந்துட்டுது. 'அடியே!

அறுத்து அறுத்துப் போட்டேனே - ஒரு
அம்பது துண்டுக்குப் போட்டேனே - அடி
எண்ணி எண்ணிப் போட்டேனே - ஒரு
எம்பது துண்டுக்குப் போட்டேனே - அடி
முள்ளி முள்ளிப் போட்டேனே - ஒரு
முந்நூறு துண்டுக்குப் போட்டேனே - அடி
வாலிருக்கு தலையிருக்கு
முண்டத்தை எங்கேடி?

அப்படினு நழுக்கு நழுக்குன்னு மிதிச்சி அடிச்சிப் போட்டான். அவளுக்குக் கோபம் வந்துட்டுது. அம்மா வீட்டுக்கு போயிட்டா(ள்). அவுக அம்மா வந்து என்ன சொல்றாக:

இப்படி அடிக்கலாமா? என் மருமவனே
ஏமாந்து போகலாமா?
சுவரோரம் சாத்திக் கொண்டு
செருப்பால் அடியாம
இப்படி அடிக்கலாமா? என் மருமவனே
ஏமாந்து போகலாமா?
மூலையில் சாத்திக் கொண்டு
முறத்தால் அடியாம
இப்படி அடிக்கலாமா? என் மருமவனே
ஏமாந்து போகலாமா?
குப்பையில சாத்திக் கொண்டு
சப்பையில மிதியாம
இப்படி அடிக்கலாமா? என் மருமவனே
ஏமாந்து போகலாமா?

நல்ல மாமியாள்ளா கிடைச்சிருக்கா! மருமவனுக்கு ஏத்தாப்பல பேசிட்டு போயிட்டா. கோபமெல்லாம் அணைஞ்சு போச்சு. மாமியா நமக்கு சப்போர்ட்டா பேசிட்டு போயிட்டா. சரின்ட்டான்.

ஒரு கூட்டுக் குடும்பத்தில் மருமகள் கம்பு தானியத்தை வாயில் போட்டுவிட்டுப் பட்டபாட்டைக் கோவை மாவட்டத்தில் வழங்கும் நாட்டார் கதை ஒன்றில் இவ்வாறு இடம்பெறுகிறது:

ஓர் ஊரில் மாமியார் மருமகள் இருந்தனர். அந்த மருமக ளுக்குச் சரியாகச் சாப்பாடு தராமல் கட்டுப்பாடு செய்திருந்தார் மாமியார். ஒருநாள் மாமியார் வெளியே சென்றிருந்த நேரம் மருமகள், மாமியார் வருவதற்குள் எதையாவது சாப்பிட்டுவிட வேண்டும் என்று பரபரப்புடன் தேடினாள். ஒரு பானையில் ‘கம்பு’ (தானியம்) இருந்தது. கையால் அள்ளி வாயில் திணித்துக் கொண்டாள்.

அதை மென்று விழுங்குவதற்குள் வெளியே சென்றிருந்த மாமியார் வந்துவிட்டார். மருமகளுக்கு வாயில் நிறைத்த கம்பை வெளியே துப்பவும் முடியவில்லை விழுங்கவும் முடியவில்லை. இரு கன்னங்களும் (கடை வாயில் கம்பு இருப்பதால்) உப்பிக் கிடந்தன. பேசவும் முடியவில்லை. மாமியாருக்கு மருமகள் எது கேட்டாலும் பேசாமல், கன்னங்கள் உப்பிக் கிடந்ததப் பார்த்து மருமகளுக்கு என்னவோ ஆகிவிட்டது என்ற பயம் வந்துவிட்டது. ஒரு மந்திர வாதியிடம் அழைத்துப் போய் மருமகளுக்கு என்ன நோய் என அறிந்து குணப்படுத்தச் சொன்னாள். மந்திரவாதியும் மருமகளை உள்ளே அழைத்துச் சென்று வாயைத் திறக்கச் சொல்ல, அவள் வாய் நிறையக் கம்பு.

மந்திரவாதி சூழ்நிலையைப் புரிந்து கொண்டவராய் வெளியே மாமியாரிடம் வந்து, மருமகளுக்கு ‘ஊது நோய்’ கண்டிருப்ப தாகவும், சீக்கிரம், இப்போதே மந்திரம் மூலம் குணப்படுத்தி விடுவதாகவும் கூறிவிட்டு வந்து மருமகள் வாயிலுள்ள கம்பு முழுவதையும் மென்று விழுங்கும் வரை மந்திரம் சொல்லி கொண்டிருந்தார்.

மருமகளும் வாயிலிருந்த கம்பு முழுவதும் மென்று விழுங்கி விட்டாள். கன்னங்களில் மருமகளுக்கு வந்த நோயை மந்திரவாதி மந்திரம் போட்டு நன்றாக்கி விட்டார் என்று காணிக்கை செலுத்தி புகழ்ந்து கொண்டே மகிழ்ச்சியுடன் சென்று விட்டார். மந்திர வாதியும் மருமகளும் தமக்குள் சிரித்துக் கொண்டனர்.

கம்பு தின்ற மருமகள் கதை இப்படி என்றால் சோறு உலையில் வைக்கும் போது ஒரு குத்து அரிசியை வாயில் போட்ட மருமகளின் நிலையை நெல்லை மாவட்டத்தில் வழங்கும் பின்வரும் கதை சித்தரிக்கிறது:

புதுசா கல்யாணம் முடிஞ்சு வந்த மருமகா... ஆங்... உலையில அரிசி களைஞ்சி போடும் போது... ஒரு குத்து அரிசியை அள்ளி வாயில போட்டுருதா... அங்க தள்ளி வரும்போதே மாமியாரு கவனிச்சிர்றா. இந்த மருமகளை எப்படியாவது... (ம்) ஆங் - இந்த விசயத்த வந்து வெளியே கொண்டார்ந்து... (ம்)... மருமகள நாம கொஞ்சம் அவமானப் படுத்திரணும்னு மாமியாருக்கு உள்ளத்துல எண்ணம் இருந்திருக்கு.

உடனே திடீர்னு ஓடி வந்து அவ முன்னே வந்த வொடனேயே மருமக அரிசியை சவைக்காம அப்படியே அலகுல ஒருக்கிறார் . . . அது அப்படியே கோலிக்கா மாதிரி . . . அந்த கன்னத்துல ஒதுங்கிப் போயிநிக்கு... இவா தடவிப் பார்த்துட்டே அய்யைய்யோ கன்னத்துல என்ன திடீர்னு கட்டி வந்துட்டு என்னமும் கடிச்சிட்டா என்னமோ தெரியலையே இது என்னம்மா! என்னங்க . . . மருமகா பதிலே பேசாம அப்படி உட்கார்ந்திருக்கா . . . அதுக்குள்ள அவள கையைப்புடிச்சிக் கூட்டு வந்து இங்க பாருங்க இது என்னன்னு தெரியல திடீர்னு கன்னத்துல வந்து வீங்கிட்டுனு ஒரு கூட்டத்தையே தெருவுல உள்ள கூட்டத்தையே கூட்டுறா.

ஊர்ல உள்ளவங்களெல்லாம் இது எதும் கடி விசக்கடி. வாயைத் தெறன்னு சொன்னா இவா எனக்கு தெறக்க முடிய லன்னிருதா . . . தெறந்தாதான் அரிசி இருக்கது தெரிஞ்சு போவுமே விசக்கடி பார்வைதான் இதுக்குப் பார்க்கனும். நம்ம வந்தனர் கோயில் மந்திர வாதியைக் கொண்டு வந்து மந்திரிக்கச் சால்லுங் கங்காங்க.

அந்த மந்திரவாதி வந்து அப்படிக் கன்னத்துல தடவிப் பாக்கான். பாத்தா அரிசி நெறு நெறுன்னு கண்னத்துல கைல அவனுக்குத் தட்டுப்பட்டுட்டு. (அப்ப மாமியாரு வந்து கண்டு பிடிச்சி இவன்ட்ட.... கட்டி அவளா வந்து சொல்லல) அவன் சிரிப்போடு இதுல விவகாரத்தப் புரிஞ்சவொடனே என்ன செஞ்சான் வேப்பங்கொழய பறிச்சிட்டு வரச் சொல்லி அவளுக்குப் பார்வ பாக்குறான். எல்லாம் மந்திரம். அவன் பேரெல்லாம் சொல்லிட்டு... அவட்ட உனக்கும் எனக்கும் தெரிஞ்சால இருக் கட்டும் ஒண்ணு ரெண்டா சவச்சி இறக்கு அப்படின்னு சொல்றான். அவளும் இதப் புரிஞ்சிகிட்டா. அரிசி வாய்க்குள்ள ரொம்ப

நேரமாயிருந்ததனால நல்லா ஊறிப்போச்சி. ரெண்டு ரெண்டு அரிசியா சவச்சி இறக்கீருதா அப்படிக் கொஞ்சம் சொஞ்சமா கட்டி கரைஞ்சு போவுது. . . மாமியாளுக்கு இதுல கொஞ்சம் ஏமாற்றம். நம்ம நெனைச்ச மாதிரி சொல்ல முடியலியேன்னு. ஆனா இப்ப இன்னும் திரும்ப வெளியே சொல்லவும் முடியாது. ஊரெல்லாம் மந்திரவாதிக்கு இது வெசகடி பார்வையினால எல்லாம் கொறஞ்சு போச்சு அப்பிடிங்கிற ஒரு பேரும் ஆகிப் போவுது.

கொள்ளை வறுத்துத் தின்ற மருமகள் ஒருத்தி கணவனிடம் அடி பட்டதை எடுத்துக் கூறும் நாட்டார் பாடல் வருமாறு:

கொள்ளை வறுத்து - மணிதில்லாலே
அம்மடியிலே கட்டிக்கிறாள் - மணிதில்லாலே
மாமியார் கண்டுக்கினா - மணிதில்லாலே
மகனோடே சொல்லிவிட்டாள் - மணிதில்லாலே
மாடுகட்டும் தும்பாலே - மணிதில்லாலே
மாய்கிறானாம் எஞ்சாமி - மணிதில்லாலே
கன்றுகட்டும் தும்பாலே - மணிதில்லாலே
காலை அணையுறானாம் - மணிதில்லாலே

இப்பாடல்களும் கதைகளும் விளையாட்டு அல்லது பொழுது போக்கு நோக்கில் அமைந்தவை என்றாலும் சமூக யதார்த்தத்தின் வெளிப்பாடாகவும் இவை அமைந்துள்ளன என்பதில் ஐயமில்லை. 'எனவே இத்தகைய சூழ்நிலையில் தின்ற மனைவி' என்ற சட்டகத் தினுள் அமையும் கதைகளில் இடம்பெறும் மனைவி பாத்திரம் விளைவிலிருந்து தப்பிக்கவே முயற்சி மேற்கொள்கிறாள். இம்முயற்சி சாமியாட்டமாகி தண்டனையைத் தடுத்துவிடுகிறது.

சுவையான உணவை விரும்பிய மனைவி

கதைவடிவம் எண் 2 இல் ஏழைக் குடும்பத்தில் பிறந்த பிராமணப் பெண் ஒருத்தி வடை, பாயாசம் போன்ற சுவையான உணவை விரும்பி, தன் கணவனின் முதல் மனைவியின் ஆவி தன்மீது இறங்கியது போல் நடித்துத் தன் விருப்பத்தை நிறைவேற்றிக் கொள்கிறாள். இக்கதையின் அமைப்பைப் பின்வருமாறு வகைப்படுத்தலாம்.

விருப்பம் : சுவையான உணவு

சூழ்ச்சி : முதல் மனைவியின் ஆவி இறங்கியது போல் நடித்தல்.

விளைவு : விரும்பிய உணவு கிடைத்தல்

எதிர் சூழ்ச்சி : திருப்பதி வெங்கடாசலபதி தன் மீது இறங்கியது போல் எதிர் வீட்டுப் பிராமணன் நடித்தல்.

விளைவு : பிராமணப் பெண்ணின் சூழ்ச்சியால் கிடைத்த பலன் நின்றுபோதல்.

சோமாலியாவில் 'சார்' என்னும் ஆவியால் பீடிக்கப்பட்ட பெண்கள், ஆடம்பரமான ஆடைகள், வாசனைப் பொருட்கள், உணவு தொப்பி ஆகியவற்றை அதிகாரத் தொனியுடன் சாமியாட்டத்தின் போது கேட்ட நிகழ்ச்சிகளைக் குறிப்பிட்டுள்ளார். இறைச்சியின் மீது விருப்பம் கொண்ட பெண்ணொருத்தி சாமியாட்டத்தின் வாயிலாக அதைப் பெற்றாள். தன் விருப்பத்தைச் சாமியாட்டத்தின் வாயிலாகத் தீர்த்துக் கொண்டதாக அவள் பிறரிடம் கூறினாள். இச்செய்தி அவளது கணவன் காதை எட்டியதும், அவளது பிறந்த வீட்டிற்கு விரட்டிவிட்டான் என்று லூவிஸ் (1989: 72) குறிப்பிடுகிறார்.

கிராமப் பகுதியினருக்குக் கிட்டாத பகட்டான ஆடைகள், ஆடம்பர உணவு வகைகள் ஆகியனவற்றை சாமியாட்டத்தின் வாயிலாகக் கேட்பதுதாங்கா பள்ளத்தாக்கில் வாழும் பெண்களின் வழக்கம். அவர்களது பொதுவான வேண்டுகோள், குளிப்பதற்கான சோப்பாக இருக்கும் என்றும் குறிப்பிடுகிறார் (மேலது 88).

தங்கள் வாழ்க்கையில் எளிதில் கிட்டாத பொருட்களை அடைய விரும்பும் பெண்கள் அவற்றை அடைய விரும்பும் வழிமுறையாக சாமியாட்டத்தைப் பயன்படுத்துவது உலகளாவிய வழிமுறையாக இருந்து வருகிறது. இக்கதையில் ஏழைப் பிராமணப் பெண் தன் கணவனின் முதல் மனைவியின் ஆவி வாயிலாகத் தன் விருப்பத்தைப் பூர்த்தி செய்து கொள்கிறாள். ஆனால் இக்கதையின் தொடக்கத்தில் வெற்றி பெற்ற சாமியாட்டம் இறுதியில் தோல்வியில் முடிவடைகிறது.

இதற்குக் காரணம் முதலில் அப்பெண் தன்மீது இறங்கியதாகப் பாவனை செய்த ஆவி அவளது கணவனின் முதல் மனைவியின் ஆவியாகும். இதை எதிர்கொள்ள எதிர்வீட்டுப் பிராமணன் தன் மீது திருப்பதி வெங்கடாசலபதி இறங்கியதாகப் பாவனை செய்கிறான். இவ்விரு ஆவிகளுள் மனித ஆவியைவிடக் கடவுளின் ஆவி வலிமை கூடியது என்று மக்கள் நம்புகின்றனர். இதனால் வலிமையான ஆவிக்கு முன்னர் வலிமை குன்றிய மனித ஆவி

பணிந்து போக வேண்டிய கட்டாயம் ஏற்பட்டுவிடுகிறது. எனவே பிராமணனின் முதல் மனைவியின் ஆவி அடங்கிப் போய்விடுகிறது.

விளைபொருளை விற்ற மனவைி

இக்கதையின் அமைப்பைப் பின்வருமாறு குறிப்பிடலாம்.

தடை : கணவன் அனுமதியின்றி விளை பொருள் களை விற்கக் கூடாது.

தடைமீறல் : விளைபொருளை விற்றல்.

விளைவு : கண்டு பிடிக்கப்பட்டால் தண்டனை

விளைவிலிருந்து தப்பிக்கும் முயற்சி : சாமியாட்டம்.

நிலவுடைமை அமைப்பில் சொத்தின் முழு உரிமையாளனாக ஆண்தான் விளங்குகிறான். மனைவியின் பெயரால் சொத்து இருந்தாலும் கூட நடைமுறையில் அதில் உரிமை செலுத்துபவனாக அவளது கணவனே விளங்குகிறான். ஊதியம் வாங்கும் பெண்ணும் கூட தான் ஈட்டும் ஊதியத்தைத் தன் விருப்பம்போல் செலவு செய்யும் உரிமையை முழுமையாக அடையவில்லை. இத்தகைய சூழலில் கணவனுக்குத் தெரியாமல் விளைபொருளை விற்பது என்பது தண்டனைக்குரிய செயல். எனவே இத்தண்டனையிலிருந்து தப்பிக்க இக்கதையில் இடம்பெறும் மனைவி சாமியாட்ட நிகழ்வை மேற்கொண்டு வெற்றி பெறுகிறாள்.

கட்டளையை மீறிய மனைவி

இக்கதையின் அமைப்பைப் பின்வருமாறு பகுக்கலாம்.

கட்டளை : களை எடுக்கும் படி கணவன் கூறல்.

கட்டளைமீறல் : களை எடுக்காது இருத்தல்.

விளைவு : பிறந்த வீட்டிற்கு விரட்டி அடிக்கப்படல்.

விளைவிலிருந்து தப்பிக்கும் முயற்சி : சாமியாட்டம்.

முடிவு : கணவன் திரும்ப அழைத்துக் கொள்ளல்

கணவனது கட்டளையை எதிர்க் கேள்வியின்றி நிறைவேற்று வது ஒரு பெண்ணின் கடமையாகத் தமிழ்ச் சமூகத்தில் வலியுறுத்தப் படுகிறது. பழையசோறு உண்ணும் பொழுது, 'சோறு சுடுது வீசு'

என்ற வள்ளுவரின் கட்டளைக்கு மறுப்பேதும் கூறாது விசிறி எடுத்து வீசிய செயல், கிணற்றில் நீர் இறைத்துக் கொண்டிருக்கும் போது வள்ளுவர் கூப்பிட அதை அப்படியே அந்தரத்தில் விட்டு விட்டு ஓடி வந்த செயல் என வள்ளுவரின் மனைவி வாசுகி புகழ்பாடும் கதைகள் தமிழ்நாட்டில் பரவலாக வழக்கில் உள்ளன. இத்தகைய சமூகச் சூழலில் கணவனின் கட்டளையை மீறிய பெண் விரட்டியடிக்கப்படுவதில் வியப்பேதும் இல்லை.

சாமியாடிய கணவன்கள்

தம் தாயின் கோபத்திலிருந்து மனைவியைக் காப்பாற்ற விரும்பும் கணவன்மார்களும் சாமியாடும் உத்தியைத்தான் பயன் படுத்தியுள்ளார்கள் என்பதற்குப் பின்வரும் இரண்டு நாட்டார் கதைகள் சான்றாக அமைகின்றன:

சுத்துப் பரண்டி கதை

ஒரு குடும்பத்துல அவ பேரு சுத்துப்பரண்டி. அவளுக்கு ஒரே மகன். அவன் பேரு சூரன்.

அப்ப அவ சொந்தக்கார வீட்டுல அண்ணன் மகதான் ஒரே குழந்த. ஒரு வசதியான குடும்பம். இதும் வசதியான குடும்பந்தான். பெண்ணு கெட்டிட்டி வந்தா கெட்டிட்டு வந்து ஆக்குப் பெறைக் குள்ள போகவே விடுறதுல்ல. யார? மருமவளா.

ஒரு பையன் தான். அங்கிட்டு மருமவளா ஒண்ணுதான். இவா ஒரு பொம்பளதான். மருமவகிட்ட உட்டுட்டு இவ இம்புட்டு சாப்பிட்டு கிட்டு திரியலாம்ல. அதவுட்டுட்டு மருமகள அடுப்புக் குள்ள போகவிடுறதுல்ல. நல்லா பொங்க பொறிக்க சாப்பிட, மருமகளுக்கு வவுத்துக்குக் காணாமயே போடுறா.

சாப்பாடு எடுக்கும்போது கரண்டிய வச்சி வரட்டுன்னு கேக்குது. மருமவளுக்கு சாப்பாடு கொடுக்கயில கொழம்பு ஊத்தயில வரட்டு வரட்டுன்னு கேக்குது. தாயும் மவனுக்கும் போடயில சத்தங் கேளாம போடுறா.

அப்ப இவளும் ஒரு வருசம், மருமவளும் இருந்து பாத்தா. பின்ன வத்திப் போச்சு. நல்லா, நேரத்துக்கு நேரத்துக்கு சாப்பாடு போட்டாதான நல்லாயிருப்பா.

சாப்பாடு இல்லாமே மருமகள் குறைஞ்சிட்டா
இவ மாமியா இவ்ளவு தண்டி ஊதிப்போனா.
அப்ப இவா சொல்றா

'யப்பா இனி என்னால இங்க இருக்க முடியாது. இருந்தா செத்துப் போவேன்'

'நான் ஊருக்குப் போறேன் எங்க அப்பா வீட்டுக்கு. உங்க அம்மா செய்றது சரியில்ல நீயும் அத சம்மதிச்சிதான் இருக்க' அப்படின்னா.

'சரி இன்னைக்கு நான் ஊருக்குப் போறேன் அப்டின்னு எங்கம்மாட்ட சொல்லிட்டுப் போறேன். நீ பயந்து போவாத நடுச்சாமத்துல நான் வருவேன்'.

'வந்து வீட்டுக்கு முன்னால சாமி ஆடுவேன். சாமி ஆடுனா கோமணத்துணியக் கெட்டிகிட்டு வேப்பங்கொழய சொருவிகிட்டு நெத்திக்கால் உயர கம்பக் கொண்டுட்டு வருவேன் வந்து ஆடுவேன்'.

'ஆடுனா நீ பயந்து போவாத. தவறியும் எங்க அம்மாளுக்குத் தெரிய வேண்டாம். நீ மனசில வச்சிக்கோ'.

'வந்து சங்கு சங்கு சங்குன்னு ஆடுவேன். ஆடினதும் நீ வந்து என் கால்ல விழு. அப்ப நான் என்ன சொல்லுவேன் தெரியுமா?

'சூரன எங்க?
சூரனோட தாயார்
சுத்துப் பிரண்டி எங்க?'

அப்படின்னு கேப்பேன்

'சாமி' என் மாப்பிள்ளை ஊருக்கு போயிருச்சி என் மாமியாரு தான் இருக்கு. சுத்து பெரண்டிதான் இருக்கு' அப்பிடின்னு சொல்லிரு.

'சொல்லிட்டு உம்பாட்டுக்கு இருந்துக்கோ' அப்பிடின்னான். சரின்னு இவன் ஊருக்குப் போயிட்டான்.

போயிட்டு நடுச்சாமம் வந்தான். தாயாருட்டயும் ஊருக்கு, போறேம்னு சொல்லிட்டான்.

பொண்டாட்டிட்ட நான் வருவேன் நீ பயந்து போவாத, எங்கம்மாவ பயமுறுத்துறேன். அப்பதான் நம்ம குடும்ப வாழ்க்க நல்லாருக்கும் அப்பிடின்னுட்டு வந்தான்.

நடுச்சாமம் வேப்பங்கொழய சொருவிவிட்டு வந்து ஆடுனான். சங்கு சங்குன்னு ஆடுனான்.

ஏ. . . சூரன எங்கடா?
சுத்துப் பெரட்டி எங்கடா?

சூரன் எங்கடா?

சுத்து பெரண்டி எங்கடா?ன்னு ஆடுறான்

'இவா, சாமி சூரன எங்கேயோ இருக்கு' அப்படின்னு இவ கால்ல விழுந்தா.

'சரி நீ போ'

'நீ ஒரு குத்தமும் செய்ருக்கல சுத்துப் பெரண்டியும் சூரனும் தான் எனக்கு வேணும்' அப்பிடின்னு ஆடுனான்.

இவ மாமியாகாரி வந்தா. தாய்காரி, 'சாமி என் மகன் ஊருக்கு போயிட்டாரு சாமி'

'சரி சூரன் கொண்டு போணும். இல்ல சுத்து பெரண்டிய கொண்டு போணும். சூரன் கொண்டுட்டு வா'

'சூரன் ஊருக்கு போயிட்டான்' அப்பிடின்னா சுத்துப் பெரண்டி.

'சுத்து பரண்டுனா, உன்னய கொண்டு பேருவேன். இல்ல உன் மகன கொண்டு பேருவேன்.'

'ஒரு மகன்தான, கொண்டு பேருவேன்' அப்பிடின்னு சொன்னான்.

'சாமி சூரனும் கொண்டு போவண்டா. சுத்து பெரண்டியும் கொண்டு போவண்டாம். என்னைய மன்னிச்சுக்கங்க.'

'இனிம சுத்தி பெரண்ட மாட்டேங்கயா? மருமவளா பாத்து கிருறேன்.'

'பெரண்ட மாட்டேன்னு சொல்லி இது குத்தம்தான் இனிம நான் வலக்கை கொடுத்திட்டேன் அப்பிடின்னுட்டு வலக்கை கொடுத்துட்டா. மகன் ஏமாத்திட்டுப் போயிட்டான்.

போயிட்டு அப்டி ரெண்டு மணிக்கு நல்லா ரெண்டு மூணு பலாரப்பெட்டி வாங்கிகிட்டு அடைச்சுகிட்டு வந்தான். மறுநாள் வீடு திரும்புதாக வந்து வீட்டுக்குள்ள முழைஞ்சான்.

'ஏடா தம்பி ராத்திரி நடந்த விசயம் தெரியுமா?'

'என்னம்மா?'

'நீ போயிட்டப்பா ஒரு சாமியாரு வந்து சூரன எங்க? சுத்துப் பெரண்டிய எங்க? சூரன கொண்டு போகவா? சுத்துப் பெரண்டிய கொண்டு போகவான்னு அந்தால ஆடிருச்சுப்பா. சத்தியம் பண்ணிக் குடுத்துட்டேன்.'

'சரிம்மா அதுல்லாம் போவுது எனக்கு வவுறு பசிக்குச் சோறு போடம்மா.

'அப்பா, நான் அடுப்புகிட்ட போமாட்டேன். அங்க போகவே மாட்டேன். சோறு பொங்கவும் மாட்டேன். எல்லாம் உன் பொண்டாட்டியே செய்யட்டும். உன் பொண்டாட்டி எனக்கு ஊத்துறத நான் சாப்பிட்டுகிறேன்' அப்பிடின்னு அவனுக்குச் சத்தியம் பண்ணி கொடுத்துட்டா.

பெறவு மருமவா சோறு பொங்க சாப்பிட, அத்தைக்குப் போட்டுக் குடுக்க சாப்பிட, நல்லா தெளிஞ்சு நல்லா வந்துட்டா. குடும்பம் நல்லா இருக்கு.

ராக்கன் கதை

மருமக, மகன் மூணுபேரும் இருந்தாங்க. வீட்ல எள்ளு நெறய விளைஞ்சிது. எள்ளு விளைஞ்ச வொடனே ஒரு பானயில எள்ளும் கருப்பட்டியும் போட்டு வச்சிருந்தா மாமியா.

அப்பம் அவ மருமகளுக்கு எள்ளு ரொம்ப இஷ்டம். அவ போகவர எள்ளையும் கருப்பட்டியையும் போகவர கொஞ்சம் கொஞ்சமா தின்னு எள்ளக் காலி பண்ணிருவா. கருப்பட்டியும் காலியா போயிரும்.

மாமியா திட்டுவான்னு பயந்து போயி புருசன் கிட்ட சொல்லுவா. நான் இப்டி சாப்ட்டுட்டேன். உங்க அம்மா என்ன திட்டுவாங்களே என்ன செய்யன்னா?

அப்ப நான் இதுக்கு ஒரு தந்திரம் சொல்லுதென். பக்கத்துல ஒரு வேப்பமரம் இருக்கும். அதுல போயி ஒரு வெள்ளி செவ்வாயில இவன் ஒரு பிசாசு மாதிரி வேசம் போட்டு உக்காந்துகிட்டு பாடுவான் என்னன்னா.

ராக்கன திங்கவா?
ராக்கன் பொண்டாட்டிய திங்கவா?
ராக்கன் அம்மய திங்கவா?
யார கொல்ல?
என்ன யார கொண்டு போவ?
இல்லாட்டா எள்ளுப்பான கருப்பட்டியும் என்னோட போட்டுமா
எள்ளுப் பானயோட போட்டுமா

அப்ப ரெண்டு நாள் இவன் இப்படி பாடுதான். வெள்ளிக் கிழமையும் செவ்வாய்க் கிழமையும் பாடுதான். வேற ஒரு வீட்டுக்கும் சத்தம் கேக்கல.

அப்ப இவ சொன்னா என்ன நம்ம வீட்டுக்கு. இப்டி கேட்டு வருதே வேற ஒரு வீட்டுக்கும் கேக்கலியே, வேப்ப மரம் பேயின்னு பேரு நமக்கு வந்திருக்கு. அப்டி இப்டி சொல்லிருவா. அந்த வொடனே அப்ப அவ... அவ சொல்லுவா.

'எள்ளும் கருப்பட்டியோட போட்டும் என்னையும் எம் புள்ளையயும் காப்பாத்து என் மருமவளையும் காப்பாத்தும்பா

உடனே மறுநாளு இவ எள்ளுப் பானைய போயி பாப்பா 'பேயி எள்ளோட போயிட்டுது. பேயி எள்ளோட பேயிட்டுதுன்னு' அவ திருப்திபட்டுகிட்டா அவ்வளவுதான்.

சாமியாட்டமும் தமிழ்ச்சமூகமும்

இக்கதைகள் அனைத்திலும் காணப்படும் ஒற்றுமையான அம்சம் சாமியாட்டம் நிகழ்வாகும். வட அமெரிக்க இந்திய கதைகளை ஆராய்ந்த டண்டிஸ் (1975 : 75, 1963 : 65), விளைவிலிருந்து தப்பிக்கும் முயற்சி வெற்றிபெறுவது ஒரு குறிப்பிட்ட பண்பாடு அல்லது அப்பண்பாட்டுக்குள் அடங்கிய தகவலாளரைப் பொறுத்தது. விளைவிலிருந்து தப்பிக்கும் முயற்சியின் வெற்றி அல்லது தோல்வி இத்தன்மைகளைச் சார்ந்தது என்பார். சாமியாடும் மனைவியர் கதைகளில் சாமியாட்டத்தின் வாயிலாக விளைவிலிருந்து தப்பி யுள்ளனர். எனவே தமிழ்ச் சமூகத்தில் சாமியாட்டத்தின் செல்வாக்கு குறித்து நாம் அறிந்து கொள்வது அவசியம்.

இளம் பெண்களை வேலன் பிடித்ததாக நம்பி அவனை வெளியேற்ற வேலனாட்டம் என்ற சடங்கை நிகழ்த்துவதைச் சங்க இலக்கியங்கள் குறிப்பிடுகின்றன. வெறியாட்டு என்றும் இது குறிப்பிடப்படுகின்றது. காமவெறி கொண்ட முடப் பார்ப்பான் ஒருவனிடமிருந்து தப்பிக்க பேய் போன்று நடித்த தலைவியைக் கலித்தொகை குறிப்பிடுகின்றது. சாலினி என்ற பெண், தெய்வ ஆவசமுற்று ஆடியதையும், கண்ணகியின் ஆவி தேவந்தியின் மீதும், அரட்டன் செட்டி என்பவனது இரு மகள்களின் மீது இறங்கிய தையும் சிலப்பதிகாரம் குறிப்பிடும்.

பல்லவ மன்னன் மனைவியைப் பிசாசு பற்றியதையும் ஆசீவகத் துறவி ஒருவன் அதை விரட்டியதையும் பல்லவர் காலக் கல்வெட் டொன்று குறிப்பிடுகின்றது. இவ்வாறு மனித ஆவி அல்லது தெய்வ ஆவி பெண்கள் மீது இறங்கும் என்ற நம்பிக்கை தமிழ்ச் சமூகத்தில் தொடர்ச்சியாக இருந்து வருகின்றது. இறைச்சியின் மீது ஆவி களுக்கு விருப்பம் அதிகம் என்ற கருத்து இன்று வரை தமிழ்ச் சமூகத்தில் இடம்பெற்றுள்ளது. தென் மாவட்டக் கிராமப்புறங் களில் சமைத்த இறைச்சி உணவை எடுத்துச் செல்லும் கிராம

மக்கள், ஆவிகள் உணவுப் பாத்திரத்துடன் வீட்டிற்கு வருவதைத் தவிர்க்கும் வழிமுறையாக அடுப்புக் கறித் துண்டொன்றை உணவின் மீது போட்டு எடுத்துச் செல்வது வழக்கம். நாட்டார் தெய்வங்கள் குறிப்பாகப் பெண்களைப் பற்றிக்கொள்ளும் என்ற நம்பிக்கை இன்றும் பரவலாக உள்ளது. இத்தகைய பண்பாட்டுச் சூழலில் இக்கதைகளில் இடம் பெறும் மனைவியர்கள் சாமி யாட்டம் என்ற சூழ்ச்சியை மேற்கொண்டு வெற்றி பெறுவதில் வியப்பில்லை.

சாமியாட்டத்தின் உளவியல்

ஒடுக்கப்பட்டவர்களின் குறலாகச் சாமியாட்டம் நிகழ்கிறது என்பது ஒரு பரவலான கருத்து. இக்கருத்தின் நம்பகத் தன்மையைப் புரிந்துகொள்ளும் முன்னர் சாமியாட்டம் என்பது குறித்து உளவியலடிப்படையிலான சில அடிப்படைச் செய்திகளைச் அறிந்து கொள்வது அவசியமாகிறது. மனித உள்ளத்தை நனவு மனம், குறை நனவு மனம், நனவிலி மனம் என மூன்று வகையாக உளவிய லாளர் பகுப்பர். இவற்றுள் உண்டல், கற்றல் போன்ற உணர்வுகள் நனவிலி மனத்தில் பதிவாகி நடைபெறுகின்றன. அதே நேரத்தில் இவ் விருப்பங்களை அடைவதில் நிறைவு ஏற்படாவிடில் அவை குறை நனவு மனத்தில் பதிகின்றன. நனவு மனம் ஓயும்போது குறை மனத்தில் பதிந்துள்ள செய்திகள் நனவிலி மனத்தின் மூலம் கனவுகளாக, குறியீடுகளாக வெளிப்படுகின்றன.

மனித உள்ளத்தில் உணர்ச்சிகளை,

1. இச்சை உணர்ச்சி (ID)
2. தன்னுணர்ச்சி (Ego)
3. பண்பாட்டுணர்ச்சி (Super Ego)

என மூன்று வகையான உணர்ச்சிகள் உருவாகின்றன.

இச்சை உணர்ச்சி

பிராய்டியக் கோட்பாட்டின் அடிப்படையில் இச்சை உணர்ச்சி என்பது மனிதனின் தொடக்க உணர்வாகவும் மூல உணர்வாகவும் அமைகிறது. இது பிறவியிலே உருவாவதாகும்.

தன் உணர்ச்சி

மேற்கூறிய இச்சை உணர்ச்சியிலிருந்து வளர்ச்சி பெற்றது தன் உணர்ச்சியாகும். இச்சை உணர்ச்சியின் இயல்பையும் வேகத்தையும்

மட்டுப்படுத்திச் சமூகத் தடைகளையும் அங்கீகாரங்களையும் அதன்மீது திணித்து அதன் உண்மை இயல்பை மாற்றும் தன்மையது.

பண்பாட்டு உணர்ச்சி

அறம், மறம் குறித்த சுய அறிவாக பண்பாட்டு உணர்ச்சி அமைகிறது. அடிப்படையில் இச்சை உணர்ச்சிக்கு நேர் மாறானது இந்தப் பண்பாட்டு உணர்ச்சி. இவ்வாறு ஃபிராய்டு வகுத்துள்ள மூன்று வகையான உணர்ச்சிகளின் அடிப்படையில் பார்த்தால் நனவு மனம் ஏக்கம் நிறைந்ததாக எதிர்பார்ப்புகள் நிறைந்ததாக அமைய அமுக்கப்பட்ட நனவு மனத்தின் தற்காப்பு நடவடிக்கையாக நனவிலி மனமும் பண்பாட்டு உணர்ச்சியும் அமைகின்றன. நியாயம், அநியாயம், ஒழுக்கம், ஒழுக்கக்கேடு, சமுதாயம் உருவாக்கிய பண்பாடு குறித்த சட்டதிட்டங்கள், பாரம்பரியமான மரபுகள் போன்றவற்றை மனிதன் புரிந்துகொண்டு நடக்கப் பண்பாட்டு உணர்ச்சி வற்புறுத்து கிறது.

மனித சமூகத்தில் ஏழ்மை, ஒழுக்க வரையறைகள் போன்றவை தனியொரு மனிதனின் ஆளுமையில் ஆதிக்கம் செலுத்தும் பொழுது அவர்களது தற்காப்பு நடவடிக்கைகளின் ஒரு வடிவமாகவே சாமியாட்டம் அமைகின்றது. இதன் மூலம் அவர்கள் பண்பாட்டு உணர்வுக்குப் பங்கம் ஏற்படாது பாதுகாத்துக் கொள்கின்றனர். "ஆப்பிரிக்காவிலும், ஆசியாவிலும் கீழ் நிலையிலுள்ள ஆண்களோ பெண்களோ தங்கள் எதிர்க் குரலைச் சாமியாட்டத்தின் வாயிலா கவே வெளிப்படுத்துகின்றனர்" என்று Lewis (1989: 109) குறிப்பிடுவார்.

தங்கள் துன்பங்களை வெளிப்படுத்தும் கருவியாக சாமி யாட்டத்தை அதிக அளவில் பெண்களே பயன்படுத்துவதாகக் கூறும் சந்திரசேகர் (1991: 21) இதற்கான காரணங்களையும் இவ்வாறு குறிப்பிடுகின்றார்.

> நம்முடைய சமூகம் உட்பட பல சமூகங்களில் அதிகார அமைப்பில் குறைந்த பிரதிநிதித்துவம் உடையவர்களாகவும், இழிவான நிலையுடையவர்களாகவும் பெண்கள் விளங்கு கின்றனர். தங்கள் சுய சாதனைகள் வழியாக மதிப்பை அடைய குறைந்த வாய்ப்புகளே அவர்களுக்குள்ள ஆணாதிக்க சமூக அமைப்பில் அதிகாரம், பதவி ஆகியவற்றிலிருந்து அவர்கள் புறந்தள்ளப்பட்டுள்ளனர். உணர்ச்சி நிலையிலான பயன் களைப் பெறுவதற்கான அவர்களின் வேட்கையைச் சாமி யாட்டம் நிறைவேற்றுகின்றது (மேலது 21).

> மக்கள் குறிப்பாக ஹிஸ்டீரிக்கல் கூறுடைய பெண்கள் தங்களுடைய பிரச்சினைகளை நேரிடையாக வெளிப்படுத்த முடியாத போது மறைமுகமாக வெளிப்படுத்த முனைவார்கள். சாமியாட்டம் மறைமுகமாக செய்தி அறிவிக்கும் செயலாக அமைகிறது. சாதாரணமாக ஒரு பெண்ணைப் புறக்கணிக்கும் கணவனும் மாமியாரோடு அவள் சாமியாடும் போது அவள் மீது கவனம் செலுத்துகிறார்கள். சாமியாட்டத்தின் போது தன் குடிகாரக் கணவன் மீதும் தன்னைக் கொடுமைப்படுத்தும் மாமியார் மீதும் தன் கோபத்தை வெளிப்படுத்தி அவர்களைத் தன் பக்கம் ஒரு பெண்ணால் ஈர்க்க முடிகிறது. அடக்கி வைக்கப்பட்ட உணர்ச்சிகளும், முரண்பாடும் சாமியாட்டத்தின் வாயிலாக வெளிப்படுகின்றன (சந்திரசேகர்: 1995- 154).

இச் செயலில் ஆவிகள் (தெய்வீக ஆவி, மனித ஆவி) குறித்த நம்பிக்கைகள் பெரிதும் துணைபுரிகின்றன. ஜான் பிரகாஷ் என்ற பாதிரியார் த்ன்னுடைய தாயைக் குறித்து இவ்வாறு குறிப்பிடுகிறார்.

> என் தந்தை தாயை அடிப்பார். கொடுமைப்படுத்துவார். அதிலிருந்து தப்பிக்க என் தாய் பேய் பிடித்த மாதிரியும் செய்வினையால் பாதிக்கப்பட்டது மாதிரியும் நடிப்பார். தான் தாக்கப்படாமல் இருப்பதற்காக, அவர் (தந்தையின்) நம்பிக்கையை தனக்குச் சாதகமாக்கிக் கொண்டிருக்கிறார் என்பதை நான் அறிந்து கொண்டேன் (வளவன் 1996 : 16).

> இங்கு ஒரு தாயின் தற்காப்பு நடிவடிக்கையாக சாமியாட்டம் அமைகிறது. இத்தகையவர்கள் உண்மையில் ஒருவகையான மனக் கோளாறுக்கு ஆளானவர்கள்தான். தங்களை ஆவி பிடித்திருப்பதாக நம்ப வைத்து அதன் மூலம் தாங்கள் நேரடியாகச் சொல்ல முடியாததை வெளிப்படுத்துகிறார்கள். சான்றாகக் கூட்டுக் குடும்ப வாழ்வில் கணவனையோ மாமியாரையோ நேரடியாக எதிர்த்துப்பேசமுடியாத பலவீனமான பெண் தன்னைச் சாமிபிடித்திருப்பதாகக் காட்டிக் கொள்ளும் போது தன் விருப்பம் போல் பேசித் தீர்க்கிறாள். மதுரை பாண்டி முனி கோவில் சாமியாட்டம் குறித்த கட்டுரை ஒன்றும் இதே உண்மையைக் குறிப்பிடு கிறது.

சாமியாடிய அத்தனை பெண்களும் மனம்போன போக்கில் ஆடுகிறார்கள். யாராக இருந்தாலும் ‘டா’ போட்டு வாக்குச் சொல்கிறார்கள். சாமியாடி முடித்த பின் எல்லோரையும் விரட்டி

அடிபணிய வைத்தது கண்களில் தெரிய சந்தோஷமாகப் பொங்கல் வைக்கிறார்கள். நன்றாகக் கவனித்ததில் திருமணமான பெண்கள், அதிலும் கணவர் வீட்டுச் சொந்தங்களோடு வந்த பெண்கள்தான் அதிகமாகச் சாமியாடுகிறார்கள் (பாலா 1997: 12-13)

சாமியாட்டத்தின் சமூகவியல்

இதுவரை நாம் பார்த்த சாமியாடும் மனைவியரை மையமாகக் கொண்ட கதைகள் அனைத்திலும் யதார்த்த வாழ்வில் நிறைவேறாத விருப்பங்களை நிறைவேற்றிக் கொள்ளும் பாத்திரமாக மனைவி இருப்பதைக் காணலாம். நடைமுறை வாழ்வில் மனைவி கணவனுக்குப் பின் உண்பவளாக, கணவன் மீதம் வைத்ததை உண்ணுபவளாக இருக்க வேண்டும் என்ற கருத்து பல்வேறு வழிகளில் வலியுறுத்தப் படுகிறது. தமிழ்நாட்டில் பல்வேறு சாதிகளின் திருமணச் சடங்கில் கணவன் சாப்பிட்ட எச்சில் இலையில் மணப்பெண் சாப்பிடுவது ஒரு சடங்காகவே இன்றும் நிகழ்த்தப்படுகிறது. சில தமிழ்த் திரைப் படங்களில் கூட கணவன் சாப்பிட்ட எச்சில் இலையில் சாப்பிடத் துடிக்கும் கதாநாயகியர் காண்பிக்கப்படுகிறார்கள். 'உண்டிச் சுருங்கல் பெண்டிர்க்கு அழகு' என்ற தொடர் இன்றும் உயிரோடுள்ளது. சோறில் கல் கிடந் தமைக்காக அடிபட்ட மனைவியைக் குறித்த நாட்டார் பாடல்கள் வருமாறு:

ஒருபானை சோத்திலெ
ஒரு கல்லும் பட்டுதுன்னு
எடுத்தெறிஞ்ச பண்ணாடி

சோலைக் கிளிபோல - மதுரை மீனாள்
சோறு கொண்டு போனாளாம்!
நேரமாச்சு தென்று - சொக்கர்
நெல்லால் எறிந்தாராம்
கலத்திலிட்ட சோறுதனிற்
கல்லோ கிடந்ததென்று - சொக்கர்
கடுங்கோபம் கொண்டாராம்.
வாரி எறிந்தாராம் - சொக்கர்
வயிரமணிக் கையாலே

ஆனால் இப்பாடல்களில் வரும் மனைவியர்களுக்கு நேர் மாறாகக் கணவனுக்கின்றி உணவை நிறைவாக உண்டு மகிழ்ச்சி

அடையும் பெண் சமூக யதார்த்தத்திற்கு எதிர்மறையான பாத்திரமாகக் காட்சியளிக்கிறாள். அத்துடன் 'டேய்' எழுந்திருடா! போய்ப் பாருடா! என்று கணவனை ஒருமையில் அழைக்கும் உரிமை பெற்றவளாகவும் காட்சியளிக்கிறாள்.

இவற்றுக்கெல்லாம் காரணம் இக்கதைகள் அனைத்திலும் இரண்டு வகையான உலகங்கள் இடம்பெற்றுள்ளதுதான்.

ஒன்று இக்கதை மாந்தர்கள் வாழும் உலகம் (பனுவலில் காணப்படும் உலகம்). இரண்டாவது, கதை கூறுபவரும் கதை கேட்பவரும் வாழும் உலகம். இவ்விரண்டு உலகங்களும் ஒன்றுக் கொன்று முரணானவை. கதை கூறுபவரும் கதையைக் கேட்பவரும் வாழும் உலகத்தின் சமூக யதார்த்தம் பெண்களின் நனவு மனத்திற்கு ஒத்து வரவில்லை. ஆனால் அதை எதிர்த்து நேரடியாகக் குரல் எழுப்ப முடியாத நிலையில் தங்கள் எதிர்க்குரலை ஒலிக்கும் கதை மாந்தர்களை அவர்கள் உருவாக்கியிருக்கிறார்கள். இக்கதைகளை ஒலிப்பதிவு செய்த பொழுது கதை கூறிய பெண்கள் வயதானவர்களாக இருந்தாலும் நடுத்தர வயதுக்காரர்களாக இருந்தாலும், சாமியாடும் மனைவி தன் கணவனை அழைப்பதைக் கூறும் கட்டத்தில் மிக இயல்பாகக் கூறினார்கள். 'டேய்' என்றும் 'டா' என்றும் தங்கள் கணவனை அவர்கள் நேரில் அழைப்பது போன்று இருந்தது.

இக்கூறுகளின் அடிப்படையில் பார்க்கும் பொழுது தங்கள் எதிர்க்குரலை வெளிப்படுத்தவே இக்கதைகளை உருவாக்கியுள்ளனர் என்பது தெளிவு. இதைப் பின்வருமாறு பட்டியலிடலாம்.

சமூக யதார்த்தம்	கதைகளில் இடம்பெறும் எதிர்மறைக் கூறுகள்
1. கணவன் உண்ட பின்னரேஉண்ண வேண்டும்.	1. கணவனுக்கு இன்றி எல்லா உணவையும் தின்று தீர்த்து விடல்.
2. விளை பொருளனைத்தும் கணவனுக்கு உரிமை யானது. அவனது அனுமதியில்லாமல் எடுக்கவோஉண்ணவோ கூடாது.	2. கணவனது அனுமதியில்லாமல் விற்றல், தின்றல்

3. கணவனது அனுமதி இல்லாமல் எந்தப் பொருளையும் வாங்கக் கூடாது.	3. கணவனது அனுமதி இல்லாமல் பொருள் வாங்குதல்.
4. சுவையான உணவை விரும்பக் கூடாது.	4. சுவையான உணவை விரும்புதல்.
5. மரியாதையுடன் கணவனைஅழைக்க வேண்டும்.	5. 'பேய்','வா','போ' என மரியாதையின்றி அழைத்தல்.
6. மனைவிதான் கணவன் காலில் விழ வேண்டும்.	6. கணவன் மனைவியின் காலில் விழுதல்
7. மனைவியைக் கணவன் மரியாதையுடன் அழைக்க வேண்டியதில்லை.	7. 'அம்மா', தாயே', 'ஆத்தா' என மனைவியைக் கணவன் மரியாதையுடன் அழைத்தல்.

சமூக எதார்த்தத்திற்கு எதிரான எதிர்மறைக் கூறுகள் இக்கதை களில் இடம்பெற்றுள்ளதற்கான காரணத்தை இனி ஆராய்வோம்.

நனவிலி மனதில் கிடக்கும் விருப்பங்களின் வளர்ச்சியான, 'இச்சை உணர்ச்சியை' (Id) சமூகத்திற்கு இசைவான முறையில் தன்னுணர்ச்சியானது (Ego) மாற்றுகின்றது. இதைத் தற்காப்பு நடவடிக்கை (Defence Mechanism) என்று பிராய்ட் குறிப்பிடுகிறார்.

இத்தற்காப்பு நடவடிக்கையின் ஒரு வடிவமாகவே கலை யாக்கம் அமைகின்றது. அமுக்கப்பட்ட உணர்ச்சிகள் பல நேரங் களில் கலைப் படைப்புகளின் வாயிலாக வெளிப்படுகின்றன. இதை உயர் வழிபாடு (sublimation) என்று ப்ராய்ட் குறிப்பிடுவார். இதன்படி பொருத்தமற்ற அல்லது நடைமுறைப்படுத்த முடியாத வேட்கைகள் வேறு வகையில் வழி மாற்றப்படும். இது கலை இலக்கியங்களின் வாயிலாக நிகழும். ஆயினும் இதைப் பொதுவான கோட்பாடாக்கி, இலக்கியங்கள் அனைத்தும் இவ்வாறே உருவாகின்றன என்று கூறிவிட முடியாது. சமூகத்தின் தாக்கமும் இலக்கிய உருவாக்கத்தில் முக்கியப் பங்கு வகிக்கிறது என்ற உண்மையை மறந்துவிடக் கூடாது. தமிழ்ச் சமூகத்தில் மனைவி என்ற பாத்திரத்தை ஏற்கும் பெண்கள் மேற்கூறிய சமூக எதார்த்தத் திற்குக் கட்டுப்பட்டு நடக்க வேண்டியுள்ளது. விரும்பிய பொருளை எவ்விதத் தடையும் இன்றி விருப்பம் போல் உண்ண வேண்டும்.

விற்க வேண்டும். வாங்க வேண்டும் என்பன நனவு மனதில் இடம் பெறுகின்றன. ஆனால் ஆணாதிக்கச் சமூகத்தின் தடை காரணமாக இவ்விருப்பங்கள் முழுமையாக நிறைவேற முடியாமல் குறை மனதில் பதிகின்றன. பின் அவர்களது நனவிலி மனதின் வெளிப் பாடாகக் கதை வடிவம் கொள்கின்றன.

கதைகளின் குறியீட்டுப் பொருள்

பாம்பு ஒன்றைக் கள்ளக் காதலனாகக் கொண்ட வாய்மொழிக் கதையை ஆய்வு செய்த ஏ.கே. இராமானுஜம் "நடைமுறையில் உள்ள தடைகளையும் குடும்பத்திலும், மரபுகளிலும் விதிக்கப்படும் கட்டுப்பாடுகளையும் தங்கள் கற்பனையில் மீறும் பெண்களின் புனைவாற்றல் இக்கதைகளை உருவாக்குகின்றது. இக்கதைகளுக்குப் புறத்தேயுள்ள நடைமுறையுலகில் அவர்களுக்குக் கிட்டாதவற்றை, பண்பாட்டு உணர்ச்சியைக் கடந்து நின்று அடைய முயலும் வேட்கையின் வெளிப்பாடே இக்கதைகளாகும்" என்று குறிப்பிட்டுள் ளார். சாமியாடும் மனைவியை மையமாகக் கொண்ட கதைகளுக்கு ஏ.கே. இராமானுஜத்தின் இக் கூற்று முற்றிலும் பொருந்துகின்றது. பெண்களின் எதிர் குரலாகச் சாமியாடும் மனைவியை மையமாகக் கொண்ட கதைகள் அமைந்துள்ளன. இக்கதையின் குறியீட்டுப் பொருள் இதுவேயாகும்.

அடிக்குறிப்பு

1. காலத்தைக் குறிக்கும் கடிகை என்ற சொல் மலையாள மொழியில் இன்றும் வழக்கில் உள்ளது. இதனடிப்படையில் இக்கதையை மலையாள மொழிக்கதை என்று கருதலாம்.
2. தொகுப்பாசிரியர்களின் இன மையவாதச் சிந்தனைக்கு இக் கருத்து சான்றாகும்.
3. இக்கதை தன் கூற்றாக அமைந்துள்ளது. இதற்கான காரணத்தை தகவலாளி சங்கரநாராயண வடிவிடம் கேட்ட போது அவர் பின்வருமாறு கூறினார். கோவில் கொடை விழாவில் கரகாட்டத்தின் இடையில் நிகழ்ந்த 'கோமாளி யாட்டத்தில்' தன் கூற்றாகக் கோமாளி கூறியதைக் கேட்ட தாகவும் அம்முறையிலேயே தானும் கூறியதாகவும் குறிப்பிட்டார். பின்னர் இக்கதையை அயற் கூற்றாகவும் கூறினார்.
4. இப்பாடல் பாமா எழுதிய "சங்கதி" என்ற நாவலில் இடம் பெற்றுள்ளது. அவரோடு நிகழ்த்திய உரையாடலின் போது, இப்பாடல், தான் சிறு வயதில் கேட்ட சிறுவர்களின் விளையாட்டுப் பாடல் என்றும் தன் நினைவில் இருந்தபடி எவ்வித மாறுதலுமின்றி அப்படியே எழுதியுள்ள தாகவும் குறிப்பிட்டார். இதனடிப்படையில் இப்பாடல் இங்கு எடுத்தாளப் பட்டுள்ளது.

பாளையங்கோட்டை தூய சவேரியார் கல்லூரியின் நாட்டார் வழக்காற்றியல் ஆய்வு மையம் 1990 ஆம் ஆண்டில் நடத்திய, சர்வதேச நாட்டார் வழக்காற்றியல் பயிற்சிப் பட்டறையில் பயிற்சிக் கட்டுரையாக இக்கட்டுரை உருவானது. இதைப் படித்த காலஞ் சென்ற திரு ஏ. கே. இராமானுஜம் நாட்டார் வழக்காறுகளின் வேறு வகைமைகளையும் பயன்படுத்தும்படி குறிப்பெழுதியதுடன் அதிக அளவில் சாமியாடும் மனைவி கதை வடிவங்களைச் சேகரிக்க நிதி உதவியும் வழங்கினார். ஆலன் டண்டிஸ், லெவிஸ் எழுதிய நூலைக் குறிப்பிட்டதுடன் இக்கட்டுரைக்கு இந்நூலில் இடம்பெற்றுள்ள செய்திகள் துணைபுரியுமென்றும் குறிப்பிட்டார். இவ்விரு அறிஞர்களுக்கும் என் நன்றி உரியது. இக்கட்டுரையில் இடம் பெற்றுள்ள "கம்பு தின்ற மனைவி" கதையை, கோவை மாவட்டத் திலிருந்து சேகரித்து உதவியவர் முனைவர் கி. முப்பால் மணி. "அரிசி தின்ற மனைவி" கதையைக் கூறியவர் முனைவர் வே. மாணிக்கம்.

எரிமூழ்கு பெண்டிர்

ஆணாதிக்கச் சமுதாயத்தில் ஒருவன் இறந்தவுடன் அவனுடன் அவனது மனைவியர், அடிமைகள், குதிரைகள் மற்றும் அவன் பயன்படுத்திய கருவிகள் ஆகியவைகளைப் புதைக்கும் அல்லது எரிக்கும் வழக்கம் பல நாடுகளில் இருந்து வந்துள்ளது. எகிப்தியர், கிரேக்கர், சுமேரியர் ஆகியோரிடை இப்பழக்கம் இருந்தமைக்குத் தக்க சான்றுகள் உள்ளன. இப்பொருள்கள் மறுவுலக வாழ்வுக்குப் பயன்படும் என்ற நம்பிக்கையே இச்செயலுக்குக் காரணமாகும். இவற்றுள் மனைவியைக் கணவனுடன் புதைப்பது அல்லது எரிப்பதனை 'உடன்கட்டை ஏறுதல்' என்று குறிப்பிடுவர்.

சங்கச் சமுதாயத்தில் உடன்கட்டை ஏறுதல்

தமிழகத்திலும் உடன்கட்டை ஏறும் சடங்கு நிலவியதற்கு இலக்கியச் சான்றுகளும் வரலாற்றுச் சான்றுகளும் உள்ளன.

நிலையாமையைக் குறிப்பிடும் காஞ்சித் திணையின் துறை களுள் ஒன்றாக 'பாலை நிலை' என்னும் துறை தொல்காப்பியத்தில் உள்ளது.

நல்லோள் கணவனோடு நனியழல் புகீஇச்
சொல்லிடை இட்ட பாலை நிலையும்

என்று அதில் குறிப்பிடப்பட்டுள்ளது. பெண்ணொருத்தி இறந்த கணவனுடன் நெருப்பில் புகும்போது, தன்னைத் தடுப்பவர்களை நோக்கிக் கூறுவதே 'பாலை நிலை' என்னும் துறையாகும்.

தொல்காப்பியர் காலத்தில் உடன்கட்டை ஏறும் வழக்கம் வழக்கில் இருந்தது என்பதனை இத்துறை எடுத்துக் காட்டுகிறது. ஆயினும் இது பெண்ணின் விருப்பத்தின் அடிப்படையிலேயே நடைபெற்றுள்ளது என்பதையும் ஒருவாறு நமக்கு உணர்த்து கின்றது. 'பாலை நிலை' எனும் இத்துறைக்கு உரையாசிரியர் இளம்பூரணர் எடுத்துக்காட்டாக புறநானூறு 240-வது பாடலைக் காட்டியுள்ளார்.

ஒல்லையூர் தந்த பூதப்பாண்டியன் இறந்தபோது அவன் மனைவி தீப்பாயத் துணிந்தாள். அதுகாலை சான்றோர் பலர் அச்செயலைத் தடுக்க முற்பட்டனர். அவர்களை நோக்கி பூதப் பாண்டியனின் மனைவி கோப்பெருந்தேவி கூறுவதாக இப்பாடல் அமைந்துள்ளது.

இப்பாடலில் பெருங்கோப் பெண்டு கணவனுடன் நெருப்பில் புகாது, கைம்மை நோன்பு நோற்கும் பெண்களை இழிவாகக் குறிப்பிட்டு, தான் அக்கூட்டத்தைச் சேர்ந்தவள் அல்லள் என்றும், கணவனை இழந்த தனக்குத் தாமரைகள் மலர்ந்துள்ள குளிர்ந்த தடாகமும், நெருப்பும் ஒன்றுதான் என்றும் கூறுகிறாள்.

பெருங்கோப் பெண்டு உடன்கட்டை ஏறுவதைச் சான்றோர் பலர் தடுப்பதிலிருந்து பெண் தன் விருப்பப்படியே உடன்கட்டை ஏறும் வழக்கம்தான் சங்ககாலச் சமுதாயத்தில் இருந்தது என்று அறிகிறோம். கணவனை இழந்து கைம்மை நோன்பு நோற்கும் பெண்களைவிட தீப்பாயும் பெண்தான் உயர்ந்தவள் என்பது போலப் பேசுவது சங்ககாலச் சமுதாயத்தில் விதவைகளின் அவல நிலையையும் உடன்கட்டை ஏறும் பெண்களுக்கு இருந்த பெரும் மதிப்பையுமே காட்டுகிறது.

ஆய் அரண்டிரன் இறந்தபோது அவனுடைய உரிமை மகளிரும் உடன்கட்டை ஏறியதாக, புறநானூற்றுப் பாடலொன்று குறிப்பிடு கிறது (புறம் 240).

காவிய காலத்தில்

சங்க நூற்களுக்குப் பின் தோன்றிய மணிமேகலையில் கணவனை இழந்த மகளிர் மேற்கொள்ளும் நெறிகளாக மூன்று நெறிகள் கூறப்பட்டுள்ளன. தன் தோழியாகிய வசந்த மாலையிடம் மாதவி,

காதல ரிறப்பிற் கனையெரி பொத்தி
ஊதுலைக் குருகின் உயிர்த்தகத் தடங்கா
இன்னுயி ரீவர் ஈயா ராயின்
நன்னீர்ப் பொய்கையின் நளியெரி புகுவர்;
நளியெரி புகா அராயின் அன்பரோ(டு)
உடனுறை வாழ்க்கைக்கு நோற்றுடம் படுபவர்

என்று மூன்று வகைப் பத்தினிப் பெண்டிர்களைக் குறிப்பிடு கின்றாள்.

கணவன் இறந்தவுடன் துயரந் தாளாது உடனே இறப்பது, நெருப்பில் புகுந்து இறப்பது, கைம்மை நோன்பு நோற்பது என மாதவி குறிப்பிடும் மூன்று நெறிகளுள் இரண்டாவது நெறி மனைவி உடன்கட்டை ஏறுவதைக் குறிப்பிடுகின்றது.

மணிமேகலைக் காப்பியத்தில் வரும் ஆதிரையின் வரலாற்றிலும், அவளது கணவன் சாதுவன் கடலில் மூழ்கி மாண்டான் என்ற செய்தியைக் கேட்டதும், அவள் ஊராரை அழைத்துச் சுடுகாட்டில் நெருப்பை வளர்த்து அதில் புகுதற்கு முயன்றாள் என்ற செய்தி குறிப்பிடப்படுகிறது.

சோழர் காலத்தில்

மணிமேகலைக்குப் பின்னர் கம்பராமாயணத்தில் உடன் கட்டை ஏறும் நிகழ்ச்சி குறிப்பிடப்பட்டுள்ளது. தசரதன் இறந்ததும், கோசலை, கைகேயி, சுமத்திரை ஆகிய மூவரும் நீங்கலாக அவனது அறுபதினாயிரம் மனைவியர் தீக்குளித்த செய்தியினைக் கம்பர்,

இழையும் ஆரமும் இடையும் மின்னிடக்
குழையும் மாமலர்க் கொம்பு ஆனார்கள்தாம்
தழையில் முண்டகம் தழுவும் கானிடை
நுழையும் மஞ்ஞை போல் எரியில் மூழ்கினார்

அங்கி நீரினும் குளிர அம்புயத்
திங்கள் வாண்முகம் திருவிளங்குறச்
சங்கைத் தீர்த்துதன் கணவன் பின்செலும்
நங்கைமார் புகும் உலகம் நண்ணினார்

என்ற பாடல்களில் குறிப்பிடுகின்றார். கம்பருக்கு மூலநூலாக அமைந்த வால்மீகி இராமாயணத்தில் இந்நிகழ்ச்சி குறிப்பிடப் படவில்லை. மேலும் உடன்கட்டை பற்றிய செய்திகள் வால்மீகி இராமாயணத்தில் இடம் பெறவில்லையென்று ஆராய்ச்சியாளர்கள் கூறுகின்றனர்.

வால்மீகியில் இல்லாத இந்நிகழ்ச்சியினைக் கம்பர் அமைத்துக் கொண்டதற்குக் காரணம் அவர் வாழ்ந்த சமுதாயம்தான். சோழப் பேரரசின் காலத்தில் வாழ்ந்தவர் கம்பர். முக்கிய தலைவன் இறக்கும் பொழுது அவனுடன் அவன் மனைவியரும் இறந்துபோவது என்பது மதிப்பிற்குரிய ஒன்றாகத் தமிழ்ச் சமுதாயத்திலும், இலக்கியத்திலும் இடம்பெற்றது. எனவே பேரரசனான தசரதன் இறந்தபோது அவனுடன் அறுபதினாயிரம் பெண்களும் இறந்து போனதாகக் கூறுகிறார். ஆதிகவியான வால்மீகி தமது நூலை எழுதிய காலத்தில்

கற்பைப் பற்றிய இத்தகைய (போலிக்)கருத்துத் தோன்றாத காரணத்தால் இந்நிகழ்ச்சி அவருடைய காவியத்தில் இடம்பெறவில்லை என்று கூறலாம்.

இத்தகைய இலக்கிய ஆதாரங்கள் தவிர சில வரலாற்று ஆதாரங்களும் தமிழகத்தில் உடன்கட்டை ஏறும் பழக்கம் இருந்து வந்ததை நமக்குத் தெரிவிக்கின்றன.

முதல் இராஜராஜனின் தந்தையான சுந்தர சோழன் கி.பி. 969இல் இறந்தபோது அவன் மனைவி வானவன் மாதேவி என்பவள் தாய்ப்பால் உண்ணும் பருவத்திலிருந்த தன் இளங் குழந்தையையும் பிரிந்து உடன்கட்டை ஏறிய நிகழ்ச்சியினைத் திருவாலங்காட்டுச் செப்பேடுகளும் திருக்கோவிலூர்க் கல்வெட்டும் குறிப்பிடுகின்றன.

செந்திரு மடந்தைமன் சீராஜ ராஜன்
இந்திரசமானன் இராஜசர்வஞ்ஞனெனும்
புலியைப் பயந்த பொன்மான் கலியைக்
கரந்து கரவாக் காரிகை சுரந்த
முலைமகப் பிரிந்து முழங்கெரி நடுவணும்
தலைமகற் பிரியாத் தையல் நிலைபெறுந்
தூண்டா விளக்கு....

என்று இச்செய்தியினை அக்கல்வெட்டு குறிப்பிடுகிறது.

மூன்றாம் குலோத்துங்கன் ஆட்சியில் இராஜராஜ மலய குலராயன் என்ற சிற்றரசனுடைய மனைவி ஒருத்தி உடன்கட்டை ஏறியதாகக் கல்வெட்டு ஒன்று குறிப்பிடுகின்றது. இப்பெண் உடன்கட்டை ஏறுமுன், தன் கணவனுக்குப் பின் தான் உயிர் வாழ்வேனாயின், உடனொத்த சக்களத்தியர்க்கு அடிமையாவேன் என்றும், தன்னைத் தீப்பாய வேண்டாமெனத் தடுப்பவன் தன் மனைவியைப் பிறர்க்களிக்கும் பாவத்திற் படுவான் என்றும், தன்னைக் கட்டி அக்கினியில் இட்டுத் தன்னுயிர் போகச் செய்யாதவரும் அத்தகைய கொடுஞ் செயல் புரிந்தோராவர் என்றும் கூறியதாகக் கல்வெட்டொன்று கூறுகிறது.

பிருதிவி கங்கன் என்ற கூத்தன் இறந்தபோது பாடுகின்ற பெண்கள் சிலர் உடன் புதைக்கப்பட்டனர். இறந்த கூத்தனின் மகன் அப்பெண்களின் குடும்பத்தாருக்கு நிலம் அளித்துள்ளான். இதனை,

..... திரிபுவனச் சக்கரவத்திகள் ஸ்ரீகுலோத்துங்க சோழ தேவர்க்கு யாண்டு (க)வது சோமனான பிருதிகங்கனேன் எங்களையர் கூத்தாடும் தேவரான பிருதிகங்கர் உடன்

உடன்பள்ளி கொண்ட பாடும் பெண்டிருக்கும், மனக்கேதம் தீர்த்தாருக்கும் சந்தர்ம்மாக பதினாறு சாண்கோலால் விட்டநிலம் ஒரு வேலியும்

என்று கல்வெட்டு குறிப்பிடுகின்றது.

நண்பனுக்காகத் தீப்பாய்ந்த நிகழ்ச்சி ஒன்றையும் சோழர்காலக் கல்வெட்டு ஒன்று குறிப்பிடுகின்றது. பழுவேட்டரையர் குமரன் மறவனோடு அழகியான் மறவன் என்பவன் தீப்பாய்ந்ததாக அக்கல்வெட்டு குறிப்பிடுகின்றது (SII, XIII, கல்வெட்டு எண் 172).

பாண்டியர் காலத்தில்

ஸ்ரீவல்ல பாண்டியன் என்ற மன்னன் காலத்தில் புரிசண்டி என்ற பெண் தீப்பாய்ந்த செய்தியினை நெல்லை மாவட்டத்திலுள்ள செய்துங்கநல்லூர் சிவன் கோவில் கல்வெட்டு குறிப்பிடுகின்றது.

13 ஆம் நூற்றாண்டின் இறுதிப் பகுதியில் தமிழகத்தில் சுற்றுப் பயணம் செய்த மார்க்கோபோலோ, பெண்கள் உடன்கட்டை ஏறுவதனையும் சமுதாயத்தில் அவர்கள் புகழப்படுவதையும் குறிப்பிட்டுள்ளார்.

நாயக்கர் காலத்தில்

திருமலை நாயக்கர் கி.பி. 1659இல் காலமானபொழுது அவருடைய இருநூறு மனைவியர் உடன்கட்டை ஏறியதாக யேசு சபை பாதிரியார்கள் எழுதிய கடிதங்கள் கூறுகின்றன.

திருச்சியில் இதேயாண்டில் கருவுற்ற பெண்ணொருத்தி இறந்த கணவனுடன் உடன்கட்டை ஏற விரும்பினாள். கருவிலுள்ள குழந்தையைக் காக்க விரும்பிய உறவினர்களின் வேண்டுகோளுக்கு அவள் செவிசாய்க்க வில்லை. கிராமத்தின் தலைவன் அவள் சாகும் வரை அவளைப் பேணிக் காப்பதாக உறுதிகூறி வேண்டியும் அவள் இணங்காது உடன்கட்டை ஏறினாள்.

கி.பி. 1689இல் நாயக்க மன்னரான மூன்றாம் முத்து வீரப்ப மன்னன் இறந்தபோது அவன் மனைவியான முத்தம்மாள் கருவுற்றிருந்தாள். அவள் உடன்கட்டை ஏற முற்பட்டபோது கருவுற்றிருந்த காரணத்தால் அவளை அனுமதிக்கவில்லை. சில மாதங்களில் அவள் ஓர் ஆண்குழந்தையைப் பெற்றெடுத்துவிட்டு தன்னுடைய மாமியான இராணி மங்கம்மாள் தடுத்தும் கேளாது விஷமருந்தி உயிர்நீத்தாள்.

பதினெட்டாம், பத்தொன்பதாம் நூற்றாண்டுகளில்

கி.பி. 1710ல் இராமனாதபுரம் பகுதியினை ஆண்டு வந்த கிழவன் சேதுபதி இறந்தபோது அவனது நாற்பத்தியேழு மனைவியரும் உடன்கட்டை ஏறியதாக யேசு சபைப் பாதிரியார்கள் எழுதியுள்ளனர். அப்பகுதி வருமாறு:

> மறவ நாட்டின் வயதான மன்னர் 1710இல் மரணமடைந்தார். அவருடைய உடலுடன் அவருடைய மனைவியர் (47 பேர்) தங்களையும் எரித்து மாய்த்துக் கொண்ட சதி என்ற சடங்கு நடைபெற்றதாலும் அவருடைய மரணம் குறிப்பிடப்பட வேண்டிய ஒன்றாகும். இராமநாதபுரத்தில் இருந்து சிறிது தொலைவில் ஒரு பெரிய ஆழமான குழி வெட்டப்பட்டு, கிட்டதட்ட முழுவதும் கட்டைகளால் அது நிரப்பப்பட்டிருந்தது. உடைகளாலும் நகைகளாலும் அலங்கரிக்கப்பட்ட இறந்த அரசரின் உடல் அதன்மேல் கிடத்தப்பட்டது. பிராமணர்கள் பல்வேறு சடங்குகளை நிறைவேற்றியபின், அடியில் இருந்து கட்டைகளுக்கு நெருப்பு வைக்கப்பட்டது. அடிப்பகுதியில் தீ நன்றாக எரிய ஆரம்பித்ததும் பாவப்பட்ட அந்த பெண்களின் கூட்டம் அவர்கள் பலியிடப்படும் அந்தக் குழியை நெருங்கி அதனை வரிசையாகச் சுற்றி வந்தனர். அவர்கள் உச்சந்தலையில் இருந்து கால்வரை அழகாக நகைகளாலும் மலர்களாலும் அலங்கரிக்கப்பட்டிருந்தார்கள்.
>
> சிறிது நேரத்திற்கு பின்னர் இறந்த மன்னரின் முதல் ராணி வாளைக் கையில் எடுத்து 'நம் மன்னர் தன் எதிரிகளை வீழ்த்திய இந்த வாளைப் பார். இதை வேறு எதற்கும், உன்னுடைய மக்களின் இரத்தத்தைச் சிந்துவதற்கும் பயன்படுத்தாதே. ஒரு தகப்பனைப் போல் அவர் ஆட்சி செய்ததைப் போல் நீயும் ஆட்சி செய்தால் நீயும் அவரைப் போல் பல ஆண்டுகள் மகிழ்ச்சியாய் வாழ்வாய். அவர் இல்லாததால் எனக்கோ இந்த உலகில் வேறு ஏதும் இல்லை. அவர் சென்றுள்ள இடத்திற்கு நானும் செல்கிறேன் என்று மன்னரின் வாரிசிடம் கூறி புதிய அரசரின் கையில் அந்த வாளை வைத்தார். புதிய மன்னரும் எந்தச் சலனமும் இல்லாமல் உணர்ச்சியையும் வெளிப்படுத்தாமல் அதைப் பெற்றுக் கொண்டார். பின்னர் மகிழ்ச்சியான மனித வாழ்வின் முடிவைப் பார். நான் நரகத்திற்குள் குதிப்பது போல் நான் உணர்கிறேன் என்று கூறி உரத்த கூக்குரலுடன் கடவுள்களின் பெயர்களை உச்சரித்துக் கொண்டு நெருப்பிற்குள் தைரியமாகக் குதித்தார்.

இரண்டாவது இராணி புதுக்கோட்டை மன்னர் தொண்டை மானின் சகோதரி. புதுக்கோட்டை மன்னரும் இந்த நிகழ்ச்சிக்கு வந்திருந்தார். தன்னுடைய சகோதரியை அலங் கரித்திருந்த நகைகளை வாங்கிச் செல்வதற்காக அவர் வந்திருந்தார். அவரால் கண்ணீரை அடக்கிக் கொள்ள முடிய வில்லை. மார்போடு பாசத் துடன் தன்னுடைய சகோதரியை அணைத்துக் கொண்டார். ஆனால் அந்தப் பாவப்பட்ட பெண் எந்த உணர்வையும் வெளிப் படுத்தவில்லை. பின்னர் எரியும் நெருப்பையும் வேலையாட் களையும் மாறி மாறிப் பார்த்துவிட்டு சிவ சிவா என்று கத்திவிட்டு முன்னவரைப் போன்று தைரியமாக எரியும் நெருப்பிற்குள் குதித்தார்.

பின்னர் வரிசையாக மற்ற பெண்கள் குதித்தனர். சிலர் தைரியமாகவும் சிலர் ஒன்றும் புரியாத பித்தம் பிடித்தவர் போன்றும் வந்தனர். மற்றவர்களைவிடப் பலவீனமான / தைரியம் குறைவான ஒரே ஒரு பெண் மட்டும் அருகில் இருந்த கிறிஸ்தவ சிப்பாயிடம் ஓடி, தன்னைக் காப்பாற்ற கெஞ்சி னார். இது போன்ற காட்டு மிராண்டித்தனமான சடங்கு களுக்குத் துணை இருக்கக்கூடாது. கடுமையாகத் தடை விதிக்கப்பட்டிருந்தும் இந்த சிப்பாய் இங்கு வந்திருந்தார். இந்தக் காட்டுமிராண்டித்தனமான இந்தச் செயல்களைக் கண்டு பதறியதால் என்ன செய்வது என்று புரியாமல் அந்தப் பெண்ணை அந்த சிப்பாய் தள்ளிவிட்டதால் அவள் நிலை தடுமாறி தலைகுப்புற எரியும் குழிக்குள் விழுந்தாள். அந்த சிப்பாய் அந்த இடத்தைவிட்டு விலகினார். அவருக்கு உடலெல்லாம் நடுக்கம் ஏற்பட்டு காய்ச்சல் வந்து. தன்னுடைய சுய நினைவுக்குத் திரும்பா மலேயே அவர் அன்றிரவு இறந் தார்.

ஆனால் இந்த நெருப்பில் குதித்த பெண்கள் காட்டிய துணிவு போலியானது; ஏனென்றால் நெருப்பு அவர்களைச் சுட ஆரம்பித்ததும் கூக்குரலிட ஆரம்பித்தனர்; அந்தக் குழியில் இருந்து தப்பிக்க முயற்சி செய்தனர்; குழியின் விளிம்பிற்கும் ஓடிவந்து ஒருவர்மேல் ஒருவர் ஏறி அதிலிருந்து வெளியேற முயற்சித்தனர். ஆனால் அவர்களுடைய கூக்குரலை அடக்கவும் நெருப்பை அதிகரிக்கவும் பெரிய விறகுக் கட்டைகள் அவர் களின் தலைகள் மேல் வீசப்பட்டன. அவர்களுடைய கூக்குரல் பலவீனம் அடைந்து பெரும் சத்தத்துடன் எரிந்த நெருப்பில் அடங்கியது. எல்லா உடல்களும் முழுவதுமாக எரிந்த

பின்னர் பிராமணர்கள் புகைந்து கொண்டிருந்த அந்தக் குவியலில் இருந்து கருகிப்போன எலும்புகளையும் சாம் பலையும் சேகரித்து உயர்ந்த துணிகளில் சுற்றி இராமேசுவரம் தீவிற்கு எடுத்துச் சென்று கடலில் வீசினர். பின்னர் இந்தக் குழியை மூடி இறந்து போன மன்னரின் நினைவாகவும் கடவுள்களிடம் சேர்ந்து விட அவருடைய மனைவியர் நினை வாகவும் ஒரு கோயில் எழுப்பப்பட்டது.

அபி டூபாயி என்ற பிரெஞ்சு பாதிரியார் தான் எழுதிய 'இந்து பண்பாடுகள், வழக்கங்கள், சடங்குகள்' என்ற நூலில் கி.பி. 1794-லிலும், 1805-லும் நடைபெற்ற இரண்டு உடன்கட்டை ஏறும் நிகழ்ச்சிகளைக் குறிப்பிடுகிறார். இவ்விரண்டு நிகழ்ச்சிகளையும் அவர் நேரிலேயே பார்த்திருக்கிறார்.

கி.பி. 1794-ல் தஞ்சாவூர் மாவட்டத்திலுள்ள புதுப்பேட்டை எனும் கிராமத்தில் கோமுட்டிக் குலத்தைச் சார்ந்த ஒருவன் இறந்து போனான். அவனுடைய முப்பது வயது நிரம்பிய மனைவி கணவனுடன் தீக்குளிக்க விரும்பினாள். அவளுடைய உறவினர்கள் அவ்விருப்பத்தை நிறைவேற்ற முடிவு செய்தார்கள். பிணச்சகடத்தின் பின்னால் அவள் ஊர்வலமாக அழைத்து வரப்பட்டாள். வழிநெடுக மொய்த்தவராய் மக்கள் அவளை இருகரம் கூப்பி வணங்கினார்கள்.

ஊர்வலம் கடைசியாகச் சுடுகாட்டை அடைந்தது. மூன்று முறை ஈமச் சிதையைச் சுற்றி வலம் வரும்படி பிராமணர்கள் அவளிடம் கூறினார்கள். முதல் சுற்றை அவள் மிக்க தடுமாற்றத் துடன் சுற்றி முடித்தாள். இரண்டாவது சுற்றில் அவளது பலம் முழுவதும் அவளைவிட்டு நீங்கி மயங்கிய நிலைக்கு வந்துவிட்டாள். இரண்டு பெண்கள் அவளைத் தாங்கிக் கொண்டு சுற்றிவந்து மூன்றாவது சுற்றைப் பூர்த்தி செய்தார்கள். கடைசியில் சுயநினைவு அற்ற நிலையில் இருந்த அவளைக் கணவன் பிணத்தின்மீது படுக்க வைத்தார்கள். அந்தணர்கள் நெருப்பை வைத்துச் சடங்கை முடித்து வைத்தார்கள்.

கி.பி. 1801இல் தஞ்சையை ஆண்ட மன்னன் இறந்து போனான். அவனுக்கு நான்கு மனைவியர்கள் இருந்தனர். அவர்களுள் இரண்டு பேர் கணவனுடன் உடன்கட்டை ஏறவேண்டுமென்று அந்தணர்கள் முடிவு செய்தனர். சந்தனக் கட்டைகளால் அமைக்கப்பட்ட சிதையில் மன்னனுடைய உடல் கிடத்தப்பட்டது. அச்சமுற்ற நிலை யிலிருந்த அவனது இரு மனைவியர்களும் அவனது இருபக்கத்திலும் படுக்குமாறு கட்டாயப்படுத்தப்பட்டனர். பிணத்தின் மேலாக இருவரும் தங்கள் கரங்களைக் கோர்த்தவாறு இரண்டு பக்கங் களிலும் படுத்துக் கொண்டார்கள். அந்தணர்கள் மந்திரங்களை

ஓதி அவர்கள் மீது புனித நீரைத் தெளித்தார்கள். பிறகு சந்தனக் கட்டைகள் மீது நெய்யை ஊற்றி நெருப்பை மூட்டினார்கள்.

தஞ்சை மராத்திய மன்னர்கள் இறந்தால் அவர்களுடன் அவர்களது மனைவியர் உடன்கட்டை ஏறி உயிர் விடும் வழக்கம் இருந்துள்ளது. 'சதி' அல்லது 'சககமனம்' என்று அழைத்துள்ளனர். இது குறித்து செ. இராசு (1987) கூறும் செய்திகள் வருமாறு:

> முதல் சரபோசியின் மூன்று மனைவியரில் சுலக்சணா பாயி சாகேப், ராஜச பாயி சாகேப் இருவரும், பிரதாபசிங்கின் 5 மனைவியரில் மூன்றாம் மனைவியான யமுனா பாயி சாகேப்பும், ஐந்தாம் மனைவியான சக்வார் பாயி சாகேப்பும் ஆகிய இருவரும், துளசாவின் மனைவியான ராசகுமாரம்பா பாயி சாகேப்பும், அமரசிங்கின் இரு மனைவியரும் உடன் கட்டை ஏறி உயிர் விட்டதாகக் குறிப்புக்கள் உள்ளன.

மேலும் இறந்த மன்னருடன் மனைவியர் யாரும் உடன் கட்டை ஏறினார்களா என்பதை அறியும் வகையில் அவர்களின் சமாதிக் கோயில்கள் அமைக்கப்பட்டதாகக் குறிப்பிடும் செ. ராசு (மேலது 66) இது தொடர்பாகப் பின்வரும் விளக்கத்தைத் தருகிறார்:

> அரசர்களுக்குச் சிவலிங்க வடிவும், அரசிகட்கு இரு கைகள் உடைய பெண் வடிவமும் சமாதிக் கோயிலினுள் அடையாள மாக வைக்கப்படும். சமாதிக் கோயில் களின் மேல் வைக்கும் கலசங்களிலிருந்து அரசர் தனியாக இறந்தாரா? அல்லது அவருடன் எத்துணை மனைவியர் உடன்கட்டை ஏறினர் என்ற விபரம் தெரிந்து கொள்ளலாம். ஒரு கலசம் இருப்பின் அரசருக்கு மட்டுமே சமாதிக் கோயில் எடுக்கப்பட்டது என்பதை அறியலாம். இரண்டு கலசங்கள் இருந்தால் ஒரு மனைவி உடன்கட்டை ஏறியுள்ளார் என்பதையும், மூன்று கலசங்கள் இருந்தால் இரு மனைவியர் உடன் கட்டை ஏறினர் என்பதையும் அறிந்து கொள்ளலாம்.

இவ்வாறு அரச குடும்பத்தினர் மட்டுமின்றி குடிமக்களுள் சிலரும் மராத்திய ஆட்சிக் காலத்தில் தஞ்சைப் பகுதியில் உடன்கட்டை ஏறியுள்ளனர். இவ்வாறு உடன்கட்டை ஏறுவது தொடர்பாக நிகழ்த்தப் பெறும் சடங்குகளுக்கான செலவுக்காக அரசு 5 சக்கரம் இனாம் கொடுத்துள்ளது என்று குறிப்பிடும் வேங்கட ராமைய்யா இது தொடர்பாக மராத்திய மோடி ஆவணங்களிலிருந்து சில செய்திகளைத் தந்துள்ளார்.

> கி.பி. 1779: கிருஷ்ண பாணி வர்த்தகர் சம்சாரம் சக கமனம் செய்யப் போகிறார்: இதற்காக மாதம் ரபி லௌவல் - 10 சக்கரம்

கி.பி 1779: கோவிந்த ராவ் இறந்ததை முன்னிட்டு அவருடைய சம்சாரம் உடன்கட்டை ஏறப்போகிறார்: அதற்காக ஆன செலவு 5 நகி.

1772: சிவராம் அண்ணாஜி நிவர்த்தியானார்; அவர் பெண்சாதி சக கமனம் ஆகினாள்; இவருடைய உத்தரகிரியைக்கு 1 சக்கரம் கொடுக்கப்பட்டது.

1800: பரதேசி பிராமணர் வெங்கப்பய்யர் திருவாதியில் இறந்தார்; அவர் பெண்சாதி சக கமனம் செய்கிறாள்; அதற்கு 5 சக்கரம் கொடுக்கப்பட்டது.

1808: ரம்ஜான் தேதி 4: பணக்காரர் வீரப்பா இறந்த வகையில் இவருடைய மனைவி உடன்கட்டை ஏறப் போகிறார்; இதற்காக வழக்கமான 5 சக்கரம் கொடுக்க உத்தரவு.

1819: திருவாதி - பஞ்சநத ஷேத்திரம், சூர்ய உபவாசி ஆசிரியர் பஞ்சநத சாஸ்திரி எழுதிக் கொண்டது. என்னுடைய தகப்பனாருடன் தாயார் உடன்கட்டை ஏறியதனால் அவர்களுடைய சிரார்த்தம் செய்வதற்கு மகாராஜர் சத்ரபதி தரும பராயணர் கோ பிராம்மண பிரதி பாலகர் தயையுள்ளவர் ஆகையினால் போன வருஷம் அதற்கு முன் வருஷம் கோதானம் கொடுத்தது போல் இப்பவும் கொடுக்க வேண்டும்.

1829: வண்ணாத்தங்கரை நரசிம்மாச்சாரியார் ஸர்ப்ப தம்ஸத்தால் இறந்தார். அவருடைய பாரியை சக கமனம் செய்யச் சக்கரம் 5.

இவ்வாறு உடன்கட்டை ஏறும் பெண்கள் அணிந்த நகைகள் எல்லாம் உடன்கட்டை ஏறும் சடங்கை நிகழ்த்தும் புரோகிதர்களைச் சேரும் என்று குறிப்பிடும் வேங்கடராமையா (மேலது) ஸ்வார்ஷ் பாதிரியாரின் நினைவுக் குறிப்பை இதற்குச் சான்றாகக் காட்டுகிறார்.

உடன்கட்டையின் எச்சங்கள்

புகார் நகரச் சுடுகாட்டில் கணவனுடன் இறந்துபோன பெண்களுக்குக் கோட்டங்கள் எழுப்பப்பட்டிருந்தன என்பதனை,

ஒருங்குடன் மாய்ந்த பெண்டிர்க் காயினும்
. . . .
குறியவு நெடியவுங் குன்றுகண்டன்ன
சுடும ணோங்கிய நெடுநிலைக் கோட்டமும்

என்று மணிமேகலை சுட்டுகிறது.

உடன் கட்டையேறிய பெண்ணிற்கு நினைவுச் சின்னம் எழுப்பிப் போற்றிய இம்மரபினை நினைவூட்டும் வகையில் நடுகற்கள் பல கிராமங்களில் காணப்படுகின்றன. 'தீப்பாஞ்ச மலை', 'தீப்பாஞ்ச அம்மன்', 'தீப்பாஞ்சாள் கோவில்' என்ற பெயர்களால் இச்சின்னங்கள் அழைக்கப்படுகின்றன.

கொங்கு நாட்டில் அரிசனக் குடியிருப்புப் பகுதிகளிலுள்ள 'வீரமாத்தி கோவில்கள்' உடன்கட்டை ஏறிய பெண்களின் நினைவாகத் தோற்றுவிக்கப்பட்ட கோவில்கள்தாம்.

நெல்லை மாவட்டம் ஓட்டப்பிடாரம் கிராமத்தில் ஊருக்குத் தென் கிழக்கில் உடன்கட்டை ஏறிய மள்ளர் குலப் பெண்ணுக்கு எழுப்பப்பட்ட நடுகல் ஒன்று உள்ளது. இப்பெண்ணின் மரபில் வந்தவர்கள் 'தீப்பாஞ்ச மலை' என்ற பெயரில் இந்நடுகல்லை அழைத்து ஆண்டுக்கு ஒருமுறை பொங்கலிட்டு வழிபாடு செய்கிறார்கள்.

குமரி மாவட்டம் - தாழக்குடி ஊரில் சுமார் 300 வருடங்களுக்கு முன்னர் குலசேகரப் பெருமாள் பிள்ளை என்பவர் இறந்தபோது அவரது மனைவி மாணிக்கரசி என்பவள் உடன்கட்டை ஏறி யுள்ளாள். இவளுக்கும், இவள் கணவனுக்கும் இவ்வூரிலுள்ள நம்பி குளத்தருகே சிலை வடித்துள்ளனர். வீரபத்தினி என்ற பெயரில் இந்நடுகல்லை வழிபடுகின்றனர்.

தஞ்சை மாவட்டம் பட்டுக்கோட்டைக்கு அருகிலுள்ள தாமரைக் கோட்டம் என்ற ஊரிலும் இத்தகைய நடுகல் ஒன்று உள்ளது.

உடன்கட்டை ஏறுதலின் சமூகக் காரணம்

இதுவரை நாம் பார்த்த சான்றுகள் பெரும்பாலும் உயர் வர்க்கத்தைச் சார்ந்த பெண்களே உடன்கட்டை ஏறியதனைக் காட்டுகின்றன. இதற்குக் காரணம், பொருள் உற்பத்தியில் இப்பெண்களுக்கு எவ்விதப் பங்கும் இல்லை.

கணவனுடன் வாழும் பொழுது வளமிக்க வாழ்வினை நடத்திய இவர்கள் கணவனது மறைவிற்குப் பின் தன் வாழ்க்கைத் தேவை களுக்குப் பிறரை எதிர்பார்க்கவேண்டிய நிலைக்கு வந்து விடுகின்றனர். ஏனெனில், ஆணாதிக்கச் சமூகத்தில் பெண்ணிற்குச் சொத்துரிமை கிடையாது. மேலும் மூட நம்பிக்கையின் காரணமாக அவளுக்குச் சமுதாயத்தில் மதிப்பும் இல்லை. இச்சிக்கல்களிலிருந்து உடன் கட்டை ஏறுதல் அவளை விடுவித்து விடுகிறது. கடுமையானதும் அவலம் நிறைந்ததும் மதிப்பற்றதுமான விதவை வாழ்க்கை வாழும்

விதவைகள் அணுஅணுவாகத் தங்கள் வாழ்க்கையை அழித்துக் கொள்ள, உடன்கட்டை ஏறும் பெண்ணோ ஒரு நொடியில் தன் வாழ்க்கையை அழித்துக் கொள்கிறாள்.

உழைக்கும் வர்க்கப் பெண்களிடையே சிலரும் இப்பழக்கத்தைப் பின்பற்றியதற்குச் சமூகப் பாதுகாப்பின்மையும் ஒரு முக்கிய காரணமாகும். தங்களைப் போகப் பொருளாகக் கருதும் மேல்தட்டு வர்க்கத்தினரிடமிருந்துத் தங்களைப் பாதுகாத்துக் கொள்ள அவர்கள் இப்பழக்கத்தைப் பின்பற்றியிருக்கலாம். எடுத்துக் காட்டாக, 'முத்துப் பட்டன் கதை' என்ற நாட்டார்க் கதைப் பாடலில் 'பொம்மக்கா', 'திம்மக்கா', என்ற பெண்களிருவரும் இறந்த கணவனுடன் (முத்துப்பட்டன்) உடன்கட்டையேற சிங்கம் பட்டி ஜமீன்தாரிடம் அனுமதி கேட்டபொழுது, அவர்,

> மாங்களமாக எந்தன் வார்ணநல்ல அரண்மனையில்
> சங்கடத்தைவிட்டு நீங்கள் சந்தோஷமாகியிருங்கோ பெண்டுகாள்
> நித்தமொரு பட்டுடுத்தி நினைத்தபடி பூமுடித்து
> ஏற்றநல் பணியணிகள் உல்லாச மெத்த வுண்டும் பெண்கள்
> பாயாசஞ் சோறுமருந்தி பாக்கு வெத்திலையுந்தின்று
> சீலமுள்ள பெண்களுடன் சென்றிருங்கோ இன்றுமுதல்
> மேனி நனையாமல் வேறுமுகங் காணாமல்
> சேனை தளம் சூழ்ந்திருக்கச் சிங்கா தனத்திலிருங்கோ

என்று கூறியதாக உள்ளது. எனவே இத்தகைய இடர்ப்பாடுகளைக் கணவனை இழந்த மகளிர் எதிர்நோக்க வேண்டிய நிலையும் அக்காலத்திலிருந்தது.

முடிவுரை

வட இந்தியாவைப் போல் உடன்கட்டை ஏறும் வழக்கம் வலுக்கட்டாயமாகத் தமிழ்ச் சமுதாயத்தில் திணிக்கப்படவில்லை. அங்கொன்றும் இங்கொன்றுமாக இந்நிகழ்ச்சி நிகழ்ந்துள்ளது. கி.பி. 1829ன் இறுதியில் இந்தியாவின் கவர்னர் ஜெனரலாக இருந்த வில்லியம் பெண்டிங் உடன்கட்டை ஏறுவதைத் தடை செய்தார். 1830ல் தமிழ்நாட்டில் இச்சட்டம் நடைமுறைக்கு வந்தது. இச்சட்டத்தின் காரணமாக இக்கொடிய பழக்கம் தமிழகத்தினின்று மறைந்தது.

பாலியல் வன்முறையும்
நாட்டார் வழக்காறுகளும்

புல்லு அறுத்தா மாட்டுத் தொட்டிக்கு
பொண்ணு சமைஞ்சா அரண்மனைக்கு   (பழமொழி)

பெண்கள் மீதான பாலியல் குற்றங்களை (Sexual Offence)
1. ஆபாச சொற்களைக் கூறல், ஆபாசச் சைகை காட்டல்,
2. நச்சரித்தல் மற்றும் சில்லறைச் சேட்டைகள் புரிதல் (molestation),
3. வன்புணர்ச்சி அல்லது பாலியல் பலவந்தம் (rape) என மூன்று வகையாகப் பகுக்கலாம்.

இவற்றுள் இறுதியாகக் கூறப்பட்ட பாலியல் பலவந்தத்தின் தொடக்க நிலையாக அல்லது முன்னோட்டமாக முதலிரண்டு குற்றங்களும் பெரும்பாலும் அமைகின்றன. இவ்விரு குற்ற நிகழ்வுகள் தொடர்பாகப் பள்ளு இலக்கியத்தில் இடம் பெறும் சில செய்திகளைக் கூறுவது இங்குப் பொருத்தமாக இருக்கும்.

மூத்த பள்ளி முகம்பார்த்து
வார்த்தை சொல்வாராம்-பெரு
மூச்சுக் கொண் டிளைய பள்ளி
பேச்சுக் கேட்பாராம்
சாத்திமகள் காத்தி தன்னைப்
பேத்தி என்பாராம்-மெள்ளச்
சன்னையாய்க் களத்திலே வா
பின்னை என்பாராம்

என்று முக்கூடற்பள்ளு கூறுகிறது. செண்பகராமன் பள்ளு வெற்றிலைக் காம்பை முறித்து மூத்தப் பள்ளியின் மீது எறிந்து அவள் தன்னைப் பார்த்ததும் "குச்சை" (குடில்) எட்டிப் பார்க்கும் பண்ணைக்காரனது செயலை,

பூஞ்சருகு வெற்றிலைக்காம்பு
ஆய்ஞ்செறி வாராம் - அந்தப்

பொட்டைக்கண்ணைக் கொண்டு குச்சை
எட்டிப்பார்ப் பாராம்

என்று குறிப்பிடுகிறது.

இந்தியக் குற்றவியல் சட்டத்தின் 354 மற்றும் 509-வது பிரிவுகள் முதலிரண்டு குற்றங்களையும் வரையறுத்து அவற்றிற்குரிய தண்டனை களைக் குறிப்பிடுகின்றன. 375-வது பிரிவு பாலியல் பலாத்காரம் என்பதனை வரையறை செய்கிறது. அதன்படி பின்வரும் ஆறு சூழ்நிலைகளுள் ஒன்றில் உடலுறவு நிகழ்த்தப்படும்போது அது பாலியல் பலவந்தமாகக் கருதப்படும்.

1. ஒரு பெண்ணின் விருப்பத்திற்கெதிராக,
2. அவளுடைய உடன்பாடின்றி,
3. அப்பெண் தன் உயிருக்கு அஞ்சிய நிலையில் அல்லது துன்பத் திற்கு அஞ்சிய நிலையில் அவளிடம் சம்மதம் பெற்று,
4. அவளது கணவனென்று தவறாக நம்பச் செய்து பெற்ற சம்மதத்தின் அடிப்படையில்,
5. அறிவு மயங்கிய நிலையில், மது மயக்கத்தில் போதைப் பொருள் மயக்கத்திலிருக்கும் போது பெற்ற சம்மதத்தின் அடிப்படையில்,
6. பதினாறு வயதிற்குட்பட்ட நிலையில் அவளது சம்மதம் பெற்றோ, பெறாமலோ.

இந்தியக் குற்றவியல் சட்டத்தின் 375-வது பிரிவு பாலியல் பலவந்தத்திற்கு வழங்கப்படும் தண்டனையைக் குறிப்பிடுகிறது. இப் பிரிவின்படி தண்டனை வழங்கப் பின்வரும் இரண்டு முக்கிய நிகழ்வுகள் நிரூபிக்கப்பட வேண்டும்.

1. ஒரு பெண்ணுடன் ஓர் ஆடவன் உடலுறவு கொண்டமை,
2. 375-வது பிரிவில் குறிப்பிட்ட ஆறு சூழ்நிலைகளில் ஒன்றில் அவ்வுடலுறவு நிகழ்ந்தமை.

1860-ல் உருவான இச்சட்டப் பிரிவுகள் பெண்களுக்குப் பாதுகாப்பு அளிப்பதைவிட ஆடவர்களுக்கே பாதுகாப்பு அளித்து வந்தது (வருகிறது). ஏனெனில் மேற்கூறிய ஆறு சூழ்நிலைகளுள் ஒன்றில் உடலுறவு நிகழ்ந்ததாகப் பாதிக்கப்பட்ட பெண்தான் நிரூபிக்க வேண்டும். அவ்வாறு நிரூபிக்கத் தவறினால் குற்றவாளி யான ஆடவன் விடுவிக்கப்படுவான். இதற்குச் சான்றாக மதுரா என்ற ஆதிவாசிப் பெண் மீது நிகழ்த்தப்பட்ட பாலியல் பலவந்தம்

தொடர்பான வழக்கில் உச்ச நீதிமன்றம் வழங்கிய தீர்ப்பினைக் குறிப்பிடலாம்.

மராட்டிய மாநிலத்தில் மதுரா என்ற பதினாறு வயது ஆதிவாசிப் பெண் ஓர் இளைஞனைக் காதலித்தாள். உடலுறவு வரை அக்காதல் முற்றியிருந்தது. ஆனால் மதுராவின் சகோதரனுக்கு அவளது காதல் பிடிக்கவில்லை. அக்காதலைத் தடை செய்ய விரும்பி காவல் நிலையத்தில் மதுராவை தங்க வைத்து அவளது சகோதரனை வீட்டிற்கு அனுப்பி விட்டனர். கன்பட் என்ற காவலன் மதுராவைப் பாலியல் பலவந்தம் செய்தான். அவனை அடுத்துத் துக்காராம் என்ற காவலனும் பாலியல் பலவந்தத்திற்கு முயன்றான். ஆனால் மிகுதியாகக் குடித்திருந்ததால் பாலியல் பலவந்தம் மேற்கொள்ள இயலாத நிலையில் சில்லறைச் சேட்டை களை நிகழ்த்தினான்.

இந்நிகழ்ச்சி தொடர்பாகக் காவலர்கள் இருவர் மீதும் வழக்குத் தொடரப்பட்டது. வழக்கை விசாரித்த மாவட்ட நீதிபதி, மதுரா தன் காதலனுடன் உடலுறவு கொண்ட பழக்கம் உள்ளவளாதலால் அவள் பாலியல் பலவந்தத்திற்கு ஆட்பட்டிருக்க முடியாது. அவளுடைய விருப்பத்துடன் தான் காவல் நிலைய நிகழ்ச்சி நடத்தப்பட்டுள்ளது என்று குறிப்பிட்டு இரு காவலர்களையும் விடுவித்துவிட்டார். இத் தீர்ப்பை எதிர்த்து உயர் நீதிமன்றத்தில் மேல்முறையீடு செய்யப்பட்டது. கன்பட் என்ற ஒரு காவலரை மட்டும் குற்றவாளியாக முடிவு செய்து ஐந்து வருடக் கடுங்காவல் தண்டனையை உயர்நீதிமன்றம் அளித்தது. அச்சுறுத்தல் அல்லது பயத்தின் காரணமாக அடங்கிப் போய் சரணாகதி அடைவதை, விருப்பப்படுவதாகவும், உடன்படுவதாகவும் கருதக் கூடாதென்று உயர்நீதிமன்றம் தன் தீர்ப்பில் குறிப்பிட்டது.

உயர்நீதிமன்றத்தின் இத்தீர்ப்பை எதிர்த்து உச்ச நீதிமன்றத்தில் கன்பட் மேல் முறையீடு செய்தான். உச்சநீதிமன்றம் உயர்நீதி மன்றத்தின் தீர்ப்பைத் தள்ளுபடி செய்து கன்பட்டை விடுதலை செய்தது. மதுரா உதவி வேண்டி கூக்குரலெதுவும் எழுப்பாததால் பாலியல் பலவந்தம் என்ற குற்றச்சாட்டு உண்மைக்குப் புறம்பானது என்று உச்ச நீதிமன்றம் முடிவு செய்தது. மேலும் செயல் அழிந்து போன நிலைமையில் மதுரா இருந்தாள் என்பதனை ஏற்றுக் கொள்ள முடியாததென்றும், ஒரு வகையான இசைவுத் தன்மை அவளிடம் காணப்பட்டதாகவும் உச்ச நீதிமன்றம் தன் தீர்ப்பில் குறிப்பிட்டது.

இத்தீர்ப்பை எதிர்த்து மகளிர் அமைப்புகள் போராட்டம் நிகழ்த்தின. பாலியல் பலவந்தம் தொடர்பான சட்டங்களில் திருத்தம் செய்ய வேண்டுமென்ற வேண்டுகோளை இவ்வமைப்புகள் முன் வைத்தன. ஒரு பெண்ணுடன் ஓர் ஆடவன் உடலுறவு நிகழ்த்தியது நிரூபிக்கப்பட்டு, அப்பெண் தன்னுடைய விருப்பமின்றி அது நிகழ்ந்ததாகக் குறிப்பிட்டால் நீதி மன்றம் அதை ஏற்றுக் கொள்ள வேண்டுமென்றும், அப்பெண்ணுடைய சம்மதத்தைப் பெற்றதாக நிரூபிக்க வேண்டிய பொறுப்பு குற்றம் சாட்டப்பட்ட வனுடைய தாக அமைய வேண்டுமென்றும் குற்றம் சாட்டப்பட்ட பெண்ணின் கடந்த பாலியல் வாழ்க்கையைச் சாட்சியமாகக் கொள்ளக் கூடாதென்றும் இவ்வமைப்புகள் வேண்டுகோள் விடுத்தன.

இதன் அடிப்படையில் சட்டக்குழு ஒன்றை அரசு அமைத்தது. அக்குழுவின் பரிந்துரைகளில் மேற்கூறிய இரண்டு வேண்டு கோள்களும் இடம்பெற்றன.

1980 ஆகஸ்டில் பாலியல் பலவந்தம் தொடர்பான சட்ட வரைவு பாராளுமன்றத்தின் முன் வைக்கப்பட்டது. பாதிக்கப்பட்ட பெண்ணின் கடந்த கால பாலியல் வாழ்க்கை வரலாறும், அவளது பொதுவான நடத்தையும் இவ்வழக்குகளில் சாட்சியங்களாகப் பயன்படுத்தலாகாது என்ற சட்டக் குழுவின் பரிந்துரை இதில் இடம்பெறவில்லை. பாதிக்கப்பட்ட பெண்ணிடம் சம்மதம் பெற்றதாகக் கூறினால் அதை நிரூபிக்க வேண்டிய பொறுப்பு குற்றம் சாட்டப்பட்டவனுடையது என்பது மட்டும் ஏற்றுக் கொள்ளப் பட்டது. அதுவும் கூட காவலர்கள், பொது ஊழியர்கள், பொது மருத்துவமனை நிர்வாகிகள், சிறை அதிகாரிகள் ஆகியோருக்கு மட்டுமே பொருந்தும்.

இவ்வாறு சட்ட நுணுக்கங்களுக்கிடையில் பாலியல் பலவந்த நிகழ்ச்சிகளை ஆராய்வதை விட இந் நிகழ்வின் பின்புலமாக எவை யெவை உள்ளன என்பதைக் காண முயல்வது சமூகவியலாளரின் கடமையாகும். அதிகாரம் - செல்வம் - சாதிய மேலாண்மை இவற்றுள் ஒன்றின் துணையுடன் அல்லது ஒன்றிற்கு மேற்பட்ட வற்றின் துணையுடன்தான் அடித்தள மக்கள் மீது பாலியல் குற்றங்கள் இழைக்கப்படுகின்றன. இத்தகைய பாலியல் குற்றங் களும், குற்ற முயற்சிகளும் அடித்தள மக்களுக்கெதிரான வன்முறை யின் ஒரு பகுதியேயாகும். எனவே, நுட்பமான சட்டவிளக்கங்களை ஒருபுறம் ஒதுக்கிவிட்டு அடித்தள மக்கள் மீது நிகழ்த்தப்பட்ட -

நிகழ்த்தப்படும் அனைத்து வகையான பாலியல் குற்றங்கள் மட்டு மன்றிக் குற்ற முயற்சிகளையும் கூட பாலியல் வன்முறை என்ற சொல்லால் குறிப்பிடுவது தான் பொருத்தமானது.

அடித்தள மக்களின் ஏழ்மை - பாதுகாப்பற்ற நிலை - சாதிய இழிவு இவற்றைச் சாதகமாகக் கொண்டு உடலுறவுக்குக் கட்டாயப் படுத்துவதும் அல்லது அதற்கு இணங்கிப் போவதைத் தவிர வழியில்லை என்ற நிலைக்கு அவர்களை ஆளாக்குவதும் கூட ஒரு வகையான வன்முறைதான். இதனடிப்படையில் பாலியல் வன்முறை என்ற சொல் பாலியல் பலவந்தத்தை மட்டும் குறிப்பிடவில்லை. அதிகாரம் என்ற கருவியின் துணையுடன் மேலோர் நிகழ்த்திய அனைத்து வகை பாலியல் குற்றங்களையும், குற்ற முயற்சிகளையும் இச்சொல் இக்கட்டுரையில் குறித்து நிற்கிறது.

பாலியல் வன்முறையும் நாட்டார் பாடல்களும்

அடித்தள மக்கள் மீதான பாலியல் வன்முறையை நாட்டார் வழக்காறுகளின் பல்வேறு பிரிவுகள் குறிப்பிடுகின்றன. அவற்றுள் 1. நாட்டார் பாடல்கள், 2. கதைப் பாடல்கள், 3. பழமரபுக் கதைகள் ஆகியவைகளில் இடம்பெற்றுள்ள பாலியல் வன்முறை குறித்த செய்திகள் மட்டும் இக்கட்டுரையில் எடுத்துக் காட்டப்படுகின்றன. முதலில் நாட்டார் பாடல்கள் குறிப்பிடும் செய்திகளைக் காண்போம்.

உழைக்கும் மக்களில் பெரும்பகுதியினரைத் தீண்டாமை என்ற நிலைமைக்கு இந்திய நிலப்பிரபுத்துவம் ஆளாக்கி வைத்துள்ளது. குறிப்பிட்ட பிரிவு மக்களைத் தொட்டால் தீட்டு ஏற்படுமென்று விலகிச் சென்றும் எதிர்பாராத வகையில் தொட்டு விட்டால் நீராடியும் தீட்டிலிருந்து உயர் சாதியினர் தம்மைப் பாதுகாத்துக் கொள்கின்றனர். அதே நேரத்தில் தீண்டத்தகாதவர்கள் என்று அவர்கள் ஒதுக்கி வைத்த சாதியினரின் பெண்களைப் பாலியல் பலவந்தம் செய்யும் போது, அவர்களின் ஏழ்மையைப் பயன்படுத்தி உடலுறவுக்கு இணங்கச் செய்யும் போதும் தீட்டு என்ற விலக்கு மறைந்துவிடுகின்றது.

காஞ்சா ஐலய்யா (1993: 49) கூறுவது போல் "அப்பெண்களின் உடல்தான் தீண்டத்தகாததாக இருக்கிறதேயன்றி அவர்களின் பாலியல் தன்மையன்று" இவ்வுண்மையை மலையாள நாட்டார் பாடலொன்று இவ்வாறு எடுத்துரைக்கின்றது.

ஆணாளெ தொட்டா (ல்) குளிக்கணெ (ம்) தம்புரா (ன்)
பெண்ணாளெ தொட்டா (ல்) குளிக்காத்த தம்புரா (ன்)
ஆணாளெக் கண்டா (ல்) ஓடி ஒளிக்கும்

பெண்ணாளெக் கண்டா (ல்) மாறி விளிக்கும்
திரும்ப அழைக்கும்

பெரிய தம்புரான் இப்படி என்றால் சின்னத் தம்புரான் ஒரு புலைப் பெண்ணைத் தீய எண்ணத்துடன் வேண்டுமென்றே வீட்டிற்குப் போக விடாமல் நிறுத்தி வைக்கிறான். அவளைப் பார்த்து,

நேரம் போயிட்டே நேரம் போயிட்டே
எங்க சின்ன தம்புரான்
என்னைப் பார்க்காது நேரம் பார்க்கனும்
எங்க சின்ன தம்புரான்

என்று அப்பெண் புலம்புகிறாள் (தமிழவன்: 1976, 22-24)

கிராமத்தின் தலைவராக விளங்கும் ஊர்க்கவுண்டரின் குமரி வேட்டை குறித்துக் கொங்கு நாட்டில் வழங்கும் பாடலொன்று பின்வருமாறு குறிப்பிடுகிறது.

நல்லாரும் பொல்லாரும்
மானு வேட்டைக்கும் போறாங்கோ
மயிலு வேட்டைக்கும் போறாங்கோ
குயிலு வேட்டைக்கும் போறாங்கோ
கூனு வேட்டைக்கும் போறாங்கோ
கொமுரி வேட்டைக்கும் போறாங்கோ

இதே பாடலின் மற்றொரு வடிவம் வருமாறு:

மானு வேட்டையை ஆடிக்கொண்டு
மயிலு வேட்டையை ஆடிக்கொண்டு
கொக்கு வேட்டையை ஆடிக்கொண்டு
குயிலு வேட்டையை ஆடிக்கொண்டு
குமரி வேட்டையும் ஆடுவாராம் (செங்கோ வரதராசன், 1988: 260)

ஆங்கிலேயர்கள் நம்மை ஆளத் தொடங்கிய போதும் இத்தகைய கொடுமை தொடர்ந்தது.

ஊரான் ஊரான் தோட்டத்திலே
ஒருத்தன் போட்டானாம் வெள்ளரிக்கா
காசுக்கு ரெண்டா விக்கச் சொல்லி
காயிதம் போட்டானாம் வெள்ளக்காரேன்
வெள்ளக் காரம்பணம் வெள்ளிப் பணம்
வேடிக்க செய்யுர சின்னப்பணம்
வெள்ளிப் பணத்துக்கு ஆசப்பட்டு
வேசங் கொலஞ்சாளே வீராயி

என்ற பாடல் சிற்சில மாறுதல்களுடன் தமிழ் நாடெங்கும் பரவலாக வழங்குகிறது.

இதே ஆங்கிலேயர்கள் இலங்கை, பர்மா, மலேயா போன்ற பகுதிகளில் காப்பி, ரப்பர், தேயிலை போன்றவற்றைப் பயிரிடும் தோட்டங்களை அமைத்து அவற்றில் பணிபுரிய தமிழ்நாட்டின் தென்மாவட்டங்களிலிருந்து "ஒப்பந்தக் கூலிகள்" என்ற பெயரில் பல்லாயிரக்கணக்கான மக்களை அழைத்துச் சென்றனர். அங்கு அட்டை கடிக்கும், கொசுக்கடியினால் ஏற்படும் மலேரியா நோய்க்கும் பலியானதுடன் மட்டுமன்றி வெள்ளைத் துரைகளின் பாலியல் வன்முறைக்கும் பலியானார்கள். பஞ்சம் பிழைக்க ரங்கூன் சென்று அங்கிருந்து திரும்பிய பெண்ணொருத்தி பாடிய பாடலில் தோட்டத் துரைகளின் பாலியல் வன்முறை மிகத் தெளிவாகக் குறிப்பிடப்படுகிறது (ஜகந்நாதன் 1975: 183).

ராத்திரி வேலைக்கு ராச்சம் பளம்வேறே
ராசா என்டாங்கன் துரை
சேத்துக் கொடுத்தாலும் சேட்டை பண்ணுவாரே
சின்னப் பெண்ணைக்கண்டுட்டால்
காலுச்சட்டை போட்டுக் கையை உள்ளேவிட்டுக்
கண்ணை நல்லாச் சிமிட்டிக்
கங்காணி மாரைத்தான் கைக்குள்ளேதான் போட்டுக்
காசுகளை யிறைச்சு
காடுன்னு மில்லை மேடுன்னு மில்லை
வீடுன்னும் இல்லையம்மா
கண்ட இடமெல்லாம் கண்டகண்ட பொண்ணைக்
கையைப் பிடிச்சிழுப்பார்

பெண்கள் மீதான பாலியல் வன்முறையை நிகழ்த்துவதில் காவல் துறையும் முக்கிய பங்கு வகிக்கிறது. ஏழைகள், சிறுபான்மை யோர், தலித்துகள், ஆதிவாசிகள் ஆகியோர் காவல் துறையின் காவலில் இருக்கும்போது சித்திரவதை - பாலியல் வன்முறை - மரணம் ஆகியனவற்றுக்கு ஆளாகிறார்கள் என்று சர்வதேச பொதுமன்னிப்புக் கழகம் அண்மையில் குற்றம் சாட்டியுள்ளது (sebastian, 1992: 876). தலித் எழுத்தாளர் ஒருவர்,

> எம் போன்ற பறைச்சிகளுக்கு நாங்கள் பறைச்சிகளாகவும், கறுப்பிகளாகவும் இருப்பது என்பதே ஒரு பய உணர்வையும், பாதுகாப்பின்மையையும் தருவதாக இருக்கிறது. எந்த நேரமும் நாங்கள் போலீஸ் ஸ்டேஷனில் வைக்கப்பட்டு எங்களின் பிறப்புறுப்பில் தடிகள் நுழைக்கப்படலாம்.

நான்கைந்து பேர் எங்கள் பிறப்புறுப்பை தங்கள் பிறப்புறுப்பால் கிழித்துப் போடலாம்.

என்று மனம் குமுறிக் கூறுவதும் இக்கொடுமையின் பாதிப்பைப் புலப்படுத்தும் (மக்தலேனா, 1992: 29).

1992 ஆம் ஆண்டு ஜுன் திங்கள் 3 ஆம் நாள் சிதம்பரம் அண்ணாமலை நகர் காவல் நிலையத்தில் நந்தகோபால் என்பவரை அடித்து கொன்றுவிட்டு அவரது மனைவி பத்மினியைக் காவல் துறையினர் பாலியல் வன்முறை செய்தனர் என்ற குற்றச்சாட்டு பரவலாக எழுந்தது. எனவே வேறு வழியின்றி அரசு, விசாரணை ஆணையம் ஒன்றை அமைத்தது. விசாரணை ஆணையம் தனது அறிக்கையில்,

> காவல் துறையினர், திருமதி பத்மினியைக் கற்பழித்த தாகக் குற்றஞ்சாட்டப்பட்டது, தொடர்பாக நம்பத்தக்க, ஏற்றுக் கொள்ளத்தக்க சாட்சியம் எதனையும் நான் காணவில்லை. ஆனால், அவருடைய ஆடைகளை அவிழ்த்து நிர்வாண மாக்கி, அவரைத் தடியினால் அடித்ததன் மூலம் அவருடைய பெண்மை களங்கப் படுத்தப்பட்டுள்ளது. காவலர் பார்த்த சாரதி (எண். 978) அவருடைய புடவையை அவிழ்க்குமாறு சாட்சி கொளஞ்சியிடம் (க. சா. 3) கேட்டுக் கொண்டதாகவும், காவலர் ஜாபர் சாதிக் (எண் 1090) அவருடைய புடவையை அவிழ்த்ததாகவும், காவலர் பார்த்தசாரதியும் (எண் 978) காவலர் மஹபூப் பாஷாவும் (எண் 288) அவருடைய ஜாக்கெட்டையும் உள்ளாடையையும் கழற்றி அவரை நிர்வாணமாக்கியதாகவும் காவல்துறை உதவி ஆய்வாளர் இப்ராஹீம் ஷெரீஃப், காவலர்கள் ஜாபர் சாதிக், மஹபூப் பாஷா பார்த்தசாரதி, கருணாநிதி ஆகியோர் வரந்தாவைச் சுற்றிலும் ஓடுமாறு அவரிடம் கேட்டுக் கொண்ட தாகவும், காவலர் மஹபூப் பாஷா, அவருடைய பெண் உறுப்பில் லத்தியை நுழைத்ததாகவும் க. சா. 1 தெரிவித்துள்ளார். க. சா. 1 புடவையை அவிழ்க்குமாறு சாட்சி கொளஞ்சியிடம் காவலர் மஹபூப் பாஷா கேட்டுக் கொண்டாகவும், பின்னர், கொளஞ்சி புடவையை அவிழ்க்காத போது, அவர் (காவலர் மஹபூப் பாஷா) புடவையை அவிழ்த்ததாகவும், க. சா. 2 தெரிவித்தார். அவருடைய புடவையை அவிழ்க்குமாறு கேட்டுக் கொண்டார்கள், காவல்துறை உதவி ஆய்வாளர் இப்ராஹீம் ஷெரீஃபும், காவலர் மஹபூப் பாஷாவும் என க. சா. 3 அடையாளங் காட்டினார். காவலர் மஹபூப் பாஷா,

காவலர் பார்த்தசாரதி, காவலர் செல்லையா ஆகியோர் க. சா. 1ன் புடவையை அவிழ்க்குமாறு க. சா. 3 இடம் கேட்டுக் கொண்டனர் என்று க. சா. 7 தெரிவித்துள்ளார். எனவே, காவல்துறை உதவி ஆய்வாளர் இப்ராஹீம் ஷெரிஃப், காவலர்கள் ஜாபர் சாதிக், மஹபூப் பாஷா, பார்த்தசாரதி, கருணாநிதி, செல்லையா ஆகியோர் க. சா. 1ன் பெண்மையைக் களங்கப்படுத்தியதற்குப் பொறுப்பானவர்கள் ஆவர். இவ்வாறாக, அவர்கள் இ.பி.கோ. 354ஆம் பிரிவின்படியும், இ.பி.கோ. 34ஆம் பிரிவின் படியும் தண்டிக்கத்தக்க குற்றம் புரிந்துள்ளனர். (1994: 26)

விசாரணை ஆணைய அறிக்கை இவ்வாறு இருந்தாலும் விசாரணை நீதிமன்றம் ஆய்வாளரும் காவலர்களும் பத்மினியின் மீது பாலியல் வன்முறையை நிகழ்த்தியுள்ளனர் என்ற முடிவுக்கு வந்து அவர்களுக்கு தண்டனை வழங்கியுள்ளது. 1994 அக்டோபர் 18, 19 நாட்களில் ராமேஸ்வரம் காவல் நிலையத்தில் ராக்கம்மாள், முருகலட்சுமி என்ற இரு மீனவப் பெண்களைச் சித்ரவதை செய்த தாகப் புகார் குற்றச்சாட்டு எழுந்தது. இதன் அடிப்படையில் அமைக்கப்பட்ட விசாரணை ஆணையம் தனது அறிக்கையில் (1995) இந்நிகழ்வு குறித்து பின்வருமாறு குறிப்பிட்டுள்ளது.

"A.W. 6 ஐ (திருமதி. ராக்கம்மாள்) நிர்வாணமாக்கி, அவரை மூவரும் லத்தியால் அடித்தனர். அதன் பின்னர் கால்களை நேராக நீட்டி அவரைத் தரையில் அமருமாறு கூறினர். அவரும் அவ்வாறே செய்தார். ஆறுமுகம் (காவலர் எண் 1'792) அவருடைய கால்களின் மீது நின்று கொண்டார். அதே சமயத்தில் தலைமைக் காவலர் நாகசுந்தரம் (எண் 643) A.W.ன் இரண்டு கால் பாதங்களிலும் அடித்தார். அவரால் வலியையும், சித்திரவதையையும் தாங்க இயலாததால் அழத் தொடங்கினார். தலைமைக் காவலர் நாகசுந்தரம் (எண் 643) அவருடைய மார்பகங்களைக் கசக்கினார். அவருடைய அந்தரங்க உறுப்பில் தன்னுடைய கையை நுழைத்தார். அதன் பின்னர், அவர் லத்திக் கம்பை அவருடைய அந்தரங்க உறுப்பிலும், நாக்கிலும் நுழைத்தார். அவர் அதனால் மயக்கமுற்றார். அதன் பின்னர் சோடா நீரைத் தெளித்ததும் அவர் சுய நினைவை அடைந்தார். அந்தச் சமயத்தில் அவருடைய நகக் கண்களில் தலைமைக் காவலர் நாகசுந்தரம் (எண் 643) ஊசி ஏற்றினார். அதனால் அவர் மீண்டும் அழத் தொடங்கினார் (ஆணை அறிக்கை பக். 45).

இறுதியில் ஆணையம்,

> தலைமைக் காவலர் நாககசுந்தரம் (643), தவறிழைத்த இரண்டு காவலர்கள் ஆறுமுகம், கா. எண் 1792, குமரய்யா, கா. எண் 183 ஆகியோர் இந்த இரண்டு பெண்கள் சித்திரவதை செய்யப் பட்டதற்கும், மான பங்கம் செய்யப்பட்டதற்கும் பொறுப் பானவர்கள் என்பதைத் தெளிவுபடுத்துகிறது. திருமதி ராக்கம்மாள், திருமதி முருகலட்சுமி ஆகியோர் சித்திரவதை செய்யப் பட்டு, மானபங்கம் செய்யப்பட்டது குறித்த இந்தக் குற்றங்களைச் செய்தவர்கள் தவறிழைத்த இந்தக் காவலர்கள் தான் என்பது, பாதிக்கப்பட்டவர்கள் தரப்பில் கூறப்பட்ட நிறைவான, முழுமையான, ஏற்றுக் கொள்ளத்தக்க, இயற்கை யான சான்றுகள் மூலம் தவறில்லாத வகையில் மெய்ப்பிக்கப் பட்டுள்ளது.

வீரப்பனைத் தேடுவது என்ற பேரில் அதிரடிப்படையினர் மலைவாழ் மக்களிடம் நிகழ்த்திய வன்முறைக் குறித்து விசாரிக்க 1992இல் அமைக்கப்பட்ட சதாசிவம் விசாரணை ஆணையம் 2002 பிப்ரவரி 6, 7, 8 நாட்களில் விசாரணை நடத்தியது. அப்போது அவர் முன் சாட்சியம் அளித்த வள்ளி என்ற பெண்,

> என்னோட பிறப்புறுப்புல கரெண்ட் ஷாக் கொடுத்தாங்க. ஒரு மாசமா ஒட்டுத் துணியில்லாம அம்மண மாதான் இருக்க வெச்சாங்க. மலையில இருக்கிற ஒர்க்ஷாப்ல வெச்சு அதிகாரிகள் மாறி மாறி கற்பழிச்சாங்க. யாருன்னு முகம்கூட தெரியாது.

இன்றைய நிலையே இப்படியென்றால் மலைத் தோட்டப் பகுதியில் புதிதாக அமைக்கப்பட்ட காவல் நிலையங்கள் அங்கு வாழும் ஏழைக் கூலிப் பெண்களின் பெண்மையை எவ்வாறு பாதுகாத்திருக்கும் என்று யூகித்துக் கொள்ளலாம். கேரளத்தில் கோட்டயம் மாவட்டத்திலுள்ள மலைத் தோட்டப் பகுதிகளில் பணிபுரியும் தமிழ்த் தொழிலாளர்களிடையே வழங்கும் பாடல் புதிதாக அமைக்கப்பட்ட காவல் நிலையத்தின் பணியை இவ்வாறு குறிப்பிடுகிறது (நாதன், 1979: 292).

ஆனைமேஞ்ச இடங்களெல்லாம்
அடுக்குமெத்த வீடாச்சு
போலீசு டேசனாச்சு டேசனாச்சு
பொண்ணுகள சிறையெடுக்க சிறையெடுக்க

அழகான பெண் ஒருத்தி ஏழையாகவும் சாதியால் தாழ்ந்த வளாகவும் இருந்துவிட்டால் பணத்தின் துணையுடன் அவளை வசப்படுத்த முயல்வது வளம் படைத்தவர்களின் இயல்பாகும். இத்தகைய நிகழ்ச்சியொன்று ஏறத்தாழ 35 வருடங்களுக்கு முன்னர் தற்போதைய பசும்பொன் முத்துராமலிங்கம் மாவட்டத்திலுள்ள சிறுக்கம்பையூர் கிராமத்தில் நிகழ்ந்துள்ளது.

சிறுக் கம்பையூர் கிராமத்தில் பிரான்சிஸ் என்ற நிலவுடைமையாளன் வாழ்ந்து வந்தான். வட்டிக்குப் பணம் கொடுக்கும் தொழிலும் இவனுக்குண்டு. பணத்தின் துணையுடன் பெண் வேட்டையாடும் இவனுக்குப் பெண்களை அமர்த்திக் கொடுக்கும் செயலை, 'ஜெப மாலை' என்ற பறையர் சாதிப் பெண் செய்து வந்தாள். அதே ஊரில் அழகராண்டி என்ற பறையர் ஒருவர் வாழ்ந்து வந்தார். அழகும், ஒழுக்கமும், துணிச்சலும் ஒருசேரப் பெற்ற 'அஞ்சம்மா' என்ற இவரது மகள் பிரான்சிஸின் விருப்பத்திற்கு இணங்க மறுத்ததுடன் ஜெபமாலையைக் கடுமையாகத் திட்டி அனுப்பி விட்டாள் அஞ்சம்மாள்.

ஆனால் ஜெபமாலை இந்நிகழ்ச்சியை பிரான்சிஸிடம் கூறாததுடன் மட்டுமின்றி, அஞ்சம்மாவுக்கு என்று கூறி இடை யிடையே பணம் பெற்று வந்தாள். இறுதியாக ஒருநாள் 'எல்லாப் பணத்தையும் வாங்கிட்டு ஏமாத்திட்டாள்' என்று பிரான்சிஸிடம் ஜெப மாலை கூறிவிட்டாள். இச்செய்தி பிரான்சிசை ஆத்திர மடையச் செய்தது.

ஒருநாள் அஞ்சம்மா தன் தம்பியுடன் ஊருக்கு வெளியே சென்று கொண்டிருந்ததைக் கண்ட பிரான்சிஸ் அஞ்சம்மாவை வழிமறித்துப் பலவந்தம் செய்ய முயன்றான். அஞ்சம்மாவின் தம்பி உதவி கேட்டு ஊர்ப்பக்கம் ஓட முயலும் போது செருப்பு அறுந்து போக கீழே விழுந்தான். உடனே அவனை பிரான்சிஸ் வெட்டிக் கொன்றுவிட்டு அஞ்சம்மாவைப் பலவந்தம் செய்ய முனைந்தான். அஞ்சம்மா கடுமையாக எதிர்க்கவே அவளையும் கழுத்தறுத்துக் கொன்றான். இத்தகைய நிகழ்ச்சியைக் குறித்து நாட்டார் பாடல் ஒன்று இப்பகுதியில் வழங்கி வருகிறது.

கதைப்பாடல்களில் பாலியல் வன்முறை

இனி கதைப்பாடல்களில் இடம் பெறும் பாலியல் வன்முறை குறித்த சில செய்திகளைக் காண்போம். 18-ஆம் நூற்றாண்டில் வங்கத்தை ஆண்ட முகம்மதிய சிற்றரசர்களின் பாலியல் வன்முறை குறித்து கோதண்டராமன் (1963: 7) பின்வருமாறு குறிப்பிடுவார்.

இச்சிற்றரசர்கள் 'சில்துகி' என்னும் பெயர் கொண்ட டாபர்களின் மூலமாக அழகிய இந்துப் பெண்கள் இருந்த இடங்களையறிந்து அவர்களைத் தம்மிடம் ஒப்படைக்க வேண்டுமெனப் பெற்றோர்களிடம் தைரியமாகக் கேட்க லாயினர். மேலும் 'மஜர் மொராச்சா' என்னுமொரு கலியாண வரிவிதித்து இந்துக்களை இம்சித்தனர். இவ்வரிக்கோ வரம்பே கிடையாது. திவான்களின் இஷ்டப்படி இதை எவ்வளவு வேண்டுமானாலும் உயர்த்தலாம். இவ்வரியைக் கொடுக் கிறாயா? அல்லது உன் பெண்ணைத் தருகிறாயா? எனக் கேட்பான் திவான் அல்லது, அவன் கீழுள்ள காஜி. இக்கொடிய வரியிலிருந்து மீள, இந்துக் குடும்பத்தினர் தம் பெண்ணைக் காஜியிடம் ஒப்படைக்க நேரும்.

இவ்வாறு இச்சிற்றரசர்களிடம் அழகிய பெண்கள் பலியான சோக நிகழ்ச்சிகளை வங்காள மொழியில் "கீத - காதா" என்றழைக் கப்படும் கதைப்பாடல்கள் எடுத்துரைக்கின்றன (மேலது: *4*).

"கன்னியாகா அம்மவாரி கதா" என்ற தெலுங்கு மொழிக் கதைப்பாடல் பாலியல் வன்முறைக்குப் பலியான கன்னியாகா என்ற பெண்ணின் கதையைக் குறிப்பிடுகின்றது. மேற்குக் கோதாவரி மாவட்டத்திலுள்ள பேணுகொண்டா என்ற நகரில் கோமுட்டிச் செட்டியார்கள் வாழ்ந்து வந்தனர். இவர்களின் தலைவனான 'குசும சிரேஷ்டி' என்பவனின் மகளான கன்னியாகா மிகவும் அழகானவள். ஒரு நாள் இந்நகரத்திற்கு மன்னன் வருகை தர கன்னியாகா அவனை வரவேற்றாள். அவள் அழகில் மயங்கிய மன்னன் அவளை மணம் புரிய விரும்பினான். தன் விருப்பத்தை நிறைவேற்றாவிட்டால் அந்நகரத்தைக் கைப்பற்றி கன்னியாகாவைப் பலவந்தமாகத் தூக்கிச் சென்றுவிடுவதாக அச்சுறுத்தினான். இச்சிக்கலில் இருந்து விடுபடும் வழியறியாது கோமுட்டிச் செட்டியார்கள் திகைத்தனர். இறுதியில் கன்னியாகா முடிவெடுத்தாள். அம்முடிவின்படி ஆழமான குழியை வெட்டி அதில் நெருப்பை வளர்த்து உறவுப் பெண்கள் சிலருடன் தீக்குளித்தாள். இதன் பின்னர் அவள் கோமுட்டிச் செட்டியார்களின் தெய்வமாக வணங்கப்படலானாள் (Velcheru Narayana Rao, *1986: 136*).

'மங்காத்தியம்மன் கதை' என்ற தமிழ்க் கதைப்பாடலில் அகம்படியார் சாதி மன்னன் ஒருவன் அனஞ்ச பெருமாள் கோனார் என்பவரது மகள் பத்ரகாளியைத் தன் மகனுக்குப் பெண் கேட்கிறார். முதலில் பெண் தர மறுத்த அவர் பின்னர் இதன் காரணமாக ஏற்படும் விளைவுகளுக்கு அஞ்சி, திருமணத்திற்கு இசைவு தெரிவிக் கிறார். பின் திருமணப் பந்தல் அமைத்து முகூர்த்தக் காலில் பெண்

நாயைக் கட்டிவிட்டு அவரது குடும்பத்துடன் ஊரை விட்டுச் சென்று விடுகிறார். வீட்டிற்கு வந்த மன்னன் இதைக் கண்டு அவமானமடைந்து அவரைத் துரத்திச் சென்றான். ஆனால் பத்ரகாளியம்மன் அருளினால் அனஞ்ச பெருமாள் கோனாரின் குடும்பம் தப்பிவிடுகிறது (Lourdu 1983).

பாலியல் வன்முறையும் பழமரபுக் கதைகளும்

பழமரபுக் கதைகளிலும் (Legends) பாலியல் வன்முறை குறித்த செய்திகள் இடம் பெற்றுள்ளன. இக்கதைகளை,

1. சாதிகளின் இடப்பெயர்ச்சி தொடர்பானவை,
2. நாட்டார் தெய்வங்களுடன் தொடர்புடையவை

என இரண்டாகப் பகுக்கலாம். முதலில் சாதிகளின் இடப் பெயர்ச்சி தொடர்பான கதைகள் சிலவற்றை எடுத்துக்காட்டாகக் காண்போம்.

இரணியல் செட்டியார்களின் இடப் பெயர்ச்சி

காவிரிப்பூம்பட்டினத்தில் செட்டியார் ஒருவருக்கு அழகிலும் அறிவிலும் சிறந்த பெண்கள் இருவர் இருந்தனர். அவ்விருவரையும் தனக்கு மணம் முடித்துக் கொடுக்கும்படி சோழ மன்னன் கட்டளை யிட்டான். இது தொடர்பாக முடிவெடுக்க ஒருநாள் அவகாசம் கேட்டுவிட்டு நேராக வீட்டிற்கு வந்த செட்டியார் நிலவறைக் குள்ளிருந்து சில பாத்திரங்களை எடுத்து வரும்படி இரு மகள் களிடமும் கூறினார். அவ்வாறே அவர்களிருவரும் உள்ளே போனதும் மண்ணைப் போட்டு அதை மூடிவிடும்படித் தன் ஆட்களிடம் கூறிவிட்டு தானும் நிலவறைக்குள் நுழைந்து விட்டார். செட்டியாரும் அவரது இருமக்களும் நிலவறையில் சமாதியாகிவிட ஏனைய செட்டியார்கள் காவிரிப்பூம்பட்டினத்தை விட்டுப் புறப்பட்டு இன்றைய கன்னியாகுமரி மாவட்டப் பகுதிக்குள் நுழைந்து இரணியல் உட்பட ஏழு ஊர்களில் குடியேறி இரணியல் செட்டியார்கள் அல்லது ஏழூர்ச் செட்டியார்கள் என்று அழைக்கப் படலாயினர்.

நகரத்தாரின் இடப் பெயர்ச்சி

காவிரிப்பூம்பட்டினத்திலிருந்த நாட்டுக் கோட்டைச் செட்டி யார்கள் தம் குலப் பெண்களுக்குச் சோழ மன்னனொருவன் கொடுமையிழைக்க அதற்கு அஞ்சி அவர்கள் சோழ நாட்டிலிருந்து குடிபெயர்ந்து சோழ நாட்டின் தெற்கெல்லையான வெள்ளாற் றுக்குத் தெற்கே குடியமர்ந்ததாகப் பழைய கதை ஒன்று கூறுகிறது

(ரகுநாதன், 1984: 354). கி.பி. 1608-இல் பழனியில் நகரத்தார் எழுதிக் கொடுத்த தருமசாசனம் ஒன்றிலும் "காவேரிப் பூம்பட்டினத்தை விட்டுப் புறப்படும்போது இராஜாவினுடைய உபத்திரவம் பொண்ணு விஷயமாய்ப் பொறுக்காதபடியால் இளையேத்துக் குடி வந்து சேர்ந்தோம்" என்று எழுதப்பட்டுள்ளது (ரகுநாதன், 1984: 360).

வைசிய புராணச் செய்தி

சூடாமணிப் புலவர் என்பவர் இயற்றிய வைசிய புராணத்தில் வைசியர்களின் இடப்பெயர்ச்சி குறித்த செய்தி இடம் பெற்றுள்ளது. இதன்படி மருதவாணன் என்ற வணிகனின் மகளைப் பலவந்தமாக மணக்கச் சோழ மன்னன் ஒருவன் முடிவு செய்து திருமணப் பந்தல் போட உத்தரவிட்டான். திருமண நாளுக்கு முந்தின நாளிரவில் "எம் வீட்டுப் பெண் நாய்க்கும் நீ தகுந்தவனல்லன்" என்பது விளங்க ஒரு ஆண் நாயைக் கட்டிவிட்டு மருதவாணன் ஓடிவிட்டான் (ரகுநாதன், 1984: 357 - 358).

சமணர்களின் இடப் பெயர்ச்சி

கி.பி. 1478-இல் செஞ்சிப் பகுதியை வெங்கடபாதி நாயகன் என்ற தெலுங்குச் சிற்றரசன் ஆண்டு வந்தான். மேல் ஜாதி ஒவ்வொன்றிலும் ஒவ்வொரு மனைவியை மணக்க வேண்டுமென்று முடிவு செய்து முதலில் பிராமணனை அழைத்துப் பெண் கேட்டான். இதை விரும்பாத பிராமணர்கள் அதை நேரடியாகக் கூறவிரும்பாது "சமணர்கள் பிராமணர்களைவிட உயர்ந்தவர்கள் என்று சொல்லிக் கொள்ளுகிறார்கள். முதலில் அவர்கள் பெண் கொடுத்தால் பிறகு எங்கள் இனத்தில் பெண் கொடுக்கிறோம்" என்று கூறி விட்டார்கள். அதன்படி அவனும் சமணர்களிடம் பெண் கேட்டான். சமணர் களனைவரும் ஒன்று சேர்ந்து ஒரு முடிவிற்கு வந்தார்கள். அதன்படி சமணப் பிரபு ஒருவரின் வீட்டைக் குறிப்பிட்டு அந்த வீட்டிற்குக் குறிப்பிட்ட ஒரு நாளில் அரசர் வந்தால் பெண்ணை மணம் செய்து கொண்டு போகலாமென்று தெரிவித்தார்கள். அரசனும் அவ்வாறே பரிவாரங்களுடன் அந்த வீட்டிற்குக் குறிப்பிட்ட நாளில் வந்தான். ஆனால் அவன் கண்டதென்ன? அவ்வீட்டில் ஒருவருமிலர். கல்யாணப் பந்தல் மட்டும் இருந்தது. பந்தலின் ஒரு காலில் ஒரு பெட்டை நாய் கட்டப்பட்டிருந்தது.

பெண் கொடுப்பதாகத் தெரிவித்த சமணப் பிரபு அந்த ஊரை விட்டு வேறு நாட்டிற்குப் போய்விட்டான். செஞ்சி மன்னன் சமணர் தன்னை அவமானப்படுத்தியது கண்டு கோபம் அடைந் தான். சமணரைக் கொல்லும்படிக் கட்டளையிட்டான். சேவகர்

செஞ்சி நாட்டிலிருந்த சமணர்களைக் கொன்றனர். இந்த அநியாயம் கண்ட சமணர் பலர் வேறு நாட்டிற்கு ஓடினர். பலர் பூணூலை அறுத்துப் போட்டு சைவ சமயம் சார்ந்து விபூதி அணிந்தனர் (மயிலை சீனி வேங்கடசாமி, 1970: 73 - 74).

படகர்களின் இடப் பெயர்ச்சி

மைசூர் பகுதியில் படங்கிள்ளி என்ற கிராமத்தில் 'ஒளிங்கி எண்ணு' எனும் அழகான பெண் வாழ்ந்து வந்தாள். முஸ்லீம் மன்னனொருவன் படங்கிள்ளி கிராமம் வந்த போது அப் பெண்ணைக் கண்டு மயங்கி திருமணத்திற்கு ஏற்பாடு செய்யும்படிக் கூறினான். இச் செய்தியை அப்பெண்ணின் சகோதரர்கள் எழு வரிடமும் மன்னனின் படைவீரர்கள் தெரிவித்தனர். உடன் செய்தி கூறிய படை வீரர்களைச் சகோதரர்கள் எழுவரும் அடித்து விரட்டிவிட்டனர். மறுநாள் காலையில் படையுடன் வந்து அப்பெண்ணைத் தூக்கிச் செல்வதாக அவ்வீரர்கள் கூறிச் சென்றனர். இதற்கு அஞ்சிய சகோதரர்கள் எழுவரும் தம் குடும்பத்துடனும் தங்கையுடனும் புறப்பட்டு நீலகிரி மலைப் பகுதியில் வந்து குடி யேறினர். இவர்களது வழித்தோன்றல்களே படகர்கள் என்னும் இனக்குழுவினர் (பிலோ இருதயநாத், 1965: 84 - 85).

கம்மாவார் நாயுடு சாதியினர் ஆந்திரத்திலிருந்து தமிழகத் திற்கு இடம் பெயர்ந்தது குறித்த கதையிலும் மன்னன் பெண் கேட்டமையே இடப் பெயர்ச்சிக்கான காரணமாகக் கூறப்பட்டுள்ளது.

பாலியல் வன்முறையில் உதித்த தெய்வங்கள்

தமிழ்நாட்டில் பெரும்பகுதி மக்களால் வணங்கப்படும் நாட்டார் தெய்வங்களுள் பெரும்பாலானவை கொலையுண்டு பின்னர் தெய்வமாக்கப்பட்ட மானுடர்களே. இத்தெய்வங்களைக் 'கொலையில் உதித்த தெய்வங்கள்' என்று குறிப்பிடலாம். இக்கொலை நிகழ்வுக்குப் பின்வரும் பிரச்சனைகளும், முரண்பாடுகளும் காரண மாக அமைகின்றன.

1. நிலப்பிரபுத்துவ மற்றும் அதிகார வர்க்க சக்திகளின் பகைமை. நிலப்பிரபுத்துவக் கொடுமை,
2. பிறரின் பொறாமையுணர்வு,
3. மூட நம்பிக்கை (நரபலி போன்றவை),
4. குடும்பப் பிரச்சினைகள் (மண உறவு - சொத்துரிமை - முறை யற்ற பாலுறவு) தோற்றுவிக்கும் பகைமையுணர்வு,

5. நேரடியான போரில் ஈடுபட்டமை,
6. வாழ்க்கைப் பிரச்சினையினால் சில தவறுகள் அல்லது குற்றங் களைப் புரிதல்,
7. கொள்ளையர், காமுகர் ஆகியோரிடமிருந்து பிறரைக் காக்கும் முயற்சியினை மேற்கொண்டமை,
8. சாதி மீறிய காதல்,
9. கௌரவக்கொலை.

இவற்றுள் முதலாவதாகக் குறிப்பிட்ட நிலவுடைமைக் கொடுமை என்பதனுள் பாலியல் வன்முறை அடங்கும். இப்பாலியல் வன்முறைக்குப் பலியாகிப் பின்னர் தெய்வமான நிகழ்ச்சிகளுக்கு எடுத்துக்காட்டாகச் சில பழமரபுக் கதைகளை இனிக் காண்போம்.

பொன்னுமாரியம்மன்

நெல்லை கட்டபொம்மன் மாவட்டத்தில் சங்கரன்கோவில் வட்டத்தில் குருவிநத்தம் என்னும் கிராமம் உள்ளது. நாடு விடுதலை அடையும் முன்னர் இக்கிராமத்தைத் தலைநகராகக் கொண்டு ஆண்டு வந்த ஜமீன்தார்களில் ஒருவர் கால் ஊனமுற்றிருந்ததால் 'நொண்டி மகராசா' என்று அழைக்கப்பட்டார். இவர் ஒரு பெண் பித்தராவார். ஜமீன் பகுதியிலுள்ள திருமணமாகாத பெண்களில் அழகான பெண்களைக் கண்டறிந்து அப்பெண்களின் வீட்டிற்குச் சென்று அப்பெண்களை அரண்மனைக்கு அனுப்பி வைக்கும்படிக் கூறுவதற்கென்றே சிலரை நியமித்திருந்தார் (இத்தகையோர் தெருவில் வரும் போதே "சண்டாளப் பாவி வாரானே. எங்கே நுழையப் போறானோ" என்று மக்கள் பேசிக் கொள்வார்கள்) அரண்மனை அழைப்பை மறுத்தால் ஊரில் வாழ முடியாது. மேலும் பலவந்தமாகத் தூக்கிச் சென்றுவிடுவர். அழைப்பு வந்த பெண் அரண்மனையின் தெற்கு வாயில் வழியாக அரண்மனைக்குள் செல்ல வேண்டும். அங்கு சென்றதும் மார்புச் சேலையை இறக்கி இடுப்புப் பகுதியில் கட்டிக் கொள்ள வேண்டும். ஜமீன்தாரின் மிருக வேட்கையைத் தீர்க்க வந்தவள் என்பதற்கு இதுவே அடையாளமாகும். உடனே அப்பெண் ஜமீன்தாரிடம் அழைத்துச் செல்லப்படுவாள். அவளை அனுபவித்துவிட்டு பரிசுகள் எதுவும் கொடுத்தோ, கொடுக்காமலோ ஜமீன்தார் திருப்பி அனுப்பிவிடுவார்.

குருவிகுளம் கிராமத்தின் கீழ்ப்பகுதியில் வாழ்ந்து வந்த இந்து மலை வேடர் (குறவர்) சாதியில் பொன்னுமாரி என்ற

பெண் மிகவும் அழகாயிருந்ததால் அரண்மனை அழைப்பு அப்பெண்ணிற்கு வந்தது. சாதிய நிலையிலும் பொருளாதார நிலையிலும் தாழ்ந்திருந்த அப்பெண்ணின் குடும்பத்தினருக்கு அரண்மனை உத்தரவுக்குக் கீழ்ப்படிவதைத் தவிர வேறு வழியில்லை. ஆனால் இழி செயலை விரும்பாத அப்பெண் அரண்மனைக்குப் புறப்பட்டு செல்வதற்குப் பதில் தூக்கிட்டுத் தற்கொலைச் செய்து கொண்டாள். தொடக்கத்தில் இப்பெண்ணின் சாதியினர் இப்பெண்ணின் வீட்டுப் பகுதியில் பீடம் எழுப்பி வழிபட்டு வந்துள்ளனர். தற்போது “பெரிய கம்மா” என்றழைக்கப்படும் ஊருக்குத் தென்புறமுள்ள குளத்தின் கரைப் பகுதியில் இலுப்பை மரங்களுக்கு அடியில் மேற் கூரை எதுவும் இல்லாத கோவி லொன்றை அமைத்துள்ளனர். தற்போது சிறு மேடையில் வடக்கு முகமாக 2.75 அடி உயரத்தில் பீடம் ஒன்று அமைக்கப்பட்டுள்ளது. பீடத்தின் முகப்பில் ஓவியமாக அம்மன் உருவம் வரையப் பட்டுள்ளது. பொன்னுமாரி அம்மன் என்று இவ்வம்மன் அழைக்கப் படுகிறாள்.

போத்தி அம்மன்

ஏறத்தாழ 150 ஆண்டுகளுக்கு முன் சிதம்பரனார் மாவட்டம் திருவைகுண்டம் வட்டத்திலுள்ள செய்துங்கநல்லூர் என்ற கிராமத்திலிருந்து பொற்கொல்லர் குடும்பங்கள் சில இடம் பெயர்ந்து எட்டையபுரம் ஊரில் குடியேறின. ஊரின் கீழ்ப்பகுதியில் இவர்களின் குடியிருப்பு அமைந்தது. இவ்வாறு குடியேறிய குடும்பம் ஒன்றில் போத்தியம்மாள் என்ற அழகான பன்னிரண்டு வயது சிறுமி ஒருத்தி இருந்தாள். ஒரு நாள் எட்டயபுரம் ஜமீன்தார் வேட்டைக்குச் செல்லும்போது அவர் கண்ணில் இச்சிறுமி தென்பட்டாள். தன்னுடன் வந்தவர்களிடம் அப்பெண் யார் என்று விசாரித்து அரண்மனைக்கு அனுப்பி வைக்க ஏற்பாடு செய்யுமாறு கட்டளை யிட்டார். கட்டளையைப் பெற்றவர்கள் அப்பெண் அரண்மனைப் பொற்கொல்லரின் மகள் என்பதைக் கண்டறிந்து அவரிடம் ஜமீன்தாரின் கட்டளையைத் தெரிவித்தனர். கட்டளையை மீறவும் முடியாது. அதிலிருந்து தப்பிக்கும் வழியும் தெரியாத நிலையில் சிறுமியின் தந்தை இறுதியில் அப்பெண்ணைக் கொன்று குலமானத்தைக் காப்பாற்றிவிடுவது என்று முடிவுக்கு வந்தார். தம் குல தெய்வத்தின் கோவில் வளாகத்தில் ஆழமான குழி ஒன்றைத் தோண்டி அதற்குள் இறங்கும்படி அச்சிறுமியிடம் கூறினார். அதன்படி அக்குழியினுள் அச்சிறுமி இறங்கியவுடன் குழியினுள் மண்ணை விரைவாகத் தள்ளி அப்பெண்ணை உயிரோடு சமாதி

வைத்தார். பின் தம் குடும்பத்துடன் கீழைக்கரைப் பகுதிக்கு இரவோடு இரவாகக் குடி பெயர்ந்தார். பல ஆண்டுகள் கழித்து அப்பெண்ணின் குடும்பத்தினரும், உறவினர்களும் அப்பெண்ணைப் புதைத்த இடத்தில் பீடம் எழுப்பி வழிபடத் தொடங்கினர். போத்தியம்மன் கோவில் என்ற பெயரில் இன்றும் எட்டயபுரம் கீழ் வீதியில் இக்கோவில் உள்ளது. பொற்கொல்லர்களுக்கு உரிய கோவிலாக இக்கோவில் விளங்குகிறது. ஆண்டுதோறும் நடைபெறும் கொடைவிழாவில் கலந்து கொள்ளுவதற்கு, கீழைக்கரை பகுதியிலிருந்தும் பொற்கொல்லர்கள் வருகிறார்கள்.

எட்டயபுரம் ஜமீன்பகுதிக்கு உட்பட்ட கசவன்குன்று என்ற கிராமத்திலும் இத்தகைய நிகழ்ச்சி நடந்துள்ளது. கல்தச்சர் குடும்பத்தைச் சார்ந்த அழகிய இளம்பெண் ஒருத்தி, தன் தலையைச் சிக்கெடுத்தவாறு வீட்டின் முன்பகுதியில் நின்று கொண்டிருந்தாள். குருமலை என்ற கிராமத்திற்குக் குதிரையின் மீது பயணம் செய்த எட்டயபுரம் ஜமீன்தார் ஒருவர் இப்பெண்ணைக் கண்டு அவளை அழைத்து வரும்படித் தன் ஆட்களிடம் கட்டளையிட்டார். அப்பெண்ணின் தந்தையிடம் அக்கட்டளை தெரிவிக்கப்பட்டது. கட்டளையின்படி அப்பெண்ணை அனுப்பி வைப்பதாகக் கூறிய பெண்ணின் தந்தை வீட்டின் தோட்டப்பகுதியில் குழி ஒன்றைத் தோண்டி சிறு ஏணி ஒன்றின் மூலம் அப்பெண்ணை இறங்கச் செய்தார். குத்து விளக்கொன்றைக் கொடுத்து அதனை ஏற்றி வழிபாடு செய்யும்படிக் கூறினார். அதன்படி அப்பெண் வழிபாடு செய்து கொண்டிருக்கும்பொழுது ஏணியை மெல்ல வெளியே எடுத்துவிட்டார். பின் மாட்டுத் தொழுவத்தில் பரப்புவதற்குப் பயன்படும் ஒரு பெரிய சதுரக்கல்லினால் குழியை மூடி, மண்ணைப் போட்டு கல்லை மறைத்துவிட்டு ஊரை விட்டு வெளியேறினார். அப்பெண்ணின் குடும்பத்தினர் மட்டும் அந்த இடத்தில் பீடம் எழுப்பி வழிபாடு செய்து வந்தனர். தற்போது அவ்வீடு தீப்பெட்டித் தொழிற்சாலையாக மாறிவிட்டது. குடும்பத்தினர் எவரும் அங்கு இல்லாததால் தற்போது வழிபாடு நிகழ்வதில்லை.

புதுப்பட்டி அம்மன்

தூத்துக்குடி மாவட்டத்தில் அடங்கிய திருவைகுண்டம் வட்டத்திலுள்ள ஒரு சிற்றூர் மீனாட்சிப்பட்டி ஆகும். புதுப்பட்டி என்றும் இவ்வூர் அழைக்கப்படுகிறது. இவ்வூருக்குத் தெற்கே சீத்தாரக்குளம் என்ற கிராமம் ஒன்று உள்ளது. இக்கிராமத்தின்

மேட்டுப்பகுதியில் அனுப்பக் கவுண்டர் சாதியைச் சார்ந்த ஜமீன் தார் ஒருவர் ஆண்டு வந்தார். இதே சாதியைச் சார்ந்த குடும்பம் ஒன்று இப்பகுதியில் வாழ்ந்து வந்தது. இக்குடும்பத்தில் ஏழு சகோதரர்களும் எழுவருக்கும் இளையவளாக பெண்ணொருத் தியும் இருந்தனர். அழகு வாய்ந்த தம் தங்கையின்மீது ஜமீன்தாரின் கண் பட்டுவிட்டால் அவளுக்கு ஆபத்து நேரிடும் என்பதை அறிந்து வீட்டைவிட்டு வெளியே போகக்கூடாது என்று கடுமை யாக எச்சரித்திருந்தனர். ஒரு நாள் சகோதரர்கள் எழுவரின் மனைவியர் மோர் விற்பதற்கு ஜமீன் பகுதிக்குச் செல்லும்போது அப்பெண்ணும் அவர்களுடன் சென்றாள். அரண்மனை மாடியி லிருந்து வேடிக்கை பார்த்துக் கொண்டிருந்த ஜமீன்தாரின் கண்ணில் இப்பெண் பட்டுவிட அப்பெண் யார் என்று கேட்டறியும்படி தன் ஆட்களை ஏவினார். அதற்குள் இப்பெண் வீட்டிற்குத் திரும்பி விட்டாள். இந்நிகழ்ச்சியை அறிந்த பெண்ணின் சகோதரர்கள் கோபமுற்றுத் தம் தங்கையைக் கொல்ல முயன்றனர். அப்பெண் உயிருக்குப் பயந்தோடி மீனாட்சிப் பட்டியில் உள்ள வேளாளர் ஒருவர் வீட்டில் அடைக்கலம் புகுந்தாள். பின் சகோதரர்கள் வேண்டுகோளுக்கிணங்க அவ்வூரை விட்டு வெளியேற்றப்பட்டாள். ஊருக்கு வெளியே அப்பெண்ணை ஓட ஓட அப்பெண்ணின் சகோதரர்கள் அடித்துக் கொன்றனர். அதன்பின் மீனாட்சிப்பட்டி மற்றும் அதன் சுற்றுப்பகுதி கிராம மக்களால் இப்பெண், தெய்வ மாக வணங்கப்படுகிறாள்.

ஆய்வுரை

பாலியல் வன்முறை தொடர்பாக இதுவரை பார்த்த நாட்டார் வழக்காறுகள் இக்குற்ற நிகழ்ச்சிகளைக் குறித்த வாய்மொழிச் சான்றுகளாக அமைகின்றன. குறிப்பிட்ட ஒரு பாலியல் குற்றத்தைக் குறித்து திட்டவட்டமாகக் கூறாமல் பொதுவான செய்திகளைக் கூறும் முறையிலேயே நாட்டார் பாடல்கள் அமைந்துள்ளன (அஞ்சம்மாள் பாடல் மட்டும் இதற்கு விதிவிலக்கு). கதைப் பாடல்களும், பழமரபுக் கதைகளும் ஒரு குறிப்பிட்ட பாலியல் குற்ற நிகழ்வு அல்லது குற்ற முயற்சியை எடுத்துரைப்பனவாக அமைந்துள்ளன.

இவை அனைத்தும் எழுத்து வடிவம் பெற்ற நிலையில் வாய்மொழிச் சான்று என்ற நிலையிலிருந்து வரலாற்று ஆவணம் என்ற நிலையை அடைந்துள்ளன. அடித்தள மக்கள் ஆய்வுக்கான முக்கிய ஆவணங்கள் என்ற நிலையில் இவை கூறும் செய்திகளை

இனி ஆராய்வோம். இதன் முதற்படியாக, எடுத்துக்காட்டாகப் பார்த்த கதைப் பாடல்கள் பழமரபுக் கதைகள் ஆகியவற்றில் இடம்பெறும் கதைக் கூறை (Tale motif) வரையறை செய்து கொள்வது அவசியம். இம்முயற்சியில் இக்கதைகளின் அமைப்பையும், பாத்திரங்களின் வினைகளையும் இவ்வாறு சுருக்கிக் கூறமுடியும்.

1. தொடக்க நிலை - அழகான பெண்ணொருத்தி ஓர் ஊரில் வாழ்தல்.
2. காட்சி - மன்னன் / ஜமீன்தார் / அவனது ஏவலாளர் பார்த்தல்.
3. கட்டளை - திருமணம் பேசல். அரண்மனைக்கு அப்பெண்ணை அனுப்பும்படிக் கூறல்.
4. கட்டளையிலிருந்து தப்பித்தல் - ஊரைவிட்டு ஓடிப்போதல் / பெற்றோர் அல்லது சகோதரர் அப் பெண்ணைக் கொலை செய்தல் / தற்கொலை செய்தல், வேறு ஊரில் குடியேறல்.
5. முடிவு - அப்பெண் தெய்வமாக்கப்படல்.

ஆதிக்கசக்தி, அதாவது மேலோர், அதிகாரத்தின் துணையோடு அடித்தள மக்களின் பெண்களை அடைய முயல்வதே இக்கதைகளில் காணப்படும் முக்கிய கதைக்கூறாக அமைந்துள்ளது. இப்பழமரபுக் கதைகளில் இடம்பெறும் 1) கட்டளை 2) கட்டளை மீறல் 3) கட்டளையிலிருந்து தப்பித்தல் என்ற மூன்று வினைகளைக் குறித்து விரிவாக ஆராய்ந்தால் இக்கதைக் கூறின் சமூக வரலாற்றுப் பின்புலத்தை அறிய முடியும்.

கட்டளை

ஓர் ஊரில் வாழும் அழகிய பெண் ஒருத்தியைத் தன் இருப்பிடத்திற்கு அனுப்பி வைக்கும்படியோ தனக்கு மணம் முடித்துக் கொடுக்கும்படியோ இடும் கட்டளைக்கு அடிப்படையாக அமைவது அதிகாரம் (Power) என்ற ஒன்றாகும். செல்வ வளம் - சாதிய மேலாண்மை - ஆட்சிப் பொறுப்பு என்ற ஒன்று அதிகாரம் என்ற ஆற்றலை ஒரு தனி மனிதனுக்கோ, ஒரு குழுவுக்கோ வழங்குகிறது. அதிகாரமுடையவன் கட்டளையிடும் உரிமையைப் பெற்று குறிப்பிட்ட சமூகத்தில் மேலோனாக விளங்குகிறான்.

அடித்தளயை மக்கள் கட்டளைக்குக் கீழ்ப்படிதல் என்ற பெயரில் கட்டளையை நிறைவேற்றுபவர்களாகக் காட்சியளிக்கின்றனர். "அதிகாரம் என்பது தனது விருப்பப்படி பிறரைச் செயலாற்ற வைப்பதில் பரிமளிக்கிறது" என்ற வால்டரின் கூற்று இங்கு நினைவில் கொள்ளத்தக்கது. அதிகாரம் பெற்றவன் அனைத்து உடமைகள் மீதும் தன் அதிகாரத்தைச் செலுத்த விரும்புகிறான். சமூக அமைப்பில் பெண்ணானவள் ஒரு மனிதப் பிறவியாகக் கருதப்படாமல் உடைமைப் பொருளாகக் கருதப்பட்டதால், அதிகாரமுடையவன் தன் அதிகாரத்தைப் பயன்படுத்தி அவளைத் தன்னுடைய உடைமையாக மாற்றிக் கொள்ள விரும்புகிறான். ஆளும் உரிமை என்ற அரசியலதிகாரத்தைப் பயன்படுத்திப் பெண்களைத் தம் உடைமையாக மாற்றும் செயலினைச் சமூக விஞ்ஞானக் கலைக்களஞ்சியம் இவ்வாறு குறிப்பிடுகிறது.

> அரசியலதிகாரத்தை ஆடவன் கைப்பற்றிக் கொள்ளும் போது அவ்வதிகாரம் பெண்ணினத்தை ஒரு கட்டுக்குள் வகைப்படுத்தும் வண்ணம் அமைகின்றது. சான்றாக பிடோயின் சமூகத்தில் குழுத்தலைவன் அவனைவிடப் பலம் குன்றிய அச்சமூக உறுப்பினனைக் காட்டிலும் ஒன்றுக்கு மேற்பட்ட மனைவிமார்களையும், வைப் பாட்டிகளையும் வைத்துக் கொள்கிறான். ஐரோப்பாவில் அரச குடும்பத்தினரும், பொருளாதார நிலையில் பலம் பொருந்தியவர்களும் வைப் பாட்டிகளை வைத்து வந்திருக்கின்றனர். போரில் வெற்றி வாகை சூடல் என்பது இறுதியில் தோற்கடிக்கப்பட்ட சமூகத்தின் பெண்டிரை பாலியல் பலவந்தம் செய்வதன் மூலமாகவோ, சிறைப்படுத்துவதன் மூலமாகவோ ஆதிக்கம் பெற்றவர்களோடு உறவு ஏற்படுத்திக் கொள்வதில் பெண்டிர் இணக்கம் காட்டுவதன் மூலமாகவோ வெளிப்படுகிறது.

இதுபோன்ற எடுத்துக்காட்டுகளைத் தமிழக வரலாற்றில் காணலாம். தமிழ்நாட்டு மன்னர்கள் தம் படையெடுப்புக்களின் போது பகை மன்னர்களின் பெண்களைக் கவர்ந்து வருவதை வழக்கமாகக் கொண்டிருந்தனர். பட்டினப்பாலை "கொண்டி மகளிர்" என்று இவர்களைக் குறிப்பிடும். வெற்றி பெற்ற மன்னன் கவர்ந்து வந்த பொருட்களைக் குறிப்பிடும் போது 'பெண்டிர் பண்டாரமும்' என்று கல்வெட்டுகள் குறிப்பிடுவதைக் காணலாம்.

ஒரு பெண் வயதிற்கு வந்ததும் பெற்றோரின் கட்டுப்பாட்டிற்குள் இருப்பதைச் "சிறையிருத்தல்" என்றும், அக்கட்டுப் பாட்டில் இருந்து விடுபட்டு ஒருவன் அவளை அழைத்துச் செல்வதையோ

திருமணம் செய்வதையோ சிறையெடுத்தல் என்று கூறுவது உண்டு. முத்துராமலிங்க சேதுபதி என்ற சேதுபதி மன்னர் 18-ஆம் நூற்றாண்டில் கார்காத்த வேளாளர் சாதியைச் சேர்ந்த கொழும் பிக்கர் என்பவருடைய மகள் 'முருகாயி' என்பவளைச் சிறையெடுத் துள்ளார். இதற்காக ஊரவர்கள் அப்பெண்ணின் தந்தைக்கு நிலம் வழங்கியதாகச் செப்பேடு ஒன்று குறிப்பிடுகிறது (இராசு. *1995: 526-28*). பெண்ணைச் சிறையெடுத்தமைக்காக ஊரவர்கள் ஏன் நிலம் வழங்க வேண்டும் என்ற வினாவிற்கு இதே காலத்திய வேறு இரண்டு செப்பேடுகள் விடை பகருகின்றன.

ஓர் ஊருக்கு ஒரு பெண் என்ற முறையில் மன்னர் சிறைகேட்ட போது ஊரவர்கள் கூடி ஊரின் சார்பாக ஒரு பெண்ணை மன்னருக்கு அனுப்பிவிட்டு அப்பெண்ணின் தந்தைக்கு நிலத்தைத் தானமாகத் தந்துள்ளனர். தங்கள் வீட்டுப் பெண்களைப் பாதுகாக்கும் வழிமுறையாக ஊரவர்கள் கூடி இவ்வாறு முடிவு எடுத்துள்ளனர் என்பது தெளிவு. இப்படி நிலம் வழங்கியது தொடர்பாகச் சில செப்பேடுகள் உருவாகியுள்ளன. ஏழ்மை நிலையிலிருந்த தந்தை, தன் பெண்ணிற்குப் பரிவர்த்தனையாக நிலத்தைப் பெற்றுள்ளனர். இவ்வுண்மையை,

> வயிரமுத்து விசைய ரெகுநாத ராமலிங்க சேதுபதிய வர்கள் ஊருக்கு ஒரு சிறை எடுத்தபோது கோட்டூருக்கு நாங்கள் நாலு கரைப் புரையாருமாகக் கூடி மயூவிராயப் புரையார் அசையா வீரன் சிறை முத்துக் கருப்பாயியைச் சிறை குடுத்த படி யினாலே (மேலது: *524*)

> ரெகுநாத ராமலிங்க சேதுபதியவர்கள் மற மன்னர் வகையில் ஊருக்கு ஒரு சிறை எடுத்தபோது விரைசை நல்லூரில் சிறை கேட்டதுக்கு நாங்கள் அஞ்சுரைப் புரையாருள்ளிட்டாரும் கூடி பல்லவராயப் புரையர் மொக்கு புலித் தேவன் சிறையை அழகிய நல்லாளை சிறைகுடுத்தபடியினாலே (மேலது: *530*)

என்ற செப்பேட்டுவரிகள் உணர்த்துகின்றன.

கும்பகோணம் சங்கரமடத்தில் சந்திர மௌலிசுவரர் கோவிலைக் கட்டியவனும் சிறந்த பக்திமான் என்று கூறப்படுப வனும் தஞ்சையை ஆட்சி செய்தவருமான இரண்டாம் சரபோஜி (*1798-1832*) தன் வைப்பாட்டிகளைத் தங்கவைப்பதற்கென்றே திருவையாற்றில் காவேரிக் கரையின் வடகரையில் 'கல்யாண மஹால்' என்ற பெயரில் மாளிகை ஒன்றைக் கட்டினார். இங்கு

தங்கியிருந்த பெண்கள் 'கல்யாணமஹால் மகளிர்' என்றழைக்கப் பட்டனர். 1832-ல் இவர் இறந்தபோது இருபத்தினான்கு கல்யாண மஹால் மகளிர் அம்மஹாலில் இருந்தனர்.

இவனது இரண்டாம் மகன் சிவாஜி மன்னனுக்கும் (1832-1855) இருபது மனைவியர் தவிர நாற்பத்தி எட்டு மங்கள விலாச மகளிர் இருந்துள்ளனர். தந்தையை மிஞ்சிய தனையனாக இருக்க வேண்டு மென்று எண்ணியதாலோ என்னவோ கல்யாணமஹால் மகளிர் எண்ணிக்கையை இரு மடங்காக அதிகரித்துக்கொண்டார் (இவனது தந்தை விட்டுச்சென்ற இருபத்திநாலு கல்யாணமஹால் மகளிர்கள் இவ்வெண்ணிக்கையில் அடங்கியுள்ளார்களா என்பதைக் குறித்து வரலாற்று ஆவணங்கள் எதுவும் குறிப்பிடவில்லை). "மங்களவிலாச மாதரில் மராட்டிய மரபைச் சார்ந்தவர்கள் மட்டுமில்லாமல் பிராமணர், கவரை நாயிடு, கிறித்தவப் பெண்களும், பிற தமிழ்ப் பெண்களும் இருந்தனர்" என்று தஞ்சை மராட்டியர் கல்வெட்டுக்கள் செப்புப்பட்டயங்களைப் பதிப்பித்த செ. இராசு (1987:7-9) குறிப்பிடு கிறார்.

கல்யாணமஹாலுக்குப் பெண்கள் எப்படிச் சேர்க்கப்பட்டனர் என்பதை மராத்தி மோடி ஆவணங்கள் கோடிட்டுக் காட்டுகின்றன. 1842-ல் சிதம்பரம் பிள்ளை என்பவர் வீட்டிலில்லாமல் "வெளியில் வேலை செய்யப்போயிருக்கும்போது" அவருடைய மகள்களான பெரிய நாயகம், மங்களம் என்ற இரு பெண்களையும் பிடித்துப் போய் அரண்மனையில் அடைத்துப் போட்டார்கள். இது குறித்து அரண்மனை அதிகாரிகளிடம் சிதம்பரம் பிள்ளை முறையிட்டார். அவரைக் காவலில் வைத்து உணவும் தராமல், அந்தப் பெண் களை அவரே "கிரையத்திற்கு வித்ததுபோல" சீட்டு எழுதி அவரைப் பயமுறுத்தி கையெழுத்து வாங்கிக்கொண்டார்கள் (பா.சுபிரமணியன் 1989:159).

இதை அவர் சென்னையிலிருந்த ஆங்கில அதிகாரிகளுக்குத் தெரிவித்துள்ளார். 1842-ல் மீனாட்சி என்ற பெண்ணை அரண் மனைக்கு விற்றது தொடர்பாக அவளது கணவன் சபாபதி பிள்ளை என்பவர் சென்னை கவர்னருக்கு ஒரு மனு எழுதியுள்ளார். அதைக் கவர்னர் பொருட்படுத்தவில்லை (மேலது 160). இவ்வாறு அடிமை களாக வாங்கப்பட்ட பெண்கள் அழகுடையவர்களாக இருந்தால் கல்யாணமஹால் மகளிராக மாறியிருப்பார்கள் என்பதில் சந்தேக மில்லை.

மேற்கூறிய ஆவணச் செய்திகள் தன் ஆட்சியின்கீழ் உள்ள பெண்களைத் தன் அரண்மனையில் மராத்தி மன்னர்கள் அடைத்து

வைத்த கொடுமையை உணர்த்துகின்றன. அரசு ஆவணங்களில் இம்பெறாத கொடுமைகளை ஜமீன் பகுதிகளில் உள்ள நாட்டார் பெண் தெய்வங்களின் தோற்றம் குறித்த பழமரபுக் கதைகள் பதிவு செய்துள்ளன.

நில உடமைச் சமூகத்தில் பெண்கள் நிலை

பதின்மூன்றாம் நூற்றாண்டின் இறுதிப் பகுதியில் தமிழ் நாட்டில் சுற்றுப்பயணம் செய்த மார்க்கோபோலோ, சுந்தர பாண்டிய மன்னனைக் குறித்துப் பின்வருமாறு எழுதியுள்ளார்.

> அரசனுக்கு ஏறக்குறைய ஐந்நூறு மனைவியர் இருக் கின்றனர். எங்காவது ஓர் அழகிய பெண் இருக்கிறாள் என்று கேள்விப் பட்டால் உடனே அவளை அரசன் தன் மனைவியாக்கிக் கொள்கிறான். அவனுடைய தம்பியின் மனைவி ஒருத்தி மிகவும் அழகாக இருந்தாள். அவளை அவன் வன்முறையில் கைப்பற்றிக் கொண்டான். தம்பியோ தன்னுடைய மானக் கேட்டை பறைசாற்ற விரும்பாதவன். எனவே அவன் அதைப் பற்றி கவலைப் படாதவன் போல இருந்துவிட்டான்.

விஜயநகரை ஆண்ட முதலாம் தேவராயர் என்ற மன்னன் அழகிலும், கல்வியிலும் சிறந்த குடியானவப் பெண்ணொருத்தியை அரண்மனைக்குக் கொண்டுவர ஒரு பெரும்படையை அனுப்பிய நிகழ்ச்சியை இராபர்ட்ஸ்வல் விரிவாக எழுதுவார் (1970 55-57). திருவாங்கூர் மன்னர்களின் ‘அம்மவீடு’ இத்தகைய பாலியல் வன்முறையின் வெளிப்பாடே ஆகும்.

பதினாறாம் நூற்றாண்டில் தமிழகத்தில் முத்துக் குளித்துறைப் பகுதியில் போர்ச்சுக்கீசியரின் ஆதிக்கம் நிலவியபோது ஏழை அடிமைப் பெண்களை அவர்களது விருப்பத்திற்கு எதிராகக் கைப்பற்றி, அவர்களை அனுபவித்துவிட்டுப் பின்னர் வளமிக்க இந்து மற்றும் முஸ்லிம் வணிகர்களுக்கு விற்றுவிடுவது போர்ச்சுக் கீசியர்களின் வழக்கமாக இருந்தது (வெனான்சியுஸ், 1977:244-45).

இந்த வழிமுறையில் வந்தவைதான் மேற்கூறிய கதைப்பாடல் களிலும் பழமரபுக் கதைகளிலும் இடம்பெற்றுள்ள ‘கட்டளை’ என்ற வினையாகும். ஆட்சி அதிகாரம் இல்லாவிட்டாலும் நில உடைமை காரணமாகப் பெறும் அதிகாரத்தின் துணையுடன் பாலியல் வன்முறைகள் நிகழ்த்தப்பட்டுள்ளன.

திருமணமாகும் குடியானப் பெண்களின் முதலிரவு மீதான உரிமை ஜெர்மனிய நிலப்பிரபுக்களுக்கு இருந்தது (ஏங்கல்ஸ், 1977: 39).

கி.பி. 1486-ல் பெர்டினான்ட் என்ற ஸ்பானிய மன்னன் அந்நாட்டுக் குடியானவர்களின் எழுச்சி காரணமாகக் குடியானவப் பெண்களின் முதலிரவு மீதான பிரபுக்களின் உரிமையைத் தடை செய்தான் (ஏங்கல்ஸ், 1978: 59, 226). அதுவரை அவ்வுரிமையை ஸ்பானியப் பிரபுக்கள் அனுபவித்து வந்தனர்.

தமிழ்நாட்டிலும், கேரளத்திலும் நிலவுடமையினால் பெற்ற அதிகாரத்தின் துணையுடன் பெரு நிலக்கிழார்கள் நிகழ்த்திய பாலியல் வன்முறைக்கு, முன்னர் எடுத்துக்காட்டிய நாட்டார் பாடல்கள் சான்றுகளாய் அமைகின்றன. புதியதாக உருவான மலைத் தோட்டங்களின் உரிமையாளர்கள் என்ற நிலையிலும், நாட்டை ஆளும் வெள்ளையினத்தைச் சார்ந்தவன் என்ற நிலையிலும் கிடைத்த அதிகாரத்தின் அடிப்படையில் வெள்ளையர் நிகழ்த்திய பாலியல் வன்முறைகளைத் தோட்டத் தொழிலாளர்களின் வாய்மொழிப் பாடல்கள் பதிவு செய்துள்ளன. அடக்கு முறை இயந்திரத்தின் ஓர் உறுப்பு என்ற முறையில் பெற்ற அதிகாரமானது காவல் துறையினரின் பாலியல் வன்முறைக்குத் துணைநிற்கிறது. இதனால் தான் பெண்களைச் சிறையிலடைப்பததற்காக உருவான ஒன்றாகக் காவல் நிலையத்தைப் பெண் தொழிலாளிகள் கருதினர்.

அதிகாரத்தின் துணையுடன் பெண்கள் மீது நிலவுடைமைச் சமுதாயத்தில் நிகழ்ந்த பாலியல் வன்முறைகளுக்கு அடிப்படைக் காரணம் பாலியல் வேட்கை மட்டுமல்ல. அதிகாரத்தையும், மேலாதிக்கத்தையும் நிலைநாட்டும் ஒரு கருவியாகவும் பாலியல் வன்முறையைக் கருதியுள்ளனர். பொதுவாக நிலவுடைமைச் சமூக அமைப்பில் பின்வரும் மூன்று வகையான ஆதிக்கம் இடம் பெறுவது இயல்பு.

1. பொருளாதார ஆதிக்கம் - பண்ணை அடிமை - கொத்தடிமை- குறைந்த கூலி - கூலி கொடுக்கக் கள்ள அளவுக் கருவிகளைப் பயன்படுத்தல் - கட்டாய வேலை - குத்தகை முறை வரி விதிப்பு,
2. அரசியல் ஆதிக்கம் - பஞ்சாயத்து செய்யும் உரிமை, ஊர்க் கட்டுப்பாடு விதித்தல் - தண்டனை வழங்கல்,
3. பண்பாட்டு ஆதிக்கம் - கல்வி பயிலுதல், ஆடை, அணிகலன் அணிதல், மணப் பொருள் பயன்படுத்துதல் - உணவு உண்ணுதல் - தெய்வ வழிபாடு - பெயரிடுதல் - குடியிருப்பு தொடர்பான தடைகளும் கட்டுப்பாடுகளும் விதித்தல் - பாலியல் வன்முறை

இவற்றுள் இறுதியாகக் கூறப்பட்ட பண்பாட்டு ஆதிக்கத்திற்கு ஏராளமான சான்றுகள் உள்ளன. எடுத்துக்காட்டாகச் சிலவற்றைக்

காண்போம். 1930-ஆம் ஆண்டு டிசம்பர் மாதம் இராமநாதபுரம் மாவட்டத்தில் தலித்களுக்கு எதிராக ஆதிக்க சக்தியினர் பின்வரும் எட்டுத் தடைகளை விதித்துள்ளனர் (Hutton, 1969; 205).

1. பொன் மற்றும் வெள்ளியிலான அணிகலன்களை ஆதித் திராவிடர் அணியக் கூடாது,
2. ஆடவர்கள் இடுப்புக்கு மேலும் முழங்காலுக்குக் கீழும் ஆடை அணியக் கூடாது,
3. கோட், சட்டை, பனியன் ஆகியவைகளை அணியக்கூடாது,
4. தங்கள் தலை மயிரைக் கத்தரிக்கக் கூடாது,
5. வீடுகளில் மட்பாண்டங்களைத் தவிர ஏனைய பாத்திரங் களைப் பயன்படுத்தக்கூடாது,
6. துணி, ரவிக்கை, தாவணி ஆகியவற்றைப் பயன்படுத்தி பெண்கள் தங்கள் மார்பை மறைக்கக் கூடாது,
7. மலர்கள், சந்தனம் ஆகியவற்றைப் பெண்கள் பயன்படுத்தக் கூடாது,
8. வெயில் மழையிலிருந்து பாதுகாத்துக் கொள்ள ஆடவர்கள் குடை பிடிக்கக் கூடாது. காலில் செருப்பணியக் கூடாது.

இத்தடைகளை ஏற்றுக் கொள்ளாததால் தலித்துகளின் குடிசைகள் நெருப்புக்கிரையாகின. தானியக் களஞ்சியங்களும், பொருட்களும் அழிக்கப்பட்டன. கால்நடைகள் கொள்ளையடிக் கப்பட்டன. 1931 ஜுன் மாதம் பதினோரு தடைகள் தலித்துகள் மீதி விதிக்கப்பட்டன. அவற்றுள் சில மேற்கூறிய எட்டு தடை களில் ஏற்கனவே இடம் பெற்றிருந்தன. சில தடைகள், பொருளாதார ஆதிக்கம் தொடர்புடையதாக அமைந்தன. (Hutton, 1969: 205- 206). இவை நீங்கலாகப் பண்பாட்டு ஆதிக்கம் தொடர்பான புதிய தடைகள் வருமாறு.

1. செம்பு அல்லது பித்தளைப் பாத்திரங்களைப் பயன்படுத் தாமல் மட்பாண்டங்களிலேயே பெண்கள் தண்ணீர் எடுக்க வேண்டும். தலையில் சும்மாடாக வைக்கோலைப் பயன் படுத்த வேண்டும். துணியைப் பயன்படுத்தக் கூடாது,
2. அவர்களது குழந்தைகள் படிக்கக் கூடாது,
3. மங்கல அமங்கல நிகழ்ச்சிகளில் மேளம் போன்ற இசைக் கருவிகளைப் பயன்படுத்தக் கூடாது,

4. திருமண நிகழ்ச்சிகளில் குதிரை மீது ஏறி ஊர்வலமாகச் செல்லக் கூடாது. வீட்டுக் கதவுகளையே பல்லாக்காகப் பயன்படுத்த வேண்டும். வேறு வாகனங்களைப் பயன்படுத்தக் கூடாது.

ஆளுவோரின் பண்பாட்டு ஆதிக்கத்திற்கு இத்தடைகள் எடுத்துக்காட்டுகளாக அமைகின்றன. இத்தடைகளில் ஒன்றான துணி ரவிக்கை - தாவணி ஆகியவற்றைப் பயன்படுத்திப் பெண்கள் தங்கள் மார்பை மறைக்கக் கூடாது என்ற தடை பாலியல் வன்முறையின் ஒரு வெளிப்பாடே. இது தொடர்பாக வேறு சில எடுத்துக்காட்டுகளும் உள்ளன. இராஜஸ்தானில் 'பலாய்' என்ற தலித் பிரிவுப் பெண்கள் ரவிக்கை அணியக் கூடாது என்ற கட்டுப்பாடு 1928 ஆம் ஆண்டு விதிக்கப்பட்டதாக அம்பேத்கார் (1993: 55) குறிப்பிடுகிறார். கேரளத்தில் ஈழவப் பெண்கள் மீது இத்தகைய இழிவான கட்டுப்பாடு விதிக்கப்பட்டிருந்தது. மேலாடை அணியும் உரிமை இல்லாத ஈழவப் பெண்கள் தண்ணீர்க் குடம் அல்லது பானையைத் தலையில் சுமந்தே எடுத்து வர வேண்டும். இடுப்பில் வைக்கக் கூடாது. தென் திருவிதாங்கூர்ப் பகுதியில் வாழ்ந்த பல்வேறு சாதிப் பெண்களுக்குத் துணியால் தங்கள் மார்பை மறைக்கும் உரிமை மறுக்கப்பட்டிருந்தது. இதனை மீறி மார்பைத் துணியால் மறைத்த பெண்கள் ஆடைகள் கிழித்தெறியப் பட்டன. 'தோள் சீலைப் போராட்டம்' என்ற பெயரில் நடத்திய ஒரு போராட்டத்தின் வாயிலாகவே 1859-ஆம் ஆண்டில் மார்பைத் துணியில் மறைக்கும் உரிமை நாடார் குலப் பெண்களுக்குக் கிடைத்தது. 1865-ஆம் ஆண்டில்தான் ஏனைய ஒடுக்கப்பட்ட சாதிப் பெண்களும் இவ்வுரிமையைப் பெற்றனர்.

ஆளுவோனும், அவனைச் சார்ந்தோரும் கூட்டாக இணைந்து அடித்தளப் பெண்களின் உடல் மீது இத்தகைய பண்பாட்டு ஆதிக் கத்தை நிலைநாட்டி உளவியல் நிலையில் அப்பெண்களை மட்டுமன்றி அப்பெண்களின் சாதியினரையும் பலவீனமாக்கி யுள்ளனர். ஆளுவோனின் மேலாதிக்கத்தை நிலை நாட்டவும் பண்பாட்டு நிலையில் மற்றவர்களை அடிமையாக்கவும் உதவும் ஒரு வழிமுறையாகப் பாலியல் வன்முறை உதவியுள்ளது. இதன் உச்ச கட்டமாகப் பாலியல் பலவந்தம் அமைந்தது. அன்றிலிருந்து இன்று வரை நிகழ்ந்துள்ள பாலியல் வன்முறைகளை ஆராய்ந்தால் இவ்வன்முறைக்கு ஆளாக்கப்படுபவர்கள் அடித்தள மக்களாக, குறிப்பாக ஏழைகள், தலித்துகள் ஆதிவாசிகளாக இருப்பதைக் காணலாம். அடக்கு முறைக்கான கருவிகளில் ஒன்றாகவும், பாலியல் வன்முறையானது காலம் தோறும் பயன்படுத்தப்பட்டுள்ளது.

சூசான் பிரௌன் மில்லர் என்பவர், மொத்த மக்கள் தொகையை அச்சுறுத்தப் பாலியல் பலவந்தம் பயன்படுத்தப்படுகிறது என்று குறிப்பிட்டு இரண்டு உலக யுத்தங்களின் போதும் பங்களாதேஷ் மற்றும் வியட்நாம் போரிலும் இந்தியா பாகிஸ்தான் பிரிவினையின் போதும் நிகழ்ந்த பெருமளவிலான பாலியல் பலாத்கார நிகழ்ச்சி களை தம் கூற்றுக்குச் சான்றாகக் காட்டுகிறார் (Sehjo Singh, 1986: 33-37). பொஸ்னியா இனக்கலவரத்தில் இஸ்லாமியப் பெண்கள் மீது கூட்டாக நிகழ்த்தப்படும் பாலியல் பலவந்தம் நிகழ்காலச் சான்றாகும்.[3]

எதிரிகளைப் பழிவாங்கும் வழிமுறைகளுள் ஒன்றாகப் பாலியல் பலாத்காரம் தமிழகத்தில் பயன்படுத்தபட்டமைக்கு மணிமேகலை காவியத்தில் இடம்பெறும் ஒரு நிகழ்ச்சியைக் குறிப்பிடலாம். தன் மகன் உதயகுமாரன் இறந்ததால் துயரம் அடைந்த இராசமாதேவி, தன் மகனது இறப்புக்கு மணிமேகலை தான் காரணம் எனக் கருதி அவளைப் பழிவாங்க விரும்பினாள். இவ்விருப்பத்தை நிறைவேற்றும் ஒரு வழிமுறையாக, கல்வியறி வில்லா இளைஞன் ஒருவனிடம் பொற்காசுகளை நிறையக் கொடுத்து மணிமேகலை இருக்குமிடம் சென்று அவளை வலிந்து புணரும்படி ஏவினாள் (*மணிமேகலை 23: 43 - 48*).

பௌத்தரோடும், சமணரோடும் மாறுபாடு கொண்ட திருஞான சம்பந்தர் 'பெண்ணகத்து எழில் சாக்கியப் பேய் அமண தெண்ணற் கற்பழிக்கத் திருவுள்ளமே' என்று பாடுகிறார்.[4]

எதிரிகளைப் பழிவாங்கும் வழிமுறைகளுள் ஒன்றாகப் பாலியல் வன்முறை இன்றும்கூடத் தொடர்கிறது. இதற்கான காரணம் குறித்து அனுராதா (*1993: 79*) என்பவரது பின்வரும் கருத்து கவனத்திற்குரியது.

> ஆடவர்களது சண்டைகள் நிகழும் தளமாகப் பெண் களது உடல்கள் ஆகிவிட்டன. ஒரு சமூகத்தின் மரியாதையானது அதன் பெண்களின் மரியாதையோடு நெருக்கமாக இணைக்கப் பட்டுள்ளது. மேலும் அச்சமுதாயத்தின் பாரம்பரியத்தைத் தாங்கி நிற்பவர்களாகப் பெண்கள் கருதப்படுகிறார்கள். அப்பெண்களின் மீதான பாலியல் பலவந்தமும் பாலியல் முறைகேடுகளும் அச்சமுதாயத்தின் தனித்துவத்தையும், சுய தகுதியையும், சமூக மதிப்பையும் சூறையாடி விடுகின்றன. இதன் விளைவாக அம்மக்கள் செயலற்றவர்களாக ஆக்கப்படு கிறார்கள். அமைதியாக எல்லாவற்றையும் சகித்துக் கொள்ளும் நிலைக்குத் தள்ளப்படுகின்றனர்.

இக்கூற்று முற்றிலும் உண்மை என்பதற்கு இன்று தொடர்ச்சியாக நிகழும் பல பாலியல் வன்முறைச் சம்பவங்களே சான்றாகும். ஆந்திர மாநிலத்திலுள்ள நலகொண்டா மாவட்டத்தின் சில்குறிச்சி என்ற கிராமத்தில் ரெட்டி வகுப்பு இளம்பெண் ஒருத்தி பிற்படுத்தப்பட்ட கோலா வகுப்பைச் சார்ந்த பையனுடன் ஓடிவிட்டாள். இதற்கு உடந்தையாக இருந்ததாகக் கோலா வகுப்பைச் சார்ந்த முத்தம்மை என்ற 35 வயதுப் பெண்ணின் மீது ரெட்டி வகுப்பினர் குற்றம் சாட்டினர். இச்செயலுக்குத் தண்டனையாக 1991 ஆகஸ்டு 14-இல் அப்பெண்ணை முழு நிர்வாணமாக்கிக் கிராம வீதிகளில் ஊர்வலமாக அழைத்துச் சென்றனர். இச்செயலைக் காணச் சகிக்காத கோலா சாதிப் பெண்கள் வீட்டிற்குள் சென்று கதவை அடைத்துக் கொண்டனர். அப்பெண்ணின் மானத்தைக் காக்க ஆடையொன்றைத் தர முன் வந்த முதியவர் ஒருவரும் தாக்கப்பட்டார். அச்சாதியைச் சேர்ந்த ஆடவர்கள் இதனைத் தடுக்க முடியாத நிலையில் தம் கண்களை மூடிக் கொண்டனர். ஆனால் அவர்களை அச்சுறுத்திக் கண்களைத் திறந்து அக்காட்சியைக் காணும்படி ஆதிக்கச்சாதிகள் செய்தன (Vasanth Knnabiran, 1991: 2130 - 2131).

1993 மே 26ல் உஷா என்ற 35 வயது தலித் பெண், வலிமை மிக்க 'குஜார்ஸ்' என்ற பிரிவின் குண்டர்களால் உத்திரபிரதேச மாநிலத்தில் உள்ள சரணாப்பூர் நீதிமன்ற வளாகத்தினுள் பட்டப் பகலில் நிர்வாணமாக்கப்பட்டு அடிக்கப்பட்டாள். வழக்கறிஞர் உட்பட பலர் இக்கொடுமையை நேரில் கண்டனர். காவல் நிலையத்தில் இது தொடர்பாக அப்பெண் கொடுத்த புகார் மனு ஏற்றுக் கொள்ளப்படாததுடன் காவல் நிலையத்தில் தாக்குதலுக்கும் ஆளானாள். அப்பெண்ணுக்கு இழைக்கப்பட்ட கொடுமையை நேரில் கண்ட பதின்மூன்று வழக்கறிஞர்கள் மாவட்ட நீதிபதியிடம் முறையிட்டதன் விளைவாக வழக்குப் பதிவு செய்யப்பட்டது (Indian Express 26.6.93).

அண்மைக் காலத்தில் நடந்த இந்நிகழ்ச்சிகள் சமூக மேலாதிக்கத்திற்கும் பாலியல் வன்முறைக்கும் இடையிலான தொடர்பை வெளிப்படுத்துகின்றன. இந்நிகழ்ச்சிகளின் அடிப்படையில் மேற்கூறிய நாட்டார் கதைப் பாடல்களிலும், பழமரபுக் கதைகளிலும் இடம் பெற்றுள்ள பாலியல் வன்முறை குறித்த செய்திகளை நோக்கினால் தம் மேலாண்மையை வலியுறுத்தும் ஒரு வழிமுறையாகப் பாலியல் வன்முறை நிகழ்ந்துள்ளதை உணரலாம்.

கட்டளையிலிருந்து தப்பித்தல்

அதிகாரத்தின் துணையுடன் நிகழ்த்தப்படும் பாலியல் வன்முறை யிலிருந்து தப்பிக்க அடித்தள மக்கள் தேர்ந்தெடுத்த வழிமுறையாக,

1. இடப் பெயர்ச்சி
2. கொலை
3. தற்கொலை

ஆகிய மூன்றும் அமைகின்றன. இவற்றுள் இடப்பெயர்ச்சி என்பது ஆதிக்கச் சக்திகளின் கொடுமையிலிருந்து தப்புவதற்கு அடித்தள மக்கள் மேற்கொண்ட ஓர் எளிமையான வழி முறை யாகும். எகிப்தியரின் அடிமைத்தளையிலிருந்து தப்பிக்க யூதர்கள் இடம் பெயர்ந்து சென்றதை விவிலியத்தின் பழைய ஏற்பாடு (யாத்தி ராகமம்) குறிப்பிடுகிறது. அடிமை உரிமையாளர்களிட மிருந்து தப்பி ஓடிய அடிமைகளைக் குறித்த செய்திகளைப் பழைய நாகரிக நாடுகளின் வரலாறுகளில் படிக்கிறோம். இந்த வழி முறையில் வந்ததுதான் மன்னன் பெண் கேட்க, பெண் கொடுக்க மறுத்து நாட்டை விட்டு வெளியேறுவது. இவ்வாறு வெளியேறு வதற்கு சாதிப்பற்று மற்றும் சாதியத் தூய்மை உணர்வு மட்டும் காரணமல்ல. "பத்தோடு பதினொன்று அத்தோடு இதுவும் ஒன்று" என மன்னன் அல்லது ஜமீன்தாரின் அந்தப்புரத்தில் தம் குலப் பெண் அடைக்கப் படுவதையும், அவனது மறைவிற்குப் பின் அப் பெண்ணும் அவளது பிள்ளைகளும் எவ்வித உரிமையுமின்றி அவலத்திற்கு ஆளாவதையும் விரும்பாத காரணத்தால் தான் பெண் கொடுக்க விருப்பமின்றி இடம் பெயர்ந்துள்ளனர்.

பாலியல் வன்முறை தொடர்பான ஆதிக்கச் சக்தியின் கட்டளை யிலிருந்து தப்பிக்க அடித்தள மக்கள் மேற்கொண்ட ஒரு வழிமுறை, அழைப்பைப் பெற்ற பெண்ணைக் கொன்றுவிடுவதாகும். குல மானம் என்பது பெண்களுடன் இணைக்கப்பட்டுள்ள நிலையில் இப்படி ஒரு முடிவைப் பெண்ணின் பெற்றோர்களோ சகோதரர் களோ எடுப்பதில் வியப்பில்லை. உடைமைப் பொருளாகப் பெண் கருதப்படுவதன் தீயவிளைவை இங்கு காண்கிறோம். அழகிய பெண் என்ற உடைமையை அதிகாரத்துடன் ஒருவன் கேட்க, அதை மறுக்க இயலாத நிலையில் அவ்வுடைமைப் பொருளை அழித்து, தம் குல அல்லது சாதியப் பெருமையை நிலைநாட்டும் செயலாக இது அமைகிறது. ஆதிக்கச் சக்திகளின் பாலியல் வன்முறைக்கு ஆளாக விரும்பாத பெண், அதிலிருந்து தப்பிக்க மேற்கொள்ளும் முயற்சியாகத் தற்கொலை அமைகிறது. பாலியல் வன்முறை

நிகழ்வுக்குப் பின்னர் ஏற்படும் அவமானத்திலிருந்து தப்பிக்கும் வழிமுறையாகத் தற்கொலை உணர்வு பெண்களின் உள்ளத்தில் பாரம்பரியமாக நிலை நிறுத்தப் பட்டுள்ளது. போரில் தோற்றுப் போன மன்னனின் உறவுப் பெண்களும் பிற பெண்டிரும் தீக்குளித்து மாண்டு போவதை 'ஜஹீர்' என்ற பெயரில் ஒரு சடங்காக இராஜ புத்திரர்கள் கொண்டிருந்தனர். இவ்வாறு தற்கொலை மேற்கொண்ட பெண்களைப் போற்றி வழிபடும் மரபு தமிழ்நாட்டில் வழக்கி லுள்ளது. பாலியல் வன்முறைக்கு ஆளாகப் போவது குறித்த அச்ச உணர்வும், அவமான உணர்வும் மேலோங்கிய நிலையில் தற்கொலை செய்து கொண்டு அக்கொடுமையிலிருந்து விடுபட்ட பெண்களைப் போற்றும் கதைகளும், வழிபாட்டு மரபுகளும் இப்பெண்களின் தற்கொலைக்கு மறைமுகத் தூண்டுதலாக அமைந்து விடுகின்றன.

முடிவு

தம்குலப் பெண்கள் பாலியல் வன்முறைக்கு ஆளாவதை விரும்பாது இடம் பெயர்ந்து சென்றவர்கள் வேறு ஊரில் குடியேறி விடுவது பல பழமரபுக் கதைகளின் முடிவாக உள்ளது. இதைவிட முக்கியமான முடிவாக அமைவது, கொலைக்கு ஆளாகியும் தற்கொலை செய்து கொண்டும் பாலியல் வன்முறையிலிருந்து தப்பிய பெண்கள் தெய்வமாக வழிபடப்படுவதாகும். முன்னர்க் குறிப்பிட்ட, கொலையில் உதித்த தெய்வங்களின் தோற்றத்திற்குக் காரணமாக அமைகிறது. பாலியல் வன்முறைக்குப் பலியாகி அல்லது பலியாக விரும்பாது தற்கொலை செய்து கொண்ட பெண்களும், உறவினர்களால் கொலை செய்யப்பட்ட பெண்களும் தெய்வமாக வணங்கப்படுவதை மேற்கூறிய மூன்று வகைகளுள் எதில் அடக்கலாம் என்பது கேள்விக்குரிய ஒன்று. மூதாதையர் வழிபாட்டின் தொடர்ச்சியாகவோ, அச்சத்தின் காரணமாக வழிபடப்படும் தெய்வங்களுள் ஒன்றாகவோ இப்பெண் தெய்வங் களைக் கருத முடியாது. வீரர் வழிபாட்டின் ஒரு பகுதியாகவே இவ்வழிபாட்டைக் கருத வேண்டும். தம் குல அல்லது சாதிய மானத்தின் குறியீடாக இவ்வாறு இறந்து போன பெண்களைக் கருதுவதன் காரணமாக இவ்வழிபாடு இன்றும் தொடர்கிறது. அதிகாரம் என்ற வலிமை மிக்க சக்திக்குத் தம் உடலை இரை யாக்காமல் கொலை அல்லது தற்கொலையின் வாயிலாக உயிர் நீத்த தம் குலப் பெண்டிரைத் தெய்வமாக வழிபடும் இச்செயல் மேலோர் ஆதிக்கத்திற்கு எதிரான உணர்வை வெளிப்படுத்தும் முறையாகவும் அமைகிறது.

மொத்தத்தில் இடப் பெயர்ச்சி - கொலை - தற்கொலை என்ற மூன்றையும் முற்றிலும் ஒடுங்கிப் போன தன்மையின் வெளிப் பாடாக மட்டும் கருதிவிட முடியாது. மன்னனுடன் மண உறவு வைத்துக் கொள்ள விரும்பாமை, அவனது பாலியல் வன்முறைக்குப் பலியாகத் தன் வீட்டுப் பெண்டிரை அனுப்பாமை, ஆகியவற்றின் வெளிப் பாடாகவே இச் செயல்கள் அமைந்துள்ளன. முன்னரே குறிப்பிட்டது போல் செல்வம் - பதவி - சாதிய மேலாண்மை ஆகியவைகளால் பெற்ற அதிகாரத்தின் துணையோடு மேலோர் ஏவிய பாலியல் வன்முறை என்ற அடக்குமுறைக்கு அடித்தள மக்கள் ஆளாகியுள்ளனர். அதே நேரத்தில் அதற்கு அடிபணியாது, இடப் பெயர்ச்சி - கொலை - தற்கொலை ஆகிய வழிமுறைகளைத் தவிர வேறு முறையில் இக்கொடுமையை எதிர்கொள்ள முடியாத நிலையில், இச்செயல்களிலும் கூட ஒரு வகையான எதிர்ப்புணர்வு இடம்பெற்றுள்ளதாகக் கருத இடமுண்டு. பெண் நாயை மணப் பந்தலில் கட்டி வைத்து விட்டுச் செல்வதாகக் குறிப்பிடும் கதைக் கூறும், அடித்தள மக்களது எதிர்ப்புணர்வின் வெளிப்பாடாக அமைகிறது.

முடிவுரை

பாலியல் வன்முறை தொடர்பாக நாட்டார் வழக்காறுகளில் இடம்பெற்ற செய்திகளைச் செவ்விலக்கியங்களோடு ஒப்பிட்டு நோக்கும் போது ஓர் உண்மை பளிச்செனப் புலப்படுகிறது. பாலியல் ஒழுக்க நெறியில் பிறழாது நின்ற பெண்டிரைக் குறித்து மட்டுமே செவ்வியல் இலக்கியங்கள் புகழ்ந்து பேசுகின்றன. ஆனால் அடித்தள மக்கட் பிரிவைச் சேர்ந்த பெண்டிர் எதிர்கொண்ட பாலியல் வன்முறை அவ்விலக்கியங்களில் இடம் பெறவில்லை. இது போன்றே மரபு வழியான வரலாற்று நூல்களிலும், உயர் வகுப்புப் பெண்டிரின் அழகும், ஆற்றலும், செயல்பாடுகளும் இடம் பெறும் அளவிற்கு அடித்தள மக்கட் பிரிவைச் சார்ந்த பெண்கள் மீது நிகழ்த்தப்பட்ட பாலியல் வன்முறை குறித்த செய்திகள் இடம் பெறவில்லை. ஆனால் நாட்டார் வழக்காறுகளில்தான் இத்தகைய பாலியல் வன்முறை குறித்த செய்திகள் இடம்பெற்றுள்ளன. இதன் காரணமாக அடித்தள மக்கள் ஆய்வில் பாலியல் வன்முறை குறித்த நாட்டார் வழக்காறுகள் முக்கிய இடம்பெறுகின்றன. என்றாலும் நாட்டார் வழக்காறுகளைச் சான்றுகளாக ஏற்றுக் கொள்ள நம்நாட்டு வரலாற்றறிஞர்களில் பலர் தயங்குகின்றனர். ஆனால் இத்தகைய தயக்கம் பொருளற்றது. ஏனைய வரலாற்றுச் சான்று களைப் போன்றே நாட்டார் வழக்காறுகளையும் ஆய்வுக்குட்படுத்தி வரலாற்றுண்மைகளைக் கண்டறிய முடியும்.

அதே நேரத்தில் பாலியல் வன்முறை குறித்த சான்றுகளைத் திரட்டி ஆராய்வது மட்டும் அடித்தள மக்கள் ஆய்வின் நோக்க மாகிவிடக் கூடாது. பாலியல் வன்முறைக்கெதிராகக் கிளர்ந் தெழுந்து பழிவாங்கியது தொடர்பான வழக்காறுகளை முயன்று சேகரிக்க வேண்டும்.

நம் காலத்திய பாலியல் வன்முறைக்கெதிராக இத்தகைய வழக்காறுகளைப் பயன்படுத்தும் சாதியத்தைக் கண்டறிய வேண்டும். கடந்த காலத்திய நாட்டார் வழக்காறுகளை நிகழ்கால சமூகப் பிரச்சினைகளை எதிர்கொள்ளப் பயன்படுத்தும் போது தான், ரசனைக்கும் ஆய்வுக்கும் மட்டுமே நாட்டார் வழக்காறுகள் உரியன என்ற கருத்து நிலையிலிருந்து விடுபட முடியும்.

குறிப்புகள்

1. இப்புதிய வரலாற்றுப் பள்ளியினரின் ஆய்வுக் கட்டுரைகள் 'அடித்தள மக்கள் ஆய்வு தெற்காசிய நாடுகளின் வரலாற்று சமுதாயம் பற்றிய கட்டுரைகள்' என்ற தலைப்பில், 1982 முதல் 1989 முடிய ஆறு தொகுதிகள் வெளிவந்துள்ளன. இதன் பதிப்பாசிரியர் பேராசிரியர் ரணஜித்குகா ஆவார். ஏழாவது தொகுதி அண்மையில் வெளிவந்துள்ளது.

2. இக்கதையிலும் அடுத்து இடம்பெறும் போத்தியம்மன் கதையிலும் பெண்ணின் வயது 12 ஆகக் குறிப்பிடப்பட்டுள்ளது. பூப்படையாச் சிறுமி களுடன் உடலுறவு கொள்ள விழையும் பாலியல் வக்கிர உணர்வினை இக்கதை வெளிப்படுத்துகின்றது. இத்தகைய வக்கிர உணர்வினை வெளிப் படுத்தும் மற்றொரு நிகழ்ச்சி வருமாறு. ஓரிசா மாநிலத்தின் கடக் மாவட்டத்தில் அவுல் என்ற மன்னராட்சிப் பகுதி இருந்தது. ராஜா விரஜசுந்தரத்தோன் என்ற காமுகன் இப்பகுதியின் மன்னனாக இருந்தான். இவனது ஆளுகைக்குட்பட்ட சத்ரசகடா என்ற கிராமத்தில் கனகா என்ற பருவ மடையாத 12 வயதுச் சிறுமி வாழ்ந்து வந்தாள். கரன் வகுப்பைச் சேர்ந்த இக்குடியானவப் பெண்ணின் அழகை சுந்தரத்தோன் கேள்விப் பட்டான். 1926 செப்டம்பர் 19-இல் அவனது ஆட்கள் கனகாவின் தந்தையை அணுகி 500 ரூபாய்க்கு அவளை விலைக்கு வாங்கினர். அலற அலற கனகா வைப் பலவந்தமாகப் பிடித்து பல்லக்கில் போட்டு மூடி அரண்மனைக்குக் கொண்டு சென்றனர். 42 வயதான மன்னனின் மிருகத்தனத்தைத் தாளாது 12 வயதுச் சிறுமியான கனகா ஒரு மாதத்திற்குள் இறந்து போனாள் (ஆர். பி. ஐயர் 1962: 17 - 21).

3. செர்பியர்களால் திட்டமிட்டு நடத்தப்பட்ட இப்பாலியல் பலவந்தத்திற்கு இருபதினாயிரத்திற்கும் அதிகமான இஸ்லாமியப் பெண்கள் இரையாகி யுள்ளனர். இது தொடர்பான கட்டுரையொன்று தினமணி (1.8.93 மதுரை பதிப்பு, பக்கம் 6) நாளிதழில் வெளியாகியுள்ளது.

4. சம்பந்தரின் இப்பாடலில் இடம் பெறும் 'கற்பு' என்ற சொல் 'அறிவு' என்ற பொருளில் பயன்படுத்தப்பட்டுள்ளதாகச் சிலர் விளக்கம் தருகின்றனர். ஆனால், சீர்காழியில் ஆண்டுதோறும் நடைபெறும் திருமுலைப்பால் திருவிழாவில் இடம்பெறும் ஆறுபேர் பங்கேற்கும் நிகழ்ச்சியொன்று பாலியல் பலவந்தம் என்ற பொருளிலேயே இச்சொல் பயன்படுத்தப் பட்டுள்ளது என்பதனை உறுதிப்படுத்துகிறது. 'திருஞானசம்பந்தர் என்ன செய்யச் சொன்னார்' என்று ஒருவர் கேட்க மற்றவர்கள் "சமணப் பெண்களை....சொன்னார்" என்று கூட்டாகக் கூறி ஆபாசமான உலடசைவு களைச் செய்வார்களாம். இது குறித்து சிலர் கடிதம் எழுதியதின் பேரில் தமிழறிஞரும் சமணருமான ஜீவபந்து ஸ்ரீ பால் நேரில் சென்று இந்நிகழ்ச்சி யைக் கண்டுள்ளார்.

துணை நூற்பட்டியல்
கல்வெட்டுக்கள், செப்பேடுகள், காகித ஆவணங்கள்

South Indian Inscriptions (SII)

இராசு, செ. 1983: *தஞ்சை மராட்டியர் செப்பேடுகள்* - 50, தமிழ்ப் பல்கலைக்கழகம், தஞ்சாவூர்.

இராசு. செ. 1987: *தஞ்சை மராட்டியர் கட்வெட்டுக்கள்*, தமிழ்ப் பல்கலைக்கழகம், தஞ்சாவூர்.

இராசு. செ. 1994: *சேதுபதி செப்பேடுகள்*, தமிழ்ப் பல்லைக் கழகம், தஞ்சாவூர்.

கமால், எஸ்.எம். 1992: *சேதுபதி மன்னர் செப்பேடுகள்*, ஷர்மிளா பதிப்பகம், இராமநாதபுரம்.

சுப்பிரமணியன், பா. (பதிப்பாசிரியர்) 1989: தமிழ்ப் பல்கலைக்கழகம், தஞ்சாவூர்.

நூல்கள்
தமிழ்

அம்பேத்கர். 1995. *தாழ்த்தப்பட்டோரும் இந்துக்களும்*, சென்னை, சமூக நீதிப் பதிப்பகம்.

அம்பேத்கர். 1995. *டாக்டர் பாபாசாகேப் அம்பேத்கர் பேச்சும் எழுத்தும்*, தொகுதி 7, புதுடில்லி, டாக்டர் அம்பேத்கர் பவுண்டேஷன்

அம்பேத்கர். 1997. *டாக்டர் பாபாசாகேப் அம்பேத்கர் பேச்சும் எழுத்தும்*, தொகுதி 10

அன்னகாமு. செ, 1960, *ஏட்டில் எழுதாக் கவிதைகள்*, தஞ்சாவூர், சர்வோதயப் பிரசுரலாயம்.

ஆடலரசன். 1992. **தந்தை பெரியாரும் தாழ்த்தப்பட்டோரும்**, சென்னை, பெரியார் சுயமரியாதைப் பிரச்சார நிறுவன வெளியீடு

இராகவன், வி.எஸ்.வி.1977. **பிளினி**, மணிவாசகர் நூலகம், சிதம்பரம்.

இராசதுரை. 1991. **சட்டமன்றத்தில் சௌந்தர பாண்டியனார்**, விருதுநகர், இளமாறன் பதிப்பகம்

இராசு. செ. (1985) **செந்தமிழ் வேளிர் எம்.ஜி.ஆர். ஒரு வரலாற்று ஆய்வு**, சென்னை.

இராசு. செ. 2001: **கல்வெட்டில் இந்து - முஸ்லீம் சமய ஒருமைப்பாடு, தமிழ்க் கல்வெட்டியலும் வரலாறும்**, சுப்பராயலு,எ. இராசு, சே. - பதிப்பாசிரியர்கள், தமிழ்ப் பல்கலைக்கழகம், தஞ்சாவூர்.

இராமசாமி அ.1969. **தமிழ்நாட்டில் காந்தி**, மதுரை, காந்தி நினைவு நிதி

இராமநாதன், ஆறு.1982. **நாட்டுப்புறப் பாடல்கள் காட்டும் தமிழர் வாழ்வியல்**, மணிவாசகர் நூலகம், சிதம்பரம் - 608 001.

இளங்குமரன். 1996. **கிளர்ந்தெழுகிறது கிழக்கு முகவை.**

எங்கெல்ஸ், (ஆண்டு குறிப்பிடப்படவில்லை). **குடும்பம், தனிச் சொத்து, அரசு ஆகியவற்றின் தோற்றம்**, முன்னேற்றப் பதிப்பகம், மாஸ்கோ.

காஞ்சி பரமாச்சார்ய மகா ஸ்வாமிகள், 2000: **பெண்மை என்பதைக் காப்பாற்ற வேண்டும்**, சாரதா அஸோசியேட்ஸ், சென்னை.

கார்த்தி (மொழிபெயர்ப்பாளர்) 1980. **சமுதாய வரலாற்றுச் சுருக்கம்**, (முதல் பாகம்) நியூசெஞ்சுரி புக் ஹவுஸ் பிரைவேட் லிமிடெட், சென்னை.

கோல்வால்கர், **ஞான கங்கை.**

சக்திவேல், சு. 1980. **தமிழ்நாட்டுப் பழங்குடி மக்கள்**, மணிவாசகர் நூலகம், சிதம்பரம்.

சதாசிவ பண்டாரத்தார். 1971. **பிற்காலச் சோழர் வரலாறு** (மூன்றாம் பகுதி), அண்ணாமலைநகர், அண்ணாமலைப் பல்கலைக்கழகம்.

சரசுவதி வேணுகோபால். 1991, நாட்டுப்புறக் கதைகளில் பெண் களின் சிக்கல்களும் அவற்றை எதிர் கொள்ளும் முறைகளும், **நாட்டுப்புறக் கதைகள்**, பதிப்பாசிரியர் ராஜ நாராயணன். கி.

சாமிநாதையர், உ.வே. *1990: என் சரித்திரம், (1991)* ***நல்லுரைக் கோவை III***

சிவசுப்பிரமணியன், ஆ. 1977, வாய்மொழிக் கதைகள், ***தாமரை மலர்*** *38 இதழ் 5*

சீனிவாசன், 1975. ***சக்தி வழிபாடு,*** ஜெயகுமாரி ஸ்டோர்ஸ், நாகர்கோவில்.

சுபாஷ் சந்திர போஸ், ச. *1999,* ***மாவீரன் வாட்டக்குடி இரணியன்,*** தஞ்சாவூர்

----------- *1999,* ***சாம்பவான் ஓடைச் சிவராமன்,*** சென்னை.

சுவாமிநாதன், ஏ. (தொகுப்பாசிரியர்) *1998:* ***ஜகத்குரு ஸ்ரீ ஜயேந்திரர் பதில்கள்,*** அல்லயன்ஸ், சென்னை.

சுப்பராயலு, எ. *2001:* ஆள் பெயர்கள் காட்டும் சமுதாயம் ***தமிழ்க் கல்வெட்டியலும் வரலாறும்,*** சுப்பராயலு,எ. இராசு, செ. - பதிப்பாசிரியர்கள், தமிழ்ப் பல்கலைக்கழகம், தஞ்சாவூர்.

செல்வராசு, இரா. *1983.* கொங்கு நாட்டில் கன்னி வழிபாடு, ***தொல்லியல் கருத்தரங்கு*** (தொகுதி 1), பதிப்பாசிரியர்கள் : பத்மாவதி, ஆ.நாகசாமி, இரா. தமிழக வரலாற்றுப் பேரவை, சென்னை.

சோமசுந்தரம். ஓ, ஜெயராம கிருஷ்ணன். தி, *1989* ***மனநோயும் இன்றைய மருத்துவமும்,*** சென்னை.

சோமு சுப்பையா, ***மண்ணின் மைந்தர்கள்,*** சென்னை.

சௌபா. *1994,* ***சீவலப்பேரி பாண்டி,*** சென்னை.

திருலோக சீதாராம். *1961.* ***மனுதர்ம சாஸ்திரம்,*** சென்னை, ஜோதி நிலையம்

தூசிடைடிஸ். *1960,* ***பெலப்பனீசியப் போர் வரலாறு,*** சென்னை.

நாகசாமி. இராட்சச ஆண்டு. செப்பேட்டில் சமுதாயச் சட்டம், ***கல்வெட்டு,*** இதழ் *8,* சென்னை, அரசு தொல்பொருள் ஆய்வுத் துறை.

பக்தவத்சல பாரதி. *1999.* ***பண்பாட்டு மானிடவியல்,*** சென்னை, மணிவாசகர் பதிப்பகம்.

பாரதியார். 1964: 'கொள்கைக்கும் செயலுக்குமுள்ள தூரம்' **தத்துவம்,** பாரதி புத்தக நிலையம், மதுரை.

பாரஸ்நாத் திவாரி. 1967. ***கபீர்,*** புதுடில்லி, நேஷனல் புக் டிரஸ்ட் ஆப் இந்தியா.

பாவாணன், மு. பழனியப்பன். ஆ. 1975. 'பழந்தமிழ் இலக்கியத்தில் சிவப்பு', ***மார்க்சீய ஒளி,*** நவம்பர் 1975, சென்னை.

பாஸ்கல் கிஸ்பர்ட் எஸ். ஜே. ***சமூகவியலின் அடிப்படைக் கோட்பாடுகள்,*** பக்கம் 109.

பிரபஞ்சன். 1990. ***மானுடம் வெல்லும்,*** சென்னை, பூஞ்சோலைப் பதிப்பகம்.

பூங்குன்றன், ஆர். காளயுத்தி ஆண்டு, 'கொங்கு நாட்டு வளமைச் சடங்கு', ***கல்வெட்டு:*** இதழ் 14, தமிழ்நாடு அரசு தொல்பொருள் ஆய்வுத் துறை, சென்னை.

பைகாவ், கே.எம். 1972. ***உடலியங்கியல்*** (மொழிபெயர்ப்பு), மூன்றாம் தொகுதி, தமிழ்நாட்டுப் பாடநூல் நிறுவனம், சென்னை.

மகேசுவரன், சி., பச்சமலை மலையாளிகள்- ஓர் இனவியல் அறிமுகம், ஆராய்ச்சி 6:4.

முஹம்மத் சாஹிப் ஹாஜி, 1949, ***திருநபி சரித்திரம்,*** திருநெல்வேலி

ராமசாமி. அ., 1990: ***இராமநாதபுரம்,*** தமிழ்நாடு அரசு, சென்னை.

வ்லாசோவ். எல். 1981, **வேதியியலைப் பற்றி 107 கதைககள்,** சென்னை

வசந்த் மூன். 1995. ***டாக்டர் பாபா சாகேப் அம்பேத்கர்,*** நேஷனல் புக் டிரஸ்ட் இந்தியா.

வலென்தேய், தி.இ. (பொறுப்பாசிரியர்), 1986. ***மக்கள் தொகைத் தத்துவத்தின் அடிப்படைகள்,*** முன்னேற்றப் பதிப்பகம், மாஸ்கோ.

வல்லிக்கண்ணன், 2001: ***வாழ்க்கைச் சுவடுகள்***, சென்னை.

வானமாமலை, நா. 1977, ***தமிழர் நாட்டுப் பாடல்கள்***, சென்னை, நியூ செஞ்சுரி புக் ஹவுஸ் பிரைவேட் லிட்.

வானமாமலை, நா. **நாட்டுக் கதைப்பாடல்களில் சமூகப் பொருளடக்கம்** (இரண்டாவது உலகத் தமிழாராய்ச்சி மாநாட்டு கருத்தரங்கு கட்டுரை)

வீரய்யன். கோ, 1998, ***தமிழ்நாடு விவசாயிகள் இயக்கத்தின் வீர வரலாறு,*** சென்னை.

வேங்கட ராமைய்யா, 1984: ***தஞ்சை மராட்டிய மன்னர்கால அரசியலும்,*** சமுதாய வாழ்க்கையும், தமிழ்ப் பல்கலைக்கழகம், தஞ்சாவூர்.

ஜகந்நாதன், கி.வ. 1975: ***மலையருவி,*** சரசுவதிமகால் வெளியீடு, தஞ்சாவூர்.

ஜெயா சம்பந்த். 1997. *அநீதியின் பிடியில் ஒரு கிராமம்,* சென்னை, ***ஜூனியர் விகடன்*** *29.1.97*

ஜோஸப்பின் வயலட்ராணி (அச்சிடப்படாத ஆய்வேடு), 1985. ***சகுனங்களும் நம்பிக்கைகளும், கீழப்பாவூர் ஊராட்சி ஓர் ஆய்வு,*** தமிழ் ஆய்வு மையம், புனித சவேரியார் கல்லூரி, பாளையங்கோட்டை

English

1983, ***Women in Chinese Folklore,*** China

Alan Dundes, ***The Morphology of North American Indian Folktales.***

Alan Dundes. 1975, Structural Typology In North American Indian Folktales, ***Analytic Essays in Folklore,*** Mouton, The Hague.

Alan Dundes. 1984, The Symbolic Equivalence of Allomotifs: Towards a Method of Analyzing Folktales, ***Folktales, Why and how?*** Editions Du Centre National De la Recherche Scientifique, Paris.

Arnold, David. 1979: Dacoity and Rural Crime in Madras 1860-1940, The Journal of Peasant Studies, Jan.VI (2).

Betty Waug, 1965, ***Folksongs as Regulators of Politics, The Study of Folklore,*** Alan Dundes (Ed.)

Bhattacharyya, Narendra Nath, 1977. ***The Indian Mother Goddess,*** Manohar Book Service, Delhi.

Borev Yuri, 1985. ***Aesthetics*** *A Text Book,* Progress Publishers, Moscow.

Bynum David, E. 1973, ***Folklore and Traditional History,*** Richard M. Dorson. (Ed.) Paris.

அடித்தள மக்கள் வரலாறு 297

Chandra Shekar. C.R, 1991, *Gods, Ghosts, Witchcraft And The Mind*, Navakarnataka. Bangalore.

Chandra Shekar. C.R., 1995, *Mind your Mind*, Navakarnataka.

Chattopadhaya, Deviprasad, 1978. *Lokayata*, People's Publishing House, New Delhi.

Claeke, Sathianathan. 1998. *Dalits and Christianity*

Dipesh Chakrabarty, 1998, *Minority Histories, Subaltern Pasts*, Economic and Political Weekly February 28, 1998, Bombay

Dobson R.B. and Taylor, J. 1979: **Rymes of Robyn Hood**, University of Pittsburgh Press, U.S.A.

Dolchi, Danilo. 1960: **The Outlaws of Partinico** (Translated from the Italian by Munrof. R), London Macgibbon and kee.

Frazer, George James, 1976. *The Golden Bough*, A Study in Magic and Religion, Part II, **Taboo and the Perils of the Soul**, The Mac Millan Press Ltd., London.

— — — 1976a. *The Golden Bough*, A Study in Magic and Religion, Part VII. **Balder the Beautiful**, Vol.1.

G.W.B. 1973. **"Menstrual Taboos Imposed upon women"**, *Studies in Japanese folklore*, Ed. Richard M. Dorson, Arno Press, New York.

Harbaus Sing, Lal Mani Joshi. 1973. *An Introduction to Indian Religions*, Guru Govind Singh Department of Religious Studies, Patiala, Punjab University

Heada Jason ( ) concerning the "Historica" and the "Local" Legendsl and their Relatives, Toward New Perspectives in Folklore (Ed.) Richard Bauman

Hobsbawm, E.J. 1965: **Primitive Rebels**, Nortion & Company, New York.

Hobsbawm, E.J. 1972: **Bandits**, Penguin Books, England.

Hobsbawn, E.J. 1999: **On History**, U.K, London.

Hutton. 1969. *Caste in India*, Oxford University Press

Inspector General of Police 1959: **The History of the Madras Police**, Madras.

Jan Harold Brumvand, *1978* **The Study of American Folklore,** New York

Jan Vausina. 1961, **Oral Tradition - A Study in Historical Methodology,** Chicaco

Kirpal Singh. 1985, **Origin and Concept of Oral History,** The Punjab Palt and Present Vol. xix- II Serial No. 38 Pattiala

Lewis. I.M., 1993, **Ecstatic Religion A Study of Shamanism and Spirit Possession.**

Louis Luzbetak. 1993. **The Church and Cultures,** New Perspectives in Missiological Anthropology, New York, Marryknoll

M.P.J.A. (Madurai Provincial Jesuit Archives) Shembaganur, **1708-17 Annaul Letter of Madura Mission,** 1910, Vadakankulam Disputen & Litigations

Marx Engels. 1976. **On Literature and Art,** Progress Publishers, Moscow

Nagam Aiya, 1906. **The Travancore State Manual,** Vol. II, Travancore Government Press, Trivandrum.

Nilakanda Sastri, K.A., 1972: **Foriegn notes of South India from Megesthenes to Ma-Huan,** Madras University, Madras.

Osipov. 1969. **Sociology,** Progress Publishers, Moscow

Pate, H.R. 1917: **Tinnevelly District Gazetteer,** Manonmaiam Sundaranar University, Tirunelveli.

Pathy, Jegannath. 1984: **"Social Basis of Banditry and the Criminal Tribes Act",** Social Science Probings, Vol.1, No.4, New Delhi.

Ramanujan. A.K., 1994, **Towards a Counter - system Women's Tale,** Gender, *Genre and Power in South Asian Expressive Traditions,* Edited by Arjun Appadurai, Frank J. Korom and Magaret A. Mills.

Ranchhoddas Ratanlal & Thakore Dhirajlal Deshav lal. 1959: **The Indian Penal Code,** The Bombay Law Reporter Office, Bombay.

➢ Roche, Patrick., 1984: The **Coromandel Fisher Man.**

➢ Sarkar, Sumit. 1983: **Popular Movements and Middle Class Leadership in late Colonial India,** K. P. Bagchi & Company Calcutta.

Sharma, R.S. 2001: **Early Midieval Indian Society**, Orient Longmans, Hyderabad.

T. N. A. (Tamilnadu Archives) 1939: **Reports on the Administration of the Police in the Madras Presidency.**

Thomson, E.P. 1977: **Folklore, Anthropology, and Social History,** The Indian Historical Review, Volume III Number 2, 1977.

Thomson, George. 1978. *The Prehistoric Aegean,* Lawrence and Wishart, London.

Tirumalai R. 1981. *Studies in the History of Ancient Townships of Pudukkottai,* Madras, State Department of Archeology

Tirumalai R. 1987. **Land Grants and Agarian Reactions in Cola and Dandya Times,** University of Madras.

Wei Tang, 1984, *Legends and Tales from History (I),* Beijing

Zhukov. E, 1983, *Methodology of History,* Social Sciences Today, Mosco

படம்: 1
பதவி உடையில் பரதவர் சாதித் தலைவர்

படம்: 3
பல்லக்கில் சாதித் தலைவர்

படம்: 2
சாதித்தலைவரின் 'பாண்டிய பதி' இல்லம்

படம்: 4
பனிமய மாதா

படம்: 5
1925 இல் பரத மாநாடு நடந்த மணப்பாடு இல்லம்

படம்: 6
லூர்து மாதா கோவில் - இடிந்த கரை

படம்: 7
மதம் மாறிய பரதவர் கட்டிய பிள்ளையார் கோவில்

படம்: 8
பிள்ளையார் கோவில் கல்வெட்டுக்கள்

படம்: 9
பிள்ளையார் கோவில் கல்வெட்டுக்கள்

படம்: 10
கல்யாண மஹால் அரண்மனை, திருவையாறு

படம்: 11
மங்கள விலாசம் அரண்மனை, தஞ்சாவூர்

படம்: 12
மங்கள விலாசம் அரண்மனை, தஞ்சாவூர்

படம்: 13
1877 அக்டோபர் 20-இல் சென்னை மாகாணத்தின் பெங்களூர் நகரத்தில் பஞ்ச நிவாரணத்திற்கு காத்திருக்கும் மக்கள்

படம்: 14
1877-இல் சென்னை மாகாணத்தின் பெல்லாரி மாவட்டத்தில் பஞ்ச நிவாராணப் பணி

பொருளடக்கம்

கற்பு	11
வள்ளுவரும் கற்பும்	16
காதல்	25
கல்யாண விடுதலை	34
மறுமணம் தவறல்ல	38
விபச்சாரம்	47
விதவைகள் நிலைமை	55
சொத்துரிமை	65
கர்ப்பத்தடை	72
பெண்கள் விடுதலைக்கு 'ஆண்மை' அழியவேண்டும்	76

பிரசுரிப்போர் முன்னுரை

பகுத்தறிவு, நல்வாழ்க்கை, மனித ஜீவ அபிமானம் முதலியவைகளை அதிதீவிரமாய்ப் பிரச்சாரஞ் செய்யத் தோன்றிய சுயமரியாதை இயக்கத்தின் வெளியீடாக 'பெண் ஏன் அடிமையானாள்?' என்னும் இந்நூல் வெளியிடப்பட்டுள்ளது.

உலக ஜனத் தொகையில் ஒரு பாதியாய், மக்களின் தோற்றத்திற்கு நிலைக்களனாய் விளங்கும் பெண்ணுலகு கற்பு, காதல், விபச்சாரம், கைம்மை, சொத்துரிமை இன்மை முதலிய கட்டுப்பாடுகள் என்னும் விலங்குகளால் தளையப்பட்டு மூடநம்பிக்கை என்னும் அந்தகார இருளில் அகப்பட்டுக் கொண்டு அல்லற்பட்டு வருவது மக்களின் உலக விடுதலைக்கும், வருங்கால மக்களின் பகுத்தறிவு வளர்ச்சிக்கும், சுயமரியாதைக்கும் தடையாயிருப்பதை எண்ணிப் பகுத்தறிவுச் சுடரொளி காட்டி, கட்டுப்பாடு என்னும் விலங்கையொடித்து கர்ப்பத்தடை, சொத்துரிமை முதலியவைகளைப் பெற்று, சுதந்திரம் பெற இந்நூல் பெண்ணுலகில் ஓர் தலைகீழ்ப் புரட்சியை உண்டாக்கச் சிறந்த கருவியாகும்.

இந்நூலில் கண்ட அபிப்பிராயங்களே பெரிதும் பெண்கள் சம்பந்தமாய் இந்திய பகுத்தறிவாளர்களாகிய சுயமரியாதைக் காரர்களின் அபிப்பிராயமாகும். ஏனெனில், இந்நூல் சுயமரியாதை இயக்க ஸ்தாபகர் பெரியார் ஈ.வெ. ராமசாமி அவர்களால் பல சந்தர்ப்பங்களில் எழுதப்பட்டவைகளைத் திரட்டி வெளியிடுவதாகும்.

பெண்கள் விடுதலையின் பேரிலும், பகுத்தறிவு வளர்ச்சியின் பேரிலும் அவாக்கொண்ட தோழர்கள் பெண்ணுரிமை பேண தர்க்க ரீதியாய் எழுதப் பெற்ற இந்நூலை வாங்கிப் படிப்பதோடு மட்டுமல்லாது, நாடெங்கும் பரவும்படி செய்வார்களென்றும் பெரிதும் நம்புகிறோம்.

- பெரியார் சுயமரியாதைப் பிரச்சார நிறுவனம்

முகவுரை

"பெண் ஏன் அடிமையானாள்?" என்னும் இப்புத்தகத்தில் கண்ட விஷயங்களுக்குப் பிரசுரிப்போரின் விருப்பப்படி முகவுரை என்று சில வரிகளாவது எழுதவேண்டியது அவசியமென்றே கருதுகிறோம். ஏனெனில், இதில் கண்ட விஷயங்கள் இதுவரை மக்களிடையே இருந்து வருகின்ற உணர்ச்சிகளுக்கும், ஆதாரங்களுக்கும், மனித சமூகக் கட்டுப்பாடு, ஒழுக்கம், ஆசாரம், மதக்கொள்கை, சாஸ்திர விதி என்பனவாகியவற்றிற்கும் பெரிதும் முரணாகவும், புரட்சித்தன்மை போன்ற தலைகீழ் மாறுபாடான அபிப்பிராயங்கள் கொண்டதாகவும் சாதாரண மக்களுக்குக் காணப் படுமாதலால், இப்படிப்பட்ட மக்களிடம் வெறும் நியாய உறுதியையும், பகுத்தறிவு உறுதியையும் கொண்டு ஒரு விஷயத்தை மெய்ப்பித்துப் புகுத்திவிடலாம் என்று எண்ணிவிட முடியாது. மேலும் ஒரு அபிப்பிராயமானது எவ்வளவு நியாயமானதானாலும், பகுத்தறிவுக்கும், ஆராய்ச்சிக்கும் விளங்க முடிந்த உண்மை யானாலும், பழக்க வழக்கத்தைச் சொல்லியோ, சாஸ்திர ஆதாரத்தைச் சொல்லியோ, மதக் கொள்கையைச் சொல்லியோ வெகு சுலபத்தில் யாரும் ஒரு சிறு பகுத்தறிவு ஞானமோ, நடுநிலை லட்சியமோ இல்லாது ஆட்சேபித்து மறுப்புக்கூறி, அதற்குப் பழிப்பை உண்டாக்கிவிடலாம் என்பதோடு, அம்மறுப்புகளையும், பழிப்புகளையும் ஏற்றுக் கொள்ளும்படியாய் பாமர மக்களைச் சுலபத்தில் செய்துவிடலாம். ஆதலால், இதற்குத் தக்க சமாதானம் சொல்லி மெய்ப்பிக்க வேண்டியிருக்கிறது. எனவே, அதற்காக முகவுரை என்னும் பேரால் சில வரிகளை எழுதுகிறோம்.

இப்புத்தகத்தில் முதலாவது அத்தியாயமாகிய கற்பு என்னும் விஷயத்தின் முக்கியக் கருத்தெல்லாம் மக்கள் ஆண்-பெண் என்ற இரு சாராரில் பெண்களுக்கு மாத்திரமே அது (கற்பு) வலியுறுத்தப் பட்டிருக்கிறதென்றும், இவ்வலியுறுத்தலே பெண்ணை அடிமையாக்குவதற்குப் பெரிதும் காரணமாய் வந்திருக்கிறதென்றும், ஆண்-பெண் இருவரும் சரிசமமான சுதந்திரத்துடன் வாழவேண்டும் என்கிற நிலைமை ஏற்படவேண்டுமானால், மேற்கண்ட கற்பு என்பதன் அடிப்படையான லட்சியமும், கொள்கையும்

மாற்றப்பட்டு அது விஷயத்தில் ஆண், பெண் இருவருக்கும் ஒன்று போன்ற நீதி ஏற்படுத்தவேண்டும் என்பதை வலியுறுத்துவதாகும்.

இரண்டாவது அத்தியாயமான 'வள்ளுவரும்-கற்பும்' என்னும் அத்தியாயத்தின் நோக்கமென்னவென்றால், நீதி நூல்கள் என்பவைகள் எப்படிப்பட்ட எப்படிப்பட்ட பெரியோர்களால் எழுதப்பட்டவைகள் என்றாலும் அவை அக்கால நிலையையும், எழுதப்பட்ட கூட்டத்தின் சவுகரியங்களையும் அனுசரித்து எழுதப்பட்டதென்றும், மற்றும் ஒரு நீதியானது எக்காலத்தும் எல்லாத் தேசத்திற்கும், எல்லாக் கூட்டத்தாருக்கும் சவுகரியமாகவும், பொதுவாயும் இருக்கும்படியாக எழுத முடியாதென்றும், ஆதலால் எந்தக் கொள்கையும் எக்காலத்தும், எல்லாத் தேசத்திற்கும், எல்லோருக்கும் சவுகரியமாயிருக்குமென்றும் கருதி, கண்மூடித்தனமாய், குரங்குப் பிடிவாதமாய்ப் பின்பற்றக் கூடாது என்றும் வலியுறுத்த எழுதப்பட்டதாகும்.

மூன்றாவது அத்தியாயமான 'காதல்' என்பது ஒரு தெய்வீகச் சக்தியால் ஏற்பட்டதென்றும், அது என்றும் மாற்றப்பட முடியாததென்றும், ஆதலால், ஒரு தடவை காதல் என்பது ஏற்பட்டுவிட்டால், எந்தக் காரணத்தைக் கொண்டும் பிறகு அதை மாற்றிக் மாற்றிக் கொள்ளக் கூடாதென்றும் சொல்லப்படும் நிர்ப்பந்தக் காதலைப் பொய்யென்று எடுத்துக்காட்டவும், காதல் என்பது ஒரு ஆசையென்றும், அந்த ஆசை ஏற்படவும் மறைந்து போகவுமான தன்மை கொண்டதென்றும், அதுவும் ஆசைப்படுபவர்கள் திருப்தியையும், நலத்தையும், பலத்தையுமே அஸ்திவாரமாய்க் கொண்டதே ஒழிய, வேறெதையும் பொறுத்ததல்ல என்றும் எடுத்துக்காட்ட எழுதப்பட்டதாகும்.

நான்காவது அத்தியாயமாகிய 'கல்யாண விடுதலை' என்பது அதுபோலவே. அதாவது, கல்யாணம் என்பது ஆண்-பெண் இவர்களுடைய வாழ்க்கை சவுகரியத்திற்கேற்பட்ட ஒரு ஒப்பந்த விழாவே ஒழிய, அதில் எவ்விதத் தெய்வீகத் தன்மை என்பதும் இருக்க நியாயமில்லை என்பதையும், அப்படிப்பட்ட கல்யாணம் என்பதும் இருபாலார்களுடைய வாழ்க்கைச் சவுகரியத்திற்கு ஒத்துவரவில்லையானால், ரத்து செய்துவிடத் தக்கதே என்பதையும் விளக்க எழுதப்பட்டதாகும்.

அய்ந்தாவது அத்தியாயமாகிய 'மறுமணம் தவறல்ல' என்பதும், முன் அத்தியாயத்தை அனுசரித்தும் ஒருதரம் கல்யாணம் செய்தோர் மறுபடியும் கல்யாணம் செய்துகொண்டால், செய்துகொள்வது தவறு என்று சொல்வதைக் கண்டித்தும், கல்யாணம் என்பது முன் குறிப்பிட்டதுபோல ஆண்-பெண் இருவர் வாழ்க்கை சவுகரியத்திற்கும், சந்தோசத்திற்கும் ஏற்றதே ஒழிய வேறில்லை என்றும், அது அப்படி இல்லாமல் போகுமாயின், ஒரு தடவை கல்யாணம் செய்துகொண்டோமே, இரண்டு பேரும் உயிருடன் இருக்கிறோமே; இனி எப்படி இதில் யாராவது ஒருவர் மறுமணம் செய்துகொள்வது என்று மயங்காமலும், இந்நிலையில் முன் மணம் செய்துகொண்ட பெண்ணின் கதியோ, அல்லது ஆணின் கதியோ என்ன ஆவது என்பதாய்க் கருதி ஒருவருக்கு அசவுகரியம் ஏற்படுமே என்பதற்காக ஒருவர் கஷ்டப்படுவது என்பதைக் கண்டிக்கவும், மறுமண முறையை இருவரும் கைக்கொண்டால் யாருக்கும் கஷ்டம் ஏற்படாது என்பதை வலியுறுத்தவும், இன்னின்ன சந்தர்ப்பங்களில் மறுமணம் செய்துகொள்ள வேண்டிய நிர்ப்பந்தம் விளக்கவும் எழுதப் பட்டதாகும்.

ஆறாவது அத்தியாயமானது 'விபச்சாரம்' என்னும் தலைப்புக் கொண்ட அத்தியாயம். விபச்சாரம் என்னும் குற்றம் சுமத்தப் படுவதானது பெண்ணுக்கே உரியதாயிருக்கின்றதே தவிர, அது உலக வழக்கில் ஆணுக்குச் சம்பந்தப்படுவதில்லை என்றும், இதனால் ஆண்கள் தாராளமாய் விபச்சாரம் செய்யவும், அதனால் பெண்களுக்குக் கஷ்டம், நஷ்டம், வியாதி, வாழ்க்கை இன்பமின்மை முதலிய துன்பங்கள் ஏற்பட இடமாகின்றதென்றும், விபச்சாரம் என்பது எந்தப் பொருளிலாவது பொருளிலாவது குற்ற மாகுமானால், அது இருபாலாருக்கும் சமமாய் இருக்கவேண்டும் என்றும் வலியுறுத்தவே அநேக தத்துவ அனுபவ உண்மைகளைக் கொண்டு எழுதப்பட்டதாகும்.

ஏழாவது அத்தியாயமாகிய 'விதவைகள் நிலைமை' என்னும் தலைப்புக்கொண்ட அத்தியாயமானது பெண்கள் விதவைத் தன்மையால் அனுபவிக்கும் கொடுமையை எடுத்துக்காட்டவும், அவர்களுக்கு மறுமணம் செய்யவேண்டியது அவசியம் என்பதை வலியுறுத்தவும் எழுதப்பட்டதாகும்.

எட்டாவது அத்தியாயமாகிய 'சொத்துரிமை' என்னும் தலைப்புக் கொண்ட அத்தியாயமானது பெண்களுக்குச் சுதந்திரம் ஏற்படவேண்டுமானால், அவர்கள் ஆண்களுடைய அடிமைகள் அல்லவென்றும், ஆண்களைப்போலவே வாழ்க்கையில் சகல துறைகளிலும் சம அந்தஸ்துடையவர்கள் என்று சொல்லப்பட வேண்டியவர்களானால், உலகச் செல்வங்களுக்கும், போக போக்கியங்களுக்கும் ஆண்களைப்போலவே பெண்களும் உடைமையாளராக வேண்டும் என்பதை வலியுறுத்தவும், பெற்றோர்களுடைய சொத்துகளுக்குப் பெண்களும் ஆண்களைப் போலவே பங்குபெற உரிமையுடையவர்கள் ஆகவேண்டும் என்பதை வலியுறுத்தவும் எழுதப்பட்டதாகும்.

ஒன்பதாவது, பத்தாவது அத்தியாயங்களாகிய 'கர்ப்பத்தடை', 'பெண்கள் விடுதலைக்கு ஆண்மை அழியவேண்டும்' என்கிற தலைப்புகளை முறையே கொண்ட அத்தியாயங்களானவை கர்ப்பத்தினாலும், பிள்ளைகளைப் பெறுவதனாலும் பெண்களுக்கு ஏற்படும் கஷ்டங்களையும், அடிமைத்தனங்களையும் எடுத்துக் காட்டவும், மற்றும் பிள்ளைகளை அதிகமாகப் பெறுவதனால் ஆண்-பெண் இவர்களுக்குள்ள கஷ்டங்களையும் எடுத்துக் காட்டுவதுடன், பெண்கள் நலத்துக்கு ஆண்களால்-- ஆண்கள் முயற்சியால் ஒரு நாளும் நன்மை ஏற்பட்டுவிடாது என்றும், பெண்கள் தங்களை ஆண்களுக்கு அடிமையாக இருக்கவே கடவுள் படைத்தார் என்பதாக நினைத்துக் கொண்டிருக்கும் எண்ணத்தை அடியோடு விட்டுவிட்டு, தாங்களும் ஆண்களுக்குச் சமமானவர்கள் என்றும், எவ்விதத்திலும் தாழ்ந்தவர்கள் அல்ல என்றும் கருதிக்கொண்டு தங்களுக்குத் தாங்களே பாடுபடவேண்டும் என்பதை வலியுறுத்தவே எழுதப்பட்டவையாகும்.-

ஆகவே, இந்தப் புத்தகத்தில் கண்ட மேற்படி பத்து அத்தியாயங்களும் பெண்கள் எந்தெந்தக் காரணங்களால் அடிமைப்படுத்தப்பட்டார்கள் அடிமையானார்கள் அடிமைகளாக இருந்து வருகிறார்கள் என்பதை எடுத்துக்காட்டி, எந்தக் காரண காரியங்களால் அவர்கள் (பெண்கள்) அடிமைத்தனத்திலிருந்து விடுபட்டுச் சுதந்திர மக்களாக வாழமுடியும் என்பதை எடுத்துக் காட்டவுமான கருத்தை முக்கியமாகக் கொண்டு எழுதப் பட்டவையாகும்.

அன்றியும், இப்புத்தகக் கருத்துகள் இன்றைய நிலையில், எந்த மதத்திற்கும், எந்தத் தேச மக்களுக்கும், எந்த சமூகத்தாருக்கும் பயன்பட்டாகவேண்டும் என்பதே நமது கருத்தாகும். ஆதலால், இப்புத்தகத்தைப் பெண் மக்கள் மாத்திரம் அல்லாமல், பெண்களிடம் ஜீவகாருண்யமும், சமத்துவ உணர்ச்சியும் கொண்ட எல்லா ஆண் மக்களும் வாங்கிப் படித்துப் பார்த்துத் திருந்தவேண்டியது அவசியம் என்றே கருதுகிறோம்.

-ஈ.வெ.ராமசாமி
ஈரோடு
1.1.1942

பெண்ணடிமை ஒழிக்க வந்த வீரர்!

பெண்களை, "சூத்திரர்"களான நாலாஞ் சாதியினரைவிடக் கீழாக மதிக்க வேண்டியவர்கள் என்கின்றது மனுதர்மம்! இந்து மதம் என்ற ஆரிய மதம் பெண்களை வெறும் உயிரற்ற பொருளாகத்தான் நினைக்க வைக்கிறது.

பெண்களை ஆண்களுக்குக் குற்றேவல் செய்யும் நிபந்தனை அற்ற அடிமைகளாக நினைக்கும் போக்கை, நமது சமுதாயத்தின் சரி பகுதி மக்களான பெண்கள் சமுதாயம் எதற்கும் லாயக்கற்ற, பயனற்ற பதுமைகளாக இருக்கும் நிலையை மாற்ற, சுமார் 50 ஆண்டுகளாகப் பாடுபட்டுவரும் தந்தை பெரியார் அவர்கள் நீண்ட காலத்திற்கு முன்பு எழுதிய கட்டுரைகளின் தொகுப்பு இது.

ரசல் அவர்களது, "திருமணங்களும், ஒழுக்கமும்" ("Marriages and Morals") என்ற நூல் எவ்வளவு பெரியதொரு புரட்சியை உண்டாக்கியதோ, அதைவிடப் பெரும் புரட்சிக்குரிய நூலாகும் இந்நூல்!

மேற்குத் தந்த சீரிய பகுத்தறிவுவாதியான பெர்ட்ரண்டு ரசல் அவர்கள், அந்நூலில் கையாளும் கருத்துகள் (உவமை, ஒற்றுமை உள்பட) தந்தை பெரியார் அவர்களது இந்நூலில் இருக்கின்றன. சிறந்த சிந்தனையாளர்கள் எப்படி ஒரே பாணியில் சிந்திக்கிறார்கள் என்பதற்கு இது உதாரணமாகும்.

பெண்ணடிமை ஒழிக்க வந்த அய்யாவை அடையாளம் கண்டுதான் தமிழ்நாட்டுத் தாய்க்குலம் 'பெரியார்' என்று தந்தைக்குத் தனிப்பெரும் பட்டம் தந்து, தனது நன்றி உணர்வைத் தந்தைக்குக் காட்டியது எவ்வளவு பாராட்டத்தகுந்தது.

- கி.வீரமணி

முதல் அத்தியாயம்

கற்பு

கற்பு என்ற வார்த்தையைப் பகுபதமாக்கிப் பார்ப்போமானால், கல் என்பதிலிருந்து வந்ததாகவும், அதாவது படி-படிப்பு என்பதுபோல் கல்-கற்பு என்கின்ற இலக்கணம் சொல்லப்பட்டு வருகிறது. அன்றியும், "கற்பெனப்படுவது சொற்றிறம்பாமை!" என்கிற வாக்கியப்படி பார்த்தால் கற்பு என்பது சொல் தவறாமை; அதாவது, நாணயம், சத்தியம், ஒப்பந்தத்திற்கு விரோதமில்லாமல் என்கின்றதான கருத்துகள் கொண்டதாக இருக்கிறது.

அதைப் பகாப்பதமாக வைத்துப் பார்த்தால், மகளிர் நிறை என்று காணப்படுகின்றது. இந்த இடத்தில் மகளிர் என்பது பெண்களையே குறிக்கும் பதமாக எப்படி ஏற்பட்டது என்பது விளங்கவில்லை. நிறை என்கின்ற சொல்லுக்குப் பொருளைப் பார்த்தால் அறிவின்மை, உறுதிப்பாடு, கற்பு என்கின்ற பொருள்களே காணப்படுகின்றன. கற்பு என்பது பெண்களுக்கு மாத்திரம் சம்பந்தப்பட்டது என்பதற்குத் தக்க ஆதாரம் கிடைக்காவிட்டாலும், அழிவில்லாதது, உறுதியுடையது என்கின்ற பொருள்களே காணக் கிடைக்கின்றன.

அழிவில்லாதது என்கின்ற வார்த்தைக்கு, கிரமமான கருத்துப் பார்க்கும்போது, இந்த இடத்தில் சுத்தம் அதாவது கெடாதது, மாசற்றது என்பதாகத்தான் கொள்ளலாம். இந்த சுத்தம் என்கின்ற வார்த்தையும், கெடாதது என்கின்ற கருத்தில்தான் ஆங்கிலத்திலும் காணப்படுகிறது. அதாவது, சேஸ்டிடி *(Chastity)* என்கின்ற ஆங்கில வார்த்தைப்படி வர்ஜினிட்டி *(Virginity)* என்பதே பொருள் ஆகும். அதை அந்தப் பொருளின்படி பார்த்தால் இது ஆணுக்கென்றோ, பெண்ணுக்கென்றோ சொல்லாமல் பொதுவாக மனித சமூகத்திற்கே -எவ்வித ஆண், பெண் புணர்ச்சி சம்பந்தமே சிறிதும் இல்லாத பரிசுத்தத் தன்மைக்கே உபயோகப்படுத்தி இருக்கிறது என்பதைக்

காணலாம். ஆகவே, கற்பு என்பது பெண்களுக்கு மாத்திரம் சம்பந்தப்பட்டதல்ல என்பதும்; அதுவும் ஆணோ, பெண்ணோ ஒரு தடவை கலந்த பிறகு எவ்வளவு சுத்தமாயிருந்தாலும் கற்புப் போய்விடுகிறது என்கின்ற கருத்துக் கொள்ளக்கூடியதாயு மிருக்கின்றது. ஆனால், ஆரிய பாஷையில் பார்க்கும்போது மாத்திரம் கற்பு என்கிற வார்த்தைக்கு அடிமை என்ற கருத்து நுழைக்கப்படுகின்றது என்பது எனதபிப்பிராயம். அதாவது பதியைக் கடவுளாகக் கொண்டவள், பதிக்கு அடிமையாய் இருப்பதையே விரதமாகக் கொண்டவள், பதியைத் தவிர வேறு யாரையும் கருதாதவள் எனப் பொருள் கொடுத்திருப்பதுடன் பதி என்கின்ற வார்த்தைக்கு அதிகாரி, எஜமான், தலைவன் என்கின்ற பொருள் இருப்பதால் அடிமைத்தன்மையை இவ்வார்த்தை புலப்படுத்துகின்றது. ஆனால், தலைவி என்ற பதத்திற்கும், நாயகி என்ற பதத்திற்கும் மனைவி என்று பொருள் குறிக்கப் பட்டிருப்பதாலும், அது அன்பு கொண்ட நிலையில் மாத்திரம் ஆணையும், பெண்ணையும் குறிக்கின்றதேயொழிய, வாழ்க்கையில் கட்டுப்பட்ட பெண்களுக்குத் தலைவி என்கின்ற வார்த்தை, அதன் உண்மைக் கருத்துடன் வழங்கப்படுவதில்லை. நாயகன்-நாயகி என்கின்ற சமத்துவமுள்ள பதங்களும், கதைகளிலும், புராணங் களிலும் ஆண் - பெண் இச்சைகளை உணர்த்தும் நிலைகளுக்கே மிகுதியும் வழங்கப்படுகின்றன. ஆகவே, காமத்தையும், அன்பையும் குறிக்குங் காலங்களில் சமத்துவப் பொருள் கொண்ட நாயகர் - நாயகி, தலைவர் - தலைவி என்ற வார்த்தைகளை உபயோகித்துவிட்டு, கற்பு என்ற நிலைக்கு வரும்போது அதைப் பெண்களுக்கு மாத்திரம் சம்பந்தப்படுத்தி, பதி ஆகிய எஜமானனையே கடவுளாகக் கொள்ளவேண்டுமென்ற கருத்துக் கொள்ளப்பட்டிருக்கின்றது.

இந்த இடத்தில் நமது திருவள்ளுவரின் நிலைமையும் எனக்குச் சற்று மயக்கத்தையே தருகிறது. அதாவது, குறளில் வாழ்க்கைத் துணை நலத்தைப்பற்றிச் சொல்ல வந்த 6--ஆம் அத்தியாயத்திலும், பெண் வழிச் சேரல் என்பதைப்பற்றிச் சொல்லவந்த 9--ஆவது அத்தியாயத்திலும், மற்றும் சில தனி இடங்களிலும் பெண்கள் விஷயத்தில் மிக்க அடிமைத் தன்மையையும், தாழ்ந்த தன்மையையும் புகுத்தப்பட்டிருப்பதாகவே

எண்ணக் கிடக்கின்றன. தெய்வத்தைத் தொழாமல் தன் கொழுநனாகிய தன் தலைவனைத் தொழுகின்றவள் மழையைப் பெய்யென்றால் பெய்யும் என்றும்; தன்னைக் கொண்டவன் என்றும் இம்மாதிரியான பல அடிமைக்குகந்த கருத்துகள் கொண்ட வாசகங்கள் காணப்படுகின்றன. இவ்விஷயத்தில் மாறுபட்ட அபிப்பிராயம் கொள்ளுவோர் மேற்கண்ட இரண்டு அத்தியாயங் களையும் 20 குறளையும் உரைகளைக் கவனியாமல் மூலத்தை மாத்திரம் கவனிக்கும்படி வேண்டுகிறேன். அப்படிப் பார்த்த பிறகு, இந்த இரண்டு அதிகாரங்களும் அதாவது, "வாழ்க்கைத் துணைநலம்" அதிகாரமும், "பெண் வழிச் சேரல்" அதிகாரமும் குற்றமற்றது என்பதாக யார் வந்து எவ்வளவு தூரம் வாதிப்பதானாலும், கடைசியாக, திருவள்ளுவர் ஒரு ஆணாயில்லாமல் பெண்ணாயிருந்து இக்குறள் எழுதியிருப் பாரானால் இம்மாதிரிக் கருத்துகளைக் காட்டியிருப்பாரா? என்பதையாவது கவனிக்கும்படி வேண்டிக்கொள்ளுகிறேன். அதுபோல, பெண்களைப்பற்றிய தர்மசாஸ்திரங்கள் என்பதும், பெண்களைப்பற்றிய நூல்கள் என்பதும் பெண்களால் எழுதப் பட்டிருக்குமானாலும் அல்லது கற்பு என்கின்ற வார்த்தைக்குப் பெண்களால் வியாக்கியானம் எழுத ஏற்பட்டிருந்தாலும் கற்பு என்பதற்கு, “பதிவிரதம்” என்கின்ற கருத்தை எழுதியிருப்பார்களா? என்பதையும் யோசித்துப் பார்க்கும்படி கேட்டுக்கொள்ளுகிறேன்.

கற்பு என்பதற்குப் “பதிவிரதம்” என்று எழுதிவிட்டதன் பலனாலும், பெண்களைவிட ஆண்கள் செல்வம், வருவாய், உடல் வலிவு கொண்டவர்களாக ஆக்கப்பட்டுவிட்டதனாலும், பெண்கள் அடிமையாவதற்கு, புருஷர் மூர்க்கர்களாகி கற்பு என்பது தங்களுக்கு இல்லை என்று நினைப்பதற்கும் அனுகூலம் ஏற்பட்டதே தவிர வேறில்லை.

தவிர, புருஷர்கள் கற்புடையவர்கள் என்று குறிக்க நமது பாஷைகளில் தனி வார்த்தைகளே காணாமல் மறைப்பட்டுக் கிடப்பதற்குக் காரணம் ஆண்களின் ஆதிக்கமே தவிர வேறில்லை.

இந்த விஷயத்தில் உலகத்தில் ரஷ்யா தவிர, வேறு நாடோ, வேறு மதமோ, வேறு சமூகமோ யோக்கியமாய் நடந்து கொண்டிருக்கிறது எனச் சொல்ல முடியாது. உதாரணமாக அய்ரோப்பிய தேசத்தில் பெண்களுக்குப் பலவித சுதந்திரங்கள்

இருப்பதுபோல் காணப்பட்டாலும் புருஷன் பெண் சாதி என்பதற்காக ஏற்பட்ட பதங்களிலேயே உயர்வு தாழ்வுக் கருத்துகள் நுழைக்கப்பட்டிருப்பதுடன், சட்டங்களும் புருஷனுக்கு அடங்கி நடக்கவேண்டியதாகவே ஏற்பட்டிருக்கின்றன.

மற்றும் சில சமூகங்களில் பர்தா என்றும், கோஷா என்றும், திரை என்றும் அதாவது பெண்கள் அறைக்குள் இருக்க வேண்டியவர்கள் என்றும், முகத்தை மூடிக்கொண்டு வெளியில் போகவேண்டியவர்கள் என்றும் ஏற்படுத்தப்பட்ட கொள்கைகளும், புருஷன் பல பெண்களை மணக்கலாம்; பெண்கள் ஏககாலத்தில் ஒரு புருஷனுக்கு மேல் கட்டிக்கொண்டு வாழக்கூடாது என்ற கொள்கையும் நம் நாட்டில் ஒரு தடவை புருஷன் பெண்சாதி என்கின்ற சொந்தம் ஏற்பட்டுவிட்டால், பிறகு அந்தப் பெண்ணுக்கு சாகும்வரைக்கும் வேறு எந்தவித சுதந்திரமும் இல்லையென்றும், புருஷன் அப்பெண்ணின் முன்பாகவே பல பெண்களைக் கட்டிக்கொண்டு கூடி வாழலாம் என்றும், புருஷன் தன் மனைவியை தன்னுடைய வீட்டில் வைத்துக்கொண்டு அவளுடன் ஒன்றித்து வாழாமலிருந்தும்கூட மனைவி புருஷனைச் சாப்பாட்டிற்கு மாத்திரம் கேட்கலாமேயொழிய, இன்பத்திற்கோ, இச்சையைத் தீர்ப்பதற்கோ அவனைக் கட்டுப்படுத்த உரிமை இல்லை என்று கட்டுப்பாடுகள் இருந்து வருகின்றன.

இந்நிலை சட்டத்தாலும், மதத்தாலும் மாத்திரம் ஏற்பட்டதென்று சொல்வதற்கில்லாமல் பெண் சமூகமும், ஒப்புக்கொண்டு, இந்நிலைக்கு உதவி புரிந்து வருவதானாலும் இது உரம் பெற்று வருகிறதென்றே சொல்லவேண்டும். அநேக வருட பழக்கங்களால் தாழ்ந்த சாதியார் எனப்படுவோர் எப்படித் தாங்கள் தாழ்ந்த வகுப்பார் என்பதையும் ஒப்புக்கொண்டு, தாமாகவே கீழ்ப்படியவும், ஒடுங்கவும், விலங்கவும் முந்துகின்றார்களோ, அதுபோலவே, பெண் மக்களும் தாங்கள் ஆண் மக்களின் சொத்துகளென்றும், ஆண்களுக்குக் கட்டுப்பட்டவர்களென்றும், அவர்களது கோபத்திற்கு ஆளாகக் கூடாதவர்கள் என்றும் நினைத்துக் கொண்டு, சுதந்திரத்தில் கவலையற்று இருக்கின்றார்கள். உண்மையாக, பெண்கள் விடுதலை வேண்டுமானால், ஒரு பிறப்புக்கொரு நீதி வழங்கும் நிர்ப்பந்தக் கற்புமுறை ஒழிந்து, இரு பிறப்பிற்கும் சமமான சுயேச்சைக் கற்பு முறை ஏற்படவேண்டும்.

கற்புக்காகப் பிரியமற்ற இடத்தைக் கட்டி அழுது கொண்டிருக்கச் செய்யும்படியான நிர்ப்பந்தக் கல்யாணங்கள் ஒழியவேண்டும்.

கற்புக்காக புருஷனின் மிருகச் செயலைப் பொறுத்துக் கொண்டிருக்க வேண்டும் என்கின்ற கொடுமையான மதங்கள், சட்டங்கள் மாயவேண்டும்.

கற்புக்காக மனத்துள் தோன்றும் உண்மை அன்பை, காதலை மறைத்துக்கொண்டு, காதலும், அன்பும் இல்லாதவனுடன் இருக்கவேண்டும் என்கின்ற சமூகக் கொடுமையும் அழியவேண்டும்.

எனவே, இக்கொடுமைகள் நீங்கின இடத்தில் மாத்திரமே மக்கள் பிரிவில் உண்மைக் கற்பை, இயற்கைக் கற்பை, சுதந்திரக் கற்பைக் காணலாமே ஒழிய நிர்ப்பந்தங்களாலும், ஒரு பிறப்புக் கொரு நீதியாலும், வலிமை கொண்டவன் வலிமையற்றவனுக்கு எழுதி வைத்த தர்மத்தாலும் ஒருக்காலும் காண முடியாது என்பதுடன், அடிமைக் கற்பையும், நிர்ப்பந்தக் கற்பையும்தான் காணலாம். அன்றியும், இம்மாதிரியான கொடுமையைவிட வெறுக்கத்தக்க காரியம் மனித சமூகத்தில் வேறொன்று இருப்பதாக என்னால் சொல்ல முடியாது.

இரண்டாம் அத்தியாயம்

வள்ளுவரும் கற்பும்

கற்பு என்ற நமது கட்டுரைக்கு மறுப்பாக திருக்குறளை மேற்கோளாகக் காட்டி, நமது தோழர் ஒருவர் ஒரு நீண்ட மறுப்பு எழுதியுள்ளார்.

அதில் நாம், "வள்ளுவர் ஒரு பெண்ணாக இருந்து குறள் எழுதி யிருந்தால், இக்கருத்துகளைக் கூறியிருக்கமாட்டார்" என்று குறிப்பிட்டிருந்ததற்கு நமது தோழர் அதை ஒருவாறு ஒப்புக் கொண்டு, 'தன்னலங் கொண்ட கூட்டத்தார் ஏற்றுக் கொள்ள வில்லையானால் நீதியானது அநீதியாகி விடுமோ! என்று பதில் கூறியிருக்கிறார்.

இங்குப் பெண்களைத் தன்னலங்கொண்ட கூட்டத்தார் என்று குறிப்பிட்டு பெண்களுக்கு நீதி வழங்கியதாகுமா? என்பதை யோசிப்பதோடு, பெண்கள் தர்மம் என்று எழுதுவதில் ஆண்கள் இம்முறையைக் கொண்டு பிரவேசிப்பது தன்னலங்கொண்ட தாகாதா? என்பதையும் சிந்திக்க வேண்டுகிறேன்.

(இந்த இடத்தில் "கருத்து" இன்னது என்பதை முடிவுகட்டா விட்டாலும்) "தமிழ்நாட்டில் வாழ்ந்த-வாழுகின்ற பெண்ணரசிகளும் அக்கருத்துகளை ஒப்புக்கொண்டிருக்கிறார்கள்" என்று எழுதி யிருக்கின்றார். எந்த பெண்ணரசியாகிலும் தம்மை ஆண் பிறவிக் கடிமை என்றாவது, தாம் அப்பிறவிக்குக் கீழ்ப்பட்டவர்கள் என்றாவது, ஆண் தன்மையைவிட பெண் தன்மை ஒரு கடுகளவாவது தாழ்ந்தது என்றாவது எண்ணிக் கொண்டிருப்பார் களானால் அவர்கள் யாராயிருந்தாலும் அவர்களை பெண்ணரசி என்று சொல்ல நாம் ஒருக்காலும் ஒப்போம்.

'பல தலைமுறைப் பழக்கத்தால் பெண்கள் அக்கருத்துகளை ஏற்றுக் கொள்கின்றனர்' என்று நாம் எழுதியிருப்பதும், அதைத்

தாழ்த்தப்பட்டவர்கள் தங்கள் தாழ்ந்த நிலையை ஏற்றுக்கொள்வது போலாகும் என்பதற்கு ஒப்பிட்டு, நாம் எழுதியிருப்பதும், "தாய்மார்களைப் பழித்துக் கூறியதாகும்" என்று நமது தோழர் கூறியிருக்கிறார்.

அதற்குக் காரணம் காட்டுவதில், "தாழ்த்தப்பட்டவர்களுக்கு அறிவு வளர்ச்சிக்குரிய சாதனங்கள் கிடைக்கவொட்டாமல் செய்துவிட்டதால் அன்னார்கள் அறியாமை உடையவராகி விட்டார்கள். பெண்களுக்கு அது பொருந்தாது" என்றும் நமது தோழர் சொல்லுகிறார்.

இதை அவர் ஆராய்ச்சியுடன் கூறியிருப்பதாக நமக்கு விளங்க வில்லை. ஏனெனில், எந்தக் காலத்தில் தாழ்த்தப்பட்டவர்கள் என்கின்ற கூட்டம் ஏற்பட்டதோ, எந்தக் காலத்தில் எந்தக் கூட்டத்தார்கள் தாழ்த்தப்பட்டோருக்கு அறிவு வளர்ச்சிக்குரிய சாதனங்கள் இல்லாமல் செய்தனரோ அக்காலத்திலேயே அந்தக் கூட்டத்தாராலேயே பெண் மக்களுக்கும் அறிவு வளர்ச்சிக்குரிய சாதனங்கள் இல்லாமல் செய்யப்பட்டு, தாழ்த்தி அடக்கி வைக்கப்பட்டிருக்கிறது. இதை ஏன் நமது தோழர் உணர முடியவில்லை என்பதும் நமக்கு அறிய முடியவில்லை.

தவிர, பெண்களின் அறிவுத் திறத்திற்கு உதாரணமாக இவர் ஒரு அவ்வைப்பிராட்டியை எடுத்துக்காட்டுகின்றார். அதே மூச்சில் திருவள்ளுவரையும் எடுத்துக்காட்டியிருப்பாரானால், தாழ்த்தப் பட்டவர் களுக்குள்ளும் ஏதோ ஒருவருக்கு அறிவு வளர்ச்சி இருந்து வந்தது என்பதை ஒத்துக்கொண்டிருப்பார். எனவே, நாம் ஒன்றிரண்டு பெண்ணரசிகளைப் பற்றிப் பேச வரவில்லை என்பதையும் தற்காலத்தில் வாழும் நூற்றுக்குத் தொண்ணூற் றொன்பதே முக்காலே மூன்று வீசம் வீதமுள்ள பெண்களைப்பற்றிப் பேசுகின்றோம் என்பதையும் உணர வேண்டுகின்றோம்.

இப்படிச் சொல்லுவதால், நாம் தாய்மார்களையே பழித்துக் கூறியதாகுமானால், நமது தோழர் சொல்வதிலிருந்து அவர் "தாழ்ந்த சாதி" என்பவர்களைப் பழித்துக் கூறியதாக ஏற்பட வில்லையா? என்று வினவுகின்றோம்.

தவிர, அவ்வைப் பிராட்டியாரும் திருவள்ளுவரையே அரண் செய்கின்றார் என்பதற்கு எடுத்துக்காட்டாக அவ்வையாரின்

‘தையல் சொற்கேளேல்’ என்கின்ற முதுமொழியை எடுத்துக்காட்டி, அதற்கு அரணாக வள்ளுவரின் “பெண் வழிச் சேரல்” என்கின்ற வாக்கைச் சுட்டிக்காட்டுகின்றார். “பேதமை என்பது மாதர்க்கணிகலம்” என்கிற பிராட்டியாரின் முதுமொழியையும் கூடவே குறிப்பிட்டிருக்கிறார்.

இதனால் நமது தோழர் தனது கடைசி ஆயுதத்தை ஏந்தியிருக்கின்றார் என்றே கூறவேண்டியிருக்கிறது. பெண்களும் பகுத்தறிவுள்ள - சிந்தனா சக்தியுள்ள மனித ஜீவன்தான் என்பதை ஒப்புக்கொள்ளும் எவரும் இம்மூன்றையும் ஒருக்காலும் நடுவுநிலைமை உள்ளவர் வாக்கென்றோ, உண்மையை ஆராய்ந்த அறிவுடையோர் வாக்கென்றோ ஒப்புக்கொள்ள முடியாதென்பதே நமது துணிபு. அங்ஙனமில்லையாயின், அவ்வக்கால நிலைக்கேற்ற தென்றாவது சொல்லியாகவேண்டும். இங்கு, சற்று வாசகர்களுக்குச் சங்கடமுண்டாகும் என்பது நமக்குத் தெரியும்; ஆகிலும் குற்றமில்லை; முதலாவது அவ்வையும், வள்ளுவரும் சகோதரர்கள் என்பது ஒரு கதை. ஆதி என்கின்ற புலைச்சிக்கும், பகவன் என்கின்ற பார்ப்பானுக்கும் பிறந்த பிள்ளைகள் ஏழில் இவர்கள் இருவர் என்று அக்கதையே சொல்லுகின்றது. இவற்றுள் மற்றொரு விசேடமென்ன வென்றால், மேற்கண்ட ஆதிக்கும், பகவனுக்கும் புணர்ச்சி முடிந்ததும் பிள்ளை பிறந்ததாகவும், அதை அங்கேயே போட்டுவிட்டுப் போய்விட்ட தாகவும் அக்கதை கூறுகின்றது. இது சம்பந்தமாக மற்றும் பலப்பல கதைகளும் உண்டு. அன்றியும், மற்றும் பலப் பல அவ்வைகள் இருந்தார்கள் என்றும் சிலர் கூறுவார்கள். எனினும், இது விஷயத்தில் புராணக் கூற்றையும், தெய்வீக மூட நம்பிக்கையையும் சற்று ஒதுக்கி வைத்துவிட்டு, மேற்கண்ட நீதி வாக்கியங்களும், குறள்களும் யாரால் சொல்லப்பட்டிருந்தாலும் அதையும் கவனியாமல், மேற்படி வாக்கியங்களை மாத்திரம் எடுத்துக்கொண்டு, அதுபோன்ற மற்ற வாக்கியங்களுக்குப் பொருள் காணுவதுபோலவே இவைகளுக்கும் பகுத்தறிவைக் கொண்டு பொருள் காணுவோமேயானால் மேற்கண்ட முதுமொழிகளின் கருத்தான “பெண்கள் சொல்லைக் கேட்கக்கூடாது” என்பதும், “அறியாமை என்பது பெண்களது ஆபரணம்” அதாவது, அவர்களின் தன்மைக்கு ஏற்றது என்பதும், "பெண்கள் இஷ்டப்படி நடக்கக்கூடாது” என்பதுமே பொருளாகி

விளங்குகின்ற கருத்துகள்தான் காணக் கிடக்கும். இனி இதற்கு விசேட உரைகளும், தத்துவார்த்தங்களும் பலப்பல சொல்ல பல வித்துவான்கள் முந்தக்கூடும். ஆனாலும், தத்துவார்த்தமும், விசேட உரையும் சொல்ல முடியாத சப்தங்களும் எழுத்துகளும், வாக்கியங்களும், செய்யுள்களும் உலகத்தில் கிடைப்பது அரிது என்பது யாவரும் அறிந்ததாகும். ஆதலால், இதற்கு மாத்திரம் தத்துவார்த்தமும், விசேட உரையும் கொண்டு பொருள் கூற வரவேண்டிய காரணம் அறிவாளிகளால் ஒப்புக்கொள்ளக்கூடிய தாகாது. அவ்வை முதுமொழியும், வள்ளுவர் குறளும் யார் சொன்னார்கள் என்பது இங்குக் காணவேண்டிய விஷயமல்ல. மற்றபடி, இவ்விரண்டும் நீதி நூல்களில் சிறந்ததாக எடுத்துக் கொள்ளப்பட்டிருக்கின்றன. ஆதலால், இதைப்பற்றிப் பேசவே இங்கு முன் வருகிறோம். இதில் குறுக்கே நிற்கும் சங்கடமென்ன வென்றால், இவ்வளவு உயர்ந்த தத்துவங்களைக் கொண்ட நீதிகளை உணர்ந்தவர்கள், இவ்வளவு பெரிய பிழைகளை இழைத்திருப்பார்களா? என்னும் விஷயமாகும். ஆனால், எல்லா விஷயங்களுக்கும் இவ்வாயுதத்தை உபயோகிக்க முற்படுவதால், அவ்வாயுதம் சில சமயங்களில் உபயோகிப்பவர்களையே மோசம் செய்துவிடக் கூடும். அல்லாமலும், காலதேச வர்த்த மானத்தைக்கொண்டுதான் யாரும் எதையும் சொல்லியிருக்க முடியுமேயல்லாமல், பார்ப்பனர்கள் சொல்வதுபோல் எதையும் கடவுள் சொன்னார் என்பதும், அது எக்காலத்திற்கும் ஏற்றது என்பதும், இக்காலத்திற்குப் பொருத்தமற்றதாகும். இவ்விரு பெரியார்களும், உண்மையாயிருந்தாலும், இல்லாவிட்டாலும் இந்நீதி நூல்கள் சொல்லப்பட்ட காலம் ஆரிய ஆதிக்கம் பரவியிருந்த காலமென்பதையாவது ஒவ்வொருவரும் ஒப்புக்கொண்டுதான் ஆகவேண்டும். தவிர, அவ்வைப் பிராட்டியார் பெயராலோ, வள்ளுவர் பெயராலோ சொல்லப்பட்ட நீதிகளை ஆக்கிய கர்த்தர்கள் நம்மைப் போன்ற மனிதத் தன்மை வாய்ந்தவர்கள் என்பதை முதலாவதாக ஏற்றுக்கொள்ள வேண்டும். அந்த இடத்தில் மேலே குறிப்பிட்டதுபோல், தெய்வத்தன்மைகள் என்று சொல்லப்படுவதை அதாவது, மனிதத் தன்மைக்கு மேற்பட்டது என்பதையும் மூட்டை கட்டி வேறாக வைத்துவிட்டுப் பார்த்தால்தான் உண்மை விளங்கும். அப்படியில்லாவிட்டால், யாரும் எதையும் சொல்ல இடமேற்பட்டுவிடும். ஆகவே,

அப்படிப் பார்த்தால்தான் இவர்கள் இப்படிச் சொன்னதற்கு நியாயம் கிடைக்கும். அதாவது அக்காலத்திய நிலைமைக்கு யாராயிருந்தாலும் நீதி இப்படித்தான் சொல்லி இருக்க முடியும் என்கின்ற முடிவு காணலாம். எப்படியென்றால், "கம்பர்" அறிவுத் திறமுடைய கவி என்பதில் யாருக்கும் வேறுபாடு இராது. ஆனாலும், அப்படிப்பட்ட கம்பர் ராமாயணம் பாடினார் என்றால், ஆரியர் செல்வாக்குக் காலத்தில், ஆரிய ஆதிக்கத்தில் மக்களுக்கு உணர்ச்சி உள்ள காலத்தில் பாடியதானதால், அதில் வான்மீகி உரைத்த கருத்துகளை மாற்றி அதிலுள்ள ஆபாசங்களை எல்லாம் நீக்கி, ஆரியர்களுக்கு முழு உயர்வையும், ஆதிக்கத்தையும் வைத்து மக்கள் கொண்டாடும்படியாகப் பாடியிருக்கின்றார். அதுபோலவே, இப்பொழுதும்கூட எவ்வளவு அறிவு முதிர்ச்சியும், ஆராய்ச்சி முதிர்ச்சியும் பல பண்டிதர்களுக்கு இருந்தாலும் ஆரிய ஆதிக்கத்தை மறுப்பதற்குப் பயப்படுகின்றார்கள்; ஆரிய உயர்வையே பேசுகின்றார்கள். காரணம், 'ஆரியருக்குப் பயந்தல்ல'வென்று சொல்லிக் கொண்டாலும், அவர்களுக்கு ஏற்பட்ட ஆரியப் பழக்க வழக்கமும், ஆரியர் கதைகளையே படிப்பதும், ஆரிய ஆதிக்கத்திற்கு ஏற்படுத்தின கடவுள் தன்மைகளையே வணங்கி வருவதும், ஆரியக் கதையை ஆதரித்துப் பாடுவதும், எழுதுவதும் ஆகிய குணங்களே இப்படித்தான் நடக்கச் செய்யும். எனவே, இம்முறையில் குழந்தைப் பருவ முதல் வளர்ந்து சரீரத்தின் மூலமாகவும், மயிர்க்கால்கள் மூலமாகவும் ஆரியத் தன்மையை ஏற்றுக்கொண்டு மூளையை நிரப்பி வைத்திருப்பவர்கள் என்ன செய்யக்கூடும்? ஆதலால், அவர்கள் பரிசுத்தத் தன்மையும், மேன்மையும் உற்றவர்களானால், உண்மையாயிருந்தாலும், சொல்லப்பட்ட காலமென்பதையாவது அக்காலத்திற்கேற்ப கூறினார் என்பதோடு முடித்து விடுவதே நன்று. அப்படி இல்லாமல், எக்காலத்திற்கும் ஏற்றதென்போமாயின் அவைகள் குற்றம் குற்றமே, 'நெற்றிக் கண்ணைக் காட்டினும் குற்றம் குற்றமே'தான்.

பின்பு, நமது தோழர் சமத்துவம் என்பதுபற்றி என்ன என்னமோ அவசியமில்லாத அநேகவற்றைச் சொல்லுகின்றார். அதைப்பற்றி இங்கு இது சமயம் ஒரு விவகாரம் வைத்துக்கொள்ளவும் அவ்வளவு அவசியமில்லை. என்றாலும், கடைசியாக அவர் குறிப்பிடும் சமத்துவக் கொள்கையாவது என்ன என்று எடுத்துப்

பார்த்தாலும் அதிலும் முற்றும் முறையாகச் சொல்லாமல் நழுவிவிட்டார் என்றே கூறவேண்டும். அதாவது, "பெண் மக்கள் தமது உரிமையையும், தேவையையும் ஆண் மக்கள் தடையில்லாமலும், பெண்ணின தடையின்றி அவர்களுக்குத் துன்பமில்லாமல் பெறுதலும், ஒருவருக்கொருவர் உதவி செய்து வாழ்வதும் ஆண், பெண் சமத்துவமாகும்" என்று சொல்லுகிறார்.

ஆனால், அதே மூச்சில், "ஆண் உரிமை யாது? பெண் உரிமை யாது? அன்னாரின் தனித்தனி தேவைகள் யாவை? என்பதைப்பற்றி ஆராய்வது வேறொன்று விரித்தலாகும்" என்று சொல்லிவிட்டார்.

இவ்வியாச விவகாரத்தின் ஜீவநாடி ஆண் உரிமை என்ன? பெண் உரிமை என்ன? இவ்விரண்டிற்கும் ஏன் வித்தியாசம் இருக்கவேண்டும்? என்பதேயாகும். அப்படி இருக்க, நமது தோழர் அதை ஆராய்வது வேறொன்று விரித்தல் என்னும் குற்றமாகிவிடும் என்பது, 'உள்ளதை விரிக்கப் பயந்து மறைத்தல்' என்கின்ற குற்றத்திற்கு ஆளாகுமே தவிர, வேறில்லை என்று சொல்ல வருந்துகிறோம்.

தவிர, "ஆணின் தன்மை வீரம், வன்மை, கோபம், ஆளுந்திறம் கொண்டு விளங்குகிறது" என்றும், "பெண்ணின் தன்மை அன்பு, மேன்மை, சாந்தம், பேணுந்திறம் கொண்டு விளங்குகிறது"என்றும் சொல்லுகின்றார். இம்முடிவுதான் நமது தோழர், திருவள்ளுவருக்கு வக்காலத்துப் பெற்று மறுப்பெழுத முன்வரச் செய்துவிட்டதென்பது இப்பொழுது நமக்கு நன்றாய் விளங்குகின்றது.

வன்மை, கோபம், ஆளுந்திறம் ஆண்களுக்குச்சொந்தமென்றும், சாந்தம், அமைதி, பேணுந்திறம் பெண்களுக்குச் சொந்தமென்றும் சொல்வதானது வீரம், வன்மை,கோபம்,ஆளுந்திறம் புலிக்குச் சொந்தமென்றும், சாந்தம், அமைதி பேணுந்திறம் ஆட்டுக்குச் சொந்தமென்றும் சொல்வது போன்றதே ஒழிய வேறில்லை. நாம் வேண்டும் பெண் உரிமை என்பது என்னவெனில், ஆணைப் போலவே பெண்ணுக்கும் வீரம், வன்மை, கோபம், ஆளுந்திறம் உண்டென்பதை ஆண் மக்கள் ஒப்புக்கொள்ள வேண்டும் என்பதே ஆகும்.

அன்றியும், மனித சமூக வளர்ச்சிக்கு இருபாலருக்கும் நமது தோழர் குறிப்பிட்ட இருபாலார் குணங்களும் சமமாக இருக்க

வேண்டும் என்பதே நமது கருத்தாகும். இருபாலாருக்கும் சமமாகவே இருக்க இயற்கையில் இடமும் இருக்கின்றது. ஆனால், அது செயற்கையால்-ஆண்களின் சுயநலத்தால்--சூழ்ச்சியால் மாறுபட்டு வருகின்றது.

கர்ப்பமாக பத்து மாதம் சுமந்து பிள்ளை பெறுகின்ற குணம் பெண்களுக்கு இருப்பதாலேயே பெண்கள் நிலை ஆண்களைவிட எந்தவிதத்திலும் அதாவது, வீரம், கோபம், ஆளுந்திறம், வன்மை முதலியவைகளில் மாறுபட்டுவிட வேண்டியதில்லை என்றே சொல்வோம். கர்ப்பம் தரித்து பிள்ளை பெறாத காரணத்தாலேயே ஆண் மக்களுக்கு அன்பும், சாந்தமும், பேணுந்திறமும் பெண்களைவிட மாறுபட்டதாகி விடாதென்றும் சொல்லுவோம்.

உண்மையான சமத்துவத்திற்கு மதிப்புக் கொடுப்போமானால், உண்மையான அன்பு இருக்குமானால், பிள்ளையைச் சுமந்து பெறும் வேலை ஒன்று தவிர, மற்ற காரியங்கள் இருபாலாருக்கும் ஒன்றுபோலவே இருக்கும் என்பது உறுதி.

தவிர, 'தற்கொண்டாள்' என்பதற்கு அன்பைக் கொண்டவள் என்கின்ற பொருளை வருவித்துக் கொள்வது இங்கு வள்ளுவருக்குக் காப்புச் செய்யக் கருதியதாகுமேயல்லாமல் குறளுக்கு நீதி செய்ததாகாது.

அன்றியும், பெண்ணிடமிருந்து ஆண் அறியவேண்டிய குணம் ஒன்றும் இல்லையென்பதும் அப்படியிருந்தால்தான் 'தற்கொண்டாள்' என்பதாகச் சொல்லலாம் என்பதும் பொருத்த மற்றதென்றே சொல்லலாம்.

அது போலவே, "தொழுதெழுவதையும்" ஆணுக்குக் குறிப்பிட்ட நியதி இல்லையென்பதும் பொருத்தமற்றதே ஆகும். பெண்ணைக் கொள்ள ஆணுக்கு உரிமையிருந்தால், ஆணைக் கொள்ளப் பெண்ணுக்கு உரிமை வேண்டும். ஆணைத் தொழுதெழ வேண்டும் என்று பெண்ணுக்கு நிபந்தனையிருந்தால், பெண்ணையும் ஆண் தொழுதெழ வேண்டும். இதுதான் ஆண்-- பெண் சரி சம உரிமை என்பது.

இஃதில்லாது எதுவானாலும் சுயநன்மையும் மூர்க்கமுமேயல் லாமல் அன்பு அல்லவென்றே சொல்லிவிடுவோம்.

தவிர, நமது தோழர் அவர்கள் குறளில் ஆண்களுக்கும் வள்ளுவர் கற்பு கூறியிருப்பதாகச் சொல்லுகின்றார். இருக்கலாமானாலும், பெண்களுக்குக் கூறியது போல் இல்லையென்றுதான் சொல்கிறோம். அதாவது, ஆண்களின் கற்புக்கு நமது தோழர் அவர்கள் இரண்டு குறள்களை எடுத்துக்காட்டாக கூறியிருக்கிறார். அவை:

"சிறை காக்கும் காப்பெவன் செய்யும் மகளிர்
நிறை காக்கும் காப்பே தலை"

"நிறைநெஞ்ச மில்லவர் தோய்வர் பிறநெஞ்சிற்
பேணிப் புணர்பவர் தோள்"

இவைகளை ஆண்கள் கற்பை வலியுறுத்தக் கூறியதாகக் கூறுகிறார் போல் காண்கிறது. இவைகள் அதற்காகக் கூறியதல்ல என்பது நமது அபிப்பிராயம்.

அதாவது முதற் குறளுக்கு "காவலினால் பெண்கள் கற்பாயிருப்பதால் பயனில்லை; பெண்கள் தாங்களாகவே கற்பாயிருக்கவேண்டும்" என்பதுதான் கருத்தாக இருக்கலாம் என்று கருதுகிறோம்.

இரண்டாவது குறள், விலைமாதரைப் புணர்கின்றவர்க்குக் கூறிய பழிப்புரையேயல்லாமல் காதல் கொண்ட மற்றப் பெண்களைக் கூடித்திரியும் ஆண்களைக் குறித்துக் கூறியதல்ல வென்பது நமதபிப்பிராயம். நிறை என்கின்ற வார்த்தை மாத்திரம் காணப்படுகின்றதே தவிர நிர்ப்பந்தமில்லை. ஆகவே, இருபாலாருக்கும் சம நிபந்தனை குறளில் இல்லை என்பதற்கு மற்றும் பல குறள்களையும் நாம் கூறக்கூடும்.

தவிர, கடைசியாக நமது தோழர் நமக்கு உணர்த்தும் அறிவுக்கு நாம் அவருக்கு நன்றி கூறக் கடமைப்பட்டிருக்கிறோம். அவர் விரும்புவது போலவே ஆன்றோர் நூல்களில் அய்யம் தோன்றும் இடங்களில் அய்ய வினாவாகவே எழுதி வருகிறோம். ஆனால், இக்கற்பு விஷயத்தில் நாம் குறிப்பிட்ட குறளின் கருத்தில் நமக்கு அய்யமில்லை என்று கருதுவதோடு, நமது கூற்றுக்கு ஆதரவாக மற்றும் சில அறிஞர்களின் கருத்தையும் பெற்றோமென்பதையும் தெரிவித்துக் கொள்ளுகிறோம்.

தந்தை பெரியார்

மற்றும், குறள் விஷயத்திலும், குறளாசிரியர் விஷயத்திலும் நாம் கொண்டுள்ள பக்தி நமது தோழர் கொண்டுள்ள பக்திக்கு மீறியதல்லவானாலும் குறைந்ததல்ல என்பதையும் பணிவுடன் தெரிவித்துக் கொள்ளுகின்றோம். அதற்கு அநேக சான்றுகள் உண்டு. மற்றபடி நமது தோழர் குறிப்பிட்ட கடைசி குறள்கள் இரண்டையும் பற்றி அதாவது பெரும்பான்மை மக்களது கருத்துக்கு மாறுபடுவதும் பெரியோரிடம் குறை காணுவதும் மடமை என்கின்ற பொருள் கொண்ட வேறு இரண்டு குறள்பற்றி நாம் சிறிதும் கவலைப்படவில்லை. ஏனெனில், சரி என்று பட்டதைச் சொல்லும் தன்மை எவனிடமிருந்தாலும் அவன் இக்குறள்கள் மாத்திரமல்ல, இதுபோன்ற வகைகள் பலவற்றிற்கும், மற்றும் அநேக காரியங்களுக்கும் தயாராயிருக்க வேண்டியவன்தான் என்கின்ற முடிவால் கவலைப்பட வில்லை.

மூன்றாம் அத்தியாயம்

காதல்

அன்பு, ஆசை, நட்பு என்பனவற்றின் பொருளைத் தவிர, வேறு பொருளைக் கொண்டதென்று சொல்லும்படியான காதல் என்னும் ஒரு தனித்தன்மை ஆண்-பெண் சம்பந்தத்தில் இல்லையென்பதை விவரிக்கவே இவ்வியாசம் எழுதப்படுவதாகும். ஏனெனில், உலகத்தில் காதலென்பதாக ஒரு வார்த்தையைச் சொல்லி, அதனுள் ஏதோ பிரமாதமான தன்மையொன்று தனிமையாக இருப்பதாகக் கற்பித்து மக்களுக்குள் புகுத்தி அனாவசியமாய் ஆண்-பெண் கூட்டு வாழ்க்கையின் பயனை மங்கச் செய்து காதலுக்காகவென்று இன்பமில்லாமல், திருப்தியில்லாமல், தொல்லைப்படுத்தப்பட்டு வரப்படுகிறதை ஒழிக்கவேண்டுமென்பதற்காக வேயாகும்.

ஆனால், காதலென்றாலென்ன? அதற்குள்ள சக்தி என்ன? அது எப்படி உண்டாகின்றது? அது எதுவரையில் இருக்கின்றது? அது எந்தெந்த சமயத்தில் உண்டாவது? அது எவ்வப்போது மறைகின்றது? அப்படி மறைந்து போய்விடுவதற்குக் காரணமென்ன? என்பதைப்போன்ற விஷயங்களைக் கவனித்து ஆழ்ந்து யோசித்துப் பார்த்தால் காதலென்பதன் சத்தற்ற தன்மையும், உண்மையற்ற தன்மையும், நிச்சயமற்ற தன்மையும், அதை (காதலை)ப் பிரமாதப்படுத்துவதன் அசட்டுத்தனமும் ஆகியவைகள் எளிதில் விளங்கிவிடும்.

ஆனால், அந்தப்படி யோசிப்பதற்கு முன்பே இந்தக் காதலென்கின்ற வார்த்தையானது இப்போது எந்த அர்த்தத்தில் பிரயோகிக்கப்படுகின்றது? உலக வழக்கில் அதெப்படி பயன்படுத்தப்பட்டு வருகின்றது? இவற்றிற்கென்ன ஆதாரம்? என்பவைகளைத் தெரிந்து ஒரு முடிவு கட்டிக்கொள்ள வேண்டியது அவசியமாகும்.

இன்றைய தினம் காதலைப்பற்றிப் பேசுகிறவர்கள், "காதலென்பது அன்பல்ல, ஆசையல்ல, காமமல்ல" என்றும்,

“அன்பு, நேசம், ஆசை, காமம், மோகம் என்பவை வேறு. காதல் வேறு” என்றும், “அது ஒரு ஆணுக்கும், பெண்ணுக்கும் தங்களுக்குள் நேரே விவரித்துச் சொல்ல முடியாத ஒரு தனிக் காரியத்திற்காக ஏற்படுவதாகும்” என்றும், அதுவும் “இருவருக்கும் இயற்கையாய் உண்டாகக் கூடியதாகும்” என்றும், “அக்காதலுக்கு இணையானது உலகத்தில் வேறு ஒன்றுமில்லை” என்றும், “அதுவும் ஒரு ஆணுக்கு ஒரு பெண்ணிடமும், ஒரு பெண்ணுக்கு ஒரு ஆணிடமும் மாத்திரந்தான் இருக்க முடியும்” என்றும், அந்தப்படி “ஒருவரிடம் ஒருவருக்குமாக-இருவருக்கும் ஒரு காலத்தில் காதல் ஏற்பட்டுவிட்டால் பிறகு எந்தக் காரணங்கொண்டும் எந்தக் காலத்திலும் அந்தக் காதல் மாறவே மாறாது” என்றும், “பிறகு வேறொருவரிடம் காதல் ஏற்பட்டுவிட்டால், அது காதலாயிருக்க முடியாது; அதை விபச்சாரமென்றுதான் சொல்ல வேண்டுமெ ஒழிய, அது ஒருக்காலும் காதலாகாது” என்றும், மற்றும் “ஒரு இடத்தில் உண்மைக்காதல் ஏற்பட்டுவிட்டால், பிறகு யாரிடமும் காமமோ விரகமோ மோகமோ ஏற்படாது” என்றும் சொல்லப்படுகின்றன.

மேலும், இந்தக் காதல் காரணத்தினாலேயே ஒரு புருஷன் ஒரே மனைவியுடனும், ஒரு மனைவி ஒரே ஒரு புருஷனுடனும் மாத்திரமிருக்க வேண்டியதென்றும் கற்பித்து, அந்தப்படி கட்டாயப் படுத்தியும் வரப்படுகின்றது.

இதன் பலாபலன் எப்படியிருந்தாலும் இந்தப்படி சொல்கின்ற வர்களை எல்லாம் உலகனுபவமும், மக்கள் தன்மையின் அனுபவ ஞானமுமில்லாதவர்களென்றோ, அல்லது இயற்கைத் தன்மையையும் உண்மையையுமறியாதவர்கள் என்றோ, அல்லது உண்மையறிந்தும் வேறு ஏதாவதொரு காரியத்திற்காக வேண்டி வேண்டுமென்றே மறைக்கின்றவர்களென்றோதான் கருத வேண்டியிருக்கின்றது.

அன்றியும், இம்மாதிரி விஷயங்களைப்பற்றி நாம் சொல்லும் மற்றொரு விஷயமென்னவென்றால், இன்று பெரும்பான்மை மக்கள் 'காதலின் - காதலியாக' வாழ்வதன் தன்மையெல்லாம் வேறு ஒருவர் ஜோடி பார்த்துச் சேர்த்ததும், பிள்ளைகளைப் பெறுவதற்கென்றும், வீட்டு வாழ்க்கையின் உதவிக்கென்றும், இயற்கை உணர்ச்சிக்கும், பரிகாரத்திற்கென்றும் சேர்க்கப்படுகின்ற

ஜோடிகளாகத்தான் இருந்து வருகிறதே தவிர, தாங்களாகத் தங்கள் காதல் மிகுதியால், காதல் தெய்வத்தால் கூட்டுவித்ததைக் காணுவது அருமையாக இருக்கிறது. இது எப்படி இருந்தாலும் எந்தக் காரணத்திற்கு ஆனாலும், ஒரு ஆணின் அல்லது ஒரு பெண்ணின் அன்பு, ஆசை, காதல், காமம், நட்பு, நேசம், மோகம், விரகம் முதலியவைகளைப்பற்றி மற்றொரு பெண்ணோ, ஆணோ மற்றும் மூன்றாமவர்கள் யாராயினும் பேசுவதற்கோ, நிர்ணயிப்பதற்கோ நிர்ப்பந்திப்பதற்கோ சிறிதுகூட உரிமையே கிடையாது என்றும் சொல்லுகிறோம்.

இன்னும் சிறிது வெளிப்படையாய், தைரியமாய் மனித இயற்கையையும், சுதந்திரத்தையும், சுபாவத்தையும், அனுபவத்தையும் கொண்டு பேசுவதானால், இவையெல்லாம் ஒரு மனிதன் தனக்கு இஷ்டமான ஒரு ஓட்டலில் சாப்பிடுவதுபோலவும், தனக்குப் பிடித்த பலகாரக் கடையில் பலகாரம் வாங்குவது போலவும், அவனுடைய தனி இஷ்டத்தையும், மனோபாவத்தையும், திருப்தியையும் மாத்திரமே சேர்ந்ததென்றும், இவற்றுள் மற்றவர்கள் பிரவேசிப்பது அதிகப்பிரசங்கித்தனமும், அனாவசியமாய் ஆதிக்கம் செலுத்துவதுமாகுமென்றுந்தான் சொல்ல வேண்டும்.

இப்படிச் சொல்லப்படுவதுகூட இவ்வளவு பெருமையையும், அணியையும், அலங்காரத்தையும் கொடுத்துப் பேசப்பட்ட காதல் என்பதை முன் குறிப்பிட்டபடி, அதென்ன? அதெப்படி உண்டாகி மறைகின்றது? என்பதை யோசித்துப் பார்த்தால் யாவருக்கும் சரியென்று விளங்கிவிடும். காதல் என்கின்ற வார்த்தை தமிழா? வடமொழியா? என்பது ஒருபுறமிருந்தாலும், தமிழ்மொழியாகவே வைத்துக்கொண்டாலும் அதற்கு ஆண், பெண் கூட்டுத் துறையில் அன்பு, ஆசை, ஆவல், நட்பு, நேசம், விரகம் என்பவைகளைத் தவிர, வேறு பொருள்கள் எங்கும் எதிலும் காணப்படவில்லை.

அன்றியும், அகராதியில் பார்த்தாலும் மேற்கண்ட பொருள்களைத் தவிர வடமொழி மூலத்தை அனுசரித்தால் காதலென்பதற்குக் கொலை, கொல்லல், வெட்டுதல், முறித்தல் என்கின்ற பொருள்கள்தான் கூறப்பட்டிருக்கின்றன. மற்றபடி, தனித் தமிழ் மொழியில் பார்த்தாலும் ஆண்-பெண் சேர்க்கை, கூட்டு முதலாகியவை சம்பந்தமான விஷயங்களுக்கும், அன்பு,

ஆசை, நட்பு, நேசம் என்பவைகளுக்கும் தவிர, வேறு தமிழ் மொழியிலும் நமக்குக் காணப்படவில்லை. இவைகளுடன் காதலென்பதைச் சேர்த்துக் கொண்டாலும் இக்கருத்துகளையேதான் மாற்றி மாற்றி ஒன்றுக்கு மற்றொன்றாகக் கூறப்படுகின்றதே தவிர, காதலுக்கென்று வேறு பொருள் காணப்படவில்லை.

ஆதலால், இவைகளன்றிக் காதலென்பதற்கு வேறு தனி அர்த்தம் சொல்லுகிறவர்கள், அதை எதிலிருந்து, எந்தப் பிரயோகத்திலிருந்து கண்டுபிடித்தார்களென்பது நமக்கு விளங்கவில்லை.

நிற்க, இப்படிப்பட்ட காதலானது ஒரு ஆணுக்கோ, பெண்ணுக்கோ எப்படியுண்டாகிறது? இது தானாகவே உண்டாகின்றதா அல்லது மூன்றாவது மனிதனுடைய பிரவேசத்தைக் கொண்டு உண்டாகின்றதா? ஒரு சமயம் தானாகவே உண்டாவதென்றால், எந்தச் சந்தர்ப்பத்தில், எந்த ஆதாரத்தின்மீது என்பவை களைக் கவனித்தால், பெண் ஆணையோ, ஆண் பெண்ணையோ தானே நேரில் பார்ப்பதாலும், அல்லது தான் மூன்றாவது மனிதர் களால் கேள்விப்படுவதாலும், உருவத்தையோ, நடவடிக் கையையோ, யோக்கியதையையோ வேறு வழியில் பார்க்க நேரிடுவதாலுமேதான் உண்டாகக் கூடுமேதவிர, இவைகளல்லாமல் வேறு வழியாகவென்று சுலபத்தில் சொல்லி விட முடியாது.

இந்தப்படியும் ஒரு ஆணுக்கு ஒரு பெண்ணிடத்தில் காதலேற்பட்டு, அந்தப் பெண்ணுக்கு அந்த ஆணிடத்தில் காதலேற்படாமல் போனாலும் போகலாம். இந்தப்படியே ஒரு பெண்ணுக்கு ஒரு ஆணிடத்தில் காதலேற்பட்டு அந்த ஆணுக்கு அந்தப் பெண்ணிடம் காதலேற்படாமல் போனாலும் போகலாம். ஆகவே, எப்படி ஒரு மனிதன் ஒரு வஸ்துவைப் பார்த்த மாத்திரத்தில், கேட்ட மாத்திரத்தில், தெரிந்த மாத்திரத்தில் அந்த வஸ்து தனக்கிருக்கலாம் தனக்கு வேண்டும் என்பதாக ஆசைப்படு கின்றானோ, ஆவல் கொள்கின்றானோ அதுபோலவேதான் இந்தக் காதலென்பதும் ஏற்படுவதாயிருக்கின்றதே தவிர, வேறு எந்த வழியிலாவது ஏற்படுகின்றதா என்பது நமக்குப் புலப்படவில்லை.

எப்படிப்பட்ட காதலும் ஒரு சுய லட்சியத்தை அதாவது தனதிஷ்டத்தை - திருப்தியைக் கோரித்தான் ஏற்படுகின்றதே தவிர

வேறில்லை என்பதும், காதலர்களென்பவர்களின் மனோபாவத்தைக் கவனித்தால் விளங்காமல் போகாது.

அதாவது, அழகைக் கொண்டோ, பருவத்தைக் கொண்டோ, அறிவைக் கொண்டோ, ஆஸ்தியைக் கொண்டோ, கல்வியைக் கொண்டோ, சங்கீதத்தைக் கொண்டோ, சாயலைக் கொண்டோ, பெற்றோர் பெருமையைக் கொண்டோ, தனது போக போக்கியத்திற்குப் பயன் படுவதைக் கொண்டோ அல்லது மற்ற ஏதோவொரு திருப்தியையோ அல்லது தனக்குத் தேவையான ஒரு காரியத்தையோ குணத்தையோ கொண்டோதான் யாரும் எந்தப் பெண்ணிடமும், ஆணிடமும் காதல் கொள்ள முடியும். அப்படிப்பட்ட அந்தக் காரியங்களெல்லாம் ஒருவன் காதல் கொள்ளும்போது அவன் அறிந்தது உண்மையாகவுமிருக்கலாம்- அல்லது அங்கிருப்பதாக அவன் அல்லது நினைத்துக் காதல் கொண்டிருந்தாலுமிருக்கலாம் - அல்லது வேஷமாத்திரத்தால் காட்டப்பட்ட ஒன்றினால் இருந்தாலுமிருக்கலாம்.

உதாரணமாக ஒரு நந்தவனத்தில் ஒரு பெண் உல்லாசமாய் உலாவுவதை ஒரு ஆண் பார்க்கிறான். பார்த்தவுடன் அந்தப் பெண்ணும் பார்க்கிறாள். இரண்டு பேருக்கும் இயற்கையாய் கவனிப்புண்டாகி விட்டது. பிறகு நீ யாரென்று இவர்களில் யாரோ ஒருவர் கேட்கிறார்கள். பெண் தன்னை ஒரு அரசன் குமாரத்தியென்று சொல்லுகிறாள். உடனே ஆண் காதல் கொண்டு விடுகிறான். இவனை யாரென்று கேட்கிறாள். இவன் தானொரு சேவகனுடைய மகனென்று சொல்கிறான். உடனே அவளுக்கு அசிங்கப்பட்டு, வெறுப்பேறப்பட்டுப் போய் விடுகிறது. இது சாதாரணமாய் நிகழும் நிகழ்ச்சி. இங்கு ஏற்பட்ட காதல் எதை உத்தேசித்தது?

நிற்க, அவன் தன்னைச் சேவகன் மகனென்று சொல்லாமல், தானும் ஒரு பக்கத்துத் தேசத்து ராஜகுமாரனென்று சொல்லிவிட்டால் அவளுக்கு அதிகக் காதலேற்பட்டு, 'மறு ஜென்மத்திலும்' இவனைவிட்டுப் பிரியக்கூடாதென்று கருதிவிடுகிறாள். 4 நாள் பொறுத்த பின்பு, தான் காதல் கொண்டவன் அரச குமாரனல்லவென்றும், சேவகன் மகனென்றும் அறிந்தாளென்றும் வைத்துக் கொள்ளுவோம். இந்த நிலையில் அந்தக் காதல் அப்படியே இருக்குமா? அல்லது இருந்தாக வேண்டுமா? என்பதை யோசித்துப் பார்த்தால் காதலேற்படும் தன்மையும்,

மறுக்குந்தன்மையும் விளங்கும். இந்தப் படிக்கே ஒரு பெண்ணை நோயில்லாதவளென்று கருதி ஒருவன் காதல் கொண்ட பின் நோயுடையவள் என்று தெரிந்து, அல்லது ஒரு தாசி என்று தெரிந்து அல்லது தன்னை மோசம் செய்து தன்னிடம் உள்ள பொருளை அபகரிப்பவள் என்று தெரிந்து, இதுபோலவே இன்னமும் தான் முதலில் நினைத்ததற்கு அல்லது தனது நன்மைக்கும், திருப்திக்கும், இஷ்டத்திற்கும் விரோதமாகவோ, தான் எதிர்பார்க்காத தான் கெட்ட காரியத்திற்கு அனுகூலமாகவோ ஏற்பட்டுவிட்டதாய்த் தெரிந்துவிட்டால் அந்தக் காதல் பயன்படுமா? அதை எவ்வளவுதான் கட்டிப் போட்டாலும் அது மாற்றமடையாமல் இருக்க முடியுமா? என்பவைகளை யோசித்தால், 'உண்மைக் காதலின் நிலையற்ற தன்மை' விளங்காமல் போகாது.

நிற்க, உண்மைக் காதல் என்பது ஒருவரை ஒருவர் பார்த்தவுடன் உண்டாகுமா? அல்லது கொஞ்ச நாளாவது பழகியவுடன் உண்டாகுமா? பார்த்ததும் ஏற்பட்ட காதல் உயர்வானதா? அல்லது சிறிது நாள் பழகிய பின் ஏற்படும் காதல் உயர்வானதா? சரீரத்தைக்கூடச் சரியாய்த் தெரிந்து கொள்ளாமல் தூர இருந்து பார்ப்பதாலேயே ஏற்படும் காதல் நல்லதா? அல்லது சரீரத்தின் நிலை முதலியவைகள் தெரிந்து, திருப்தியடைந்த காதல் நல்லதா? என்பவைகளைக் கவனிக்கும்போது, சரீர மாறுபாட்டாலும், பொருத்தமின்மையாலும் ஏன் எப்படிப்பட்ட உண்மைக் காதலும் மாற முடியாது என்பதற்கு என்ன விடை பகர முடியும்? அல்லது உண்மையாகவே ஒருத்தன் ஒருத்தியுடன் காதல் கொண்டுவிட்டால், ஒருத்தி தப்பாய் அதாவது வேறு ஒருவனிடம் காதல் கொண்டுவிட்டதாகக் கருத நேர்ந்தால் அது பொய்யாகவோ, மெய்யாகவோ இருந்தாலும் தன் மனதுக்குச் சந்தேகப்படும்படியாய் விட்டால், அப்போதுகூட காதல் மாறாமல் இருந்தால்தான் உண்மைக் காதலா? அல்லது தன் மனம் சந்தேகப்பட்டால் அதிருப்தி அடைந்தால் நீங்கிவிடக் கூடிய காதல் குற்றமான காதலா என்பதற்கு என்ன மறுமொழி பகர முடியும்?

காதல் கொள்ளும்போது காதலர்கள் நிலைமை, மனப்பான்மை, பக்குவம், லட்சியம் ஆகியவைகள் ஒரு மாதிரியாக இருக்கலாம். பிறகு, கொஞ்ச காலம் கழிந்த பின்பு இயற்கையாகவே பக்குவம், நிலைமை, லட்சியம் மாறலாம். இந்தச் சந்தர்ப்பங்களிலும்

காதலுக்காக ஒருவருக்கொருவர் விட்டுக் கொடுத்து சதா அதிருப்தியில் - துன்பத்தில் அழுந்த வேண்டியதுதானா என்று பார்த்தால் அப்போதும் காதலுக்கு வலுவில்லாததையும், அது பயன்படாததையும் காணலாம்.

ஒரு ஜதை காதலர்களில் அவ்விருவரும் ஞானிகளாய் - துறவிகளாய் விட்டார்களானால், இந்தச் சந்தர்ப்பத்தில் ஒருவரையொருவர் பிரிவதும், வெறுப்பதும் காதலுக்கு விரோதமாகுமா? விரோதமாகுமானால் அப்படிப்பட்ட காதல் பயன்படுமா? விரோதமில்லையானால் ஒருவர் ஞானியாகித் துறவியாகிவிட்டதால், மற்றவரை விட்டுப் பிரிந்து செல்வது காதலுக்கு விரோதமாகுமா? என்பதும் கவனித்தால், காதலின் யோக்கியதை விளங்காமல் போகாது. பொதுவாக மனித ஜீவன் ஒன்றைப் பார்த்து, நினைத்து ஆசைப்படுவதும், ஒன்றிடம் பலவற்றினிடம் அன்பு வைப்பதும், நேசம் காட்டுவதும் இயற்கையேயாகும்.

அதுபோலவே, மனிதனுக்கு தானாகவே எதிலும் விரக்தி வருவதும், வெறுப்புக் கொள்வதும், பிரிவதும் இயற்கையாகும். பலவீனமாய் இருக்கும்போது ஏமாந்து விடுவதும், உறுதி ஏற்பட்ட பின்பு தவறுதலைத் திருத்திக் கொள்ள முயற்சிப்பதும், அனுபவ ஞானமில்லாதபோது கட்டுப்பட்டுவிடுவதும், அனுபவம் ஏற்பட்ட பிறகு விடுதலை செய்துகொள்ள முயல்வதும் இயற்கையல்லவா?

உதாரணமாக ஒரு வாலிபன் ஏமாந்து ஒரு தாசியிடம் காதல் கொண்டு சொத்துகளையெல்லாம் கொடுத்து விடுவதைப் பார்க்கிறோம். அந்த வாலிபனுக்கு அந்தத் தாசியிடம் ஏற்பட்டது காதல் என்பதா? அல்லது காமம் என்பதா? அறிவீனத்தால் அடைந்த ஏமாற்றம் என்பதா? அதே தாசி சில சமயத்தில் தனக்குத் தாசித் தொழில் பிடிக்காமல், இந்த வாலிபனிடமே நிரந்தரமாயிருந்து காலத்தை கழிக்கலாம் என்று கருதிவிடுவதைப் பார்க்கின்றோம். ஆகவே, இந்தத் தாசி கொண்டது காதலா? அல்லது வாழ்க்கைக்கு ஒரு சவுகரியமான வழியா? இதை வாலிபன் அறியாமல் நேசத்தை வளர்த்துக்கொண்டே வந்தால் ஒத்த காதலாகிவிடுமா? இப்படியெல்லாம் பார்த்தால் காதல் என்பது ஆசை, காமம், நேசம், மோகம், நட்பு, அறிவீனம், அனுபவமின்மை, ஏமாற்றம் என்பவைகளைவிடச் சிறிதுகூட சிறந்தது அல்ல என்பது

விளங்கிவிடும். அதற்கு ஏதேதோ கற்பனைகளைக் கற்பித்து, ஆண்-பெண்களுக்குள் புகுத்திவிட்டதால், ஆண், பெண்களும் தாங்கள் உண்மையான காதலர்கள் என்று காட்டிக் கொள்ளவேண்டுமென்று கருதி எப்படிப்பக்திமானென்றால், இப்படி இப்படியெல்லாமிருப்பான் என்று சொல்லப்பட்டதால், அநேகர் தங்களைப் பக்திமான்கள் என்று பிறர் சொல்ல வேண்டுமென்று கருதிச் சாம்பல் பூச்சுப் போடுவதும், சதா கோயிலுக்குப் போவதும், பாட்டுகள் பாடிக் கண்ணீர் விட்டு அழுவதும், வாயில் சிவ சிவ, ராம ராம என்று கூறிக் கொண்டிருப் பதுமான காரியங்களைச் செய்து, பக்தி மான்களாகக் காட்டிக் கொள்ளுகிறார்களோ அதுபோலும், எப்படிக் குழந்தைகள் தூங்குவதுபோல் வேஷம் போட்டுக் கண்களை மூடிக் கொண்டிருந்தால் பெரியவர்கள் குழந்தைகளின் தூக்கத்தைப் பரிசோதிப்பதற்காக "தூங்கினால் கால் ஆடுமே" என்று சொன்னால், அந்தக் குழந்தை தன்னைத் தூங்குவதாக நினைக்க வேண்டுமென்று கருதி, காலைச் சிறிது ஆட்டுமே அதுபோலும், எப்படிப் பெண்கள் தங்கள் கால் விரல்களைப் பார்த்து நடப்பதுதான் கற்பு என்றால், பெண்கள் அதுபோலெல்லாம் நடப்பதுபோல் நடித்துத் தங்களைக் கற்பு உள்ளவர்களென்று காட்டிக் கொள்ளுகிறார்களோ அதுபோலும், உண்மையான காதலர்களானால் இப்படியல்லவா இருப்பார்கள் என்று சொல்லிவிட்டால், அல்லது அதற்கு இலக்கணம் கற்பித்துவிட்டால், அதுபோலவே காதலர்கள் என்பவர்களும் நடந்து, தங்கள் காதலைக் காட்டிக் கொள்ளுகிறார்கள். இதற்காகவே அவர்கள் இல்லாத வேஷத்தையெல்லாம் போடுகிறார்கள். அதை விவரிப்பது என்றால் மிகவும் பெருகிவிடும்.

ஆகவே, ஆசையைவிட, அன்பைவிட, நட்பைவிட, காதல் என்பதாக வேறு ஒன்று இல்லை என்றும்; அந்த அன்பு, ஆசை, நட்பு ஆகியவைகள்கூட மக்களுக்கு அஃறிணைப் பொருள்கள் இடத்திலும், மற்ற உயர்திணைப் பொருள்களிடத்திலும் ஏற்படுவதுபோல்தானே ஒழிய, வேறில்லையென்றும்; அதுவும் ஒருவருக்கொருவர் அறிந்து கொள்வதிலிருந்து, நடவடிக்கை யிலிருந்து, யோக்கியதையிலிருந்து, மனப்பான்மையிலிருந்து, தேவையிலிருந்து, ஆசையிலிருந்து உண்டாவதென்றும்; அவ்வறிவும், நடவடிக்கையும், யோக்கியதையும்,

மனப்பான்மையும், தேவையும், ஆசையும் மாறக்கூடியதென்றும்; அப்படி மாறும்போது அன்பும், நட்பும் மாறவேண்டியதுதான் என்றும் மாறக்கூடியதுதான் என்றும் நாம் கருதுகின்றோம். ஆகவே, இதிலிருந்து நாம், யாரிடமும் அன்பும், ஆசையும், நட்பும் பொருளாகக் கொண்ட காதல் கூடாதென்றோ, அப்படிப்பட்டதில்லை என்றோ சொல்ல வரவில்லை.

ஆனால், அன்பும், ஆசையும், நட்பும் மற்றும் எதுவானாலும் மன இன்பத்திற்கும் திருப்திக்குமேயொழிய, மனத்திற்குத் திருப்தியும் இன்பமும் இல்லாமல் அன்பும், ஆசையும், நட்பும் இருப்பதாகக் காட்டுவதற்காக அல்ல என்பதை எடுத்துக்காட்டுவதற்காகவே இதை எழுதுகின்றோம். இதுவும் ஏன் எழுத வேண்டியதாயிற்று என்றால், மற்றவர்கள் திருப்தியிலும், சந்தோஷத்திலும் நுழைந்து கொண்டு, தொட்டதற்கெல்லாம் 'இது காதலல்ல', 'அது காதலுக்கு விரோதம்', 'அது காம இச்சை', 'இது விபச்சாரம்' என்பது போன்ற அதிகப் பிரசங்கித்தனமான வார்த்தைகளை ஒருவிதப் பொறுப்புமில்லாதவர்கள் எல்லாம் கூறுவதால் அப்படிப்பட்டவர்கள் கூற்றையும், கூறும் காதலையும் சற்றுப் பார்த்துவிடலாம் என்றே இதைப்பற்றி எழுதலானோம்.

நான்காம் அத்தியாயம்

கல்யாண விடுதலை

ஆண், பெண் கல்யாண விஷயத்தில் அதாவது, புருஷன்-- மனைவி என்ற வாழ்க்கையானது நமது நாட்டில் உள்ள கொடுமையைப்போல் வேறு எந்த நாட்டிலும் கிடையவே கிடையாது என்று சொல்லலாம். நமது கல்யாணத் தத்துவம் எல்லாம் சுருக்கமாய்ப் பார்த்தால், பெண்களை ஆண்கள் அடிமையாகக் கொள்வது என்பதைத் தவிர, வேறு ஒன்றுமே அதில் இல்லை. அவ்வடிமைத்தனத்தை மறைத்துப் பெண்களை ஏமாற்றுவதற்கே சடங்கு முதலியவைகள் செய்யப்படுவதோடு, அவ்விதக் கல்யாணத்திற்குத் தெய்வீகக் கல்யாணம் என்பதாக ஒரு அர்த்தமற்ற போலிப் பெயரையும் கொடுத்துப் பெண்களை வஞ்சிக்கின்றோம்.

பொதுவாகக் கவனித்தால், நமது நாடு மாத்திரமல்லாமல், உலகத்திலேயே அநேகமாய்க் கல்யாண விஷயத்தில் பெண்கள் மிகக் கொடுமையாயும், இயற்கைக்கு விரோதமான நிர்ப்பந்தமாயும் நடத்தப்படுகிறார்கள் என்பதையும் நடுநிலைமையுள்ள எவரும் மறுக்க முடியாது. ஆனால், நமது நாடோ இவ்விஷயத்தில் மற்ற எல்லா நாட்டையும்விட மிக மோசமாகவே இருந்து வருகிறது.

இக்கொடுமைகள் இனியும் இப்படியே நிலை பெற்று வருமானால், சொற்ப காலத்திற்குள்ளாக அதாவது, ஒரு அரை நூற்றாண்டுக்குள்ளாக கல்யாணச் சடங்கும், சொந்தமும் உலகத்தில் அநேகமாய் மறைந்தே போகும் என்பதை உறுதியாய்ச் சொல்லலாம். இதை அறிந்தே மற்ற நாடுகளில் அறிஞர்கள் பெண்கள் கொடுமையை நாளுக்கு நாள் தளர்த்திக் கொண்டு வருகின்றார்கள். நம் நாடு மாத்திரம் குரங்குப் பிடியாய்ப் பழைய கருப்பனாகவே இருந்து வருகின்றது. ஆதலால், தலைகீழ் முறையான பெண்கள் கிளர்ச்சி ஒன்று நமது நாட்டில்தான் அவசரமாய் ஏற்பட வேண்டியிருக்கின்றது.

செங்கற்பட்டு சுயமரியாதை மாநாட்டில், பெண்களுக்கும், ஆண்களுக்கும் கல்யாண விடுதலை செய்துகொள்ள உரிமையிருக்கவேண்டும் என்பதாக ஒரு தீர்மானம் செய்யப்பட்டவுடனும், பின்னர் சென்னையில் கூடிய பெண்கள் மாநாட்டில் கல்யாணத்துக்கு ஒரு சட்டம் வேண்டுமென்று தீர்மானித்தவுடனும் உலகமே முழுகிவிட்டதாகச் சீர்திருத்த வாதிகளென்று தங்களைச் சொல்லிக் கொள்பவர்கள் உள்படப் பலர் கூக்குரலிட்டார்கள். ஆனால், செங்கற்பட்டுத் தீர்மானத்திற்குப் பிறகு வெளிநாட்டிலும், இந்தியாவிலும் பல இடங்களில் கல்யாண ரத்துச் சட்டங்கள் ஏற்படுத்தப் பட்டிருக்கின்றன. ருசியாவில் கல்யாணமே தினசரி ஒப்பந்தம்போல் பாவிக்கப்பட்டு வருகின்றது. ஜெர்மனியில் புருஷனுக்கும் பெண் சாதிக்கும் இஷ்ட மில்லையானால் உடனே காரணம் சொல்லாமலே கல்யாணத்தை ரத்து செய்துகொள்ளலாமென்பதாகச் சட்டம் கொண்டு வரப் பட்டது. இது யாவருக்கும் தெரிந்த விஷயமாகும். சமீபத்தில் பரோடா அரசாங்கத்தாரும் 'கல்யாண ரத்துக்கு' சட்டசபையில் சட்டம் நிறைவேற்றிவிட்டார்கள். மற்றும் பல மேல்நாடுகளிலும் இவ்விதச் சட்டங்கள் இருந்தே வருகின்றன. நமது நாட்டில் மாத்திரம் இவ்விஷயமாய் சட்டம் செய்வதைப் பற்றிக் கவலைப்படாமலிருந்து வருகின்றதானது மிகவும் கவலையளிக்கும் காரியமென்றே சொல்லவேண்டும். சாதாரணமாகத் தென்னாட்டில் அநேகப் புருஷர்கள் தங்களது பெண்சாதிகளின் நடவடிக்கைகளில் சந்தேகங்கொண்டு கொலைகள் செய்ததாகத் தினம் பத்திரிகைகள் மூலம் செய்திகள் வெளியாவதைப் பார்த்து வருகின்றோம்.

சில சமயங்களில் ஒரு பெண்சாதியின் நடவடிக்கையில் சந்தேகத்திற்காகப் பல கொலைகள் நடந்ததாகவும் பார்க்கின்றோம். தெய்வீக சம்பந்தமான கல்யாணங்கள் இப்படி முடிவடைவானேன்? என்பதைப்பற்றித் தெய்வீகத்தில் பிடிவாதமுள்ள எவருக்குமே யோசிக்கப் புத்தியில்லை. பெண்கள் உலகம் முன்னேற்றமடைய வேண்டுமானால் அவர்களுக்கும் மனிதத் தன்மையும், மனித உரிமையும், சுயமரியாதையும் ஏற்படவேண்டுமானால் - ஆண்களுக்குத் திருப்தியும், இன்பமும், உண்மையான காதலும் ஒழுக்கமும் ஏற்படவேண்டுமானால், கல்யாண ரத்திற்கு இடம் அளிக்கப்படவேண்டியது முக்கியமான காரியமாகும். அப்படி

இல்லாதவரை ஆண்- பெண் இருவருக்கும் உண்மை இன்பத்திற்கும் சுதந்திர வாழ்க்கைக்கும் இடமே இல்லாமல் போய்விடும்.

நமது 'சீர்திருத்தவாதிகள்' பலர், ஒரு மனிதன் இரண்டு பெண்டாட்டிகளைக் கட்டிக் கொள்வதைப்பற்றி மாத்திரம் குடிமுழுகிப் போய்விட்டதாகக் கூச்சல் போடுகின்றார்கள். இவர்கள் எதை உத்தேசித்து இப்படிக் கூச்சல் போடுகின்றார்கள் என்பது நமக்கு விளங்கவில்லை. மதத்தை உத்தேசித்தோ? அல்லது பகுத்தறிவை உத்தேசித்தா? என்பது நமக்குச் சிறிதும் விளங்க வில்லை. அல்லது மனித ஒழுக்கத்தை உத்தேசித்து இப்படிப் பேசுகின்றார்களா என்பதும் விளங்கவில்லை. இதைப்பற்றி மற்றொரு சமயம் விவரிப்போம்.

நிற்க, ஒரு பெண் சாதிக்குமேல் மனிதன் கல்யாணம் செய்து கொள்ளக்கூடாது என்று சொல்லுபவர்களை நாம் ஒன்று கேட்கிறோம். அதென்னவெனில், கல்யாணம் என்பது மனிதன் இன்பத்துக்கும், திருப்திக்குமா? அல்லது சடங்குக்காகவா? என்று கேட்பதோடு இஷ்டமில்லாத, ஒற்றுமைக்கு இசையாத, கலவிக்கு உதவாத ஒரு பெண் எந்தக் காரணத்தினாலோ ஒருவனுக்குப் பெண் சாதியாக நேர்ந்துவிட்டால், அப்போது புருஷனுடைய கடமை என்ன? என்று கேட்கின்றோம். அதுபோலவே, ஒரு பெண்ணுக்கும் அப்படிப்பட்ட புருஷன் அமைந்து விட்டால், அப்பெண்ணின் கதி என்ன என்றுதான் கேட்கின்றோம். கல்யாணம் என்பது தெய்வீகமாகவோ, பிரிக்க முடியாததாகவோ உண்மையில் இருக்குமாயின் அதில் இவ்விதக் குறைகளும் குற்றங்களும் ஏற்பட முடியுமா? என்பதை யோசித்தாலே, தெய்வீகம் என்பது முழுப்புரட்டு என்பது எப்படிப்பட்ட மனிதனுக்கும் புரியாமற் போகாது.

ஆகவே, நமது நாட்டிலும் மற்ற நாடுகளில் இருப்பது போன்ற கல்யாண ரத்துக்குச் சட்டம் சமீபத்தில் ஏற்படாமல் போகுமாயின், கல்யாண மறுப்புப் பிரச்சாரமும், கல்யாணம் ஆன புருஷர்களுக்கும், பெண்களுக்கும் பலதாரப் பிரச்சாரமும்தான் செய்யவேண்டியது வரும். அன்றியும், இது சமயம் ஒற்றுமைக்கும், திருப்திக்கும் இன்பத்திற்கும் உதவாத பெண்களுடைய புருஷர்கள் கண்டிப்பாக-- தைரியமாக முன்வந்து தங்களுக்கு இஷ்டமான பெண்களைத் திரும்பவும் மணம் செய்துகொள்ளத் துணியவேண்டும் என்றும்

தூண்டுகிறோம். ஏனெனில், அப்படி ஏற்பட்டால்தான் தெய்வீகம் என்கின்ற பெயரைச் சொல்லிக்கொண்டு புருஷர்களுக்கும், பெண்களுக்கும் சம்மதமும், முன்பின் அறிமுகமும் இல்லாமல் செய்யப்பட்டு கல்யாணங்களினால் மணமக்களடையும் துன்பமும் ஒழிபட முடியும். மனிதன் ஏன் பிறந்தானோ, ஏன் சாகிறானோ என்பது வேறு விஷயம். ஆதலால், அது ஒருபுறமிருந்தாலும் மனிதன் இருக்கும்வரை அனுபவிக்க வேண்டியது இன்பமும் திருப்தியுமாகும். இதற்கு ஆணுக்குப் பெண்ணும், பெண்ணுக்கு ஆணும் முக்கியச் சாதனமாகும்.

அப்படிப்பட்ட சாதனத்தில் இப்படிப்பட்ட தொல்லைக்கும், துன்பத்திற்கு மிடமான இடையூறு இருக்குமானால், அதை முதலில் களைந்தெறிய வேண்டியது ஆறறிவுள்ள மனிதனின் முதல் கடமையாகும். மனித ஜீவ காருண்யத்திற்கும், திருப்திக்கும், இன்பத்திற்கும் வேலை செய்பவர்கள் இதை முதலில் செய்யவேண்டும். அப்படிக்கில்லாமல், "ஏதோ கல்யாணம் என்பதாக ஒன்றைச் செய்துகொண்டோமே, செய்தாய்விட்டதே, அது எப்படி இருந்தாலும் சகித்துக் கொண்டுதானே இருக்க வேண்டும்" என்று கருதி துன்பத்தையும், அதிருப்தியையும் அனுபவித்துக் கொண்டிருப்பதும், அனுபவித்துக் கொண்டிருக்கச் செய்வதும், மனிதத் தன்மையும் சுயமரியாதையுற்ற காரியமாகுமேயல்லாமல் ஒரு நாளும் அறிவுடைமையாகாது என்பதே நயதப்பிராயமாகும்.

◈

அய்ந்தாம் அத்தியாயம்

மறுமணம் தவறல்ல

"ஒரு மனைவியிருக்க, ஆண் மகன் மறுமணம் செய்யலாமா?" என்ற விஷயத்தில் பலருக்குப் பலவித அய்யப்பாடுகள் தோன்றியிருக்கின்றன. இந்த விஷயத்தில் சுயமரியாதை இயக்கத்தில் ஈடுபட்டவர்களுக்குள்ளே இம்மாதிரி மறுமணம் செய்துகொள்ளுவது தவறு என்கிற அபிப்பிராயமும் சந்தேகமும் இருந்து வருகின்றன. பொது ஜனங்களில் பலர், "மனைவியிருக்க மறுமணம் செய்துகொள்வது சீர்திருத்தக் கொள்கைக்கு விரோதம்" என்று கருதுகிறார்கள்.

முதலாவது, இந்தக் கொள்கையைப்பற்றிக் கவனிக்கும் முன்பு, மணம் என்பது என்ன என்பதை முதலில் விளங்கிக் கொள்ளவேண்டும். மணம் என்பதை நாம் மணமக்கள் தங்கள் வாழ்க்கைச் சவுகரியத்திற்காகச் செய்துகொள்ளப்படும் ஒரு ஒப்பந்த ஏற்பாடு என்றுதான் கருதுகிறோம். ஆதலால், அதில் இவர்களுடைய சுயேச்சையையும் சேர்த்தோ அல்லது தனித்தனியோ கட்டுப்படுத்தும் எவ்விதக் கொள்கைக்கும் இடம் இருக்கக்கூடாது என்றும் கருதுகின்றோம். இதுமாதிரிக் கருதுவது சரியா? தப்பா? என்று முடிவு செய்வதிலிருந்தே மேற்கண்ட கேள்விக்குச் சிறிது சமாதானமும் கிடைத்துவிடும்.

நிற்க, இன்று உலகத்தில் இயற்கை உணர்ச்சியிலும், அனுபவத்திலும் மற்றும் கட்டுப்பாட்டுக் கொள்கையின் கீழும், தமிழர் பின்பற்றும் மதத்தின்படியும் மறுமணம் என்பது எங்காவது தடுக்கப்பட்டிருக்கின்றதா என்பதை நம்மால் அறிய முடியவில்லை. அது மாத்திரமல்லாமல் மணவிஷயமாய் ஏற்படுத்தப்பட்ட சட்ட திட்டங்களிலும் எந்த மத சம்பந்தமான கொள்கைகளிலும் மறுமணம் என்பது தடுக்கப்பட்டிருப்பதாகவும் தெரியவில்லை.

இந்து மதத்தில் அறுபதாயிரம் பெண்கள் வரையும், இஸ்லாமிய மதத்தில் 4 பெண்கள் பெண்கள் வரையிலும், கிறிஸ்தவ மதத்தில் அளவு குறிப்பிடாமல் எவ்வளவு பெண்களை

மணம் செய்துகொள்ள நேர்ந்தாலும் அதுவரையிலும் மணம் செய்துகொள்ள இடமிருக்கின்றது. கிறிஸ்துவ மதத்தில் மாத்திரம் ஆணோ, பெண்ணோ திருமணத்தை ரத்து செய்துவிட்டு மறுமணம் செய்துகொள்ளலாம் என்பதாகவும், அந்தப்படி ரத்து செய்து கொள்வதிலும் இன்னின்ன நிபந்தனைகளின்படிதான் செய்துகொள்ளலாம் என்றும் காணப்படுகின்றது. அதாவது, சமுதாய சம்பந்தமான ஒரு பாதுகாப்பை உத்தேசித்து மாத்திரமேயல்லாமல், கொள்கைக்காக அல்ல என்று புரியும்படியாகவே ஏற்பாடு செய்யப்பட்டிருக்கின்றது. ஆகவே, இவ்வளவுதான் மறுமண விஷயத்தில் மற்ற மதத்திற்கும் கிறிஸ்தவ மதத்திற்கும் உள்ள வித்தியாசம்.

எனவே, ஒன்றுக்கொன்று நிபந்தனைகளின் திட்டங்களிலும் தான் வித்தியாசமே தவிர, மற்றபடி மறுமணக் கொள்கையை மதங்களின்படி பார்த்தால் எந்த மதமும் ஆட்சேபித்திருப்பதாய்த் தெரியவில்லை. அன்றியும், இந்து மதத்தில் இந்துக் கடவுள்களே பல மணங்கள் செய்துகொண்டதாகவும் மற்றும் பல வைப்பாட்டிகள் வைத்திருப்பதாகவும் மத ஆதாரங்களில் காணப்படுவதுடன் அந்தக் கடவுள்களை அந்தப்படியே அதாவது பல மனைவிகள், வைப்பாட்டிகள் ஆகியவைகளுடன் தமிழர்கள் இந்துக்கள் என்பவர்கள் பூசை, கல்யாண உற்சவம் முதலியவைகள் செய்தும் வணங்குகிறார்கள். இஸ்லாமிய மதத்திலும் நாயகம் முகமதுநபி அவர்களே ஏககாலத்தில் ஒன்றுக்கு மேற்பட்ட மனைவிகளுடன் இருந்ததாக ஒப்புக்கொள்ளப்படுகின்றது.

ஆகவே, இதை மறுப்பவர்களோ இம்மாதிரிக் கடவுள்களையோ நபிகளையோ குற்றம் சொல்லுகிறவர்களோ ஒருக்காலும் தங்கள் மதத்தின் பேரால் மத சம்பந்தமான கட்டளைகளின் பேரால் மறுக்கின்றோம் என்று சொல்லிக் கொள்ள முடியாது. அந்தப்படி யாராவது ஒருவர் தன்னை இந்துவென்று சொல்லிக் கொண்டு இம்மாதிரி அதாவது ஒரு மனிதன், மனைவியிருக்க மறுமணம் செய்துகொள்ளலாமா என்று கேட்பாரேயானால், அப்படிப்பட்டவர் தம் மதத்தைவிட தன்னுடைய பகுத்தறிவையோ அல்லது அனுபவ சவுகரியத்தையோ அல்லது வேறு ஏதாவது ஒரு கொள்கையையோ முக்கியமாகக் கருதிக் கொண்டு இம்மாதிரிக் கேள்வி கேட்க வந்திருக்கின்றார் என்றுதான் கொள்ளவேண்டும்.

தந்தை பெரியார் 39

ஆகவே, அக்கேள்விக்காரர் தன்னை இந்து என்று கருதிக்கொண்டு கேள்வி கேட்பதைவிட பகுத்தறிவுக்காரர் என்றோ அனுபவக் கொள்கைக்காரர் என்றோ கருதிக்கொண்டு கேள்வி கேட்கிறார் என்று அறிந்தோமானால், அதுவிஷயத்தில் நாம் மகிழ்ச்சி அடைவதுடன் அவருக்கு நியாயம் மெய்ப்பிக்கும் விஷயத்தில் நமக்குச் சிறிதும் கஷ்டமில்லையென்றே எண்ணுகின்றோம்.

நிற்க, பொதுவாக ஒரு மனிதனுக்கு தன் முதல் மனைவி (1) செத்துப்போன காலத்திலும் (2) மற்றொரு கணவனிடம் ஆசைகொண்டு வெளிப்பட்டுவிட்ட காலத்திலும் மறுமணம் செய்துகொள்வதை யாரும் குற்றம் சொல்வதில்லை. அதுபோலவே, (3) தீராத கொடிய வியாதிக் காரியாயிருக்கும் காலத்திலும் மறுமணம் செய்துகொள்வதை யாரும் ஆட்சேபணை செய்வதில்லை. (4) பைத்தியக்காரியாய்ப் புத்தி சுவாதீன மில்லாமற் போய்விட்ட காலத்திலும் யாரும் ஆட்சேபணை செய்வதில்லை. ஆகவே, பகுத்தறிவுக்காரரும், அனுபவக் கொள்கைக்காரர்களும் மேற்கண்ட முதல் சந்தர்ப்பம் தவிர, மற்ற மூன்று சந்தர்ப்பங்களிலும்கூட மனைவியிருக்க மறுமணம் செய்வதை ஆட்சேபிக்கமாட்டார்கள். இனி, அய்ந்தாவது, ஆறாவது முதலியவைகளாகப் பல விஷயங்களைக் கவனிப்போம். (5) மனைவி அறியாமையாலோ முரட்டுத்தனமான சுபாவத்தாலோ புருஷனை லட்சியம் செய்யாமல் ஏறுமாறாய் நடந்து கொண்டு வருவதாக வைத்துக்கொள்வோம். (6) புருஷன், பெண்ணின் மனத்திற்குத் திருப்திப்படாததாலோ அல்லது வேறு காரணத்தாலோ, புருஷனிடம் பெண்ணுக்கு அன்பும், ஆசையும், இல்லாமல் வெறுப்பாய் இருப்பதாக வைத்துக்கொள்வோம். (7) மேற்கண்ட குணங்களுடன் அடிக்கடி தாய் வீட்டுக்குப் போய்விடுவதாக வைத்துக் கொள்வோம். (8) புருஷனுடைய கொள்கைக்கு நேர் மாற்றான கொள்கையுடன் புருஷன் மனம் சதா சங்கடப்படும்படி பிடிவாதமாய் நடந்துகொள்ளும் சுபாவமுடையவள் என்று வைத்துக்கொள்வோம். (9) செல்வச் செருக்கால் புருஷனைப்பற்றி லட்சியமோ கவலையோ இல்லாமல் நடந்துகொள்ளுகின்றவள் என்று வைத்துக்கொள்வோம். இவைகள் மாத்திரமல்லாமல் மற்றும் இவை போன்ற குணங்கள் உள்ள மனைவியிடம் அகப்பட்டுக் கொண்ட கணவன் கதி என்ன ஆவது என்பதைக்

கவனிக்கவேண்டியது கேள்வி கேட்பவர்கள் - அதாவது அனுபவக் கொள்கைக்காரர்கள் என்பவர்களின் முக்கியக் கடமையாகும்.

இவை தவிர, புருஷனுக்கு 12 வயதிலும், பெண்ணுக்கு 10 வயதிலும் பெற்றோர்களாலோ மற்றவர்களாலோ திருமணம் செய்யப்பட்டிருந்தால், அவைகள் மணமக்கள் அனுசரிக்கவேண்டிய தர்மங்களுக்குக் கட்டுப்பட்ட மணங்களாகுமா? அல்லது திருமணங்கள் செய்து வைத்தவர்கள் அனுசரிக்க வேண்டிய தர்மங்களுக்குக் கட்டுப்பட்டவைகளாகுமா? என்பதும், கேள்வி கேட்கிறவர்கள் அதாவது பகுத்தறிவுக்காரர்கள் கவனிக்கவேண்டிய முக்கிய விஷயங்களாகும்.

இந்தக் காரணங்கள் தவிர மற்றும் எது எப்படி இருந்தாலும், மனத்துக்குப் பிடிக்கவில்லை; வாழ்க்கைத் திருப்திக்கும், இயற்கை இன்பத்திற்கும் சிறிதும் பயன்படவில்லை என்று மணமகன் முடிவு செய்துகொள்ளத் தகுந்த மணமகளை அடைந்துவிட்டால், அப்போது மணமகனின் கடமை என்ன என்பதை மதக் கட்டுப்பாட்டுக்காரரும், அனுபவக் கொள்கைக்காரரும், பாமரப் பொது ஜனங்களும் சேர்ந்து கவனித்துப் பார்க்கவேண்டிய காரியமாகும்.

கடைசியாக, இவைகளெல்லாம் ஒருபுறமிருக்க, இவைகளைப்பற்றிய யோசனையை சிறிதுமின்றி, மற்றொருபுறம் 'எப்படியிருந்தாலும் பொறுத்துக் கொள்ளவும், சகித்துக் கொள்ளவேண்டும்; ஒருக்காலமும் மனைவியிருக்க மறுமணம் செய்துகொள்ளக்கூடாது' என்று ஒருவர் சொல்லுவாரானால், அப்படிச் சொல்லுகின்றவர் எந்தக் கொள்கையின்மீது அல்லது என்ன அவசியத்தைக் கோரி அல்லது என்ன நியாயத்தை உத்தேசித்து, எவ்வித நன்மையை அனுசரித்து அல்லது எந்தப் பகுத்தறிவைக் கொண்டு இப்படிச் சொல்லுகின்றார் அல்லது எதிர்பார்க்கின்றார் என்பது விளக்கப்படவேண்டும். அப்பொழுதுதான் கவனிக்கப்படத்தக்கதாகும். ஏனெனில், சாதாரணமாகப் பேசுவோமானால், வெகு சாதாரணப் பாமர மக்கள் என்பவர்களும்கூட இக்காலத்தில் ஒரு விஷயத்தைப்பற்றி பேசும்போது, 'அது சுருதி, யுக்தி, அனுபவம்' ஆகிய மூன்றிற்கும் பொருத்தமாயிருக்கின்றதா?' என்று கேட்பது எங்கும் சகஜமாயிருக்கின்றதைப் பார்க்கின்றோம். அன்றியும், அம்மூன்று

வார்த்தைகளின் அமைப்பும் முதலில் குறிப்பிட்ட சுருதிப்படி அதாவது, நமக்கு முந்தியிருந்த, அனுபவசாலிகளின் அபிப்பிராயங்கள் என்கின்ற முறையில் கவனிக்கவேண்டும் என்கின்ற தத்துவம் கொண்டதானாலும் அப்படிப்பட்ட அனுபவசாலிகளின் அபிப்பிராயம் எவ்வளவு சரியானதென்று சொல்லப்பட்டாலும்கூட மற்றும் அவ்விஷயமானது யுக்திக்கு (அதாவது நமது பகுத்தறிவுக்கு) ஒத்ததாயிருக்கின்றதா வென்று கவனிக்க வேண்டுமென்கின்ற தத்துவத்தையே கொண்டு யுக்தி என்பதை இரண்டாவதாக வைக்கப்பட்டிருக்கின்றதையும் பார்க்கின்றோம். அப்படியும்-அதாவது, யுக்திக்குப் பொருத்தமானதாக இருந்துவிட்டதாகச் சொல்லப்படுவதானாலும், அது அனுபவத்திற்கு (அதாவது நடைமுறையில் கொண்டு செலுத்த) ஏற்றதாயிருக்கின்றதா? என்று கவனித்துப் பார்க்கவேண்டும் என்கின்ற தத்துவத்தை வைத்தே அனுபவ மென்பதை முடிவில் மூன்றாவதாக வைக்கப்பட்டிருக் கின்றது என்பது யாவருக்கும் விளங்கும்.

ஆகவே, ஒரு மனிதன் 'ஒரு மனைவி இருக்கும்போது மறுமணம் செய்துகொள்ளக்கூடாது' என்பது இந்த மேற்கண்ட மூன்று பரீட்சைகளில் எந்தப் பரீட்சைக்கு விரோதமானதென்று கேட்கின்றோம். நிற்க, திருமணத்தில் மணமகனுக்கு மணமகளை வாழ்க்கைத் துணை என்று கருதுகின்றோம். இந்நிலையில், மேலே ஆரம்பத்தில் சொல்லப்பட்ட 9 வகைப்பட்ட அசவுகரியமான குணங்களமைந்த மணமகள் ஒரு மணமகனுக்கு அமையப்பட்டு விட்டால், அது வாழ்க்கைத் துணையா? அல்லது வாழ்க்கைத் தொல்லையா? என்பதை முதலில் கண்டிப்பாய் கவனிக்கவேண்டும். வேடிக்கையாக வெளியிலிருந்து பேசுகின்றவர்கள் உண்மையறியாமல், நிலையறியாமல், சிறிதும் பொறுப்பற்ற முறையில் பாமர மக்களின் ஞானமற்ற தன்மையைத் தங்களுக்கு ஆதாரமாய் வைத்துக்கொண்டு கண்மூடித்தனமாய்க் குற்றம் சொல்லக் கருதிக்கொண்டு, 'மனைவியிருக்க மறுமணம் செய்யலாமா?' என்று யார் வேண்டுமானாலும் பேசிவிடலாம். அதாவது, 'மனைவியிருக்க மறுமணம் செய்துகொள்வது அக்கிரமம், அயோக்கியத்தனம்' என்பதாகச் சொல்லிவிடலாம். ஆனால், அந்தப்படி செய்துகொண்டது தப்பா? அல்லது இந்தப்படி சொன்னது தப்பா? என்பதையும் பகுத்தறிவைக் கொண்டாவது,

அனுபவத்தைக் கொண்டாவது, இந்தப்படி பேசுகின்றோமே-- நினைக்கின்றோமே, இதில் பிரவேசிக்கின்றோமே என்று நினைத்துப் பார்த்தால், கடுகளவு அறிவுடையவனுக்கும் ஒருக்காலும் விளங்காமற் போகாது என்று உறுதியாகச் சொல்லுவோம்.

கடைசியாக ஒன்று சொல்லுகின்றோம். ஒரு மனிதன் ஒரு விஷயம் தனக்கு இஷ்டமில்லை என்றோ அல்லது இஷ்டமாயிருக்கின்றதென்றோ, இன்ன காரியம் செய்யத் தனக்கு உரிமை இருக்கவேண்டுமென்றோ உரிமை இருக்கக் கூடாதென்றோ கருதுவதற்கு அருகதை உடையவன்தானா? அல்லது மற்றவர்களா? என்பதையும் இம்மாதிரியான தன் சொந்த விஷயங்களின் முடிவான அபிப்பிராயத்திற்கு வர அவனுக்கு உரிமை இல்லையா? என்பதையும் கவனிக்கவேண்டியது உண்மையான விடுதலையும், சுதந்திரமும் கோருகின்றவர்களின் கடமையாகும்.

நிற்க, வாஸ்தவத்திலேயே அன்பும், ஆசையும் இல்லாத, அல்லது அவை தனக்கு ஏற்படாத ஒரு இடத்தில் மனிதன் எப்படி வாழ்வது? மக்களுடைய அன்புக்கும், ஆசைக்கும், இன்பத்திற்கும், திருப்திக்கும் ஒரு பெண்ணுக்கு ஒரு ஆணும், ஒரு ஆணுக்கு ஒரு பெண்ணும் சேர்ந்த மணம் (வாழ்க்கை ஒப்பந்தம்) செய்துகொள்வதா? அல்லது மணம் செய்துகொண்டதற்காக அன்பையும், ஆசையையும், இன்பத்தையும், திருப்தியையும் தியாகம் செய்வதா என்பதை மனித ஜீவ சுபாவமுடைய ஒவ்வொருவரையும் யோசித்துப் பார்க்கும்படி வேண்டுகின்றோம். உலகிலுள்ள மூடப்பழக்க வழக்கங்களில், அர்த்தமற்ற கட்டுப்பாடுகளில் சிக்கிக் கஷ்டப்பட்டுக் கொண்டிருக்கும் மக்களை அவற்றிலிருந்து விடுவிப்பது என்பது சுலபமான காரியமல்லவானாலும் அவ்விதக் கட்டுப்பாடுகளையும், கஷ்டங்களையும் ஒழிக்கவென்றே ஏற்பட்ட ஸ்தாபன நடவடிக்கைகளையே மூடப்பழக்க வழக்கப்படியும், குருட்டு நம்பிக்கைப்படியும் செய்யவில்லை என்று சொன்னால், சொல்பவர்களுக்கு அறிவு என்பது ஏதாவது இருக்கின்றதா என்றுதான் கருதவேண்டியதிருக்கின்றது.

ஏனெனில், இவ்வியக்கம் (சுயமரியாதை இயக்கம்) அதற்காகவே ஏற்பட்டிருக்கும்போது அதன் நடவடிக்கைகள் வேறு

எப்படி இருக்க முடியும்? ஆகையால், இவ்வித யுக்திக்கும், அனுபவத்திற்கும், மனித சுதந்திரத்திற்கும், இன்பத்திற்கும், திருப்திக்கும் விரோதமான கொள்கைகள் எதற்காகக் காப்பற்றப்படவேண்டும் என்னும் விஷயங்களை அன்பர்கள் நடுநிலையில் இருந்து நேர்வழியில் சிந்தித்துப் பார்ப்பார்களாக.

நிற்க, சுயமரியாதை இயக்கத்தைச் சேர்ந்தவர்களுக்குள்ளாகவே மறுமண விஷயத்தில் உள்ள அதிருப்தியைப்பற்றி சற்றுக் கவனிப்போம்.

சுயமரியாதை இயக்கத்தில் கல்யாண ரத்து என்பதும் ஒரு திட்டமாகும். அப்படியே செங்கற்பட்டு மாநாட்டில் ஒரு தீர்மானம் நிறைவேற்றப்பட்டு, ஈரோடு மாநாட்டில் அதற்காக ஒரு சட்டம் செய்ய வேண்டுமென்று தீர்மானிக்கப்பட்டிருக்கிறது. ஆகவே, மணம் செய்து கொண்ட மணமக்கள் அந்தப்படியே கணவன் மனைவியையோ, மனைவி கணவனையோ கல்யாண பந்தத்திலிருந்து நீக்கிவிட அல்லது நீக்கிக் கொள்ள உரிமை ஒப்புக் கொள்ளப்பட்டாய் விட்டது. இந்தப்படி ஒப்புக்கொள்ளப்பட்ட கொள்கையை அமலில் கொண்டுவர, சட்ட சம்பந்தமான இடையூறு யாருக்காவது, எந்த மதத்திற்காவது இருக்குமானால், அதற்காகச் சட்டத்தை உத்தேசித்துக் கஷ்டப்பட்டுக் கொண்டிருப் பதா? அல்லது சட்டங்களைக் கவனிக்காமல், நியாயம் என்று தோன்றியபடி நடந்துகொள்வதா என்பதைக் கவனித்துப் பார்த்தால், அவர்களது அதிருப்திக்குச் சிறிதும் இடமிருக்காது என்றே கருதுகின்றோம்.

உதாரணமாக, சுயமரியாதைக் கொள்கைப்படி செய்யப்படும் திருமணங்களிலும் சில சட்டப்படி செல்லக் கூடாதவைகளாக இருந்தாலுமிருக்கலாம் அதாவது,

"மணமக்கள் இருவரும் வேறு வேறு சாதிகள்" என்று சொல்லப்படும் கலப்பு மணங்களும், மூடப் பழக்கவழக்கங்களும், அர்த்தமற்றதும், அவசியமற்றதுமான சடங்குகள் செய்யப்படாத சில திருமணங்களும், செல்லுபடியற்றதாகவானாலும் ஆகலாம் என்று சட்ட வல்லுநர்கள் சொல்லுவதாகக் கேள்விப்படுகிறோம். அப்படியிருந்தாலும் கொள்கையிலிருக்கும் அவாவை உத்தேசித்துச் சட்டத்தைக் கவனியாமலும், அதனால் ஏற்படக்கூடிய பலன்களை

லட்சியம் செய்யாமலும் எல்லாவற்றிற்கும் துணிந்து பலர் மணம் செய்துகொள்வதை நாம் பார்க்கின்றோம். ஆகவே, மறுமண விஷயத்தில், முதல் 'மனைவி'யைச் சட்டப்படி கல்யாண ரத்து செய்ய முடியாமல் மறுமணம் நடத்தப்பட்டது" என்று சொல்லப்படுவதை விட இம்மாதிரித் திருமணங்களில் சுயமரியாதைக்காரர்களுக்குக் கொள்கைப் பிசகோ, நியாயப் பிசகோ இருப்பதாக நமக்குத் தோன்றவில்லை.

தவிரவும், முதல் மனைவி மணமகனுடன் ஒன்றாக வாழ்ந்து கொண்டு இருக்கும்போதுகூட, மறுமணம் செய்துகொள்ளப் படுவதையும், சுய மரியாதைக் கொள்கை ஏன் ஆதரிக்கின்றது என்பதைப் பற்றியும் சற்றுக் கவனிப்போம்.

மக்களின் அன்பும், ஆசையும் ஒரு கட்டுப்பாட்டுக்கு உட்பட்டு, அது இன்னவிதமாக, இன்னாரோடு மாத்திரம்தான் இருக்கவேண்டும் என்பதாக நிர்ப்பந்திக்க எவ்வித நியாயமும் இருப்பதாக நமக்குத் தோன்றவில்லை. ஏனெனில், ஆசை என்பது ஜீவ சுபாவமானது. அதை ஏதோ ஒரு நிர்ப்பந்தத்திற்காகத் தடுத்து வைப்பது என்பது ஒரு வகையான அடிமைத்தனமேயாகும். அன்பு, ஆசை ஆகியவை ஏற்படுவது ஜீவனுக்கு இயற்கை சுபாவம் என்றும், அது சுதந்திரமுடையதாயும், உண்மையுடையதாயும் இருக்கவேண்டும் என்றும், அதை ஒரு இடத்திலாவது, ஒரு அளவிலாவது கட்டுப்படுத்துவது என்பது ஜீவ சுபாவத்திற்கும், இயற்கைத் தத்துவத்திற்கும் மீறினதென்றும் ஒப்புக்கொள்கின்ற மக்கள், அன்பு ஒருவரிடம்தான் இருக்கவேண்டும் என்று சொல்ல முன்வருவது முன்னுக்குப் பின் முரண் என்றே சொல்லுவோம்.

ஆனால், அனுபவத்தில் உள்ள சில சவுகரிய, அசவுகரியங்களை உத்தேசித்தும், இயற்கைத் தடுப்பு, சமுதாய வாழ்க்கை நலக் கொள்கை முறை முதலியவைகளை உத்தேசித்தும், அன்பும், ஆசையும் கட்டுப்பாட்டுக்குள் அடங்க வேண்டியதாக ஏற்படலாம் என்பதை நாம் மறுக்க வரவில்லை. அன்றியும், ஒப்பந்தங்களினால் கட்டுப்பட வேண்டியதாகவும் ஆசைப் பெருக்கால் தானாகவே கட்டுப்பட்டுவிட்டதாகவும் போனாலும் போகலாம். அம்மாதிரி நிலைகளில் இம்மாதிரிக் கேள்விக்கே இடமில்லை. ஆதலால், அப்படிப்பட்ட காரியங்களை அவரவர் இஷ்டத்திற்கே விட்டுவிட வேண்டியதவசியமாகும். முடிவாக ஒன்று சொல்லி இதை

இப்போது முடிக்கின்றோம். அதாவது இம்மாதிரியான கேள்விகளுக்கெல்லாம் ஒரேயடியாய் அடியோடு இடம் இல்லாமல் போகவேண்டுமானால், பொதுவாகப் பெண்கள் நிலைமை மாறியாகவேண்டும். ஏனனில், மேற்கண்ட கேள்வி கேட்கப்படுவதற்குப் பெரிதும் அஸ்திவாரமாய் இருக்கும் காரணமெல்லாம், 'இப்படிச் செய்துவிட்டால், முன் மணம் செய்துகொண்ட பெண்ணின் கதி என்ன ஆவது?' என்கின்ற கவலை கொண்டேதான் கேள்வி கேட்கப்படுகின்றது. எந்தெந்தக் காரணத்தால் புருஷனுக்குப் பெண் பிடிக்கவில்லையோ, ஒத்துவரவில்லையோ அந்தக் காரணங்களால் பெண்ணுக்குப் புருஷன் பிடிக்காதபோது, இப்போது புருஷனுக்கு இருக்கவேண்டுமென்று சொல்லப்படும் சுதந்திரமும், சவுகரியமும்போல பெண்களுக்கும் ஏற்படுமானால், பிறகு, இந்த மாதிரியான அனுதாபமும், கவலையும் கொள்ளவேண்டிய அவசியம் ஏற்பட இடமே இருக்காது என்பதுதான். நம்மைப் பொருத்தவரை ஆண்களுக்குச் சொன்ன விஷயங்கள் எல்லாம் பெண்களுக்கும் பொருந்துமென்றும், அவர்களுக்கும் ஆண்களைப்போலவே ஏற்படவேண்டும் என்றும், அம்மாதிரியே அவர்களும் நடந்துகொள்ள வேண்டுமென்றும், உலக வாழ்விலும், சமுதாயத்திலும், சட்டத்திலும், மதத்திலும் ஆண்களுக்குள்ள சவுகரியங்களும், உரிமைகளும் பெண்களுக்கும் இருக்கவேண்டு மென்றும் அப்பொழுதுதான் பெண்களுக்கு உண்மையான சுதந்திரம் ஏற்பட்டதாகும் என்பதோடு உண்மையான திருப்தி கரமான இன்பத்தையும், ஆசையையும் அடைய முடியுமென்றும் கருதுகின்றோம்.

ஆறாம் அத்தியாயம்

விபச்சாரம்

விபச்சாரம் என்னும் வார்த்தையானது அநேகமாய் ஆண், பெண் சேர்க்கைச் சம்பந்தப்பட்டதற்கே உபயோகப்படுத்தப்பட்டு வருகின்றது. அதிலும், முக்கியமாக அதாவது, ஒரு பெண் தனக்குக் கணவன் என்றோ, தன்னை வைத்துக் கொண்டிருக்கின்றவன் என்றோ, வேசித் தொழிலிலிருப்பவளானாலும் யாராவது ஒரு புருஷனிடம் தற்காலச் சாந்தியாய், தனக்குக் குத்தகையாய் அனுபவிப்பவன் என்றோ சொல்லும்படியான அந்தக் குறிப்பிட்ட ஆண்மகனைத் தவிர, மற்றொருவரிடமோ பல பேர்களிடமோ சேர்க்கை வைத்துக் கொண்டிருப்பதற்கே கணவனாலும், வைப்புக்காரனாலும், குத்தகைக்காரனாலும் மற்றும் பாது ஜனங்களாலும் சொல்லப்படுகின்ற அதாவது, ஒரு பெரிய குற்றம் சாட்டுவதற்கும், பழி சுமத்துவதற்கும் உபயோகிக்கும் சொல்லாகும். ஆனால், அதே பெண்ணை அந்தக் கணவனோ, வைப்புக்காரனோ மற்றொருவருக்குத் தன் சம்மதத்தின் பேரில் கூட்டிவிடுவானானால், அதை அவர்கள் விபச்சாரம் என்று சொல்லுவதில்லை. இந்தச் சங்கதி பொது ஜனங்களுக்குத் தெரிந்தாலும் பெண்ணைத்தான் அவர்களும் வசை கூறிக் குற்றம் சொல்லுகின்றார்களே தவிர, ஆணை விசேஷமாக முன் சொல்லப்பட்ட விபச்சார என்கின்ற முறையில் அநேகமாகக் குற்றம் சொல்லுவதில்லை. அன்றியும், இம்மாதிரிக் குற்றச்சாட்டுதலுக்கும், வசவுக்கும், பழிப்புக்கும் உபயோகப்படுத்துதலும், ஆண்களுக்குக் கிடையாது. அன்றியும், ஆண்களை விபச்சாரர்கள் என்று வைக்கின்ற வழக்கமும் கிடையாது. அப்படிச் செல்லப்படுவதற்காக எந்த ஆணும் கோபித்துக் கொள்வதும் கிடையாது.

ஆகவே, விபச்சாரம் என்னும் வார்த்தையின் அனுபவ தத்துவத்தைக் கூர்ந்து கவனித்துப் பார்த்தால் “விபச்சாரம்” என்பது பெண்கள் அடிமைகள் என்பதைக் காட்டும் ஒரு குறிப்பு வார்த்தை என்றுதான் சொல்ல வேண்டுமேயொழிய வேறல்ல. ஏனெனில்,

விபச்சாரத் தோஷம் என்பதும், விபச்சாரம் செய்வதால் ஏற்படும் ஒழுக்கக் குறைவு என்பதும் இப்பொழுது வழக்கத்தில் பெண்களுக்கேதான் உண்டேயொழிய, ஆண்களுக்கு அந்த மாதிரி கிடையவே கிடையாது.

உதாரணம் வேண்டுமானால் ஒன்றைக் குறிப்பிடுவோம். அதாவது நமது நாட்டில் இதுவரை விபச்சாரம் செய்வதற்காகவென்று பெண்களைத் தான் பழி சுமத்திக் குற்றம் சொல்லி சாதியை விட்டுத் தள்ளி வைத்திருக்கிறார்களேயொழிய-வீட்டை விட்டுத் துரத்தியிருக்கிறார்களே ஒழிய-அடித்தும், உதைத்தும், வைதும் து ன்பப்படுத்தியிருக்கிறாகளேயொழிய - சில சந்தர்ப்பங்களில் கொலைகளுங்கூடச் செய்திருப்பதாக நாம் கண்டதோ கேட்டதோ இல்லை.

நிற்க, சில இடங்களில் விபச்சாரம் ஆண்களுக்குத் தற்பெருமை யாகவும், கீர்த்தியாகவும்கூட இருக்கிறதைப் பார்க்கின்றோம். சில ஆண்கள் அதைப் பெருமையாய்ச் சொல்லிக் கொள்ளுவதையும் கேட்கின்றோம்.

மக்களும் விபச்சாரி மகன் என்று சொன்னால்தான் கோபித்துக் கொள்கின்றார்களே தவிர, விபச்சாரகனுடைய மகன் என்று சொன்னால் கோபித்துக் கொள்ளுகின்றவர்கள் இல்லை. ஆனால், எந்தச்சமயத்தில் ஆண்கள் கோபித்துக் கொளளுகின்றார்களென்றால், தங்கள் மனைவிகள், வைப்பாடிகள், குத்தகைத் தாசிகள் விபச்சாரம் செய்தார்கள் என்று சொன்னால் மாத்திரம் உடனே கோபித்துக் கொள்ளுகின்றார்கள். மேலும் மிகவும் அவமான மேற்பட்டு விட்டதாகப் பதறுகின்றார்கள். மற்றும் தங்கள் பெண்களைத் தங்களுடைய சம்மதத்தின்பேரில் தங்கள் சுயநலத்திற்காக "விபச்சாரத்திற்குவிட இணங்குகிறான்" என்றோ பெண்ணை அடக்க முடியாமல் “ஊர்மேல் விட்டு விட்டான்” என்றோ சொல்லுகின்றபோது அதிகமாய்க் கோபித்துக் கொள்கிறார்கள். ஆகவே, இந்த அனுபவங்களைக் கொண்டும், பெண்களைக் கலவி விஷயத்தில் ஆண்கள் நடத்துவதைக் கொண்டும் பார்த்தால், மேலே காட்டியபடி அதாவது, விபச்சாரம் என்று சொல்லும் வார்த்தையின் தத்துவம் பெண்களை ஆண்களின் அடிமைகள் என்றும், ஆண்களுடைய போக போக்கியப் பொருள்கள் என்றும், விலைக்கு விற்கவும் வாடகைக்கு விடவும் கூடிய வஸ்துகள்

என்றும் கருதி இருக்கிறார்கள் என்பதும் இன்னும் தெளிவாய் விளங்கும்.

நிற்க, விபச்சாரம் என்னும் வார்த்தையைப் பழக்கத்தில் ஏன் பெண்களுக்கு மாத்திரம் சொல்லப் பயன்படுத்தப்பட்டது? ஆண்களைச் சொல்லுவதற்கு ஏன் அது பயன்படுத்தப்படவில்லை என்று கவனிப்போமானால் அதிலிருந்து மற்றொரு உண்மையும் புலப்படும். அது என்னவென்றால், பொதுவில் விபச்சாரமென்று சொல்லப்படுவது உண்மையாகக் குற்றமுள்ள வார்த்தையாக இல்லை என்பதேயாகும். எதுபோலென்றால், எப்படிக் கற்பு என்ற வார்த்தையும், அதைப் பயன்படுத்தும் முறையும் புரட்டானது என்றும், பெண்ணடிமை கொள்ள உத்தேசித்து ஏற்படுத்தியதாகு மென்றும் சொல்லுகின்றோமோ, அதுபோலவே விபச்சாரமென்னும் வார்த்தையும் அதன் பிரயோகமும் புரட்டானதும் பெண்களை அடிமை கொள்வதற்கென்றே ஏற்படுத்தப்பட்டதென்றும் காணப்படுவதோடு, அது முக்கியமாய் இயற்கைக்கு விரோதமான தென்றும்கூட விளங்கும்.

சாதாரணமாகவே இன்றைய கற்பு, விபச்சாரம் என்னும் வார்த்தைகள் சுதந்திரமும், சமத்துவமும் கொண்ட வாழ்க்கைக்குச் சிறிதும் தேவையில்லாததேயாகும். ஜீவ சுபாவங்களுக்கு இவ்விரண்டு வார்த்தைகளும் சிறிதும் பொருத்தமற்றதேயாகும். வாழ்க்கை ஒப்பந்த நிபந்தனைகளுக்கு மாத்திரம் தேவையுடையதாக இருக்கலாம். ஆன போதிலும்கூட, அவையும் இயற்கைக்கு முரணானது என்பதை யாவரும் ஒப்புக்கொண்டுதானாக வேண்டும். அதற்கு ஆதாரம் என்னவென்றால், மேலே சொல்லப்பட்டது போலவே அவ்விரண்டு வார்த்தையின் தத்துவங்களும் பெண்கள் மீது மாத்திரம் சுமத்தப்பட்டு ஆண்களின்மீது சுமத்தப்படாமலும், ஆண்கள் அதற்காகப் பயப்படவோ அவமானப்படவோ கட்டுப்பட்டிருக்கவோ இல்லாமல் இருப்பதும் அதைப்பற்றி லட்சியம் செய்யாமையுமேயாகும்.

மற்றும், வேறொரு அத்தாட்சி என்னவென்றால் மக்களில் ஆண்களுக்கும், பெண்களுக்கும் கற்புத் தவறுதலும், விபச்சாரத்தனமும் கூடாதென்று பொதுவாக இருபாலர்களுக்கும் தானாகத் தோன்றாமல் இருப்பதோடு, பலர் கற்பித்தும், அதற்காகப் பல நிபந்தனைகளைக்கூட ஏற்படுத்தியும், மற்றும் எவ்வளவோ

பயங்களைக் காட்டியும் அதனால் சிலராவது அடிதடி, விரோதம், கொலை, உடல் நலிவு முதலியவைகளால் கஷ்டப்படுவதை நேரில் காணக்கூடிய சந்தர்ப்பங்களிலிருந்தும் இவ்வளவையும் மீறி மக்களுக்குக் கற்புக்கு விரோதமாகவும், விபச்சாரத்திற்கு அனுகூலமாகவும் உணர்ச்சியும், ஆசையும் ஏன் உண்டாக வேண்டுமென்பதைக் கவனித்தால் அது தானாக விளங்கும். இயற்கையோடு இணைந்த வாழ்வு எதுவென்பதையும் எவ்வித நாட்டுப் பற்று, நடப்புப்பற்று, பிறப்புப்பற்று என்பதெல்லாம் நடுநிலையிலிருந்து தன் அனுபவத்தையும், தன் மனத்தில் தோன்றும் உணர்ச்சியையும், ஆசைகளையும் ஒரு உதாரணமாகவும் வைத்துக் கொண்டு, பரிசுத்தமான உண்மையைக் காணுவானேயானால், அப்போதும் கற்பு, விபச்சாரம் என்னும் வார்த்தைகள் வெறும் புரட்டு என்பதும், மற்றவர்களை அடிமையாக்கவும், கட்டுப்படுத்தவும் உண்டாக்கப்பட்ட சுயநலச் சூழ்ச்சி நிறைந்த தன்மை கொண்டது என்பதும் தானாகவே விளங்கிவிடும். விபச்சாரம் என்பது ஒருவனுடைய பாத்தியதைக்கு ஏற்படுத்திக் கொள்ளும் கட்டுப்பாட்டிற்கு மாத்திரம் விரோதமே தவிர, உண்மையான ஒழுக்கத்திற்கு விரோதமல்ல என்பதற்கு மற்றொரு உதாரணம் கூறுவோம்.

மலையாள நாட்டில் இரண்டு மூன்று ஆண்கள் ஒரு பெண்ணை மனைவியாக ஏற்படுத்திக் கொள்ளுகின்ற வழக்கம் உண்டு. ஆனால், அந்தப் பெண் மேற்கண்ட இரண்டு, மூன்று புருஷர்களைத் தவிர, மற்ற ஆண்களிடம் அதுவும் தங்களுக்கு மனைவியாயிருக்கும் காலத்தில் பிற ஆண்களிடம் சம்பந்தம் வைத்துக் கொண்டால் மாத்திரம்தான் அதை விபச்சாரமாகக் கருதி, சில சம்பவங்களில் கொலைகள்கூட நடக்கின்றன.

மற்றும், சில வகுப்புகளில் தங்கள் இனத்தார் தவிர, மற்ற இனத்தாரிடம் சாவகாசம் செய்தால் மாத்திரம் விபச்சாரமாய்க் கருதப்படுகின்றது. நமது நாட்டிலும் சில வகுப்புகளிலுள்ள குடும்பத்தைச் சேர்ந்த மச்சாண்டார், கொழுந்தனார் (அதாவது புருஷன் சகோதரர்கள்) மாமனார் ஆகியவர்கள் சம்பந்தமானது விபச்சாரத்தனமாக கொள்ளப்படுவதில்லை. இக் கொள்கைகள் நம் நாட்டுப் பழங்குடி மக்கள் மிகுதியும் கொண்ட சில சமூகங்களின் பழக்க வழக்கங்களுடன் கலந்து செல்வாக்குப்

பெற்றிருப்பதை இன்றும் தாரளமாய்ப் பார்க்கலாம். இதுபோல் இன்னும் பல விஷயங்களும் உண்டு. ஆகவே, இவைகளை எல்லாம் கவனித்துப் பார்த்தால், விபச்சாரம் என்பது ஒரு குறிப்பிட்ட கொள்கைமீது பொதுவான ஒழுக்கக் குறைவு என்கின்ற தத்துவத்தில் எப்போதும் பழக்கத்தில்-அமலில் இல்லையென்பது விளங்கும்.

நிற்க, மனித சமூகத்திற்கென்று பொதுவாகச் சில கட்டுப்பாடுகளும் ஒழுங்கும் வாழ்க்கைக்கு ஏற்பட்டிருக்கவேண்டும் என்பதை நாம் அடியோடு ஆட்சேபிக்க வரவில்லை. ஆனால், அவை தனிப்பட்டவர்கள் அதாவது, ஆண்டான் -- அடிமை முறை, எஜமான் - கூலி, முதலாளி - காரியஸ்தர் முறை, சினேகிதர்கள் முறை போன்ற தன்மைகள் கொண்ட அதாவது தனிப்பட்ட சம்பந்தங்களுக்கு ஏற்படுத்தப்பட்டிருப்பதாகிய ஒழுங்கு, கட்டுப்பாடுகள் போலப் பொதுவாழ்விற்குப் பொதுக் கொள்கை களாயிருக்கக் கூடாது என்பதை ஞாபகத்தில் வைத்துக் கொள்ளவேண்டும். பொது வாழ்க்கைக்கு ஏற்படுத்தப்படும் கொள்கைகள் என்பன பொது ஜனங்களில் யாருடைய தனி சுதந்திரத்திற்கும் பாதகம் ஏற்படாததாகவும், அதுவும் பிரயோகத்தில் சிறிதும் பாரபட்சம், உயர்வு - தாழ்வு ஆகிய பேதத் தத்துவம் கொண்டதல்லாததாகவும் இருக்கவேண்டுமென்பதோடு, எல்லாவற்றையும்விட அவை முக்கியமாக இயற்கை யோடியைந்தனவாகவு மிருக்க வேண்டும். அப்படிப்பட்டவைகளும் கூட மற்றவர்களுடைய நியாயமான உரிமைக்கும், சுதந்திரத்திற்கும் சிறிதும் பாதகம் உண்டு பண்ணாததாகவுமிருக்க வேண்டும். நியாயமான என்றதனாலேயே எது நியாயம் என்பதற்கு "தர்ம சாஸ்திரங்களை"த் தேட வேண்டுமென்பது கருத்தல்ல. மற்றபடி கண்டுபிடிப்பதென்றால், ஒருவன் தனக்கு நியாயம் என்று சொல்லுவதானது பிறத்தியானும் அதையே தனக்கும் நியாயமென்று சொன்னால், அவன் முதலில் சொன்னவன் ஒப்புக்கொள்கின்றானா என்று பார்த்து நிர்ணயிப்பதேயாகும். அதாவது இருவருக்கும் ஒருப்போன்றதும், அன்றியும் அறிவிற்கும், சாத்தியத்திற்கும், அனுபவத்திற்கும் ஏற்றதாகவும் அவசியம் கொண்டதாகவும் இருக்கவேண்டும்.

இப்படியெல்லாம் இல்லாமல், வெறும் நிர்ப்பந்தத்திற்கும் ஒவ்வாததுமான விஷயங்களுக்காக வலுத்தவர்கள், தந்திரக்காரர்கள் தங்களுக்குத் தோன்றினபடிக்கெல்லாம் கட்டுப்பாடுகள் செய்துகொண்டு போவதானது எவ்விதப் பயனையும் தராததோடு, மனித சமூகத்திற்கு வீண் கஷ்டத்தை உண்டாக்கி வருவதோடு, அது வெறும் அடிமைத்தனத்தையும், அறிவுத் தடையையும்தான் உண்டாக்கும்.

சாதாரணமாக, பொது வாழ்க்கையில் ஒருவன் செய்யக் கூடாதென்பாக ஏற்பாடு செய்திருக்கும் திருட்டு என்பதான ஒரு குணத்தை எடுத்துக்கொள்வோம். அது இன்றைய வழக்கில் ஒரு மனிதனுக்கு - அதாவது, திருட்டுக் கொடுத்தவனுக்கு நஷ்டத்தையும், மன வருத்தத்தையும் கொடுக்கக் கூடியதாய் இருக்கின்றது என்பதை நாம் ஒப்புக்கொள்கிறோம். ஏனெனில், நமது சொத்தை ஒருவன் திருடினால் நமக்கு அப்படித்தான் இருக்கும். ஆனால், அதனால் அந்த நஷ்டமும், சங்கடமும் எதனால் ஏற்படுகின்றதென்று பார்ப்போமானால் திருட்டுக் கொடுத்தவன் திருட்டுப்போன சொத்தை தன்னுடையதென்றும், அது தனக்கே சொந்தமானதென்றும் எண்ணியிருப்பதால், உலகில் பொருளியல் சமத்துவம் ஏற்படுகின்றவரை திருட்டு என்னும் குணமானது குற்றமாகத்தான் பாவிக்கப்படும். உலகிலுள்ள எல்லாச் சொத்தும் உலகத்திலுள்ள எல்லோருக்கும் சொந்தம்; ஒவ்வொருவனும் பாடுபட்டுத்தான் சாப்பிடவேண்டும்; தேவைக்குமேல் எவனும் வைத்துக் கொள்ளக்கூடாது - போன்ற கொள்கைகள் ஏற்பட்டுவிட்டால், திருட்டுப் போவதும், திருட்டுப் போனதைப்பற்றிக் கவலைப் படுவதும் தானாகவே மறைந்துவிடும். ஆனால், இப்போது நான் திருடுவது குற்றமல்ல, நீ பொய் சொல்வதுதான் குற்றம்; நான் விபச்சாரம் செய்வது குற்றமல்ல, நீ விபச்சாரம் செய்வது குற்றமல்ல, நீ விபச்சாரம் செய்வதுதான் குற்றம் என்பது போன்றதான "பொது ஒழுக்கங்கள்" என்பவைகளும் "பொதுக் கட்டுப்பாடுகள்" என்பவைகளும் ஒரு நாளும் பொது வாழ்வுக்கும், சமத்துவத்திற்கும், சுதந்திரத்திற்கும் சிறிதும் பயன்படாது. இன்று உலகத்தில் சிறப்பாக நமது நாட்டில் இருந்துவரும் ஒழுக்கம், கட்டுப்பாடு, தர்மம் முதலியவைகள் எல்லாம் பெரிதும் இயற்கைக்கு எதிரியாகவும், அடிமைத்தனத்திற்கு

ஆதரவாகவும், தனிப்பட்டவர்கள் சுயநலத்திற்கேற்ற சூழ்ச்சியாகவும் செய்யப் பட்டவைகளாகவே இருக்கின்றன.

கடைசியாக, மனிதனின் ஜீவசுபாவம் என்னவென்றால், சிந்தனை உணர்ச்சியும், இந்திரியச் செயலும், ஆசையுமேயாகும். உணர்ச்சியின் காரணமாய்ப் பசி, நித்திரை, புணர்ச்சி மூன்றும் முக்கியமான, இன்றியமையாத இயற்கை அனுபவமாய்க் காண்கின்றோம். இந்திரியங்களின் காரணமாய்ப் பஞ்சேந்திரியங் களின் அதாவது, மெய், வாய், கண், மூக்கு, செவி ஆகியவைகளின் செயல்களையும் முக்கியமான - இன்றியமையாத இயற்கை அனுபவமாய்க் காண்கின்றோம்.

ஆகவே, மனிதனது பொதுச் சிந்தனை உணர்ச்சியும், இந்திரியச் செயலும் அவனுக்கு ஆசையை உண்டாக்கிக் கொண்டே இருக்கின்றன. ஆசையின் தன்மையால் எதையும் ஆசைப்படுவதும், அது அநேகமாய் அளவுக்கடங்காமல் மேலும் மேலும் போய்க் கொண்டிருப்பதும் சுபாவமாகவே இருக்கின்றதைப் பார்க் கின்றோம். ஆகவே, உணர்ச்சியும், இந்திரியச் செயலும், ஆசையும் மனிதனால் சுலபத்தில் கட்டுப்படுத்தக் கூடியவையல்ல. யாராலாவது கட்டுப்படுத்தப்பட்டுவிட்டது என்றால் அப்படிப் பட்டவரைப்பற்றி நாம் இங்குப் பேச வரவில்லை. அவர்கள் பல லட்சத்திற்கு ஒருவர் இருப்பார்களோ என்னவோ? எனவே, அந்தப்படிக்கில்லாத சாதாரண மனித ஜீவனின் உணர்ச்சியயும், இந்திரியச்செயலையும், ஆசையையும் கட்டுப் படுத்தும் படியானதான கொள்கைகளை, ஒழுக்கங்களை, கட்டுப் பாடுகளை ஏற்படுத்தினால், அது செலாவணியாகுமா? செலாவணி யாவதாயிருந்தாலும் அதற்கு என்ன அவசியம் என்பன போன்ற வைகளைக் கவனிக்கவேண்டாமா? என்றுதான் கேட்கிறோம்.

பொய் சொல்லக்கூடாது என்று வாயால் சொல்லி விடு கின்றோம். பொய்ச் சொல்லுவதையும், ஒழுக்கக் குறைவென்று சொல்லிவிடுகின்றோம். ஆனால், தொழிற்முறைக்காகப் பொய்யை அவசியமாக வைத்து, அதனால் பிறருக்குக் கஷ்டத்தையும், நஷ்டத்தையும் கொடுத்து வரும் வக்கீல்களையும், வியாபாரிகளையும் மனித சமூகத்தில் எவ்வித இழிவுமின்றி ஏற்றுக் கொண்டிருக்கின்றோம். அத்தொழிலில் சம்பாதித்த செல்வத்தைக் கொண்டும், பெருமையைக் கொண்டும் அம்மக்களைக்

கவுரவமாகவே மதிக்கின்றோம். ஆனால், அதுபோலவே, நடக்கும் மற்றொரு தொழிற்காரரை உதாரணமாக, தேவதாசிகள் போன்றவர்களை இழிவாகக் கருதுகின்றோம்.

பொதுவாக, இம்மூன்று பேர்களாலும் மனித சமூகங்களுக்குக் கெடுதியும், நஷ்டமும் இருந்தும், இருவரை ஏற்றுக்கொண்டு, ஒருவரைத் தள்ளுவதானது கேவலமும், சூழ்ச்சியும், சுயநலமுமேயல்லாமல் இதில் நியாயமிருப்பதாகச் சொல்ல முடியுமாவென்று கேட்கின்றோம். எந்தத் தொழிலானாலும்-- மற்றவர்களுக்குக் கெடுதியைக் கொடுக்கும் தொழில் எதுவானாலும் அப்படிப்பட்ட தொழில் இல்லாமலே உலகம் நடக்கும் படியாகத்தான் பார்க்கவேண்டும். இப்படிப்பட்ட விஷயத்தில் மாத்திரம் வேண்டுமானால், இயற்கையை மாற்றிக் கட்டுப்பாடுகளை ஏற்படுத்துவது அவசியமாகலாம். அப்படிக்கில்லாமல் ஒருவருக்கு ஒருவிதம் என்பதாக மாற்றுவது பயன்படாததாகவே முடியும்.

எனவே, இப்போது நடைமுறையிலிருக்கும் விபச்சாரம் என்பதும், அதன் தத்துவமும் நாம் மேலே குறிப்பிட்டதுபோல், பெண்களை அடிமைப்படுத்துவதற்காக பெண்கள், அடிமைகள் என்னும் கருத்தின்மீது ஏற்படுத்தப்பட்டவைகள் ஆதலாலும் அது ஆண்களுக்குச் சிறிதும் சம்பந்தமில்லாமலிருப்பதாலும் ஒப்புக் கொள்ள முடியாததாய் காணப்படுவதோடு, பெண்கள் சுதந்திரம், பெண்கள் விடுதலை என்பவைகளுக்காக நடை பெறும் காரியங்களில் 'விபச்சாரம்' என்னும் காரியம் வந்து முட்டுக்கட்டை போடுமானால், அதைத் தைரியமாய் எடுத்தெறிந்துவிட்டு முன்னோக்கிச் செல்லவேண்டியது உண்மையான உழைப்பாளிகளின் கடமையாகுமென்பதையும் குறிப்பிட்டுவிட்டு இப்போதைக்கு இதை ஒருவாறு முடிக்கின்றோம்.

ஏழாம் அத்தியாயம்

விதவைகள் நிலைமை

இந்திய நாட்டின் ஆட்சி உரிமை இந்திய மக்களுக்கே கிடைக்க வேண்டுமென அரசியல் சீர்திருத்தக்காரர்களும், இந்திய மக்களுக்குள்ளிருக்கும் வகுப்புப் பிரிவினையும், சாதி வேற்றுமை யும் ஒழிய வேண்டுமென்று சமூகச் சீர்திருத்தக்காரர்களும் போராடுகிறார்களேயன்றி, மக்கள் கூட்டத்தில் ஒரு பகுதியராகிய பெண்கள் ஒரு பக்கம் அழுத்தப்பட்டு வருவதைப்பற்றி எவருமே போதிய கவலை கொள்வதாகக் காணோம்.

மனிதப்பிறவி கொண்ட ஆணும், பெண்ணும் இயற்கைத் தத்துவத்திலும், சமுதாய வாழ்க்கை தன்மையிலும் ஒருவருக்கொருவர் தாழ்ந்தவர்களல்லவென்பதை அறிவுடைய உலகம் மறுத்தற்கியலாது. அங்க அமைப்பிலன்றி, அறிவின் பெருக்கிலோ, வீரத்தின் மாண்பிலோ ஆண் பெண்களுக்குள் ஏற்றத்தாழ்வான வித்தியாசம் எதுவும் காண இயலுமா? இயலவே இயலாது. ஆடவரிலும் சரி, பெண்டிரிலும் சரி, முறையே அறிவாளிகளும், ஆண்மையுடையோரும், அறிவிலிகளும், பேடிகளும் உண்டு. இவ்வாறிருக்கத் திமிர் படைத்த ஆணுலகம் பெண்ணுலகத்தைத் தாழ்த்தி, இழித்து, அடிமைப்படுத்தி வருத்துதல் முறைமையும் நியாயமுமாகுமா?

இந்து மதமென்பதில் ஆணுலகம் தங்கள் சமயப் பெண்ணுலகின் மாட்டுப் பூண்டொழுகும் கொடுமைச் செயல்கள் பலவற்றில் ஈண்டு நாம் விதவைகளைப்பற்றி மட்டும் கவனிப்போம்.

உலக இன்பத்தை நுகர்ந்து அலுத்துப் போயிருக்கும் பழுத்த கிழவனாயினும், தம் மனைவியார் இறந்த பட்டவுடன் மறுமணம் புரிய முயலுகின்றான். அதுவும் தக்க பருவமும், எழிலும் பொருந்திய இளங் கன்னியர்களைத் தன் துணைவியாகத் தேர்ந்தெடுத்துக் கொள்கிறான். ஆனால், ஓர் பெண்மகள் கொழுநன் இழந்துவிட்டால் பதினாறு வயதுக் கட்டழகியேயாயினும், உலக

இன்பத்தைச் சுவைத்தறியாத வனிதா ரத்னமாயினும் தன் ஆயுள்காலம் முழுவதும் அந்தோ! தன் இயற்கைக்கட்புலனை வலிய அடக்கிக் கொண்டு, மனம் நைந்து, வருந்தி மடியும்படி நிர்ப்பந்திக்கப்பட்டு வருவது என்னே அநியாயம் இது!! இந்து சமயத்தார் என்று கூறப்படுபவர்கள் இவ்வாறு தங்கள் சமூகம் அநியாயமாய் அழிந்துவருவதைப் பார்த்துக் கொண்டு வருவது பெரிதும் வருந்துவதற்குரிய செயலாகும். சுருங்கக்கூறின், இது ஒருவிதச் சமுதாயத் தற்கொலையேயாகும்.

முன்காலத்தில் கணவனைப் பறிகொடுத்த பெண்மணிகளைக் கணவனுடன் வைத்துக் கொளுத்திச் சாம்பலாக்கி விடுதல் வழக்கமாயிருந்தது. இக்கொடிய வழக்கத்தை அக்காலத்தில் ஆங்கிலேய வியாபாரிக் கூட்டத் தலைவராயிருந்த வாரன்ஹேஸ்டிங்ஸும், சுவாமி தயானந்த சரசுவதி போன்ற இந்திய நாட்டு அறிவாளிகளும், பெருமுயற்சி செய்து, அக்கொடும் வழக்கத்தை ஒழித்துவிட்டனர். "உடன்கட்டை ஏறுவதை" நிறுத்துவதற்காகப் போராடிய அக்காலத்திலும், இந்து மத ஆசாரமே அழிந்து போவதாகவும், மதத்திற்கே கேடு வந்துவிட்டதாகவும் பெருங்கிளர்ச்சி ஏற்பட்டது. ஆனால், நாளடைவில் அக்கூக்குரலும் அடங்கி, "ஸ்ககமனம்" என்னும் உடன்கட்டை யேறும் கொலை வழக்கம் இந்தியாவைவிட்டு அறவே மறைந்தது.

ஆனால், இப்போது நமது நாட்டில் விதவைகள் மணஞ் செய்துகொள்ளக் கூடாதென்றிருக்கும் வழக்கம், உடன்கட்டை ஏறுவதைவிட மிகக் கொடியதாயிருக்கின்றது. உடன்கட்டை ஏறுவது ஒருநாள் துன்பம்; விதவையாய் வாழ்வதோ வாழ்நாள் முழுதும் தாங்க முடியாச் சித்திரவதைக் கொப்பான துன்பமாக இருந்து வருகிறது. தன் துணைவியை இழந்த கிழவன் வேறு மணஞ் செய்துகொள்ளலாம் என்றும், தன் துணைவனை இழந்த மகப்பேறு பெறாத, இல்லற இன்பத்தை நுகராத- இளம் பெண்களும்கூட மறுமணம் செய்துகொள்ளக்கூடாதென்றும் கூறுவது நடுநிலைமை கொண்ட அறச் செயலாகுமா?

விதவைகள் மறுமணஞ் செய்துகொள்ளும் வழக்கம் கற்புக்குப் பங்கம் விளைவிப்பதாகும் என்று கூறினால், அது சற்றும் பொருந்தாது. விதவைக்கு மறுமணஞ் செய்விக்காவிட்டால்தான்

அக்கற்புக்கு ஆபத்து உண்டாவது பெரிதும் அனுபவபூர்வமாய் யாவரும் அறியக் கிடந்த உண்மை.

விதவையாய் விட்டால் ஒரு பெண்ணின் உள்ளத்தில் உண்டாகும் இயற்கை இன்ப உணர்ச்சி மங்கிவிடுமா? இயற்கையில் எழும் இன்ப உணர்ச்சியை இளமங்கையர் எங்ஙனம் அடக்கிக் கொண்டிருத்தல் சாலும்? எனவே, எத்துணைக் கட்டுப்பாடுகளை அவர்கள் வைத்திருப்பினும், இயற்கையை வெல்ல வழியற்று, படிற்றொழுக்கத்தில் வீழ்ந்து, கள்ளத்தனமாய்க் கருவுற்று, சிசுக் கொலைத் தோஷத்திற்கும் தீராத அவமானத்திற்கும் ஆளாகி வருகின்றார்கள். இக்குற்றம் யாரைச் சாரும்? விதவைகளை மறுமணம் செய்யக்கூடாதென்று பலாத்காரமாய்ச் சிறைப்பிடித்து வைத்திருக்கும் அவர்களின் சமூகத்தார்களையே சாரும் என்பது உறுதி. மறுமணம் செய்துகொள்ள விரும்பாத கைம்பெண்கள் இருந்தால் இருக்கட்டும். அவர்களைப்பற்றிப் பிறகு பார்த்துக் கொள்ளலாம். மறுமணம் செய்துகொள்ள விரும்பும் பெண்களுக்குத் தாராளமாய் மணஞ் செய்துகொள்ள இடமளிக்கவேண்டுமென்பதே நமது கோரிக்கை.

விதவைகளின் கல்யாணத்தைப்பற்றி இவ்வாறு எழுதும் நான் எழுத்தளவோடும், பேச்சளவோடும் ஆதரிக்கின்றேனா, அன்றிச் செயலிலும் அதை ஆதரிக்கின்றேனா என்ற அய்யம் பல தோழர்களுக்கு உண்டாகலாம். இதன் பொருட்டேனும் எனது கருத்தைப் பிரதிபலிக்கும் செய்கையைக் கூற விரும்புகிறேன்.

நான் கர்நாடக பலிஜநாயுடு வகுப்பில் பிறந்தவன். எனது வகுப்பார் பெண் மக்கள் முக்காட்டுடன் கோஷாவாக இருக்க வேண்டியவர்களெனவும், விதவா விவாகத்தை அனுமதிக்கப்படாத வகுப்பினரெனும் வழங்கப் படுபவர்கள். நான் பிறந்த குடும்பமோ அளவுக்கு மிஞ்சிய ஆசாரத்தையும், வைணவ சம்பிரதாயத்தையும் கடுமையாய் ஆதரிக்கும் குடும்பம். இப்படி இருந்தபோதிலும் என்னுடைய 7-ஆவது வயதிலிருந்தே மக்களில் உயர்வு தாழ்வு கற்பித்தலையும், ஒருவர் தொட்டதை மற்றொருவர் சாப்பிடலாகா தெனச் சொல்வதையும் நான் பரிகாசம் செய்து வந்ததோடு, எவரையும் தொடுவதற்கும், எவர் தொட்டதையும் சாப்பிடுவதற்கும் நான் சிறிதும் பின் வாங்கியதே கிடையாது. என்னைச்

சிறுவயதிலிருந்தே எங்கள் வீட்டு அடுப்பங்கரைக்குள் செல்ல அனுமதிக்க மாட்டார்கள். நான் தொட்ட சொம்பை என் தகப்பனார் தவிர, மற்றையோர் கழுவாமல் உபயோகப்படுத்த மாட்டார்கள். எங்கள் குடும்ப ஆசார, அனுஷ்டானங்களைப் பார்த்துப் பொறாமைப்படுபவர்கள் என்னைப் பார்த்துச் சாந்தியடைந்து விடுவார்கள். "நாயக்கருக்கு அவர்கள் ஆசாரத்திற் கேற்றாற் போல்தான் ஒரு பிள்ளை; என்றாலும், பிள்ளை நவமணியாய்ப் பிறந்திருக்கிறது" என்று சொல்லிப் பரிகாசம் செய்வார்கள். என்னுடைய 16 ஆம் வயதிலே பெண் மக்களைத் தனித்த முறையில் பழக்குவதையும் அவர்களுக்கெனச் சில கட்டுத் திட்டங் களை ஏற்பாடு செய்வதையும் ஆண் மக்களின் அகம்பாவம் என்றும் நினைத்து வந்தேன்.

இஃதிவ்வாறிருக்க என் தங்கை தனது இளம் வயதிலேயே ஓர் பெண் குழந்தையையும், ஓர் ஆண் குழந்தையையும் விடுத்து இறந்துவிட்டார். இவற்றுள் அம்மாயி என்றழைக்கப்படும் என் தங்கையின் புதல்விக்கு 10 ஆவது வயதில் சிறந்த செல்வாக்கோடு ஒரு 'செல்லக் கல்யாணம்' செய்து வைத்ததோடு, கல்யாணம் செய்த 60 ஆம் நாள் அப்பெண்ணின் கணவன் என்னும் 13 வயதுள்ள சிறு பையன் ஒரு நாள் பகல் 2 மணிக்கு விஷ பேதியால் உயிர் துறந்தான். அவன் இறந்தான் என்ற செய்தியைக் கேட்டதும் அப்பெண் குழந்தை (என் சகோதரியின் புதல்வி) என்னிடம் ஓடிவந்து "மாமா, எனக்குக் கல்யாணம் செய்து வை என்று நான் உன்னைக் கேட்டேனா? இப்படி என் தலையில் கல்லைப் போட்டாயே" என்று 'ஹோ'வென்று அலறிய சத்தத்தோடு என் காலடியில், மண்டையில் காயமுண்டாகும்படி திடீரென்று விழுந்தது. துக்கம் விசாரிப்பதற்காக அங்கு வந்திருந்த ஆண், பெண் உள்பட சுமார் 600, 700 பேர்கள் அக் குழந்தையையும், என்னையும் பார்த்த வண்ணமாய்க் கண்களிலிருந்து தாரை தாரையாய்க் கண்ணீர் வடித்தனர். எனக்கும் அடக்கவொண்ணா அழுகை வந்துவிட்டது. ஆனால், கீழே விழுந்து கிடந்த அந்தக் குழந்தையை நான் கையைப் பிடித்துத் தூக்கும்போதே அதற்கு மறுபடியும் கல்யாணம் செய்துவிடுவது என்கின்ற உறுதியுடனே தூக்கினேன்.

பிறகு, அந்தப் பெண் பக்குவமடைந்த ஒரு வருடத்திற்குப்பின் அதற்குக் கல்யாணம் செய்ய நானும் என் மைத்துனரும் முயற்சி செய்தோம். இச்செய்தி என் பெற்றோருக்கும், மற்றோருக்கும் எட்டவே, அவர்கள் இதைத் தங்கள் வகுப்புக்கு ஒரு பெரிய ஆபத்து வந்துவிட்டதுபோலக் கருதி, பெரிதும் கவலைக்குள்ளாகி, நாங்கள் பார்த்து வைத்த இரண்டொரு மாப்பிள்ளைகளையும் கலைத்தார்கள். முடிவில் என் மைத்துனரின் இரண்டாவது மனைவியின் சகோதரரைப் பிடித்துச் சரி சரி செய்து எவரும் அறியாவண்ணம் பெண்ணையும், மாப்பிள்ளையையும், மாப்பிள்ளையைச் சென்னை வழியாகவும், பெண்ணைத் திருச்சி வழியாகவும் சிதம்பரத்திற்கு அழைத்துச் சென்று அங்குக் கோயிலில் கல்யாணம் செய்வித்து, ஊருக்கு அழைத்துவரச் செய்தேன். ஆனால், நான் அங்குப் போகாமல் ஊரிலேயே இருக்கவேண்டியதாயிற்று. ஏனெனில், அவர்கள் போயுள்ள செய்தியைச் சுற்றத்தார் அறிந்தால், ஏதாவது சொல்லி மாப்பிள்ளையை தடை செய்துவிடுவார்களோ என்கின்ற பயத்தாலும், நான் ஊரிலிருந்தால் கல்யாணத்திற்காக வெளியூருக்குப் போயிருக்கிறார்களெனச் சந்தேகமிராது என்கின்ற எண்ணங்கொண்டு மேயாகும். இக்கல்யாணத்தின் பலனாக இரண்டு மூன்று வருட காலமாக பந்துக்களுக்குள் வேற்றுமையும், பிளவும் ஏற்பட்டு, சாதிக் கட்டுப்பாடு இருந்து, பிறகு அனைத்தும் சரிப்பட்டுப் போயின.

பெண்ணும், மாப்பிள்ளையும் ஒத்து வாழ்ந்து, ஓர் ஆண் மகவைப் பெற்றனர். ஆனால், சில காலம் வாழ்ந்த பின், அந்த இரண்டாவது புருஷனும் இறந்துவிட்டார். இப்பொழுது தாயும், மகனும் சேமமாயிருக்கிறார்கள். எவ்வளவோ இடருக்குள் அகப்பட்டு அக்கல்யாணத்தை முடித்து வைத்தேன் என்றாலும், இன்னும் எனது வகுப்பில் 13 வயதுக்குக் கீழ்ப்பட்ட விதவைக் குழந்தைகள் சிலர் இருக்கின்றனர். பாவம், அக்குழந்தைகளை அவர்களின் பெற்றோர்கள் தீண்டத்தகாதோர்போல் கருதி நடத்துவதைத் தினமும் பார்க்கப் பார்க்கப் பரிதாபமாயிருக்கிறது.

விதவைகளின் விஷயம் எனது நினைவிற்கு வரும்பொழுதும்-
-நேரில் காண நேரும்பொழுதும், "இது உலக இயற்கை அல்ல,

எளியாரை வலியார் அடக்கி ஆண்டு இம்சிப்பதேயாகும்" என்றே முடிவு செய்வேன். இந்து சமூகம் எந்தக் காலத்தில், எவருடைய ஆதிக்கத்தில் கட்டுப்பட்டதோ, அன்றி, மதமில்லாமல் முறையில்லாமல் இருந்து இயற்கையாகவே - ஏதாவது கட்டுப்பாடுகள் ஏற்பட்டு அவற்றை வலியவர்கள் தங்கள் தங்கள் சுயநலத்திற்குத் தக்கபடி திருப்பிக் கொண்டார்களோ என நினைக்கும்படி இருந்தாலும், பொதுவாய் விதவைத் தன்மை நிலைத்திருக்கும் காரணத்தினாலேயே இந்து சமூகம் ஒரு காலத்தில் அடியோடு அழிந்து போனாலும் போகுமென்பதே எனது முடிவான கருத்து.

அரசியல் என்றும், சமூகவியல் என்றும், ஜனாச்சாரச் சீர்திருத்தவியல் என்றும், பெண்கள் முன்னேற்ற இயல் என்றும் சொல்லிக் கொண்டு வேலை செய்யும் மக்களில் பெரும் பான்மையோர் அவ்வேலையைத் தங்கள் வாழ்விற்கும், கீர்த்திக்கும், சுயநலத்திற்கும் உபயோகப்படுத்திக் கொள்வோராக இருக்கிறார்களே தவிர, உண்மையில் விதவைப் பெண்களின் பேரில் அனுதாபங் கொண்டு உழைப்பவர்கள் அரிதினுமரிதாகி விட்டனர் என்று சொல்வதற்கு மன்னிக்க வேண்டுகிறேன். அன்றியும், இத்துறைகளிலும் சீர்திருத்தங்களிலும் பாடுபடுபவர் களாய்க் காணப்படுவோரில் பெரும்பாலோர் தாங்கள் செய்யும் காரியம் சரியென்ற தீர்மானம் தங்களுக்கே இல்லாமல் உலக மொப்புக்கு இவ்விஷயங்களுக்காக உழைப்பவர்களாக விளம்பரப் படுத்திக் கொள்கிறவர்களாக இருக்கிறார்கள் என்றே உணருகிறேன்.

பெண்கள் விடுதலையையும், முன்னேற்றத்தையும் பற்றிப் பேசுவோர் பெரிதும் தங்கள் வீட்டுப் பெண்களைப் படுதாவுக்குள் வைத்துக்கொண்டும், விதவா விவாகத்தைப்பற்றிப் பேசுவோர் தங்கள் குடும்பங்களில் உள்ள விதவைகளைச் சிறையிலிட்டதுபோல் காவலிட்டு விதவைத் தன்மையைக் காப்பாற்றிக் கொண்டும் இருக்கிறார்களே தவிர உண்மையில் ஒரு சிறிதும் தங்கள் நடவடிக்கையில் காட்டுவதில்லை. இதன் காரணம் என்னவென்று ஆராய்ந்தால், பெண் மக்கள் என்று நினைக்கும்போதே அவர்கள் அடிமைகள், ஆண்மக்கட்கு அடங்கினவர்கள், கட்டுப்படுத்தி வைக்கப்பட வேண்டியவர்கள் என்கின்ற உணர்ச்சி ஏற்படுகிறதல்லாமல், பெண்களை அடக்கி ஒடுக்கி வைத்திருப்பதில்

அவர்கள் ஒரு பெருமையையும் அடைகிறார்கள். இதனாலேயே பெண்களை அநேகர் விலங்குகளைப்போல் நடத்தி வருகிறார்கள். அவர்களுக்குச் சுதந்திரம் கொடுப்பது என்கின்ற விஷயத்தை நினைக்கும்போதே, 'செய்யக்கூடாத ஒரு பெரிய குற்றமான செய்கையை" செய்ய நினைக்கிறதுபோலவே கருதுகிறார்கள். அதனால் மனித சமூகத்தில் சரி பகுதியான எண்ணிக்கையினருக்குப் பிறவியிலேயே சுதந்திரம் இல்லை என்பதுதானே இதன் பொருள்? ஆடவருக்குப் பெண்டிரைவிடச் சிறிது வலிமையை அதிகமாக ஏற்படுத்திக் கொண்ட குற்றந்தான், இம்மாதிரி ஒரு சரிசமமான சமூகத்தை சுதந்திரமில்லாமல் அடிமைப்படுத்தும் கொடுமையை அனுஷ்டிக்க வேண்டியதாயிற்று; இந்தத் தத்துவமே வரிசைக் கிரமமாக மேலோங்கி எளியார் வலியாரால் அடிமையாக்கப்பட்டு வருகின்றனர்.

உலகில், மனித வர்க்கத்தினருக்குள்ளிருக்கும் அடிமைத்தன்மை ஒழியவேண்டுமானால், பெண்ணுலகை அடிமையாகக் கருதி நடத்தும் அகம்பாவமும் கொடுமையும் அழியவேண்டும். அது அழிந்த நிலையே சமத்துவம், சுதந்திரம் என்னும் முளை முளைக்கும் இடமாம். இதற்கு விதவைகளுக்கு மறுமணம் செய்துகொள்ள உரிமை ஏற்படுத்துவதே முதல் காரியமாகும்.

தேசிய சர்வாதிகாரியும், வர்ணாசிரமப் பித்தும், பழைமைப்பற்றும் மிக்குடைய தோழர் காந்தியும் இந்து விதவை களைப்பற்றி அநேக இடங்களில் பேசியும் எழுதியும் வந்திருக்கிறார். அவற்றுள் 1925 ஆம் வருடத்தின் "நவஜீவன்" பத்திரிகையைப் படித்தால் உண்மை புலனாகும். அக்கட்டுரையின் சில பாகமாவது:

"பால்ய விதவைகளைக் கட்டாயப்படுத்தி வைத்திருப்பது போன்ற இயற்கைக்கு விரோதமான பொருள் உலகில் வேறொன்றுமில்லை என்பது திடமான நம்பிக்கை. விதவைத் தன்மை என்பது எவ்விதத்திலும் ஒரு தர்மமாகாது; பலாத் காரத்தினால் நடத்தும் கைம்மை வாழ்வு பாவமானது. பதினைந்து வயதுள்ள ஒரு பால்ய விதவை தானாகவே விதவை வாழ்வைக் கொண்டிருக்கிறாள் என்று சொல்லுவது, அவ்விதம் கூறுபவரின் கொடூர சுபாவத்தையும் அறியாமையையுமே அது விளக்குகிறது" என்று எழுதிவிட்டு, விதவைகள் மறுமணம் செய்துகொள்ள வேண்டுமென்பதாக உள்ளன்போடும், ஆவேசக் கிளர்ச்சியோடும்

தந்தை பெரியார்

தோழர் காந்தி கூறிய வார்த்தைகள் சிலவற்றைக் ஈண்டுக் கவனிப்போம்.

"அமைதியுடன் தங்களுடைய உண்மையான கருத்தைத் தங்களின் பெற்றோர் அல்லது போஷகர்களான ஸ்திரீ, புருஷர்களிடம் தைரியமாய்ச் சொல்லிவிட வேண்டும். அவர்கள் அதைக் கவனிக்காவிட்டால், தாங்களே ஒரு யோக்கியமான புருஷன் கிடைத்தால் விவாகம் செய்துகொள்ளட்டும். விதவைகளின் போஷகர்கள் இதைச் சரிவரக் கவனியாவிடின், பின்னால் பச்சாதாபப்படுவார்கள். ஏனெனில், நான் ஒவ்வோரிடத்திலும் துராசாரத்தையே பார்த்துக் கொண்டு வருகிறேன். விதவைகளைப் பலாத்காரமாய்த் தடுத்து விதவைத் தன்மையை அனுஷ்டிக்கச் செய்தால் விதவைகளுக்காவது, குடும்பத்திற்காவது அல்லது விதவா தர்மத்திற்காவது மேன்மை உண்டாகவே மாட்டாது. இம்மூன்று தத்துவங்களும் நசிந்து வருவதை என் கண்களினாலேயே பார்த்துக் கொண்டிருக்கிறேன். பால்ய விதவைகளே! நீங்களும், உங்களைப் பலவந்தப்படுத்தி விதவைகளாக வைத்திருக்கும் ஸ்திரீ, புருஷ வர்க்கங்களும் இதையறிவீர்களாக" என்று எழுதியுள்ளார்.

நிற்க, 1921 ஆம் வருஷத்திய ஜனசங்கியைப்படி இந்துக் கைம்பெண்ணின் தொகையினை நோக்குகையில் அய்யகோ! என் நெஞ்சம் துடிக்கின்றது!

1 வயதுள்ள விதவைகள்	***597***
1 முதல் 2 வயதுள்ள விதவைகள்	***494***
2 முதல் 3 வயதுள்ள விதவைகள்	***1,257***
3 முதல் 4 வயதுள்ள விதவைகள்	***2,837***
4 முதல் 5 வயதுள்ள விதவைகள்	***6,707***
5 முதல் 10 வயதுள்ள விதவைகள்	***85,937***
10 முதல் 15 வயதுள்ள விதவைகள்	***2,32,147***
15 முதல் 20 வயதுள்ள விதவைகள்	***3,96,172***
20 முதல் 25 வயதுள்ள விதவைகள்	***7,42,820***
25 முதல் 30 வயதுள்ள விதவைகள்	***11,63,720***
ஆக மொத்த விதவைகள்	***26,31,788***

மேலும், இத்தகைய விதவைத் தன்மையானது பிரஜா உற்பத்திக்குப் பேரிடராயிருக்கிறது. இந்து மதத்திலிருந்து

எவரேனும் இரண்டொருவர் பிற மதத்திற்கு மாற்றப்பட்டால், இந்து மக்கள் தங்கட்குப் பெரும் துன்பம் நேரிட்டுவிட்டதாகக் கருதி பரிதாப்படுகின்றார்கள். இதன் காரணம் என்ன? தமது சமயத்தில் இருவர் குறைந்துவிட்டதால், இந்து சமூகத்திற்கே ஓர் பெரும் கஷ்டமும், நஷ்டமும் ஏற்பட்டுவிட்டது என்ற எண்ணத்தினால், இந்த இரண்டு நபருக்காக இவ்வளவு துக்கமும் துயரமும் ஏற்படுமானால் தற்காலம் நமது இந்திய நாட்டிலுள்ள இருபத்தாறு லட்சத்து முப்போத்தோராயிரத்து எழுநூற்று எண்பத்தெட்டு விதவைகள் (இப்போது சுமார் 5 லட்சம் அதிகம் பெருகியிருப்பர்) கல்யாணம் செய்துகொண்டு இல்லற வாழ்க்கை நடத்துவதாயிருந்தால் எத்தனை குழந்தைகள் பெறக்கூடும்? சராசரி மொத்தத்தில் மூன்றில் இருமடங்குப் பெண்கள் 2 வருடத்திற்கு ஒரு குழந்தை வீதம் பெறுவதாக வைத்துக் கொண்டாலும், தடவை ஒன்றுக்கு 87,726 குழந்தைகள் வீதம் வருடம் பத்துக்கு 4,38,631 பிரஜா உற்பத்தியை நாம் தடுத்துக்கொண்டு வருகின்றோம். இது இரண்டொருவர் மதம் மாறுவதால் நஷ்டம் வந்துவிட்டதாகக் கருதுவோருக்குப் புலப்படுவதில்லை. பால் மணம் மாறாத 5 வயதிற்குட்பட்ட இளங்குழந்தைகள் மாத்திரம் 18,892 பேர்கள் இருக்கிறார்களென்பதையும், தன் பிறவிப் பயனையே நாடுதற்கில்லாது - இன்பந் துய்த்தற்கில்லாது அடக்கி வைக்கப்பட்டிருக்கும் 15 வயதிற்குட்பட்ட கைம்பெண்கள் 2,32,147 பேர் இருக்கிறார்கள் என்பதையும் கேட்க என் குலை நடுங்குகிறது. இத்தகைய படுமோசமான விதவைத் தன்மையை எந்த நாகரிக உலகம் ஏற்கும்? விதவைகளின் கொடுமையை நீக்க ஒரு நூறு வருடங்களாக இராஜாராம் மோகன்ராய், ஈஸ்வரசந்திர வித்தியாசாகரர், கோலாப்பூர் மகாராஜா, சுரேந்திரநாத் பானர்ஜி, விரேசலிங்கம் பந்துலு, மகாதேவ கோவிந்த ரானடே, வேமண்ணா, சர் கங்காராம் முதலிய அறிஞர்கள் பாடுபட்டுழைத்தனர். இதுபோழ்தும் இத்தகைய சீர்திருத்தத் துறையில் பல பாஞ்சாலத் தலைவர்கள் இறங்கி உழைத்து வருகின்றனர்.

விதவா விவாக விஷயத்தில் பெருந்துயில் கொண்டிருந்த இந்தியா இப்பொழுது சிறிது சிறிதாகவாவது விழிப்புற்று விதவை மணத்தை ஆதரிக்க முன்வருவதும், சிலர் அது சம்பந்தமான பிரச்சாரம் செய்து வருவதும் விதவா விவாகத்தை ஆதரித்துச்

தந்தை பெரியார் 63

சிற்சில நூல்கள் வெளிவருவதும் ஓர் நற்சகுனமென்றே கருதவேண்டியிருக்கிறது.

தமிழ் மக்கள் இனி நாட்டின் நலத்தையும், சமூக முன்னேற்றத்தையும், மனுஷிக ஜீவகாருண்யத்தையும் எண்ணி, இவ்விஷயத்தில் முன்போன்று சிரத்தை குன்றியிராது, ஆங்காங்கே விதவா விவாக சபைகள் ஏற்படுத்தியும், பிரசங்கங்கள் செய்தும், துண்டுப் பிரசுரங்கள் வெளியிட்டும் விதவைத் தன்மையின் கொடுமையை ஒழிக்க முன்வருவார்களாக.

எட்டாம் அத்தியாயம்

சொத்துரிமை

இந்திய நாட்டில், பெரும்பாலும் உலகத்தின் வேறு எங்கும் இல்லாததும், மனிதத் தன்மைக்கும், நியாயத்திற்கும், பகுத்தறிவிற்கும் ஒவ்வாததுமான கொடுமைகள் பல இருந்து வந்தாலும், அவற்றுள் அவசரமாய்த் தீர்க்கப்படவேண்டியதும், இந்தியர்கள் காட்டுமிராண்டிகள் அல்ல எனவும், மனிதத் தன்மையும், நாகரிகமுமுடையதான சமூகம் எனவும் உலகத்தாரால் மதிக்கப்படவேண்டுமானால் மற்றும் உலகிலுள்ள பெரும்பான்மையான நாட்டார்களைப் போலவே அந்நிய நாட்டினர்களின் உதவியின்றித் தங்கள் நாட்டைத் தாங்களே பாதுகாத்துக் கொள்ளவும், ஆட்சி நிர்வாகம் செய்யவும் தகுதியுடையவர்கள் என்று சொல்லிக் கொள்ளவும் வேண்டுமானால், முக்கியமாகவும் அவசரமாகவும் ஒழிக்கப்பட வேண்டியதாகவுமிருக்கும் கொடுமைகள் இரண்டுண்டு.

அவைகளில் முதலாவது எதுவென்றால், இந்திய மக்களிலேயே பல கோடி ஜனசங்கியை உள்ள பல சமூகங்களைப் பிறவியிலேயே தீண்டாதவர்கள் என்று கற்பித்து, அவர்களைப் பகுத்தறிவற்ற மிருகங்களிலும் கேவலமாக உணர்ச்சியற்ற பூச்சி புழுக்களிலும் இழிவாகவும் நடத்துவதாகும்.

இரண்டாவது எதுவென்றால், பொதுவாக இந்தியப் பெண்கள் சமூகத்தையே அடியோடு பிறவியில் சுதந்திரத்திற்கு அருகதையற்றவர்கள் என்றும், ஆண்களுக்கு அடிமையாகவே இருக்க 'கடவுளாலேயே' சிருஷ்டிக்கப்பட்டவர்கள் என்றும் கற்பித்து, அவர்களை நகரும் பிணங்களாக நடத்துவதாகும். ஆகவே, மேற்கண்ட இந்த இரண்டு காரியங்களும் எந்தக் காரணத்தை முன்னிட்டும் இந்தியாவில் இனி அரைக்ஷணம் கூட இருக்கவிடாமல் ஒழித்தாக வேண்டியவைகளாகும்.

மேலும், நாம் மேற்கண்ட இரண்டு கொடுமைகளும் அழிக்கப்படாமல், இந்தியாவுக்குப் பூரண சுதந்திரம் கேட்பதோ,

தந்தை பெரியார்

இந்தியாவின் பாதுகாப்பையும், ஆட்சி நிர்வாகத்தையும் இந்திய மக்கள் தாங்களே பார்த்துக் கொள்ளுகிறோம் என்று சொல்லுவதோ மற்றும் இந்தியாவிற்கு அந்நியருடைய சம்பந்தமே சிறிதும் வேண்டாம் என்று சொல்லுவதோ ஆகிய காரியங்கள் முடியாதென்றும், முடியுமென்று யாராவது சொல்வதானால், சுயநலச் சூழ்ச்சியே கொண்ட நாணயத் தவறான காரியமாகுமென்றும் சொல்லி வருகிறோம் என்பதோடு இப்படிச் சொல்லும் விஷயத்தில் நமக்குப் பயமோ, சந்தேகமோ கிடையாது என்றும் சொல்லுவோம். அதனால்தான், இவ்வித முட்டாள்தனமானதும், சூழ்ச்சியானதுமான முயற்சிகளை நாம் எதிர்க்கவேண்டியவர்களாயுமிருக்கிறோம்.

ஏனெனில், நம்மில் ஒரு கூட்டத்தாரையே நாம் நமது சமூகத்தாரென்றும், நமது சகோதரர்களென்றும், ஜீவ காருண்யமென்றும்கூடக் கருதாமல் நம் மக்களுக்கே நாம் விரும்பும் சுதந்திரமளிக்காமல், மனிதர்கள் என்றுகூடக் கருதாமல் அடிமைப்படுத்தி, கொடுமைப்படுத்தி, இழிவுப்படுத்தித் தாழ்த்தி வைத்திருக்கிறோம். ஆதலால், அத்தாழ்த்தப்பட்ட மக்களின் நலத்தையோ, விடுதலையையோ நம்மிடம் ஒப்புவிப்பதென்றால், கசாப்புக் கடைக்காரரிடம் ஆடுகளை ஒப்புவித்ததாகுமே தவிர, வேறல்ல என்று கருதுவதால்தானே ஒழிய வேறல்ல.

இந்தத் தத்துவமறியாத, சில தீண்டப்படாதவரென்ற தாழ்த்தப்பட்ட மக்களும், சுதந்திரம் அளிக்கப்படாதவர்கள் என்ற அடிமைப்படுத்தப்பட்ட பெண்களும் தங்களுக்கு மற்றவர்களால் இழைக்கப்பட்ட கொடுமையையும், இழிவையும் கருதிப் பாராமல், இந்தியச் சுதந்திரம், விடுதலை என்கின்ற கூப்பாடுகளில் இவர்களும் கலந்துகொண்டு தாங்களும் கூப்பாடு போடுவதைக் காண்கிறோம். ஆனாலும், அதற்குக் காரணம் அவர்களுக்கு உண்மையான சுதந்திரம், விடுதலை என்பவைகளின் பொருள் தெரியாததாலும், தெரிய முடியாமல் வைத்திருந்த வாசனையினாலும் இவ்வாறு அறியாமல் திரிகின்றார்களே தவிர வேறில்லை.

தீண்டாமை என்னும் விஷயத்தில் இருக்கும் கொடுமையும், மூடத்தனமும், மூர்க்கத்தனமும் யோசித்துப் பார்த்தால், அதை மன்னிக்கவோ அலட்சியமாகக் கருதவோ 'நாளை பார்த்துக் கொள்ளலாம்; இப்போது அதற்கு என்ன அவசரம்' என்று காலந்தள்ளவோ சிறிதும் மனம் இடந்தருவதில்லை. ஒருவனை

அதாவது பிறரைத் தீண்டாதார் எனக் கருதி கொடுமைப்படுத்து கின்றவர்களை அத்தீண்டாதார்களுக்கு இருக்கும் உண்மையான கஷ்டத்தை உணரச் செய்யவேண்டுமானால், இப்போதைய வெள்ளைக்கார அரசாங்கத்தின்கீழ் அனுபவிக்கும் மனுதர்மக் கொடுமைகள் என்பவைகள் போதாது என்றும் சிறிதும் சுதந்திரம், சமத்துவமும் அற்றதும் சதா ராணுவச் சட்டம் அமலில் இருப்பதுமான ஏதாவது ஒரு கொடுங்கோல் ஆட்சி இருந்தால்தான் இம்மாதிரிக் கொடுமைப்படுத்துகின்ற மக்களுக்கு உணர்ச்சி வந்து, புத்தி வருமென்றும் நமக்குச் சிற்சில சமயங்களில் தோன்றுவதுண்டு.

ஆனால், இந்தியாவை இம்மாதிரி மூர்க்கத்தனமும் நாணயக் குறைவும் மாத்திரம் சூழ்ந்துக் கொண்டிருக்காமல், மூடத்தனமும் சேர்ந்து கட்டிப் பிடித்துக் கொண்டிருப்பதால் இன்னமும் எவ்வளவு இழிவும், கொடுமையும் ஏற்பட்டாலும் இம்மாதிரியான மக்களுக்கு உண்மையான துன்பத்தை உணரத்தக்க நிலைமை ஏற்படுவது கஷ்டமாக இருக்கும் என்றாலும், இந்நிலை மாறுதலடையக் கூடும் என்ற உறுதியை உண்டாக்கத்தக்க நம்பிக்கை கொள்வதற்கு இடமில்லாமல் போகவில்லை.

இனி, பெண்கள் விஷயத்தில் இதுபோலவேதான் அவர்களுடைய சுதந்திரத்தையும், உணர்ச்சியையும் கட்டிப் போட்டிருக்கும் கொடுமையானது, இந்தியர்களுக்கு சுதந்திர உணர்ச்சியே இல்லை என்பதைக் காட்டவும் அவர்கள் அடிமைகளின் குழந்தைகள் என்பதை ஒப்புக் கொள்ளவும் ஆதாரமானதென்றுதான் சொல்லவேண்டும்.

எப்படியெனில், இவ்விரண்டைப்பற்றி இந்திய விடுதலைவாதிகள், சுதந்திரவாதிகள், சுயேச்சைவாதிகள், தேசியவாதிகள், மக்கள் நல உரிமைவாதிகள் என்கின்ற கூட்டத்தார்கள் ஆகியவர்களுக்குச் சிறிதும் உண்மையான கவலை இல்லாவிட்டாலும், மேற்கண்ட கூட்டத்தார்களில் 100--க்கு 90 பேர்களுக்கு மேலாகச் சுயநலங்கொண்ட நாணயமற்றவர்களாவே காணப்படினும், இவர்களது முயற்சி இல்லாமலும் சில சமயங்களில் மேற்கண்ட சுயநலச் சூழ்ச்சிவாதிகளின் எதிர்ப்பிற்கும் இடைஞ்சலுக்கும் இடையிலும் கொடுமைகள் அனுபவிக்கும் மேற்கண்ட இருவகையாருக்கும் விமோசனம் ஏற்படுவதற்கு அறிகுறிகள் ஆங்காங்கு வேறு ஒரு வழியில் காணப்படுகின்றதைப்

பார்க்கச் சிறிது மகிழ்ச்சி அடைகின்றோம். அதாவது இந்திய சுதேச சமஸ்தானங்கள் என்று சொல்லப்படும் மைசூர், பரோடா, காஷ்மீர், திருவனந்தபுரம் முதலிய சமஸ்தானங்கள் பிரிட்டிஷ் இந்திய ராஜ்யத்தைவிட, பிரிட்டிஷ் இந்தியாவில் உள்ள சீர்திருத்தக்காரர்களை விட இந்தக் கொடுமைகளை ஒழிக்க ஒவ்வொரு துறையிலும் ஒவ்வொன்றுமாக முன்வந்திருக்கின்றது என்பதாகும்.

காஷ்மீர் சமஸ்தானத்தில் எந்த விஷயத்திலும் தீண்டாமையைப் பாவிக்கக் கூடாதென்றும், தீண்டப்படாதார் என்னும் வகுப்பாருக்கு மற்றவர்களைப் போல் சகல உரிமைகளும் அளிக்கப்பட்டிருப்பதோடு, கல்வி விஷயத்தில் அவர்களுக்குச் சாப்பாடு போட்டும் இலவசமாய்க் கற்றுக் கொடுக்கவேண்டும் என்றும் தீர்மானமாயிருக்கும் விஷயம் முன்பே தெரிவித்திருக்கிறோம்.

மற்றும் திருவாங்கூர் சமஸ்தானத்தில் தீண்டப்படாத மக்கள் என்பவர்களுக்கு கோயில்கள், தெருக்கள், குளங்கள் ஆகியவை தாராளமாகத் திறக்கப்பட்டு, இவ்விசயங்களில் மற்றவர்களுக்குள்ள சுதந்திரங்கள் அளிக்கப்பட்டிருப்பதோடு, பெண்களைக் கடவுள் பேரால் விபச்சாரிகளாக்கிக் கோயில்களின் ஆதரவுகளைக் கொண்டு அவ்விபச்சார தன்மையை நிலை நிறுத்துவதையும், அஃதன்றி நடந்துவரும் விபச்சாரத்தையும் ஒழிக்கச் சட்டம் நிறைவேற்றி அமலுக்குக் கொண்டு வந்ததையும் முன்னமே தெரிவித்திருக்கின்றோம்.

இப்போது மைசூர் சமஸ்தானத்தில் பெண்களுக்குச் சொத்துரிமை வழங்கும் விஷயமாக யோசனை செய்யப்பட்டு, அந்த யோசனையை அரசாங்கமும், ஜனப் பிரதிநிதிகளும் ஒப்புக்கொண்டு அதற்காக ஒரு கமிட்டியும் நியமித்து அக்கமிட்டியார் பெண்களுக்குச் சொத்துரிமை அளிக்கலாம் என்ற தத்துவத்தை ஒப்புக்கொண்டு ஏகமனதாக ரிப்போர்ட் அனுப்பி இருப்பதாயும் எல்லாத் தினசரிப் பத்திரிகைகளிலும் வெளியாகியிருக்கிறது.

அதன் முக்கியப் பாகம் என்னவென்றால்:-

★ பெண்கள் வாரிசுச் சொத்துரிமை அனுபவிக்கத் தகுதியுடையவர்கள் அல்லவென்பது கொடுமையும் அநீதியுமாகும்.

* பெண்கள் சீதனம், நன்கொடை முதலிய சொத்துகளை அடைந்து அவைகளை வைத்து நிர்வகித்து வரத் தக்கவர்கள் என்ற உரிமையும், வழமையும் இருக்கும்போது, வாரிசான சொத்தை சொத்தை அடைய ஏன் தகுதியுடையவர்களாகமாட்டார்கள்?

* பெண்களுக்கு வாரிசுச் சொத்துரிமை இல்லையென்பது பெண்கள் முன்னேற்றத்திற்குத் தடையாயிருப்பதோடு பொதுவாக இந்து சமூக முன்னேற்றத்திற்கே கேடாயிருக்கிறது.

* ஆகவே, இவற்றிற்கான சட்டம் செய்யவேண்டியதும், பெண்கள் என்கின்ற காரணத்திற்காக இவர்களுக்கு எவ்விதச் சிவில் உரிமையும் தடுப்பது கூடாதென்று திட்டமாய் முடிவு செய்துவிட வேண்டியதுமான காலம் வந்துவிட்டடது.

* எந்தவிதமான சீதனச் சொத்தையும் பெண்கள் தங்கள் இஷ்டப்படி விநியோகித்துக் கொள்ளலாம் என்பவைகளாகும்.

இவைகள் ஒருபுறமிருக்க, மற்றொரு விஷயத்திலும் பெண்களுக்குச் சில சுதந்திரங்கள் அளிக்க அக்கமிட்டி சிபாரிசு செய்திருப்பது மிகவும் பாராட்டத்தக்கதாகும். அவை என்னவெனில்,

'புருஷன் மேக வியாதிக்காரனாகவாவது கொடிய தொத்து வியாதிக்காரனாகவாவது இருந்தாலும், வைப்பாட்டி வைத்திருந்தாலும், தாசி வேசி வீடுகளுக்குப் போய்க் கொண்டிருப்பவனாயிருந்தாலும், மறு விவாகம் செய்து கொண்டிருப்பவனாயிருந்தாலும், கொடுமையாய் நடத்தினாலும், வேறு மதத்திற்குப் போய்விட்டாலும், புருஷனை விட்டுப் பிரிந்திருக்கவும், புருஷனிடம் ஜீவனாம்சம் பெறவும் உரிமையுண்டு' என்பதாகும்.

அதோடு மேற்படி விஷயங்களை அனுசரித்து ஒரு மசோதாவும் தயாரிக்கப்பட்டிருக்கின்றதாகவும் காணப்படுகின்றது.

ஆகவே, இந்தச் சட்டம் அநேகமாகக் கூடிய சீக்கிரம் மைசூர் சமஸ்தான சட்டசபையில் நிறைவேறிச் சட்டமாக்கப்படுமென்றே நம்பலாம். இவற்றில் சொத்துகளின் அளவு விஷயத்தில் ஏதாவது வித்தியாசமிருந்தாலும் பெண்களுக்குச் சொத்துரிமைக் கொள்கையும், பெண்கள் புருஷனை விட்டு விலகி இருந்து கொள்ளும் கொள்கைகளும் ஒப்புக் கொள்ளப்பட்டிருக்கும் விஷயம் கவனித்துப் பாராட்டத்தக்கதாகும்.

இவை போன்று பல காரியங்களில், இந்தியாவிலுள்ள சுதேச இந்து சமஸ்தானங்களெல்லாம் ஒவ்வொரு துறையிலும் முன்வந்து சட்டம் செய்துகொண்டு வரும்போது, பிரிட்டிஷ் இந்தியாவிலுள்ள தேசியவாதிகளுக்கும், பூரண சுயேச்சைவாதிகளுக்கும், பொதுஜன நல உரிமைவாதிகளுக்கும் மாத்திரம் இக்கொள்கைகள் அவசிய மானவைகள் என்றோ சட்டம் செய்யத்தக்கது என்றோ தோன்றப் படாமலிருப்பதானது, இக்கூட்டத் தார்களின் நாணயக் குறைவையும், பொறுப்பற்ற தன்மையையும் நன்றாகக் காட்டுவதற்கு ஓர் அறிகுறியாகும்.

சாரதா சட்டம் (குழந்தை மணத் தடுப்புச் சட்டம்) என்கின்ற ஒரு சட்டம் பிரிட்டிஷ் சர்க்கார் தயவினால் பாசாகியும், 'இந்திய தேசிய'வாதிகளாலும், 'பூரண சுயேச்சைவாதிகள்' முயற்சியாலும் அது சரியானபடி அமுலுக்கு வர முடியாமல் முட்டுக்கட்டை போடப்பட்டு வருவதும், அச்சட்டம் கூடாதென்று வாதாடி ஒழிப்பதாக தெரியப்படுத்தினவர்களை ராஜாங்க சபைக்கும் மாகாண சபைக்கும் நமது பிரதிநிதிகளாக அனுப்பியதும் நம்மவர்களுக்கு மிகமிக மானக்கேடான காரியமாகும்.

நமது தேசியவாதிகள் என்னும் அரசியல்வாதிகள் இம்மாதிரி யான காரியங்களைச் சிறிதும் கவனியாமல் இருப்பதோடு, நாம் ஏதாவது இவற்றிற்காகப் பிரச்சாரம் செய்தால், 'இது தேசியத்திற்கு விரோதம்', 'சுயராஜ்யம் கிடைத்துவிட்டால் பிறகு சட்டம் செய்துகொள்ளலாம்' என்று சொல்வதும், வேறு யாராவது இவைகளுக்காகச் சட்டம் செய்யச் சட்டசபைக்கு மசோதாக்கள் கொண்டு போனால், 'சீர்திருத்தங்கள் சட்டங்கள் மூலம் செய்துவிட முடியாது; பிரச்சாரத்தின்மூலம்தான் செய்யவேண்டும்' என்று சொல்லுவதுமான தந்திரங்களால் மக்களை ஏமாற்றிக் காலம் தள்ளிக்கொண்டு வருகிறார்கள்.

ஆகவே, இந்த நிலைமையில் முதலில் நமது கடமை என்னவென்பதை யோசித்துப் பார்த்தால், இம்மாதிரியான காரியங்களுக்கு ஆண்கள்தான் முயற்சிக்கவேண்டியவர்கள் என்கின்ற உரிமை முதலில் நீக்கப்படவேண்டும். நம் பெண்மணிகள் இக்காரியங்களில் வரிந்து கட்டிக் கொண்டு இறங்கவேண்டும். பெண்கள் கிளர்ச்சி முதலாவதாக, ஆண்களைப் போன்ற சொத்துரிமை பெறுவதற்கே செய்யப்படவேண்டும். பெண்களுக்குச் சொத்துரிமை இருந்துவிட்டால், அவர்களுக்கு இருக்கும் எல்லாவிதமான அசவுகரியங்களும் ஒழிந்துபோகும். கேவலம் தாசிகளுக்குச் சொத்துரிமை இருப்பதால் அவர்கள் தங்கள் குடும்பங்களில் தங்கள் சமுதாயத்தில் எவ்வளவு சுதந்திர முடையவர்களாக இருக்கிறார்கள் என்று பார்த்தால், குடும்ப ஸ்திரீகளுக்குச் சொத்துரிமை இருந்தால் எவ்வளவு மேன்மையாய் வாழ்க்கை நடத்துவார்கள் என்பது விளங்கும். அன்றியும், பெண்களுக்குச் சொத்துரிமை வழங்கப்படாததற்குக் காரணம் இதுவரை யாரும் சொன்னதே கிடையாது. பெண்களுக்குப் படிப்பு, தொழில் ஆகிய இரண்டும் பெற்றோர்களால் கற்பிக்கப்பட்டு விட்டால் சொத்துச் சம்பாதிக்கும் சக்தி வந்துவிடும். பின்னர் தங்கள் கணவன்மார்களைத் தாங்களே தெரிந்தெடுக்கவும் அல்லது பெற்றோர்களால் தெரிந்தெடுக்கப்பட்டாலும் கணவனோடு சுதந்திரமாய் வாழ்க்கை நடத்தவும்கூடிய தன்மை உண்டாகிவிடும்.

பெண் அடிமை என்பதற்கு உள்ள காரணங்கள் பலவற்றில் சொத்துரிமை இல்லாதது என்பதே மிகவும் முக்கியமான காரணம் என்பது நமது அபிப்பிராயம். ஆதலால், பெண்கள் தாராளமாகவும், துணிவுடனும் முன்வந்து சொத்துரிமைக் கிளர்ச்சி செய்ய வேண்டியது மிகவும் அவசியமும், அவசரமுமான காரியமாகும்.

◈

ஒன்பதாம் அத்தியாயம்

கர்ப்பத் தடை

கர்ப்பத் தடை என்பதுபற்றிச் சில வருஷங்களுக்கு முன் நாம் கூறியது அநேகருக்குத் திடுக்கிடும்படியான செய்தியாயிருந்தது. ஆனால், இப்போது சிறிது காலமாய் அது எங்கும் பிரஸ்தாபிக்கப்படும் ஒரு சாதாரணச் செய்தியாய் விட்டது. வரவர அது செல்வாக்குப் பெற்றும் வருகின்றது. பெரிய உத்தியோகத்தில் இருந்த சர்.சி.பி. சிவசாமி அய்யரும் பெரிய உத்தியோகத்தில் இப்போது இருக்கும் ஜஸ்டிஸ் ராமேசம் அவர்களும் ஆகிய பார்ப்பனர்களும் மற்றும் பலரும் இது விஷயமாக அடிக்கடி பேசி வருகின்றதையும், எழுதி வருகின்றதையும் பத்திரிகையில் பார்த்து வருகின்றோம். சென்னைச் சட்டசபையிலும் கர்ப்பத்தடை விஷயமாய்ப் பிரச்சாரம் செய்யவேண்டுமென்று பிரஸ்தாபிக்கப் பட்டதையும் நேயர்கள் கவனித்து இருக்கலாம்.

ஆனால், கர்ப்பத் தடையின் அவசியத்தைப்பற்றி நாம் கருதும் காரணங்களுக்கும் மற்றவர்கள் கருதும் காரணங்களுக்கும் அடிப்படையான வித்தியாசமிருக்கின்றது. அதாவது பெண்கள் விடுதலையடையவும், சுயேச்சை பெறவும் கர்ப்பத்தடை அவசியமென்று நாம் கூறுகின்றோம். மற்றவர்கள், பெண்கள் உடல்நலத்தை உத்தேசித்தும், நாட்டின் பொருளாதார நிலையை உத்தேசித்தும், குடும்பச் சொத்துக்கு அதிகம் பங்கு ஏற்பட்டுக் குறைந்தும், குலைந்தும் போகாமல் இருக்கவேண்டுமென்பதை உத்தேசித்தும் கர்ப்பத்தடை அவசியமென்று கருதுகிறார்கள். இதை மேல் நாட்டில் பலர்கூட ஆதரிக்கின்றார்கள். ஆனால், நமது கருத்தோ இவைகளைப் பிரதானமாய்க் கருதியதன்று. மற்றொதைக் கருதியதென்றால், முன்சொன்னது போல, பொதுவாகப் பெண்களின் விடுதலைக்கும், சுயேச்சைக்குமே கர்ப்பம் விரோதியாயிருப்பதால், சாதாரணமாய்ப் பெண்கள் பிள்ளைகளைப் பெறுவது என்பதை அடியோடு நிறுத்திவிட வேண்டும் என்கிறோம். அதுமாத்திரல்லாமல், பல பிள்ளைகளைப் பெறுகின்ற

காரணத்தால் ஆண்களும்கூடச் சுயேச்சையுடனும், வீரத்துடனும், விடுதலையுடனும் இருக்க முடியாதவர்களாகவே இருக்கிறார்கள். இதன் உண்மை, சாதாரணமாய் ஒவ்வொரு மனிதனும் மனுஷியும் தங்கள் தங்கள் சுதந்திரங்களுக்குக் கஷ்டம் வருகின்ற காலத்தில் பேசிக் கொள்வதைப் பார்த்தாலே தெரியும்.

ஒரு மனிதன், தன் கஷ்ட நிலையில் பேசும்போது, "நான் தனியாயிருந்தால் ஒரு கை பார்த்துவிடுவேன். 4, 5 குழந்தையும், குட்டியும் ஏற்பட்டுவிட்டதால், இவைகளைக் காப்பாற்ற வேண்டுமே என்கின்ற கவலையால் பிறர் சொல்வதையெல்லாம் கேட்டுக்கொண்டிருக்கும் நிலைக்கு ஆளாயிருக்க நேர்ந்திருக் கின்றது" என்றே சொல்லுகின்றான். அதுபோலவே, ஒரு ஸ்திரி, புருஷனாலோ அல்லது வேறு எதனாலோ சங்கடம் ஏற்படும்போது, "நான் தனியாய் இருந்தால் எங்காகிலும் தலையின்மேல் துணியைப் போட்டுக்கொண்டு போய்விடுவேன்; அல்லது ஒரு ஆற்றிலாவது, குளத்திலாவது இறங்கிவிடுவேன்; இந்தக் கஷ்டத்தைச் சகித்துக்கொண்டு அரை நிமிஷம் இருக்க மாட்டேன். ஆனால், இந்தக் குழந்தைகளையும், குஞ்சுகளையும் நான் எப்படி விட்டுவிட்டுப் போக முடியும்" என்றே சொல்லுகின்றாள். ஆகவே, இந்த இருவருக்கும் அவர்களது சுயேச்சையையும், விடுதலையையும் கெடுப்பது இந்தக் குழந்தைகள், குஞ்சுகள் என்பவைகளேயாகும்.

உலகத்தில் மக்கள் தங்கள் உடலாலும் அறிவாலும் கஷ்டப் பட்டுத் தத்தம் ஜீவனத்திற்குப் பொருள் தேடுவதற்கே சுதந்திரத்தை விற்றுச் சுயமரியாதையைப் பலி கொடுத்து அடிமைகளாக வேண்டிய நிலையில் இருக்கும்போது, பிள்ளைகளையும், குட்டிகளையும் காப்பாற்றவேண்டிய அவசியம் தலைமேல் இருக்குமானால், இந்த இடத்தில் எப்படிச் சுயேச்சை இருக்க முடியும்? ஆகையால், இன்றைய நம் உலகில் ஆண், பெண் இருவரினுடைய சுயேச்சைக்கே கர்ப்பமாவதும், பிள்ளைகளைப் பெறுவதும் இடையூறான காரியமாகிறது. அதிலும் பெண்கள் சுயேச்சைக்குக் கர்ப்பம் என்பது கொடிய விரோதமாய் இருக்கின்றது. பெண்களுக்குச் சொத்தும், வருவாயும், தொழிலும் இல்லாததால் குழந்தைகளை வளர்க்க மற்றவர்கள் ஆதரவை எதிர்பார்த்தே தீரவேண்டியிருக்கின்றது. அதனால்தான் நாம் கண்டிப்பாய்ப்

பெண்கள் பிள்ளை பெறுவதை நிறுத்தியே ஆகவேண்டும் என்கின்றோம். அன்றியும், பெண்கள் வியாதியஸ்தர்கள் ஆவதற்கும், சீக்கிரம் கிழப்பருவம் அடைவதற்கும், ஆயுள் குறைவதற்கும், அகால மரணமடைவதற்கும், ஆண்களில் பிரம்மச்சாரிகளும், சன்யாசிகளும், சங்கராச்சாரியார் களும், தம்பிரான்களும், பண்டாரச் சன்னதிகளும் ஏற்பட்டிருப்பது போல், பெண்களில் பிரம்மச்சாரிகளும், சங்கராச்சாரி முதலியவர்களும் ஏற்படுவதற்கும், சுதந்திரத்தோடு வாழவும், பல கோடி ரூபாய்க்கு அதிபதியாகவும், பல ஆண்களும்,பெண்களும் போற்றிப் புகழ்ந்து வணங்குபடியான ஸ்தானத்தைக் கைப்பற்றவும் இந்தக் கர்ப்பமே தடையாயிருந்து வருகின்றது. இந்நிலையில்தான் பெண்கள் விடுதலைக்கும், சுயேச்சைக்கும், முன்னேற்றத்திற்கும் அவர்கள் பிள்ளை பெறுவது என்பதை நிறுத்தவேண்டும் என்று நாம் சொல்லுகின்றோம். இந்தப்படி நம்மில் ஒவ்வொருவரும் கர்ப்பத்தடை விஷயமாய்க் கருதும் காரணம் எப்படி இருந்தபோதிலும், நமக்கும் மற்றைய கர்ப்பத்தடைக் காரருக்கும் கர்ப்பத்தடை அவசியம் என்பதில் அபிப்பிராய பேதமில்லாதிருப்பது குறித்து நாம் மகிழ்ச்சி அடைகின்றோம்.

ஆனால், இந்த முக்கியக் காரணங்களில் கொஞ்ச காலத்திற்கு முன் சட்டசபையில் அரசாங்கத்தினர் சார்பாய்ச் சுகாதார மந்திரி கர்ப்பத்தடைப் பிரச்சாரத்தை எதிர்த்ததும், பெண்கள் சார்பாய்ச் சட்டசபைக்குள் சென்ற டாக்டர் முத்துலட்சுமி அம்மாளும், அவருக்கு அனுசரணையாய் இருந்ததும் நமக்கு மிக்க ஏமாற்றத்தையே கொடுத்துவிட்டன. இந்தத் தேசத்தில் பிறக்கும் குழந்தைகளையெல்லாம் இந்த அரசாங்கமே வளர்த்து அவைகளுக்குக் கல்வி கொடுத்து மேஜர் ஆக்கிவிடவேண்டும் என்கின்ற ஒரு நிபந்தனை இருந்திருக்குமேயானால், சுகாதார மந்திரி அரசாங்கத்தின் சார்பாய்க் கர்ப்பத்தடையை எதிர்த்திருக்கமாட்டார். அப்படிக்கில்லாமல், யாரோ பெற்று யாரோ சுயமரியாதை இழந்து, யாரோ அடிமையாய் இருந்து வளர்த்து மக்களைப் பெருக்கிவிடுவதானால், சர்க்கார் அதை எப்படி வேண்டாம் என்று சொல்ல முன்வருவார்கள்? உண்மையான சுகாதாரத்தில் பிள்ளைப் பேற்றைத் தடுப்பது முக்கியமான சுகாதாரம் என்று சுகாதார மந்திரிக்கும், பெண்மணியாய் இருந்தும்

டாக்டர் பட்டம் பெற்ற முத்துலட்சுமி அம்மாளுக்கும் தெரியாமல் போனது வருந்தத்தக்க காரியமேயாகும். இந்த விஷயத்தில் அரசாங்கத்தார் விபரீதமான அபிப்பிராயப்பட்டாலுங்கூட பொது ஜனங்கள் அதை லட்சியம் செய்யாமல், ஒவ்வொருவரும் இதைக் கவனித்து, அவரவர்களே தக்கது செய்து கொள்ளவேண்டியது மிக்க அவசியமான காரியமாகும். மதுவிலக்குப் பிரச்சாரத்தைவிட, தொத்து வியாதிகளை ஒழிக்கும் பிரச்சாரத்தைவிட, இந்தக் கர்ப்பத்தடைப் பிரச்சாரம் மிக முக்கியமானதென்பதே நமது அபிப்பிராயம்.

ஆதலால், இந்தக் கர்ப்பத்தடைக்கு நமது நாட்டில் ஒரு ஸ்தாபனம் ஏற்படுத்தி, அதன்மூலம் துண்டுப் பிரசுரங்களும், பத்திரிகைகளும், புத்தகங்களும் வெளியிடுவதுடன், கர்ப்பத்தடை சம்பந்தமாக ஆங்கிலத்திலும், பிற பாஷைகளிலுமுள்ள அரிய நூல்களைத் தமிழில் மொழி பெயர்த்து வெளியிடுவதுடன், கர்ப்பத்தடையால் - நாடும், நம் பெண்களும், நலத்தையும், சுதந்திரத்தையும் பெறுவதான நாடகம், சினிமா முதலியவைகள் மூலமாய்ப் பிரச்சாரம் செய்யப் பொது ஜனங்களில் சிலராவது இது சமயம் முன்வர வேண்டுமென்றே வேண்டிக்கொள்கின்றோம்.

பத்தாம் அத்தியாயம்

பெண்கள் விடுதலைக்கு 'ஆண்மை' அழிய வேண்டும்

பெண்கள் விடுதலையின் பேரால் உலகத்தில் அநேக இடங்களில் அநேக சங்கங்களும், முயற்சிகளும் நாளுக்கு நாள் வளர்ந்துகொண்டு வருவது யாவரும் அறிந்ததே. இம்முயற்சிகளில் ஆண்களும் மிகக் கவலையுள்ளவர்கள்போலக் காட்டிக்கொண்டு மிகப் பாசாங்கு செய்து வருகின்றார்கள். ஆண்கள் முயற்சியால் செய்யப்படும் எவ்வித விடுதலை இயக்கமும் எவ்வழியிலும் பெண்களுக்கு உண்மையான விடுதலையை அளிக்க முடியாது. தற்காலம் பெண்கள் விடுதலைக்காகப் பெண்களால் முயற்சிக்கப் படும் இயக்கங்களும் யாதொரு பலனையும் கொடுக்காமல் போவதல்லாமல், மேலும் மேலும் அவை பெண்களின் அடிமைத்தனத்திற்கே கட்டுப்பாடுகளைப் பலப்படுத்திக் கொண்டே போகும் என்பது நமது அபிப்பிராயம். எதுபோலென்றால், திராவிட மக்கள் விடுதலைக்குப் பார்ப்பனரும், பார்ப்பனர்தான் இந்நாட்டுக்குப் பிரதிநிதித்துவம் வாய்ந்தவர்கள் என்று கருதிக் கொண்டிருக்கும் அந்நிய நாட்டினர்களும் பாடுபடுவதாக ஏற்பாடுகள் நடந்து வருவதன் பலனாக எப்படி நாளுக்கு நாள் திராவிட மக்களுக்கு அடிமைத்தனமும், என்றும் விடுதலை பெற முடியாதபடி கட்டுப்பாடுகளின் பலமும் ஏற்பட்டு வருகிறதோ அதுபோலவும், சமூக சீர்திருத்தம், சமத்துவம் என்பதாக வேஷம் போட்டுக்கொண்டு பார்ப்பனர்களும் ஆரியப் புராணக்காரர்களும் சீர்திருத்தத்தில் பிரவேசித்து வருவதன் பலனாக எப்படிச் சமூகக் கொடுமைகளும், உயர்வு தாழ்வுகளும் சட்டத்தினாலும், மதத்தினாலும் நிலைபெற்றுப் பலப்பட்டு வருகின்றதோ அதுபோலவுமே என்று சொல்லலாம்.

அன்றியும், ஆண்கள், பெண்கள் விடுதலைக்குப் பாடு படுவதால் பெண்களின் அடிமைத்தனம் வளருவதுடன் பெண்கள் என்றும் விடுதலை பெற முடியாத கட்டுப்பாடுகள் பலப்பட்டுக்

கொண்டு வருகின்றன. பெண்களுக்கு மதிப்புக் கொடுப்பதாகவும், பெண்கள் விடுதலைக்காகப் பாடுபடுவதாகவும் ஆண்கள் காட்டிக் கொள்வதெல்லாம் பெண்களை ஏமாற்றுவதற்குச் செய்யும் சூழ்ச்சியே ஒழிய வேறல்ல. எங்காவது பூனைகளால் எலிகளுக்கு விடுதலை உண்டாகுமா? எங்காவது நரிகளால் ஆடு, கோழிகளுக்கு விடுதலை உண்டாகுமா? எங்காவது வெள்ளைக் காரர்களால் இந்தியர்களுக்குச் செல்வம் பெருகுமா? எங்காவது பார்ப்பனர்களால் பார்ப்பனரல்லாதவர்களுக்குச் சமத்துவம் கிடைக்குமா? என்பதை யோசித்தால் இதன் உண்மை விளங்கும். அப்படி ஒருக்கால் ஏதாவது ஒரு சமயம் மேற்படி விஷயங்களில் விடுதலை உண்டாகி விட்டாலும்கூட ஆண்களால் பெண்களுக்கு விடுதலை கிடைக்கவே கிடைக்காது என்பதை மாத்திரம் உறுதியாய் நம்பலாம். ஏனெனில், ஆண்மை என்னும் பதமே பெண்களை இழிவுபடுத்தும் முறையில் உலக வழக்கில் உபயோகப்படுத்தப்பட்டு வருகிறது என்பதைப் பெண்கள் மறந்துவிடக் கூடாது. அந்த 'ஆண்மை' உலகிலுள்ள வரையிலும் பெண்மைக்கு மதிப்பு இல்லை என்பதை பெண்கள் ஞாபகத்தில் வைத்துக் கொள்ளவேண்டும். உலகத்தில் "ஆண்மை" நிற்கும் வரையில் பெண்கள் அடிமையும் வளர்ந்தே வரும். பெண்களால் "ஆண்மை" என்ற தத்துவம் அழிக்கப்பட்டாலல்லாது பெண்களுக்கு விடுதலை இல்லை என்பது உறுதி. "ஆண்மை"யால்தான் பெண்கள் அடிமையாக்கப்பட்டிருக்கிறார்கள். சுதந்திரம், வீரம் முதலிய குணங்கள் உலகத்தில் "ஆண்மை"க்குத்தான் அவைகள் உண்டென்று, ஆண் மக்கள் முடிவுகட்டிக் கொண்டிருக்கிறார்கள்.

அன்றியும், இந்துமதம் என்பதில் பெண்களுக்கு என்றென்றும் விடுதலையோ, சுதந்திரமோ எத்துறையிலும் அளிக்கப்படவே இல்லை என்பதைப் பெண் மக்கள் நன்றாய் உணரவேண்டும்.

பெண்கள் விஷயமாய் இந்து மதம் சொல்லுவதென்ன வென்றால், கடவுள் பெண்களைப் பிறவியிலேயே விபச்சாரிகளாய்ப் படைத்துவிட்டார் என்பது ஆகச் சொல்லுகின்றதுடன், அதனாலேயே பெண்களை எந்தச் சமயத்திலும் சுதந்திரமாய் இருக்கவிடக் கூடாது என்றும், குழந்தைப் பருவத்தில் தகப்பனுக்குக் கீழும், வயோதிகப் பருவத்தில் (தாம் பெற்ற) பிள்ளைகளுக்குக் கீழும் பெண்கள் கட்டுப்படுத்தப்படவேண்டும் என்றும்

தந்தை பெரியார்

சொல்லுகிறது. "பெண்கள், ஆண்களும் - மறைவான இடமும் - இருளும் இல்லாவிட்டால் தான் பதிவிரதைகளாக இருக்க முடியும்" என்று அருந்ததியும், துரோபதையும் சொல்லி, தெய்வீகத்தன்மையில் மெய்ப்பித்துக் காட்டியதாகவும் இந்துமத சாஸ்திரங்களும், புராணங்களும் சொல்லுகின்றன.

-இன்னும் பலவிதமாகவும், மத சாஸ்திர ஆதாரங்களில் இருக்கின்றன. இவற்றின் கருத்து ஆண்களுக்குப் பெண்ணை அடிமையாக்க வேண்டுமென்பதல்லாமல் வேறில்லை.

எனவே, பெண் மக்கள் அடிமையானது ஆண் மக்களாலேதான் ஏற்பட்டது என்பதும், அதுவும் "ஆண்மை"யும் பெண் அடிமையும் கடவுளாலேயே ஏற்படுத்தப்பட்டதாக எல்லா ஆண்களும் கருதிக் கொண்டிருக்கிறார்கள் என்பதும் அதோடு பெண் மக்களும் இதை உண்மை என்றே நினைத்துக் கொண்டு வந்த பரம்பரை வழக்கத்தால் பெண் அடிமைக்குப் பலம் அதிகம் ஏற்பட்டிருக்கிற தென்பதும் நடுநிலைமைப் பெண்களுக்கும், ஆண்களுக்கும் யோசித்துப் பார்த்தால் விளங்காமற் போகாது. பொதுமக்கள் பிறவியில் உயர்வு தாழ்வு அழியவேண்டுமானால், எப்படிக் கற்பிக்கப்பட்டிருக்கின்றது என்ற இந்து மதக் கொள்கையைச் சுட்டுப் பொசுக்கவேண்டியது அவசியமோ, அதுபோலவே, பெண் மக்கள் உண்மைச் சுதந்திரம் பெறவேண்டுமானால், 'ஆண்மையும்', 'பெண்மையும்' கடவுளால் உண்டாக்கப்பட்டவை என்பதற்குப் பொறுப்பாயுள்ள கடவுள் தன்மையும் ஒழிந்தாகவேண்டும்.

பெண்கள் விடுதலை பெறுவதற்கு இப்போது ஆண்களைவிடப் பெண்களே பெரிதும் தடையாயிருக்கிறார்கள். ஏனெனில், இன்னமும் பெண்களுக்கு, தாங்கள் ஆண்களைப்போல முழு விடுதலைக்கு உரியவர்கள் என்கின்ற எண்ணமே தோன்றவில்லை. தங்களுடைய இயற்கை அமைப்பின் தன்மையையே தங்களை ஆண் மக்களுக்கு அடிமையாகக் கடவுள் படைத்திருப்பதன் அறிகுறியாய்க் கருதிக் கொண்டிருக்கின்றார்கள். எப்படியெனில், பெண் இல்லாமல் ஆண் வாழ்ந்தாலும் வாழலாம். ஆனால், ஆண் இல்லாமல் பெண் வாழ முடியாது என்று ஒவ்வொரு பெண்ணும் கருதிக் கொண்டிருக்கிறாள். அப்படி அவர்கள் கருதுவதற்கு என்ன காரணம் என்று பார்ப்போமானால், பெண்களுக்குப் பிள்ளைகள் பெறும் தொல்லை ஒன்று இருப்பதால், தாங்கள் ஆண்கள்

இல்லாமல் வாழ முடியாது என்பதை ருஜூப்படுத்திக் கொள்ள முடியாதவர்களாயிருக்கின்றார்கள். ஆண்களுக்கு அந்தத் தொந்தரவு இல்லாததால் தாங்கள் பெண்கள் இல்லாமல் வாழ முடியும் என்று சொல்ல இடமுள்ளவர்களாயிருக்கின்றார்கள்.

அன்றியும், பிள்ளை பெறும் தொல்லையானால் தங்களுக்கும் பிறர் உதவி வேண்டியிருப்பதால், அங்கு ஆண்கள் ஆதிக்கம் ஏற்பட இடமுண்டாகி விடுகின்றது. எனவே, உண்மையான பெண்கள் விடுதலைக்குப் பிள்ளைபெறும் தொல்லை அடியோடு ஒழிந்துபோகவேண்டும். அது ஒழியாமல் சம்பளம் கொடுத்துப் புருஷனை வைத்துக் கொள்வதாயிருந்தாலும் பெண்கள் பொதுவாக உண்மை விடுதலை அடைந்துவிட முடியாது என்றே சொல்லுவோம். இம்மாதிரி இதுவரை வேறு யாரும் சொன்னதாக காணப்படாததனால், நாம் இப்படிச் சொல்லுவதைப் பெரிதும் முட்டாள்தனம் என்பதாகப் பொதுமக்கள் கருதுவார்கள். இருந்தாலும், இந்த மார்க்கத்தைத் தவிர - அதாவது, பெண்கள் பிள்ளை பெறும் தொல்லையில் இருந்து விடுதலையாக வேண்டும் என்கின்ற மார்க்கத்தைத் தவிர - வேறு எந்த வகையிலும் ஆண்மை அழியாது என்பதோடு, பெண்களுக்கு விடுதலையும் இல்லை என்கின்ற முடிவு நமக்குக் கல்லுப்போன்ற உறுதியுடையதாய் இருக்கின்றது. சிலர் இதை இயற்கைக்கு விரோதமென்று சொல்ல வரலாம். உலகத்தில் மற்றெல்லாத் தாவரங்கள், ஜீவப் பிராணிகள் முதலியவைகள் இயற்கை வாழ்வு நடத்தும்போது மனிதர்கள் மாத்திரம் இயற்கைக்கு விரோதமாகவே அதாவது பெரும்பாலும் செயற்கைத் தன்மையாகவே வாழ்வுநடத்தி வருகின்றார்கள். அப்படியிருக்க இந்த விஷயத்திலும் நன்மையை உத்தேசித்து இயற்கைக்கு விரோதமாய் நடந்துகொள்வதால் ஒன்றும் முழுகிப் போய்விடாது.

தவிர, பெண்கள் பிள்ளை பெறுவதை நிறுத்திவிட்டால், 'உலகம் விருத்தியாகாது, மானிட வர்க்கம் விருத்தியாகாது' என்று தர்மநியாயம்பேசச்சிலர்வருவார்கள். உலகம்விருத்தியாகாவிட்டால் பெண்களுக்கு என்ன கஷ்டம் வரும்? மானிட வர்க்கம் பெருகாவிட்டால் பெண்களுக்கு என்ன ஆபத்து ஏற்பட்டுவிடக் கூடும்? அல்லது இந்தத் 'தர்ம நியாயம்' (அதாவது மக்கள் பெருக்கமடையாவிட்டால்) பேசுபவர்களுக்குத்தான் என்ன

கஷ்டம் உண்டாகிவிடும் என்பது நமக்குப் புரியவில்லை. இதுவரையில் பெருகிக் கொண்டு வந்த மானிட வர்க்கத்தால் ஏற்பட்ட நன்மைதான் என்ன என்பதும் நமக்குப் புரியவில்லை.

பெண்களின் அடிமைத்தன்மை பெண்களை மாத்திரம் பாதிப்பதில்லை; அது மற்றொரு வகையில் ஆண்களையும் பெரிதும் பாதிக்கின்றது. இதைச் சாதாரண ஆண்கள் உணருவதில்லை. ஆனால், நாம் இச்சமயத்தில் அதைப்பற்றி சிறிதும் கவலை கொள்ளவில்லை. பெண்களைப்பற்றியே கவலைகொண்டு சொல்லுகின்றோம்.

தற்கால நிலையில் பெண்கள் விடுதலைக்குப் பெண்கள் வேறு விதமான முயற்சி செய்தாலும் சிறிது சிறிதாவது ஆண்களுக்குக் கஷ்டத்தைக் கொடுக்கக் கூடியதாக இருக்கலாம். ஆனால், இந்தக் காரியத்தில் அதாவது, பெண்கள் பிள்ளை பெறுவதில்லை என்கின்ற காரியத்தில் ஆண்களுக்கு எவ்விதக் கஷ்டமும், நஷ்டமும் கிடையாது என்பதோடு ஆண்களுக்கு இஷ்டமும் உண்டு என்பதையும் தெரிவித்துக் கொள்ளுகின்றோம். எப்படியெனில், ஒரு மனிதன் தான் பிள்ளை குட்டிக்காரனாய் இருப்பதனாலேயேதான் யோக்கியமாகவும், சுதந்திரமாகவும் நடந்துகொள்ளப் பெரிதும் முடியாமலிருக்க வேண்டியவனாய் விடுகிறான். அன்றியும் அவனுக்கு அனாவசியமான கவலையும், பொறுப்பும் அதிகப்படவும் நேரிடுகின்றது. மற்றபடி, இதனால் ஏற்படும் மற்ற விஷயங்களையும், முறைகளையும் விரிக்கில் பெருகும் என்று இத்துடன் முடித்துக் கொள்கின்றோம்.

சுயமரியாதையின்றி சுதந்திரம் பொய்யே!

(நிறைவு)